சித்ரவதை

- மரணக் காடான வீரப்பன் காடு!
- கதிகலங்க வைக்கும் கண்ணீர் வாக்குமூலங்கள்!

நக்கீரன் கோபால்

நக்கீரன்
வெளியீடு

சித்ரவதை

நக்கீரன் கோபால்

பதிப்பு 2024
பக்கங்கள் 400
நூலின் அளவு (14X21.5) டெமி
விலை ரூ. 375

வெளியீடு
நக்கீரன்
105, ஜானி ஜான்கான் சாலை
இராயப்பேட்டை
சென்னை 14
செல்: 044- 2688 1700

நூலழகு
துரை.கணேசன்

கட்டமைப்பு
சாருபிரபா பிரிண்டர்ஸ் லிட்.,
சென்னை 14

அச்சாக்கம்
என் பிரிண்டர்ஸ்
சென்னை 14

CHITHRAVADHAI

Nakkheeran Gopal

Edition 2024
Pages 400
Book Size (14X21.5) Demy
Price Rs. 375

Published by
NAKKHEERAN
105, Jani JahanKhan Road
Royapettah, Chennai 14
Ph 044- 2688 1700

Layout by
Durai.Ganesan

Binding by
Saaruprabha Printers Ltd.,
Chennai 14

Printed at
N Printers
Chennai 14

ISBN 978-81-970587-4-5

இந்த நூல்...
வீரப்பன் வேட்டை
என்ற பெயரில்
கொடுஞ் '**சித்ரவதை**' செய்து
கொல்லப்பட்ட
அப்பாவிகளுக்கும்...

தன் இறுதிமூச்சுவரை
மலைவாழ் மக்களுக்கு
காவல் தெய்வமாக இருந்த
சந்தன வீரப்பன்
அவர்களுக்கும்...
சமர்ப்பணம்!

இது ஒரு ஒரிஜினல் மனித உரிமை மீறல் குறித்த ஆவணத் தொகுப்பு!

-நக்கீரன் கோபால்

இன்றுவரை நான் பாட வந்த பாடல்
பாடப்படாமலேயே உள்ளது என்
யாழின் நரம்புகளை அவிழ்ப்பதிலும்
கட்டுவதிலுமே நாட்களெல்லாம் கழிந்தன.
காலம் இன்னும் உண்மையாகவில்லை
வார்த்தைகள் இன்னும் சரியாக அமைக்கப்படவில்லை.
விரும்பும் ஏக்கம் மட்டும்தான் இதயத்தில் உள்ளது
வசந்தம் இன்னும் வரவில்லை
காற்றுதான் பெருமூச்சொரிந்து செல்கின்றது.

-தேசியக் கவி. ரவீந்திரநாத் தாகூர்

தமிழ்நாடு, கர்நாடகா, கேரளா மாநிலங்களுடைய எல்லைப்பகுதி உயர்ந்த மலைகளையும் மலைத் தொடர்ச்சியும் கொண்டது. கர்நாடகாவில் மலை ஏறினால் அப்படியே மைசூர் காடுகள் வழியாக தமிழ்நாட்டின் சத்தியமங்கலம் வந்து தமிழ்நாட்டு மலைகளின் வழியாகவே கேரள மாநிலத்தின் மலை உச்சிகளுக்குச் செல்லலாம். இந்த மேற்குத்தொடர்ச்சி மலைப் பிரதேசம் லட்சக்கணக்கான தேக்கு மரங்களையும், சந்தன மரங்களையும், பல காட்டாறுகளையும், அருவிகளையும், ஓடைகளையும் மூலிகை வளங்களையும் கனிம வளங்களையும் கொண்டது.

அங்கே பல ஆயிரம் ஆண்டுகளாக வம்சாவளியாக வாழ்ந்துவரும் மலைவாழ் மக்கள் அங்கும் இங்கும் நடமாடுவதைத் தவிர, எப்போதாவது வந்துபோகும் மரம் வெட்டும் காண்ட்ராக்டர்களும், மலைகளுக்குக் கீழிருந்து உழைப்பாளி

மக்கள் அன்றாடங்காய்ச்சிகளாய் தேன் சேகரிக்க, இயற்கை மருத்துவம் சார்ந்த மூலிகைச் செடிகளைத் தேடிச் செல்வதைத் தவிர, வேறு மனித நடமாட்டமே இல்லாத பகுதிகள் இவை.

கர்நாடக மாநிலத்தில் வாழும் தமிழர்கள், தமிழ்நாட்டில் வாழும் கன்னட மக்கள் மற்றும் கேரளம் உள்ளிட்ட மூன்று மாநிலங்களின் எல்லையோர மலைக்காடுகளில் இயற்கையுடன் இசைந்து தானுண்டு, தங்களது வேலையுண்டு என்று இன்பமாக வாழ்ந்துகொண்டிருந்த மலைவாழ் உழைப்பாளி மக்களை, உடல் உழைப்பைத் தவிர வேறு எந்தவித அரசியல் சூதுவாதுகளும் அறியாத அல்லது புரியாத, தங்களுக்கென்று தனித்தனி பண்பாடுகள், கலாச்சாரங்கள், குலதெய்வ வழிபாடுகள் என வாழ்ந்து வந்த எளிய பழங்குடி மனித சமூகத்தினரை சந்தனக் கடத்தல் வீரப்பனைப் பிடிக்கப்போகிறோம் என்ற கருப்பு முகமூடி அணிந்து, தமிழக -கர்நாடக அரசுகளின் முழு ஆசியுடன் வனத்துறை, காவல்துறை, அதிரடிப்படை மூன்றும் ஒன்றுசேர்ந்து ரத்தவெறி பிடித்துப்போய் எளிய வனவாழ் மக்களை கொடும் சித்ரவதைகளுடன் கூடிய நர வேட்டையாடிய கொடுமைகள் மனிதகுல வரலாற்றின் அவமானம்.

வீரப்பனின் காட்டு வாழ்க்கை சார்ந்த காரணிகள் பல விசயங்களில் தவறாகத் தோன்றினாலும், அல்லது அரசுகளின் இயலாமையால் அப்படி சித்தரிக்கப்பட்டாலும் வன மக்கள் பலருக்கும் அவர் குலசாமியாகத்தான் இருந்திருக்கிறார்.

உதாரணமாக, கோவிந்தன் என்பவர் சொல்கிறார்...

“என் அப்பா பெயர் முத்துசாமிக் கவுண்டர். ஊர் செட்டிப்பட்டி. தமிழ்நாடுதான்; கர்நாடக பார்டரில் இருந்து ஐந்தாவது கி,மீட்டரில் உள்ள ஊர். விவசாயி. சயனைடால் கொல்லப்பட்ட அய்யன்துரை குடும்பம், எங்கள் தோட்டத்துக்குப் பக்கத்தில்தான் இருந்தார்கள். அய்யன்துரை வீரப்பனோடு சேர்ந்த பிறகு, அவன் குடும்பத்தார் எங்கள் நிலத்துக்கு வேலைக்கு வருவார்கள். எனக்கு வேண்டாதவங்க யாரோ என் பெயரில், ‘‘இவனுக்கும் அய்யன்துரைக்கும் ரொம்ப பழக்கம்’ என்று பெட்டிஷன் போட்டுவிட்டார்கள். நான் அய்யன்துரையிடம் பணம் வாங்கிக்கொண்டு அவன் குடும்பத்தைக் காப்பாற்றுவதாகப் பெட்டிஷன் போட்டுவிட்டார்கள்.

உண்மையில் அய்யன்துரை எனக்கு ரொம்ப கெடுதல்

செய்தவன். இதை மேட்டூர் இன்ஸ்பெக்டர் மணியிடம் சொல்லியிருக்கிறேன். அ.தி.மு.க. முன்னாள் எம்.எல்.ஏ. நாச்சிமுத்து அவரிடமும் சொன்னேன். என் மகளைக் கடத்திக் கொண்டுபோக, என் மகளுக்கே லெட்டர் கொடுத்திருந்தான் அய்யன்துரை. நான் கடலை கொல்லையில் இருந்தபோது இது நடந்திருக்கு. இதனால் பயந்து என் மனைவி மகளைக் கூட்டிக்கொண்டு மேட்டூர் போயிட்டாங்க. வீட்டுக்குத் திரும்பிய பிறகுதான், எனக்கு இந்த விஷயம் தெரிந்தது. மேட்டூர் சென்று மனைவியை மட்டும் அழைத்துக் கொண்டு திரும்பும் வழியில் எம்.எல்.ஏ.விடம் சொன்னேன். அவர்தான் சொன்னார், "போலீசுக்குப் போனால் வீரப்பனால் தொல்லை வரும். ஆகவே, முடிந்தால் வீரப்பனிடமே இதைக் கூறு' என்றார்.

பத்துநாள் கழித்து நானும் எங்க அம்மாவும் வீரப்பனை சந்திக்கச் சென்றோம். தருமபுரி மாவட்டம் பெண்ணாகரம் தாலுக்கா, சிரமனூருக்கு அருகில் சிங்காபுரம் என்ற இடத்தில் வீரப்பன் சந்தனக்கட்டை கடத்திக்கொண்டிருந்த சமயம் அது. வீரப்பன் விவகாரத்தை கர்நாடக -தமிழக போலீசார் அப்போ கண்டுகொள்ளவே இல்லை. இது நடந்த 92-இல் வீரப்பன் அங்கு நூறு, இருநூறு பேருக்கு பஞ்சாயத்து செய்துகொண்டிருந்தார். அங்கு வீரப்பன் செய்வதுதான் பஞ்சாயத்து முடிவு. அன்று சனிக்கிழமை. சீனியாரிட்டி, க்யூ வரிசைப் பிரகாரம்தான் பஞ்சாயத்து நடத்துவார் வீரப்பன். பாரஸ்ட் உள்ளே பஞ்சாயத்து நடந்துகொண்டிருந்தது. குமார் என்ற எங்கஊர் பையன், அப்ப வீரப்பன்கூட இருந்தான். அந்தப் பையன்தான் வரிசையை ஒழுங்குபடுத்தி அனுப்பினான். ரெண்டு மணிக்குத்தான் வீரப்பனைப் பார்த்தோம்.

வீரப்பன் ஊருக்கு ரொம்ப நாளைக்கு முன்பு என் அம்மா வெண்ணெய் வியாபாரத்துக்கு போவாங்க. அதை ஞாபகப்படுத்தியவுடன் எங்க அம்மாவை வீரப்பன் அடையாளம் தெரிந்து கொண்டார். பிறகு தகவலைச் சொன்னோம். வீரப்பனுக்கு கோபம் வந்துவிட்டது. "ஏண்டா இப்படிச் செய்தான் அவன். என்னிடம் இருக்கிறான் என்பதினால்தனே என்னிடம் வந்து சொல்கிறார்கள். இல்லையென்றால் அங்கேயே தண்டித்திருப்பார்களே'' என்று மற்றவர்களிடம் கூறினார் வீரப்பன். அப்போது அங்கே அய்யன்துரை இல்லை.

வீரப்பன் எங்களிடம், “உங்கள் பெண் வேற, என் பெண் வேறில்லை. மேட்டூரிலிருந்து அழைத்து வந்து வீட்டில் வைத்துக்கொள்ளுங்கள். எது நடந்தாலும் நான் பார்த்துக் கொள்கிறேன், ஒன்றும் நடக்காது” என்று கூறினார். நாங்களும் வந்துவிட்டோம். அதற்குப்பிறகு அய்யன்துரையை தமிழ்நாடு போலீஸ் பிடித்துக்கொண்டு போய்விட்டது. அவன் மனைவி ரொம்ப கஷ்டப்பட்டது. அதனால என் காட்டில் வேலை செய்யச் சொன்னோம். அதிலிருந்து அந்தக் குடும்பம் என் காட்டில் வேலை செய்தது. அய்யன்துரைக்கு இரண்டு பையன்கள். அவனுங்களுக்கு நாங்கள் சாப்பாடு போடுவதுண்டு”

-வீரப்பனின் அகஒழுக்கம் சார்ந்த குணநலன்களுக்கு கோவிந்தன் என்ற இந்த மலைவாசியின் போலீஸ் வாக்குமூலம் ஒரு உதாரணம்.

நிற்க. பல்வேறு கால கட்டங்களில் நக்கீரன் இதழில் பதிவான சில செய்திக் கட்டுரைகள் மற்றும் வனக்காவலர்கள் என்ற முகமூடியுடன், வனக்கொள்ளையர்கள் காட்டுக்குள் நடத்திய அரசியல் சதுரங்க வேட்டைகள், பின்வந்த கால கட்டங்களில் சந்தனமர வீரப்பன் தமிழ் மற்றும் தமிழர் நலன் சார்ந்த சில போராளிக் குழுக்களின் மனநிலை மற்றும் அவர்களது சித்தாந்த வழிகாட்டலில் தானும் தமிழன் என்ற உணர்வு நிலைக்கு மாறும் நிகழ்வுகள், பாதிக்கப்பட்ட மலைவாழ் மக்களுக்காக வீரப்பன், தானே முன்வந்து சரணடைவதற்காக எடுத்த சில முயற்சிகள் மற்றும் வன மக்களும் வீரப்பனும் நக்கீரன் பத்திரிகை மீது வைத்திருந்த நம்பிக்கைகளின் வெளிப்பாடுகள், கடிதங்களாக ஆடியோ கேசட்டுகளாக, வீடியோ பெட்டிகளாக உருமாறி தொடர்ச்சியாக பழங்குடி மலைவாழ் மக்களுக்காக நானும் என் வழிகாட்டலில் நிருபர்களான சுப்பு, சிவசுப்பிரமணியன், ஜீவா, மகரன், ஜெயப்பிரகாஷ் போன்ற தம்பிகளும் தமிழக, கர்நாடக, கேரள எல்லையோர மக்கள் நலனுக்காக எங்கள் உயிரையும் துச்சமாக மதித்து எடுத்த பல முயற்சிகள் புலனாய்வுப் பத்திரிகை உலகில் சர்வதேச அளவில் முக்கியத்துவம் வாய்ந்தவை.

வீரப்பனின் அந்த அறிவுஜீவித்தனத்தை சகித்துக்கொள்ள அல்லது ஏற்றுக்கொள்ள மனமில்லாத மறைந்த முன்னாள் முதலமைச்சர் ஜெயலலிதாவின் வீரப்பன் எதிர்ப்புநிலை, சகிப்புத் தன்மையற்ற அரசியல் எதிர்நிலை, 'துக்ளக்' சோ.ராமஸ்வாமி

போன்ற பல ஆரிய ஆளுமைகளின் தந்திரங்கள் நிறைந்த மிரட்டல் நடவடிக்கைகள், நாடகம் நடத்தப்படுகின்றது போன்ற வார்த்தைப் பிரயோகங்கள், காய் நகர்த்தல்கள், வீரப்பனைப் பிடிக்கத் துப்பில்லாத வனத்துறை, அவரைத் தந்திரமாகக் கொன்று முடித்த மர்மங்கள் என அனைத்தையுமே நெஞ்சுரமும், நேர்மைத் திறனும் கொண்ட நக்கீரன் துணிச்சலாக அனைத்தையும் அம்பலப் படுத்தியது. இருமாநில அரசுகள் ஒதுக்கிய பல நூறு கோடிகள் பணத்தைக் கையாண்ட வனத்துறை மற்றும் அதிரடிப்படையினர் அதிகாரத் திமிரில், ஏழை -எளிய வன மக்களின் உடல்கள் மீது நடத்திய வன்முறை வெறியாட்டங்கள், சித்ரவதைகள் மகா பயங்கரமானவை. நினைக்கவே நெஞ்சம் பதறும் கொடுமைகள்.

ஒர்க்ஷாப் என்றால் தொழிற்கூடம், பட்டறை, சிறு தொழிற்சாலை அல்லது உபரிபாகங்களை ஒன்று சேர்க்கும் தொழிற்கூடம் என்பது மட்டுமே பொதுவாக மனிதர்களுக்குத் தெரிந்த விஷயம். காடுகளுக்குள்ளும் ஒர்க் ஷாப்புகள் அமைக்கப் பட்டன. அதை அமைத்தவர்கள் தமிழ்நாடு -கர்நாடக அரசுகளின் அதிகார வர்க்கத்தின் கைக்கூலிகளான அதிரடிப் படையினரும் வனத்துறையினரும்.

அந்த தொழிற்பட்டறைகளில் மனித உடல் பாகங்கள் குரங்குகளின் கைகளில் அகப்பட்ட பூமாலைகளாக அக்குவேறு ஆணிவேறாகப் பிய்த்து எறியப்பட்டன. பூ பாகங்கள் என்று இலக்கியங்களில் வர்ணிக்கப்பட்ட, தாய்மையின் பாகங்கள் சிகரெட்டுகளால் பொசுக்கப்பட்டன. காக்கி மிருகங்களின் பூட்ஸ் கால்களால், கால் முட்டிகளால் பெண்களின் தொப்புள் பிரதேசங்கள் பலங்கொண்ட மட்டும் நசுக்கப்பட்டன. பூட்ஸ் கால்களில் மிதிபட்டு வயிறு கிழிந்து குடல் பகுதிகள் வெளிவந்தன. அங்கங்களில் மின்சாரக் கம்பிகளைச் செலுத்தி ஷாக் கொடுத்து ரசித்தார்கள். வோல்டேஜ் கணக்கு என்பதெல்லாம் அந்த சித்திரவதைகளைச் செய்த அரக்க குணம் கொண்ட மனித மிருகங்களின் அந்த நேரத்தின் விஷ மனநிலை சார்ந்தது.

மூக்கு, காது மடல்கள், புருவத்தின் மேற்பகுதி, விரல் இடுக்குகள், அக்குள், மார்பகக் காம்புகள், அந்த மிருகங்கள் பிறந்து வெளிவந்த வழிகள் உட்பட அந்த அரக்கர்களுக்கு எதுவும் முக்கியமல்ல. தாய், மகன் இருவரையுமே நிர்வாணமாக்கி தாய் மீது மகனையும் மகன் மீது தாயையும் மின்சாரம் செலுத்தவைத்து

ரசித்தன அந்த மிருகங்கள். வனவாழ் மக்களை பரிசோதனைக் கூட எலிகளாகவும், முயல்களாகவும் பயன்படுத்த ஆரம்பித்தனர். கடுமையான மின் அழுத்தத்தால் காதுகளை செவிடாக்குதல், ஊமையாக்குதல், கைகால்களை செயல்படாமல் போக வைத்தல், பைத்தியம் பிடிக்க வைக்கும் சித்ரவதைகள், பாலின பேதமின்றி ஒருவர் உறுப்பை மற்றவர்... அதை ரசிக்க இந்த ஓநாய்கள், மக்கள் வரிப்பணத்தில் சம்பளம் வாங்கும் காக்கி யூனிஃபார்ம் போட்ட காலிகள். கையில் சாராய பாட்டில்களுடன் வாயில் சிகரெட்டுமாக அதிகார போதை ஆணவம் தலைக்கேறிய பித்தம் பிடித்த அதிகாரிகள்.

ராட்டை கட்டி தூக்குதல், ஏரோப்ளேன் சித்ரவதை என்ற பெயரில் ஒருவகை மகா கொடுமை. அஹிம்சாமூர்த்தி மகாத்மா காந்தி நூல் நூற்ற ராட்டை அல்ல. இது வேறு வகை ராட்டை. கை மூட்டுகளைத் திருகிவிட்டு, காலையும் கைகளையும் பின்பக்கமாகப் பிணைத்துக் கயிற்றால் கட்டித் தலைகீழாக 'ஏரோப்ளேன்' போல தொங்கவிட்டு ஆட்டுவித்து வர்றவன் போறவன் எல்லாம் கட்டைகளால் அடித்து நொறுக்குவது.

கைகளைக் கட்டிவிட்டு கால்களை நீட்டிப் படுக்க வைத்து தொடையில் இருந்து கால்களின் கீழ்ப்பகுதியான பாதங்கள் வரை கான்கிரீட் அல்லது இரும்பு உலக்கை உருளைகளில் போலீஸ் தடியர்கள் உட்கார்ந்து உருட்டி, உருட்டி எலும்புகளை நொறுக்கும் சித்திரவதை ஒரு வகை. இதைப் பார்த்து ரசிப்பதற்கு தனிக்கூட்டம். சிலருக்கு இடுப்புக்குக் கீழே எலும்பே இல்லாமல் கூழ் கூழாகி அழுகிப்போய் நாற்றமெடுத்து சித்திரவதை செய்த அந்த அரக்கர் கூட்டத்துக்கே சீழ் பிடித்த மனித அழுகல் நாற்றம் தாங்காமல் காட்டுக்குள் தூக்கிப் போய் இவர்கள் சந்தன வீரப்பனுடைய கையாள்கள் என்று ஏற்கெனவே செத்தவர்களை மீண்டும் சுட்டுக் கொல்வதும் உண்டு.

ஒர்க்ஷாப்பில் இடப் பற்றாக்குறை ஏற்பட்டால் அல்லது சில உயர் அதிகாரிகளின் வருகையின்போது நாற்றமடிக்காமல் இருப்பதற்காக சித்திரவதைகளால் கொடும் பாதிப்புக்குள்ளான, காயம்பட்ட மலைவாழ் மனிதர்களை, கடுமையான வெயில் அடிக்கும்போது சிமெண்ட் சீட்களால் ஆன ஒர்க்ஷாப்புகளின் மேற்கூரைகளில் தூக்கிக்கொண்டு போய் போட்டு, லாரிகளை மூடும் பிளாஸ்டிக் படுதா கொண்டு மூடிவிடுவதும் உண்டு.

மற்ற சிலரைப் போல எனக்கென்ன என்று அப்படியே கடந்து போகாமல், பத்திரிகை மூலம் வெளியுலகுக்கு வெளிப்படுத்தியது மட்டுமல்லாமல், அந்த மலைவாழ் மக்களை நேரடியாகவே பல வழிவகைகளிலும் நக்கீரன் நெருங்க ஆரம்பித்தது.

நானும், என்னுடன் நக்கீரன் தம்பிகள் சுப்பு, மகரன், ஜெயப்பிரகாஷ், சிவா, ஜீவாதங்கவேல் மற்றும் ஓட்டுநர்கள் பாலு, மோகன் எல்லோரும் அடர்ந்த வனங்களுக்குள் பயணம் செய்து, பாதிக்கப்பட்ட மக்களை சிறைகளுக்கே சென்று பேட்டி எடுத்தும், ஆடியோ கேசட்டுகள் மூலம் சித்திரவதைகளுக்கு உள்ளான மக்களை வீடியோ மூலம் பேசவைத்தும், அவர்களின் துயரங்களை வெளி உலகுக்கு வெளிச்சம் போட்டுக் காட்டியது நக்கீரன்.

அந்த முயற்சிகளில் பல்வேறு நல்உள்ளங்கள், மற்றும் நற்சிந்தனைகளும், மனிதாபிமானமும் கொண்டவர்கள், பழங்குடி மக்கள் சங்கம், வி.பி.ஜி. பழங்குடி மக்களின் பாதுகாப்புக் கவசமாக விளங்கிய மூத்த வழக்கறிஞர் ப.பா. மோகன், மதுரையைச் சேர்ந்த சோக்கோ அறக்கட்டளை, தேசிய மனித உரிமைகள் நல ஆணைய சட்ட திட்டங்கள், ஆவணங்கள் மற்றும் அறிக்கைகள், கர்நாடகத்தைச் சேர்ந்த ஹனூர் தமிழ்ச் சங்கம், மைசூர் தமிழ்ச் சங்கத்தின் இரா.சு.மாறன், அரசப்பன், வெங்கடாச்சலம் போன்ற மனிதாபிமானிகளும் மற்றும் மார்க்சிஸ்ட் கம்யூனிஸ்ட் கட்சியின் மகளிர் அமைப்பான இந்திய ஜனநாயக மாதர் சங்கத்தின் சமரசமற்ற தோழர்கள் அமிர்தம், புனிதா, ஜான்சி, உ.வாசுகி போன்ற போராளிகளும், PUCL என்ற மக்கள் குடியுரிமைச் சங்கமும், சமூக ஆர்வலரும் மற்றும் மக்கள் கண்காணிப்பக நிர்வாக இயக்குநர் ஹென்றி திபேன், மேலும் பல பத்திரிகை நண்பர்களும் நக்கீரனுடனான தங்கள் பயணத்தில் சில துயரங்களையும், விபரங்களையும் பகிர்ந்து கொண்டதுடன் மட்டுமின்றி துணை நின்றார்கள்.

அன்றைய காலகட்ட நக்கீரன் இதழ்களில் வெளியான செய்திக் கட்டுரைகளின் வடிவங்களும், அடர்ந்த வனப்பகுதி மக்கள் அனுபவித்த சித்ரவதைகள் மட்டுமல்லாது, மறுக்கப்பட்ட மனித உரிமை மீறல்களை முதன்முதலாக நேரடியாகச் சென்று விசாரித்ததோடு மட்டுமின்றி, கடைசிவரை அந்தக் கொடூரமான பாலியல் அடக்குமுறைக்கு எதிராகவும் மனித உரிமைச் சட்டங்கள்

மக்களைச் சென்று சேரவேண்டும் என்ற நேர்மைத் துணிவுடன் நீதித்துறையின் கதவுகளைத் தட்டியெழுப்பி களமாடியது நமது நக்கீரன்.

தடா! அன்றைய தமிழக முதல்வர் ஜெயலலிதா அம்மையாரால் சூதானமாக நெளிவு சுளிவுடன் இழுத்து வளைத்து நெருக்கும் சதி வலைப்பின்னல்கள் நிறைந்த தடா சட்டத்தின் கீழ், அரசின் கடும் அடக்குமுறைகளுக்கு ஆட்பட்ட மலைவாழ் மக்களின் அடிப்படை மனித உரிமைகளுக்காக தேசிய மனித உரிமைக் கழகத்தின் கதவுகளைத் தட்டியும், நீதித்துறையின் நுணுக்கமான சட்டப் பிரிவுகளுக்குள் மூத்த வழக்கறிஞர் ப.பா.மோகன் மற்றும் அவருடன் பணியாற்றும் வழக்கறிஞர்களுடன் இணைந்து நடத்திய போராட்டத்தின் சில மைல்கற்கள் ஆவணங்களாக... உள்ளே. அவைகள் சட்டம் பயிலும் மாணவ -மாணவிகளுக்கு பெரும் உதவிகரமாக இருக்கும் என்பதில் சந்தேகமில்லை.

சுதந்திரமடைந்து இத்தனை ஆண்டுகள் கழிந்த பின்னரும், இன்னும் இந்தியா எளியவர்களுக்கான நாடாக உண்மையாகவே மாற்றப்படவில்லை. வருங்காலத் தலைமுறையினருக்கே அந்தப் பொறுப்பு மிக அதிகமாக இருக்கிறது என்பதாக நக்கீரன் உணருகிறது. அதற்கு ஜல்லிக்கட்டுப் போராட்டத்தை ஒரு சரியான உதாரணமாகவே நக்கீரன் பார்க்கின்றது. இந்திய இளைய சமுதாயத்தின்மேல் பெருநம்பிக்கை வைத்துள்ள நக்கீரன், அவர்களது மாற்றம் விரும்பும் சிந்தனைப் போக்கை வாழ்த்தி வரவேற்கின்றது. அநீதிகளுக்கெதிராக இடைவிடாது போராடும் போராளிகளுக்கும், அனைத்து மாணவ, மாணவிகளுக்கும். தங்கள் வாழ்வின் ஒவ்வொரு படிக்கல்லிலும் போராடிப் போராடியே வெற்றிபெற முயற்சிக்கும் புரட்சிகர உள்ளங்களுக்கும் வாழ்த்துகள்.

சித்ரவதை என்ற இந்த புத்தகம் தமிழக அரசியல் வரலாற்றோடும் இங்குள்ள சமூக அமைப்புகளோடும் பின்னிப் பிணைந்திருக்கும் மறக்க முடியாத அரிய ஆவணம்.

நக்கீரன் ஏன் வீரப்பனைப் பார்த்தது, ஏன் தொடர்ந்து வீரப்பன் காட்டில் நடக்கும் மனித உரிமை மீறல் விவகாரங்களில் தலையிட்டது?

வீரப்பன் காட்டில் நக்கீரன் கால் பதிக்கும்வரை வீரப்பன் காடு -கிட்டத்தட்ட 16,000 சதுர கிலோமீட்டர் பரப்பளவு, 160

கிராமம், 6 லட்சம் மக்கள். இவர்களின் வாழ்க்கை... கேள்விக்குறியானதா இருந்துச்சு.

வீரப்பனைப் பிடிக்கச் சென்ற இரு மாநில போலீஸ் S.T.F. வீரப்பனை விட்டுவிட்டு, அங்கு வாழ்ந்த மக்களை சொல்லொணாத் துன்பத்திற்கு ஆளாக்கிய கொடுமைகளை நக்கீரன்தான் முதன் முதலில் துணிச்சலா வெளிக்கொண்டு வந்தது. அந்த மக்களுக்கான சுதந்திரம் -அவர்களுக்கான விடிவு... இதை நோக்கித்தான் வீரப்பனின் காடு, மலை எனத் தொடர்ந்து நம் பயணம் அமைந்தது.

ஏதோ வீரப்பனை பார்த்தோம், படம் எடுத்தோம் -முடிந்தது என்று இல்லாமல்... அந்த மக்களின் விடியலுக்கு நக்கீரன் எடுத்த அயராத தொடர் முயற்சியின் பலனே 'சதாசிவம் கமிஷன்'. -அந்த கமிஷனின் முக்கிய பணியே, வீரப்பன் தேடுதல் வேட்டையில் ஈடுபட்ட இரு மாநில S.T.F., அப்பாவி மக்கள் மீது நிகழ்த்திய கொடூரம், இரத்த வெறி, பாலியல் கொடுமைகள், கற்பழிப்பு, கொலை, இரக்கமற்ற சித்ரவதை... அனைத்தையும் விசாரித்து வெளிச்சம் பாய்ச்சியது.

நக்கீரன், இக்கொடுமைகளை வெளிக்கொண்டு வந்ததால்தான்... ஈவு இரக்கமற்ற S.T.F.-ஐ சேர்ந்த சில அரக்கர்களிடமிருந்து மலை மக்கள் பாதுகாக்கப்பட்டார்கள். கற்பழிப்பு கொடூரங்கள் அறவே துடைத்தெறியப்பட்டது.

நாம் வெளிக்கொண்டு வந்தபின், நக்கீரனோடு மற்ற சமூக அமைப்புகள் ஒருங்கே கைகோர்த்து இன்றுவரை போராட்டத்தை முன்னெடுத்து வருகிறார்கள்.

வீரப்பனைத் தேடுகிறேன் என்ற சாக்கில், அமைதிப் பிரதேசமாகத் திகழ்ந்த சந்தன வீரப்பன் அவர்களின் வன சாம்ராஜ்யத்திற்குள் நுழைந்த அதிரடிப்படையினர், அப்பகுதி கிராமங்களில் வாழும் மலைவாழ் மக்களிடம் அரங்கேற்றிய அநாகரிகமான -மனிதகுலமே அஞ்சி நடுங்கக்கூடிய -கொடுஞ்சித்ரவதைகளை, அப்பட்டமாகத் தோலுரித்துக் காட்டுகிறது இந்தப் புத்தகம்.

அதிரடிப்படையினரால் வீரப்பன் காடு மற்றும் வாச்சாத்தியிலும், சின்னாம்பதி உள்ளிட்ட பகுதிகளிலும் நிகழ்த்தப்பட்ட படுகொலைகள், கட்டற்ற கற்பழிப்புக் கொடூரங்கள், விசாரணை என்ற பெயரில் அப்பாவி மக்களிடம் அரங்கேற்றப்பட்ட காட்டுத்தனமான சித்ரவதைகள் எல்லாமும்,

தமிழக வரலாற்றில் அழிக்க முடியாத தழும்பாக அமைந்துவிட்டன.

நீதி கேட்டு அபயக்குரல் எழுப்பிய, அப்பகுதி மலைமக்களின் துயரம் பற்றி விசாரிக்கும் நோக்கில்தான், இந்த விவகாரத்தைக் கையில் எடுத்தது நக்கீரன்.

இதைத் தொடர்ந்து, சந்தன வீரப்பனைப் பற்றிய உண்மைகளை உலகறியச் செய்யும் முயற்சியையும் நக்கீரன் மேற்கொண்டது. மேலும், வீரப்பனால் சிறைப்பிடிக்கப்பட்ட வன ஊழியர்களையும், கன்னட சூப்பர் ஸ்டாரான நடிகர் ராஜ்குமாரையும் மீட்கும் பணியில், நக்கீரன்... தமிழகம், கர்நாடகம் ஆகிய இரு மாநிலங்களின் தூதுவராகக் களமிறக்கப்பட்டது. நானும் நமது குழுவும் ஆபத்து நிறைந்த காட்டில் பலமுறை பயணித்து, மீட்புப் பணிகளைச் சிறப்பாகவும் வெற்றிகரமாகவும் நிறைவேற்றினோம். இதன் மூலம் கர்நாடகாவில் வாழும் பல லட்சம் தமிழர்களின் உயிருக்கு நேர இருந்த ஆபத்தும் நீக்கப்பட்டது. இவை எல்லாம் நக்கீரன் நிகழ்த்தியிருக்கும் மகத்தான சாதனைகளாகும்.

இதற்கிடையே வீரப்பன் கோலோச்சிய பரந்த காடு மற்றும் வாச்சாத்தி, சின்னாம்பதியில் நிகழ்த்தப்பட்ட கொடுமைகளை, உரிய ஆடியோ, வீடியோ பேட்டிகள் மூலமும், இன்னும் பல சட்ட ரீதியிலான ஆதாரங்களோடும் அம்பலப்படுத்தி, அவற்றை சட்டத்தின் கவனத்திற்கு முதலில் கொண்டு சென்றது நக்கீரன்.

அதன்பின் தமிழக -கர்நாடகத்தைச் சேர்ந்த சமூக ஆர்வலர்கள், பழங்குடி மக்கள் சங்கம், மதுரை சோக்கோ அறக்கட்டளை, மக்கள் கண்காணிப்பகம், பி.யு.சி.எல்., மேலும் பல சமூக அமைப்புகளும் இந்த கோரமான சித்ரவதைக்கு எதிராக ஒன்றுதிரண்டன. இதைத் தொடர்ந்து பாதிக்கப்பட்ட மக்களுக்கு ஓரளவு நீதி கிடைத்தது என்பதும் மறுக்க முடியாத உண்மையாகும்.

அந்த மலைமக்கள் அனுபவித்த கொடூர அனுபவங்களை அங்குலம் அங்குலமாக ஆதாரத்துடன் இந்த புத்தகத்தில் விரிவாகப் பதிவு செய்திருக்கிறோம். நாகரிக மனித சமூகத்தில் நடக்கக்கூடாத அத்தனை கொடுமைகளையும், மக்களுக்குப் பாதுகாப்பு தரவேண்டிய காவல்துறையும், அதன் அங்கமான அதிரடிப்படையுமே செய்திருப்பதை -அவர்கள் அரங்கேற்றிய மனித உரிமை மீறல்களை -அப்பட்டமாக இந்த ஆவணப்

புத்தகத்தின் மூலம் தோலுரித்திருக்கிறோம்.

உள்ளத்தைப் பதற வைக்கும் இதிலுள்ள கண்ணீர்க் கதைகள், பாறை நெஞ்சம் கொண்டவர்களையும் நெகிழ வைக்கக் கூடும். வாசிக்கும் மனங்களில் எல்லாம் இந்தத் தொகுப்பு, மனிதாபிமான எண்ணங்களை விதைக்கக்கூடும்.

மேலும், மனித உரிமைகளுக்காக சட்டப் போராட்டத்தை முன்னெடுக்க முனைவோருக்கும், இதழியல் படிக்கும் மாணவர்களுக்கும், நீதித் துறையினருக்கும் இந்தப் புத்தகம் ஒரு அரிய பாடப் புத்தகமாக அமையக்கூடிய தகுதியைப் பெறும் என நம்புகிறேன்.

எப்பவுமே, நக்கீரன் வெளியீடுகளுக்கு அமோக ஆதரவைத் தந்துவரும் தமிழ்ச் சமூகம், சத்திய சாட்சியமாய் உருவெடுத்த இந்தப் புத்தகத்துக்கும், தன் மகத்தான ஆதரவைத் தரும் என்று நம்புகிறேன்.

வீரப்பன் தேடுதல் வேட்டையின்போது நடத்தப்பட்ட அதிரடிப் படையினரின் கொடூரமான, காட்டு தர்பாரை என்னுடன் சேர்ந்து நேர்த்தியாக தொகுத்து இந்நூல் வெளிவர உற்ற துணையாக இருந்த எங்கள் உதவி ஆசிரியர் சுந்தர் சிவலிங்கம் அவர்களுக்கு நன்றிகள்!

-நக்கீரன் கோபால்

"விளிம்பு நிலை மக்களின் வாழ்வில் வெளிச்சம் பாய்ச்சுகின்ற பகலவன்!"

-திரு.ப.பா.மோகன், பி.ஏ.பி.எல்.,
வழக்குரைஞர்

1. நக்கீரன் ஆசிரியர் கோபால் அவர்கள் தன்னுடைய நீண்ட நெடிய இதழியல் பயணத்தில் பொது சமூகத்திற்கு தெரியாத பல உண்மைகளை, குற்றங்களை, வன்முறைகளை, சமூகத்தின் மேல்த்தட்டில் உள்ளவர்கள் அதிகார பலமும், பணபலமும் கொண்டு மறைக்க முயற்சித்தவர்களை பொதுவெளியில் கொண்டுவந்து அம்பலப்படுத்தினார். நக்கீரன் நடத்திய யுத்த களங்களில் ஒன்றுதான் வீரப்பன் என்ற சந்தன கடத்தல் வீரப்பனை பற்றிய உண்மைகளை உலகுக்கு கொண்டு வந்து காட்டியது.

2. உயிரை பணயம் வைத்து காவல்துறையின் கண்களுக்கு

புலனாகாமல் மேற்கு தொடர்ச்சி மலையில் தமிழக, கர்நாடகா வனப்பகுதிக்குள் உயிரைப் பணயம் வைத்து வீரப்பனைச் சந்தித்ததும், பேட்டி எடுத்ததும் அதனை பத்திரிகை மற்றும் தொலைக்காட்சி மூலம் அம்பலப்படுத்தி மக்களின் நன்மதிப்பை பெற்றது.

3. வீரப்பனால் கடத்தப்பட்ட கர்நாடகா வனக்காவலர்கள் 9 பேரை காப்பாற்ற அரசின் தூதுவராக சென்றவர் மீதும், அதனைத் தொடர்ந்து சந்தன கடத்தல் வீரப்பன் ஒரு தீவிரவாதி போல் வனத்திற்குள் நடத்திய தனிக்காட்டு தர்பாரில் கடத்தப்பட்ட கன்னட நடிகர் ராஜ்குமார் மீட்பு நடவடிக்கையிலே தமிழக, கர்நாடக அரசின் தூதுவராக சென்றதும் இறுதியாக ஐயா.பழ.நெடுமாறன், கொளத்தூர் மணி, பேராசிரியர் கல்யாணி, புதுவை.சுகுமாரன் ஆகியோருடன் சென்று மீட்டதும் மிகப்பெரும் சாதனைகளாகும். இந்த சாதனைகளுக்கு பின்னால் திரு. நக்கீரன் கோபால் அவர்களும், அவரது பத்திரிகை குழுமமும் 10ஆண்டுகளுக்கு மேலாக சந்தித்த அடக்குமுறைகள், பொய்வழக்குகள், பத்திரிகையையே முடக்கும், ஜெயலலிதாவின் ஆட்சியையும், அடாவடி நடவடிக்கைகளையும் நாடே பார்த்தது ஒரு பக்கம். நக்கீரன் புலனாய்வு இதழ் ஜனநாயகத்தின் நான்காவது தூண் என்ற முறையில் சமூக அவலங்களையும், அநீதிகளையும், பிரேமானந்தா தொடங்கி நித்தியானந்தா, ஜக்கி வாசுதேவ், சிவசங்கர பாபா போன்றவர்களின் பொய்முகத்தைக் கிழித்து மக்களுக்கும் அரசுக்கும் உணர்த்தியது.

4. இந்த போர்க்களத்தில் வீரப்பன் தேடுதல் வேட்டை என்ற பெயரில் தமிழக, கர்நாடகா கூட்டு அதிரடிப்படை நடத்திய மனிதத்தன்மையற்ற கொடூரமான சித்ரவதைகள், மனித உரிமை மீறல்களை அம்பலப்படுத்தி ஆட்சியாளர்களின் கவனத்திற்கு கொண்டு சென்றதும் நக்கீரன் பத்திரிகைதான்.

5. நான் வழக்கறிஞராக எனது பணியை துவங்கியபோது பர்கூர் சோளகர் பழங்குடி மக்களின் வழக்கை நடத்தியபோது ஏற்பட்ட தொடர்பும் வீரப்பன் கூட்டாளிகளில் முக்கியமானவராக கருதப்பட்ட கல்மண்டிபுரம் சார்ந்த துப்பாக்கி சித்தன், அவரது தம்பி மகா தேவன் ஆகியோர் வழக்கை கோபி உதவி அமர்வு நீதிமன்றத்தில் நடத்தி அந்த வழக்கில் எதிர்த் தரப்பு

சாட்சியாக நக்கீரன் கோபால் அவர்களை விசாரித்ததற்கு பின்பு நக்கீரன் குழுமத்தோடு எனக்கு ஒரு வழக்கறிஞராக நெருங்கிய தொடர்பு ஏற்பட்டது.

6. வீரப்பன் தேடுதல் வேட்டையில் நக்கீரன், வீரப்பனை பற்றியும் அவரது கூட்டாளிகளைப் பற்றியும் செய்திகளை மட்டும் வெளிக்கொணரவில்லை. மேலும் விளிம்புநிலை மக்களான பழங்குடிகள், மலைவாழ் மக்கள் ஆகியோர் மீது வீரப்பன் தேடுதல் வேட்டையால் கூட்டு அதிரடிப்படை முகாம்களில் வைத்து நடத்திய சித்ரவதைகளை நீதியின் முன் நிறுத்த, நேரடியாக அரசுக்கும், மனித உரிமை ஆணையங்களுக்கும் முறையீடு செய்தது.

7. வீரப்பன் தேடுதல் வேட்டையில் பாதிக்கப்பட்ட அப்பாவி மலைவாழ் பழங்குடியின மக்கள் ஆசனூர், பண்ணாரி, மேட்டூர், மாதேஸ்வரன் மலை ஆகிய பகுதிகளிலே 'ஒர்க்ஷாப்' என்று அழைக்கப்படும் சித்ரவதை முகாம்களை அமைத்து நடத்தப்பட்ட கொடூரங்கள், 2-ஆம் உலகப் போரில் ஜெர்மானிய பாசிஸ்டுகள் நடத்திய Consentration Camp முகாம்களில் யூத மக்களுக்கு எதிராக நடத்திய கொடூர சித்ரவதையை காட்டிலும் கொடூரமானது, மனிதத் தன்மையற்றது.

8. சித்ரவதை மனித உரிமை மீறல்களிலேயே மிகவும் கொடூரமானது காவல்நிலைய சித்ரவதை ஆகும். இதனை ஐ.நா. மன்றத்தின் 1998-ஆம் ஆண்டின் இஸ்தான்புல் உடன்படிக்கை தொடங்கி ஐ.நா. மனித உரிமைக் கமிட்டி பல சர்வதேச தீர்மானங்கள் வீயன்னா மாநாட்டில் நிறைவேற்றப்பட்ட சித்ரவதைக்கு எதிரான தினம் உட்பட, 1993-ஆம் ஆண்டு இந்தியாவில் நிறைவேற்றப்பட்ட மனித உரிமை பாதுகாப்பு சட்டம் அதனுடைய 3 முக்கிய உறுப்புகளான தேசிய மனித உரிமை ஆணையம், மாநில மனித உரிமை ஆணையம் மற்றும் மனித உரிமை பாதுகாப்பு சட்டம் ஆகியவற்றை ஒற்றி பிறப்பிக்கப்பட்ட நீதிமன்றத் தீர்ப்புகளில் கூறப்பட்டிருக் கின்றன.

9. காவல்துறை அல்லது சிறப்பு அதிரடிப்படை குற்றத்தை தடுப்பதும் நடந்த குற்றத்திற்கு சம்பந்தப்பட்டவர்களை முறையான புலனாய்வு செய்து அவர்களை நீதியின் முன் நிறுத்துவதும்தான்

அவர்களது கடமையாகும்.

10. சட்டத்தின் ஆட்சியைக் கொண்டுள்ள ஆட்சியில் சட்டம்-ஒழுங்கு காக்கவேண்டிய காவல்துறை, நடந்த குற்றச் சம்பவத்திற்கு, தானே நீதிபதியாக மாறி தண்டிப்பதற்கு எவ்வித உரிமையும் இல்லை. ஆனால் நடைமுறையில் வீரப்பன் தேடுதல்வேட்டை என்ற பெயரால் நடத்தப்பட்ட மனித உரிமை மீறல்கள், சித்ரவதைகள், அதிகார வர்க்கத்தால் ஆட்சியாளர்களால் மறைக்கப்பட்டது.

11. நக்கீரன் கோபால் அவர்களும், அவரது பத்திரிகை நிருபர்களும் அதிரடிப் படையினரால் பாதிக்கப்பட்ட பழங்குடி மற்றும் மலைவாழ் மக்களோடு நெருங்கி உண்மைகளை கண்டறிந்து அவைகளை ஆதாரத்தோடு அம்பலப்படுத்திய வரலாற்று நிகழ்வுகளில், ஆசிரியர் கோபால் அவர்களின் இந்த சித்ரவதை தலைப்பிலான நூல், அதிகாரவர்க்கத்தின், அதிரடிப்படையின் அட்டூழியத்தை மட்டும் அம்பலப் படுத்தவில்லை. சித்ரவதையால் பாதிக்கப்பட்ட பழங்குடி மற்றும் மலைவாழ் மக்களின் சித்ரவதையும் அதனால் ஏற்பட்ட உடல் ரீதியான, மன ரீதியான பாதிப்புகளை, ஆதாரங்களோடு வெளிக்கொணர்ந்திருக்கிறது. 32 தலைப்புகளில் ஆசிரியர் கோபால் அவர்களுடைய எழுத்தாக்கம் மற்றுமொரு தமிழ் கூறும் நல்லுலகத்திற்கு அளிக்கப்பட்ட புதினமாகும்.

12. கோவை சின்னாம்பதியில் அதிரடிப்படையால் நடத்தப்பட்ட பாலியல் வன்புணர்ச்சி கொடுமைகளை அம்பலப்படுத்தியது, அதனை தொடர்ந்து அமைக்கப்பட்ட நீதிபதி. பானுமதி ஆணையத்தின் அறிக்கையும் இந்த நூலின் மிக முக்கிய பகுதியாக கருதுகிறேன். அதிரடிப்படை காவலர்கள் நடத்திய வன்புணர்ச்சி சித்ரவதை அறிக்கையை வெளிக்கொணர்ந்தது மட்டுமல்ல இந்த சுதந்திர இந்தியாவில் வனத்தில் வாழும் பழங்குடியின மக்களின் மிக மோசமான சமூக பொருளாதார வாழ்நிலையையும் படம்பிடித்து காண்பித்து இருக்கின்றது.

13. சித்ரவதை முகாம்களில் அதிரடிப்படையினரால் நடத்தப்பட்ட சித்ரவதைகளை கீழ்க்கண்டவாறு நூல்

ஆவணப்படுத்துகிறது.

1) பெண்கள் மீதான பாலியல் வன்புணர்ச்சி சித்ரவதைகள்

2) போலி மோதல் கொலைகள்

3) முகாம்களில் பழங்குடியினர் மற்றும் மலைவாழ் மக்களை கட்டி வைத்து போதிய உணவு இன்றி, வெளிச்சம் இன்றி சித்ரவதை செய்தல்

4) தலைகீழாக தொங்கவிட்டு அடிப்பது

5) கால்களில் லாடம் கட்டி அடிப்பது

6) நகக்கணுக்களில் ஊசியால் குத்தி கொடுமைப்படுத்துவது

7) பெண்களையும், ஆண்களையும் நிர்வாணமாக்கி உடலின் துவாரங்களில் மின்சார அதிர்ச்சி கொடுப்பது

8) வெளிக்காயம் தெரியா வகையில் உள்ளூறுப்புகள் நாளா வட்டத்தில் சேதம் அடையும் வண்ணம் தாக்குவது என்று சித்ரவதைகளை ஆதாரங்களுடன் தனக்கு வந்த கடிதங்களின் சாட்சிகளோடு இந்த நூல் விவரிக்கிறது.

14. சித்ரவதைக்கு எதிராக நீதிகேட்டு நடத்திய போராட்டத்தில் தமிழ்நாடு பழங்குடி சங்கத்துடன் சேர்ந்தும், தனித்தும் மனித உரிமை ஆணையத்திடமும் அரசிடமும் முறையிட்டு சதாசிவ நரசிம்ம விசாரணைக் குழு முன்பாக பாதிக்கப்பட்ட பழங்குடி மக்களைத் திரட்டி கோபியில் விசாரணைக்கு நிறுத்தியதில் நேரடியாகப் பங்கு கொண்டதைப் பற்றியும் இந்த நூல் புகைப்பட ஆதாரத்தோடு வெளிச்சம் போட்டு காட்டியிருக்கிறது.

15. பாதிக்கப்பட்ட மக்கள் அனுப்பிய கடிதங்களை வைத்து நேரடியாக களத்தில் விசாரணை செய்து அம்பலப்படுத்திய பல்வேறு சித்ரவதைகளை குறித்த நிகழ்வுகளை நேர்த்தியாக இந்த நூலில் எடுத்துரைத்து இருகின்றார். தமிழ்நாட்டில் மட்டுமல்லாமல் கர்நாடகத்தின் காடுகளிலும் நடத்தப்பட்ட சித்ரவதை கொடுமைகளை அம்பலப்படுத்திய செய்திகளைத் தாங்கியுள்ளது இந்த நூல்.

16. நடத்தப்பட்ட கொடுமைகளை தன் பத்திரிகை மூலம் அம்பலப்படுத்தியது மட்டுமல்லாது, அந்த மக்களோடு நெருக்கமான தொடர்புகொண்டு சித்ரவதைக்கு எதிராக நக்கீரன் ஆற்றிய பணிகள், நீதிமன்ற தலையீடு, முறையீடுகளை இந்த நூல் ஒரு பெரும் வழிகாட்டியாக உலகுக்கு எடுத்துரைத்து இருக்கிறது. சித்ரவதையால் பாதிக்கப்பட்ட பழங்குடி மற்றும் மலைவாழ் மக்களின் கண்ணீர்க் கதைகளை பேட்டி கண்டு வாக்குமூலமாக பதிவு செய்திருப்பது சித்ரவதையால் பாதிக்கப்பட்ட மக்களின் போராட்டத்தில் ஒரு உந்து சக்தியாக இந்த நூல் அமைந்துள்ளது.

17. சதாசிவ கமிஷன் அறிக்கையை தேசிய மனித உரிமை ஆணையம் வெளியிடாமல் கிடப்பில் போட்டிருந்தபோது நேரடியாக டெல்லி சென்று தேசிய மனித உரிமை ஆணையத்தின், இந்திய தேசிய மாதர் சம்மேளனத்தின் பொதுச்செயலாளரும், இந்திய கம்யூனிஸ்ட் கட்சியின் தேசிய பொதுச்செயலாளர் து.ராஜா அவர்களின் மனைவி ஆனிராஜா எங்கள் குழுவை ஆதரித்து, தலையிட்டு விவாதித்தபோது பல முக்கிய ஆவணங்களை சேகரித்து சென்னையில் இருந்து எங்களுக்கு அனுப்பி நீதிபதி சதாசிவ அறிக்கை உடனடியாக வெளிவர மிகப்பெரும் உதவி செய்தது நக்கீரன் பத்திரிகை ஆகும்.

18. மனித உரிமை என்பது ஆட்சியாளர்களால் வழங்கப்படும் கருணை அல்ல. அது உயிர்வாழ மனிதன் சுவாசிப்பது போன்ற பிரிக்க முடியாத உள்ளார்ந்த உரிமையாகும். மனித கண்ணியத்தைக் காப்பது என்றால், மனித உரிமை மீறல்கள் முன்கூட்டியே தடுக்கப்படுவதும், குற்றவாளிகள் விரைந்து தண்டிக்கப் படுவதும்தான்.

19. சித்ரவதைக்கெதிரான சட்டத்தின் ஆட்சி கொண்டிருக்கிற மனித கண்ணியத்தை கட்டிக் காக்கின்ற ஒரு சமத்துவ சமதர்ம மக்களாட்சி படைக்கிற ஒரு நெடிய போராட்டத்தில் 'சித்ரவதை' ஒரு காலப்பெட்டகமாகும். அடக்கப்பட்ட, ஒடுக்கப்பட்ட விளிம்புநிலை மக்களின் வாழ்வில் வெளிச்சத்தை பாய்ச்சுக்கின்ற ஒரு பகலவனவாகும்.

20. தொய்வின்றி நீரோடை போல அமைந்துள்ள இந்த புத்தகம் மனித உரிமை பெறும் பயணத்தில் எல்லோரும் படித்து, தங்களை ஆகிருதி ஆக்கி கொடுக்கும் ஒரு வழிகாட்டி ஆகும்.

21. இதில் பிரசுரிக்கப்பட்டுள்ள புகைப்படங்கள் அரியன. சித்ரவதைக்கு எதிரான போராட்டத்தில் உண்மையை அம்பலப்படுத்தும் நூலாகும்.

●

அந்த நாய்கள சுட்டுப் பொசுக்கணும்!

தர்மபுரி மாவட்டம் வாச்சாத்தி கிராமத்தில் சந்தனக்கட்டை கடத்தலை கண்டுபிடிக்கச் சென்ற வனத்துறை அதிகாரிகள் மற்றும் காவல்துறையினர், கிராம மக்களிடம் அராஜகமாக நடந்து கொண்டதாகவும், கால்நடைகளை கொள்ளையடித்ததாகவும், உச்சகட்டக் கொடுமையாக மலை ஜாதி பெண்கள் கற்பழிக்கப் பட்டதாகவும் அன்றைய மார்க்சிஸ்ட் கம்யூனிஸ்ட் கட்சியின் தலைவர் நல்லசிவன் ஒரு அறிக்கை வெளியிட்டார்.

'அதிகாரிகளைத்தான் கிராமவாசிகள் தாக்கினர். இதை அறியாது பிஞ்சிலே பழுத்த சிறுவர் போல அறிக்கை விடுகிறார் நல்லசிவன்' என ஆணவம் கொப்பளிக்கும் வகையில் மறுப்பறிக்கை வெளியிட்டார் அன்றைய வனத்துறை அமைச்சர் செங்கோட்டையன்.

ஊரில் பல வீடுகள் அடித்து நொறுக்கப்பட்டன. பாதிக்கப் பட்ட மற்றும் உயிருக்கு பயந்து தப்பியோடித் திரும்பியிருந்த ஆண்களின் முகத்தில் விரக்தியும் பீதியும் குடிகொண்டிருந்தது. பெண்கள் அவமானத்தால் தளர்ந்துபோயிருந்தனர். வாச்சாத்தி கிராமத்தை உள்ளடக்கிய பே.தாதம்பட்டி பஞ்சாயத்தின் முன்னாள் உப-தலைவர் அண்ணாமலை வார்த்தைகளில், "வாச்சாத்திக்கு மேலே இருக்கிற கலசப்பட்டி காட்டிலேர்ந்து ஏழு பேரை பாரஸ்ட்காரங்க பிடிச்சுட்டு வந்தாங்க. வாச்சாத்தி கிராமத்து வழியா வந்தபோது, எதிரே வந்த பெருமாள்ங்கிறவரை

பிடிச்சு சந்தனக் கட்டைகள எங்கே புதைச்சி வச்சிருக்காங்கன்னு சொல்லுன்னு மிரட்டி அடிச்சாங்க. அடிதாங்காம பெருமாள் அலறிய அலறலில் ஊர்க்காரங்க ஓடிவந்து அநியாயமா நடந்துகிட்ட பாரஸ்ட்காரங்கள திருப்பி அடிச்சாங்க'' என பிரச்சினை தோன்ற காரணமான சம்பவத்தை விவரித்தார்.

பாரஸ்ட்காரங்கள்ள ஒருத்தர் ஓடிப்போய் பாரஸ்ட்காரங்களுக்கும் போலீசுக்கும் போன் பண்ணிட்டாரு. சாயங்காலமே பெரிய போலீஸ் பட்டாளம் ஊரை முற்றுகையிட்டு ஊர்க்காரங்கள அடிச்சு ஊரையே நாசம் பண்ணிட்டாங்க.

''வாச்சாத்தியில இருக்கிற பலர் சந்தனக்கட்டைகளை வெட்டினவங்கதான். ஆனா இவங்க கூலிக்குத்தான் வெட்டினாங்களே தவிர கடத்தற தகுதியெல்லாம் இவங்களுக்கு இல்ல. உண்மையான குற்றவாளி யாருன்னு பாரஸ்ட்காரங்களுக்கே தெரியும்" என குற்றம் சாட்டினர்.

1992 ஜூன் 20-ம் தேதி ஊருக்குள் புகுந்த போலீஸ் படை, 25-ம் தேதி வரை அங்கேயே டேரா போட்டிருக்கிறது. அப்போது போலீஸார் நடந்துகொண்ட அராஜகம் பற்றி விவரித்தார் குணசேகரன்.

அந்த ஐந்து நாட்கள்

"போலீஸ் வந்தப்ப இந்த ஊரை அப்படியே சுத்தி வளைச்சு கண்ணுல கெடைச்ச ஆம்பள பொம்பள எல்லாத்தையும் அள்ளி வேன்ல தூக்கி போட்டுகிட்டு போயிட்டாங்க. நாங்க அஞ்சு பேர் மட்டும்தான் ஊர்ல மீதி இருந்தோம். தங்கியிருந்த அஞ்சு நாளும் அவங்களுக்கு நாங்கதான் சமைச்சுப் போட்டோம். பல வீடுகள்ல இருந்த ஆடுகள பிடிச்சு அறுத்து சமைக்கச் சொல்லிக் கொடுத்தாங்க. சாப்பிட்டு முடிச்சதும் ஒவ்வொரு வீடா போய் கதவை ஒடைச்சி பொருட்கள எல்லாம் நாசம் பண்ணுனாங்க. சமைச்சுப்போட்ட என் வீட்டையும், வாடகைக்கு விட வச்சிருந்த ட்யூப்லைட், மைக் செட் இப்படி எல்லாத்தையும் உடைச்சாங்க. நாங்க நியாயம் கேட்டு தருமபுரி கலெக்டர்கிட்ட மனு கொடுத்தப்போ, 'நீங்க நியாயமானவங்கன்னா, திருடனை புடிச்சுக் கொடுங்கன்னு சொல்லிட்டாரு கலெக்டர்' என்றார். பொறுப்பான கலெக்டர். ரொம்பவே பொறுப்பான பேச்சு.

வேனில் ஏற்றப்பட்ட ஊர்மக்கள் அரூர் பாரஸ்ட் அலுவலகத்திற்கு கொண்டு போகப்பட்டனர். அங்கு வைத்து போலீஸார் எந்த அளவு மிருகத்தனமாக நடந்துகொண்டனர் என்பதைப்பற்றி குப்பன் என்ற பெரியவர் மன வேதனையோடு நக்கீரனிடம் விவரித்தார். "அங்க ஊர்க்கவுண்டர் பெருமாளையும், அப்புறம் சுமார் நாற்பது பொம்பளைங்களையும், பல ஆம்பளைங்களையும், என்னையும் ஒரு ஆபீஸ்ல வச்சி பூட்டிட்டாங்க.

பொம்பளைங்க கையில துடைப்பத்தைக் கொடுத்து, ஊர்க்கவுண்டர் பெருமாளோட துணிய எல்லாம் அவுத்து, பொம்பளைங்கள விட்டு அவர அடிக்கச் சொன்னாங்க. பொம்பளைங்க அடிக்க மறுத்தப்போ, அந்த அம்மாக்களுடைய மார்புகள் மேலயே லத்தியால ஓங்கி ஓங்கி அடிச்சாங்க. அடிபட்ட வலி தாங்காத பொம்பளைங்க அழுதுக்கிட்டே ஊர்த்தலைவர் பெருமாள துடைப்பத்தால் அடிச்சாங்க" என்று கண்கலங்கினார் பெரியவர் குப்பன். அவர் கையின் மணிக்கட்டுப் பகுதி வீங்கியிருந்தது. 'போலீஸார் தாக்கியதால் கை உடைந்துவிட்டது' என்றார்.

"ஊர்க்கவுண்டர் என்பவர் தலைவர் மட்டுமல்ல. மலைவாழ் மக்களின் நன்மை தீமைகளில் முன் நிற்பவரும், குலதெய்வ வழிபாடுகள் போன்ற கலாச்சாரம், பண்பாட்டு விசயங்களில் பூசாரியாகவும், அனைவருக்கும் தாய்-தந்தை ஸ்தானத்திலும்

இருப்பவர். மலைவாழ் கிராமங்களில் வழிபாட்டுக்குரிய மனிதராகவும் மக்கள் நெஞ்சங்களில் நிறைந்திருப்பவர்.

பெண்களுக்கு இழைக்கப்பட்ட கொடூரம் குறித்து சில பெண்கள் கூறியது: “ஆம்பள போலீஸ்கூட பொம்பள போலீசும் வந்திருந்துச்சு. ஆம்பள போலீசும், பாரஸ்ட்காரங்களும் வீடு வீடா புகுந்து வீட்ட உடைச்சு பொருள்கள திருடுனப்ப, பொம்பள போலீசுங்க எங்க வீடுகள்ல இருந்த பட்டு சேல, நூல் சேல, பவுடர், கம்மலு எல்லாத்தையும் திருடிட்டு போயிட்டாங்க.

இங்கருந்து பிடிச்சுட்டுப்போயி பாரஸ்ட் ஆபீசுல அடைச்சு வச்சி எங்கள்ல சில வயசுப் பொண்ணுகள கற்பழிச்சுட்டாங்க. ஊருக்குள்ள புகுந்து எங்கள பிடிச்சப்போ வீட்ல தனியா இருந்த ஒரு பொண்ண அஞ்சு போலீஸ்காரங்க சேர்ந்து கற்பழிச்சுட்டாங்க. அவ மயக்கமான பின்னாடி கூட அவள அந்தப் பாவிங்க விடல” என்று விரக்தியோடும் வேதனையோடும் கூறிய அவர்கள், “அந்த சமயத்துல எங்ககிட்ட துப்பாக்கி இருந்திருக்கணும். அந்த நாய்கள சுட்டுப் பொசுக்கியிருப்போம்” என்று ஆவேசப்பட்டனர்.

பெண் போலீஸார் 80 பேர் உட்பட சுமார் 60 போலீஸார் வாச்சாத்தி கிராமத்தை முற்றுகையிட்டு பாழ்படுத்தியுள்ளனர். அரூர் பாரஸ்ட் ஆபீசில் இளம் பெண்களை தனியாகப் பிரித்து பலமுறை கற்பழித்துள்ளனர். ‘சந்தனக்கட்டை புதைத்திருக்கும் காட்டைக் காட்டு’ என்ற சாக்கில் அடித்து உதைத்து பெண்களை காட்டுக்குள் அழைத்துச்சென்றும் வலுக்கட்டாயமாக கற்பழித்துள்ளனர்.

ஊரில் அனைத்து வீடுகளையும் கொள்ளையடித்த போலீஸார், கோயிலில் புகுந்து சிலைகளின் வெள்ளியாலான முகங்களையும் திருடியுள்ளனர். அப்பாவிகள் 190 பேர் மீது பொய் கேஸ் போட்டுள்ளனர் என்றார் அரூர் தொகுதி முன்னாள் கம்யூனிஸ்ட் எம்.எல்.ஏ. அண்ணாமலை.

அப்பகுதியில் நடைபெறும் சந்தனக்கட்டை கடத்தலுக்கு உண்மையான காரணகர்த்தா யார் யார்?

வனத்துறை அமைச்சரின் ஆதரவு பெற்ற சில அ.தி.மு.க. ஆளும் கட்சி பிரமுகர்களும், சந்தனக்கட்டை கடத்தல் கும்பலும், வனத்துறை உயரதிகாரிகளின் ஒத்துழைப்பும்தான் காரணம். இந்த பெருந்தலைகளுக்கு கூலிக்கு மரம்வெட்ட பல மலைக் கிராமங்களில் உள்ள உழைப்பாளி மக்கள் பயன்படுத்தப் பட்டிருக்கின்றார்கள். மிகச்சில மரம்வெட்டும் தொழிலாளிகள் மட்டுமே வாச்சாத்தி கிராமத்திலும் இருந்திருக்கின்றனர்.

திடீரென சந்தனமரக் கடத்தலைத் தடுக்க ஸ்பெஷல் பார்ட்டி வந்ததால், ஆளும்கட்சி ஆளுமைகள் கடத்தி வைத்திருந்த சந்தனக் கட்டைகளை கிராமத்தைச் சேர்ந்த சிலர் காட்டிக் கொடுத்துவிட்டனர். அதனால் 164 டன் சந்தனக் கட்டைகள் கைப்பற்றப்பட்டதாக பாரஸ்ட் அதிகாரிகள் பெருமையாக அறிக்கை விட்டனர்.

சந்தனக் கடத்தல் கொள்ளையில் ஈடுபட்ட பெருந்தலைகளை, வனத்துறையினரை, ஒன்றும் செய்ய வக்கற்ற தமிழக அரசின் காக்கிச் சட்டை ரவுடிகள் அப்பாவி மலைவாழ் மக்கள், பெண்கள் மீது தங்கள் வீரத்தைக் காட்டினார்கள். வாச்சாத்தியில் பொதுமக்களின் வீடுகளில் கொள்ளையடித்த பொருட்களை, அரூர் விக்னேஷ் பழைய இரும்புக்கடையில் எடைக்குப்போட்டு காசு பார்த்துள்ளது காயலான் போலீஸ். கொள்ளையடிக்கப்பட்ட அரிசி மற்றும் உணவு தானியங்களை அரூரின் பிரபல வியாபாரி பொதுக்கன் என்பவரிடம் விற்றுள்ளனர்.

மலைவாழ் பெண்களிடம் ஆண் போலீஸார் முறைகேடாக வக்கிரமான கற்பழிப்புகளில் ஈடுபட்டபோது, பெண் போலீசார் அந்தக் கழிசடைகளுக்கு பல வகைகளில் உடந்தையாக நடந்து கொண்டிருந்திருக்கிறார்கள்.

அதுமட்டுமின்றி, வாச்சாத்தி கிராமத்தில் தங்கியிருந்த ஐந்து நாட்களும் மாலை வேளைகளில் ஆண் போலீசாரும் அவர்களுக்குப் பிடித்த பெண் போலீஸாரும் ஜோடிஜோடியாக காட்டுப்பகுதிக்குள் சென்றும் அரிப்பைத் தீர்த்துக் கொண்டுள்ளனர்.

மலைமக்கள் கிராமத்தில் போலீஸார் இந்த அளவு மிருகத்தனத்துடனும் காவல்துறைக்கு அவமானத்தை ஏற்படுத்தும் வகையிலும் நடந்துள்ளனர். ஆனால், அதைக் கண்டிக்க திராணியற்ற வனத்துறை அமைச்சர் அக்கிரமக்கார போலீசுக்கு வக்காலத்து வாங்கியிருப்பது எங்கேயோ இடிக்கிறது. அவர்களைக் காப்பாற்ற அரசு நினைக்குமானால் அந்த மலைஜாதி பெண்கள் கூறியதை மீண்டும் ஒருமுறை நினைவுபடுத்த வேண்டியுள்ளது. எங்க கையில துப்பாக்கி இருந்திருந்தா அந்த நாய்கள சுட்டுப் பொசுக்கியிருப்போம்!

எஸ்.ஐ. மோகன் நிவாஸ் அறுத்த காளம்மா தாலி!

இந்தியாவுக்கு சுதந்திரம் கிடைத்த ஆண்டு 1947 ஆகஸ்ட் 15. அன்றிலிருந்து சரியாக 47-ஆண்டுகள் கழிந்து 1994 ஆகஸ்ட் மாதம் அது. வீரப்பனைப் பிடிக்கிறேன் என்று மலைக் கிராமங்களுக்குள் நுழைந்த பயங்கரவாதி எஸ்.ஐ.மோகன்நிவாஸ் தலைமையிலான அதிரடிப்படை இதோ...அதோ! என்று மோடி மஸ்தான் வேலை காட்டிக் கொண்டிருந்ததைப் பார்த்து நாடே கைகொட்டி சிரித்தது. துப்பு துலக்குவதாக சொல்லிக் கொண்டு அதே அதிரடிப்படை பல அப்பாவிகள் உயிரைப் பழிவாங்கியது என்பது அப்பட்டமான உண்மை. வன மக்களின் பல உயிர்கள் கணக்கில் வராமல் மூடி மறைக்கப்பட்டன. அந்தப் பிணப் புதையலைத் தோண்டியபோது கிடைத்தவர்தான் ராமர் அணை மணி.

பெரியார் மாவட்டம் தாளவாடி மலைப்பகுதியிலிருந்து 30 கிலோமீட்டர் தூரத்தில் உள்ள கிராமம் ராமர் அணை. திரும்பிய பக்கமெல்லாம் அடர்த்தியான காடு. யானைகளும் மற்ற வன விலங்குகளும் அடிக்கடி வந்து பயமுறுத்தும் காடு. அந்த காட்டு விலங்குகளை விட கொடூரமாக நடந்துகொள்ளும் அதிரடிப்படையை கண்டுதான் மக்கள் மிரண்டுபோய் உள்ளார்கள்.

ராமர் அணையைச் சேர்ந்த காளம்மாவின் கணவர் மணி, காட்டில் ஃபயர் வாட்சராக வேலை பார்த்து வந்தவர். மூன்று குழந்தைகளுடன் இனிமையாக வாழ்ந்த குடும்பம். வீரப்பனைப்

பிடிக்க முடியவில்லை என்ற வெறியுடன் கிராமத்துக்குள் புகுந்த அதிரடிப்படையினர் அந்தப் பகுதியில் உள்ள மக்கள் அனைவரையும் சித்ரவதை செய்ய ஆரம்பித்தனர். ஒருநாள் கிராம மக்கள் எல்லோரையும் ஒன்றாக நிறுத்தி, வீரப்பன் எங்கே, யார் யார் வீரப்பனுக்கு உதவி செஞ்சீங்க? மரியாதையா சொல்லிடுங்க என்றபடி கேட்டு அடித்து உதைத்தனர். பதில் எதுவும் வராததால், பெண்களின் மார்பில் துப்பாக்கி முனையை வைத்து அழுத்தி சொல்லுங்கடி என மிரட்டினார்கள்.

'எங்களுக்கு எதுவும் தெரியாது' என்று கிராம மக்கள் கண்ணீருடன் சொன்னதை அதிரடிப்படை நம்பவில்லை. ஃபோர்வெல் பைப் அருகே நிறுத்தி வைத்து ஆண்களை சகட்டுமேனிக்கு அடித்து நொறுக்கி விளாசித் தள்ளினர். அவர்களில் மணிக்குதான் பலமான அடி. முதுகுப்பகுதி முழுவதும் ரத்தக் கோடுகளாயின. அதன்பிறகும் வெறி அடங்காமல் மணியை வெளுத்தது அதிரடிப்படை.

இரவு முழுவதும் குப்புறப்படுத்து கண்ணீர் வடித்துக் கொண்டிருந்த மணி, ''நிஜமாகவே எனக்கு வீரப்பனைத் தெரியாது'' என்று மனைவி காளம்மாவிடம் சொல்லி கதறி அழுதார். அடிநெஞ்சிலிருந்து வந்த வார்த்தைகள் அவை.

மறுநாள் காலை பதினொரு மணிக்கு கார்டு முருகேஷும், முருகன் என்பவரும் மணி வீட்டுக்கு வந்து, ''உன்னை போலீஸ்காரங்க கூப்புடுறாங்க. எஸ்.ஐ.மோகன்நிவாஸ் பள்ளத்துல இருக்காரு. அவர்கிட்ட வந்து வீரப்பனுக்கு அரிசி கொடுத்தேன்னு சொல்லிடு. இல்லேன்னா உன் ஆயுசு முடிஞ்சுடும்'' என்று மிரட்டினர்.

மணி மிரண்டுபோய், 'தனக்கு எதுவும் தெரியாது' என்று கெஞ்சினார். ஆனால், இருவரும் சேர்ந்து மணியை அலேக்காகத் தூக்கிக்கொண்டு பள்ளத்தை நோக்கிப் போனார்கள். பின்னாலேயே ஓடிய காளம்மாவை மற்ற போலீஸ்காரர்கள் மிரட்டி தடுத்துவிட்டனர்.

பள்ளத்தில் காத்திருந்த எஸ்.ஐ.மோகன் நிவாஸ் என்ற வெறிபிடித்த மிருகம் மணியைப் அடி புரட்டி எடுக்க ஆரம்பித்தது. 'அம்மா, அம்மா' என்று இரண்டு முறை அலறினார் மணி. அது மரண ஓலம். மூன்றாவது முறை அலற வாயெடுத்த மணியின் மூச்சு நின்றுவிட்டது. செத்துப் போய்விட்டார் மணி. இல்லையில்லை, எஸ்.ஐ.மோகன் நிவாஸ் என்ற ஃயூனிபார்ம் போட்ட ரத்தவெறி பிடித்த ஓநாய் மணியைக் கடித்துக் குதறி கொன்றுபோட்டது.

அதிரடிப்படையினர் கொலை செய்யப்பட்ட மணியின்

எஸ்.ஐ. மோகன் நிவாஸ் என்ற ரத்தவெறி அரக்கன்

பிணத்தை மாவளப்பிரிவு என்ற இடத்தில் பெட்ரோல் ஊற்றி கொளுத்திவிட்டனர். மறுபடியும் ராமர் அணைக்கு வந்த அதிரடிப்படையினர் காளம்மாவிடம், "உன் புருஷன் தப்பிச்சுப் போயிட்டான். அவனை தேடிக்கிட்டு இருக்கோம். யார் கேட்டாலும் இதைத்தான் சொல்லணும், இல்லேன்னா குடும்பத்தோட தீ வச்சிடுவோம்'' என்ற துப்பாக்கிமுனை மிரட்டல்களால் பயந்துபோன காளம்மாவும் கிராம மக்களும் மணியின் மரணத்தைப் பற்றி மூச்சு விடுவதற்கே சில மாதங்கள் ஆயின.

எல்லோர் முகத்திலும் பீதி. பலபேர் வீட்டுக்குள் புகுந்து கதவை மூடிக்கொண்டனர். மற்றவர்கள் வாய் திறக்க பயந்தனர். கணவனை இழந்து மூன்று குழந்தைகளுடன் ஜீவமரணச் சித்ரவதை நடத்தும் சூழலை காளம்மாவுக்கு அளித்த எஸ்.ஐ. மோகன்நிவாஸ் பல பெண்களின் தாலியறுத்த மகாபாவி..

ஜீப், ஒயர்லெஸ், ஏ.கே.47 என்று போருக்குப் புறப்படுவது போல வீரப்பனைப்பிடிக்க கிளம்பிய சூரப்புலிகள் செய்துவரும் ஒரே வேலை, அப்பாவி வனவாழ் பெண்களின் கற்பை சூறையாடுவதும், அவர்களின் தாலியை அறுப்பதும்தான்.

சீரழிக்கப்பட்ட சின்னாம்பதி

கோவை மாவட்டம் வாளையாரிலிருந்து மேற்கே பத்து கிலோமீட்டர் தொலைவில் உள்ள குக்கிராமம் சின்னாம்பதி. வானம் தனது சோகத்தை தூறல்களால் சொல்லிக்கொண்டு இருந்தது. அமைதியும் பயமும் சூழ்ந்த சின்னாம்பதி. பச்சைப்பசேல் என இருந்த குச்சிமலை அடிவாரத்தில் சிறு, சிறு குடிசைகள். கவலையைக் குவியலாக்கி வைத்திருந்ததுபோல்.

மூப்பர்கள் என்ற சூதுவாது தெரியாத ஆதிவாசி இனத்தினர் இங்கு வாழ்கின்றனர். அந்த இனத்தைச் சேர்ந்த பெண்களுக்குத் தான் போலீஸாரால் கொடுமை ஏற்பட்டு தங்கள் கற்பைப் பறிகொடுத்துள்ளனர். புதுமுகங்களாக நக்கீரன் நுழைவதைக் கண்டதும், பீதியடைந்த மக்கள் வீட்டுக்குள் புகுந்து கொண்டனர். சிலர் “போதுமய்யா, போதும். ஏற்கெனவே அவமானப்பட்டது போதுமய்யா'' என்று ஒதுங்கினர். அவமானமும் அச்சமும் அவர்கள் வாயைப் பூட்டியிருந்தன.

“அன்னைக்கி இதேமாதிரி நல்லமழை. மத்தியானம் ஒரு 80 போலீஸ்காரங்க திபுதிபுன்னு ஊருக்குள்ள வந்தாங்க. எல்லாரும் பச்சைக்கலர் டிரஸ் போட்டிருந்தாங்க. டிரஸ்ல இலை, பூ படம் போட்டிருந்துச்சி. துப்பாக்கி, கத்தி எல்லாம் வச்சிருந்தாங்க. ‘டேய், உனக்கு கன்னடம் தெரியுமா? இந்தி தெரியுமா? சிலோன் மொழி தெரியுமா?'ன்னு உதைச்சு உதைச்சு கேட்டாங்க. வலி தாங்க முடியலை. எல்லா ஆண்களையும் தனியா கூட்டிப்போய், ‘வீரப்பனை தெரியுமா? அர்ஜுனனை தெரியுமா?'ன்னு கேட்டு

குண்டு தடியால எங்க முதுகில அடிச்சாங்க.

ஆண்களை எல்லாம் அடித்து உதைத்து பாறைப்பட்டிக்கு இழுத்துச் சென்ற போலீஸ் அங்கு சென்றதும், 'நாங்க திரும்பி வர்றவரை இந்த இடத்தைவிட்டு அசையக் கூடாது'ன்னு சொல்லிட்டு எங்கேயோ கிளம்பிப் போனாங்க. அவங்க எங்க போனாங் கன்னு அப்ப தெரியல. மறுநாள் நாங்க சின்னாம்பதி வந்த பின்தான் அந்த அநியாயம் தெரிஞ்சது" என்றனர்கள், விஜயனும் கண்ணனும். பேசிக் கொண்டிருந்தபோதே காதிலிருந்து ரத்தம் வழிந்துகொண்டிருந்தது கண்ணனுக்கு.

போலீஸ் என்றால் நீதி, நேர்மை, ஒழுக்கம் என்று நினைத்திருந்த அப்பாவி மலைவாழ் மக்கள், போலீஸின் நிஜ ரூபம் கண்டு குலைநடுங்கிப் போனார்கள். போலீஸாரால் பிய்த்தெறியப் பட்ட குடிசை ஒன்றின் முன்னால் மிரண்டு போய் நின்றிருந்த ஒரு குழந்தைப் பையன், "நீங்களும் போலீஸா? நீங்களும் அடிப் பீங்களா?" என நக்கீரனிடம் கேட்டபோது, அடக்கி வைத்திருந்த கண்ணீரை நிறுத்த முடியவில்லை நக்கீரனால். அவனை ஆறுதல் படுத்த இரு கைகளையும் நீட்டி அந்த பையனை அணைக்க முயன்றபோது அவன் விலகி எங்கேயோ ஓடிப்போய்விட்டான்.

கோர்ட்டில் சாட்சி சொன்னால் மீண்டும் கற்பழிப்போம். நக்கீரனிடம் குமுறிய மலைவாழ் மக்கள்

சின்னராயன், மாயன் வாக்குமூலம்:

"நடந்ததை விசாரிக்க நீதிபதி வராங்களாம். யாரும் கிராமத்தை விட்டு வெளியே போக வேண்டாம்"னு ஒரு மாசம் முன்னாடி தகவல் வந்தது. அன்னைக்கு நைட்டே ஒரு பத்து பதினைஞ்சு ஆட்கள் இங்கே வந்தாங்க. கூடவே இங்கே இருக்கிற சில கவுண்டர்களும் வந்தாங்க. வந்தவங்க கறுப்பு, வெள்ளை, சிவப்பு கலர் வேட்டி கட்டி இருந்தாங்க. அவுங்க எங்கள பாத்து "எம்.எல்.ஏ.கே.பி.ராஜூதான் அனுப்பியுள்ளார். எல்லாத்துக்கும்

ரேஷன் கார்டு தருவார். டார்ச் வீடு கட்டித் தருவார். வேற என்ன வேணாலும் செய்து தருவாங்க. அதுக்கு முன்னாடி யாராவது வந்து ஏதாச்சும் கேட்டா, 'இங்கே ஒண்ணுமே நடக்கல. நல்லாத்தான் இருக்கோம்'னு சொல்லணும். அப்படி சொல்லாட்டி உங்களுக்கு எதுவுமே கிடைக்காது'ன்னாங்க. நாங்க பயந்துபோய் சரின்னோம்.

மறுநாள், நீதிபதியம்மாவும் சில அதிகாரிகளும் வந்தாங்க. அவுங்க வரும் முன்னையே இங்க இருக்கிற சில பண்ணையாருக வந்து ஊர் நடுவுல உக்காந்துட்டாங்க. 'நீதிபதிகிட்டே ஏதும் பேசக் கூடாது இந்த மனுவை மட்டும் கொடுத்தா போதும்'னு ஒரு மனு கடிதத்தை காப்பி எடுத்து கொடுத்தாங்க. நாங்களும் அப்படியே நீதிபதியம்மாகிட்டே நடந்துக்கிட்டோம். 'நடந்ததை சொல்லுங்க, சொல்லுங்க'ன்னு அவுங்க பல முறை கேட்டும், இங்க யாரும் 'ஏதும் நடக்கலை'ன்னு சொல்லிட்டோம். அவுங்க பேசாம எழுந்து போயிட்டாங்க.

அப்பத்தான், கம்யூனிஸ்ட் மகளிர் யூனியன்காரங்க வந்து, 'ஏன் காசுக்கு ஆசைப்பட்டு பொய் பேசறீங்க. உண்மையை நீதிபதிகிட்ட சொல்ல வேண்டியதுதானே'ன்னு சொன்னாங்க. நீதிபதிகிட்டே இருந்தும் எனக்கு ஒரு கடிதம் கொடுத்து விடப்பட்டது. அதில் 'உங்க குலதெய்வம் சின்னராயன் மேல சாட்சியா வந்து பேசுங்க'ன்னு இருந்தது. என்னடா ஒரு பக்கம் வந்து நடந்ததை சொல்லுனு சொல்றாங்க. ஏன் வம்பு, உள்ளதை உள்ளபடியே சொல்லிடுவோம்னு அந்த யூனியன்காரங்க கூடவே கோர்ட்டுக்குப் போய் நடந்த எல்லாத்தையும் சொல்லிட்டாங்க.

என்மகள் ராசாத்திதான் சத்துணவு ஆயா. அவதான் முக்கியமான சாட்சியம். அவளை கோர்ட்டுக்கு போகக் கூடாதுன்னு மெரட்டுனாங்க. அவ அதையும் கோர்ட்ல சொல் லிட்டா. 'ஏண்டா நாங்க மிரட்டுனதையும் போயி சொல்லிட்டீங் களா, இருங்க இனி கவனிச்சுக்கிறோம்'னு சொல்லிட்டுப் போயிட்டாங்க கரை வேட்டிக்காரங்க. நாங்க ஏதாவது வேலை வேணும்னா அவங்ககிட்டதான் போவோம். அவங்களை பகைச்சிக்கிட்டு இங்கே எப்படி வாழ முடியும் சொல்லுங்க தம்பிங்களா. இதுதான் எங்க தலைவிதி. அவுங்க அவுங்களுக்கு மனசாட்சின்னு ஒண்ணு இருந்தா அதுவா உறுத்தும். இன்னும் எவ்வளவோ கொடுமைக இருக்கு. உங்களுக்கும் தெரியும். கம்யூனிஸ்ட் மாதர் சங்கத்துக்கும் தெரியும். அதையெல்லாம் வெளியே பேசி பகையை தேடிக்க எங்களாலே முடியாது தம்பி."

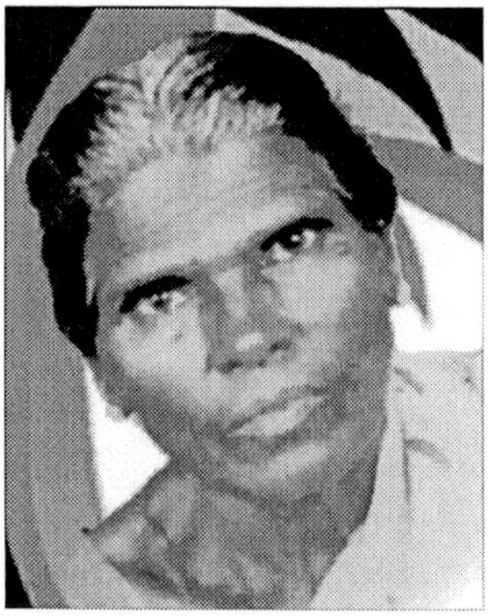

கோவை மாதர் சங்க மாவட்ட தலைவி வீரம்மாள்:

இங்குள்ள சில தோட்டங்கள் வைத்திருக்கும் நிலச் சுவான்தார்கள் குறிப்பிட்ட சமுதாயத்தை சேர்ந்தவர்கள். அவர்கள்தான் சின்னாம்பதி மலைக்கிராமம் உட்பட பல கிராம மக்களுக்கு பண்ணையார்கள். அவர்கள் செய்யும் திரைமறைவு காரியங்களுக்கு அரசியல்வாதிகளின் துணை தேவை. அதிரடிப் படை போலீஸ் வன்முறைகள் கற்பழிப்பு சம்பவங்கள் நடந்தது தெரிந்ததும் அந்தப் பண்ணையார்கள் இம்மக்களைக் கூட்டிக் கொண்டு நேராக எம்.எல்.ஏ.கே.பி.ராஜூ வீட்டுக்குத்தான் போனார்கள். அவரும் பாதிக்கப்பட்ட பெண்களை, மக்களைப் பார்க்க சின்னாம்பதி வந்தார். பின்னர் 'ரேஷன் கார்டு, டார்ச் வீடு தரச் சொல்றேன். கற்பழிப்பு விஷயத்தை மட்டும் வெளிய சொல்ல வேண்டாம்' என ஆசை வார்த்தை கூறி தன் வீட்டுக்கு இரண்டு முறையும், இதய தெய்வம் (ஜெ.) மாளிகைக்கு இரண்டு முறையும் இழுத்தடித்தார். இருந்தும் விஷயம் வெளியில் கசிந்து விசாரணை கமிஷன் வந்ததும் தன் சுயரூபத்தை காட்ட ஆரம்பித்தார். அதற்கு பண்ணையார்கள் துணை. சின்னாம்பதிக்கு நீதிபதி வந்தபோது தன்ஆட்களை விட்டு மக்களை மிரட்டி, பேசுவதை தடுத்தார்.

'ஏன் பேச மறுக்கிறீர்கள்?' என்று நீதிபதியம்மா கேட்டபோது, 'இந்த பண்ணையார்கள் புகுந்து அவர்களே பேசாதபோது நீங்கள் ஏன் இப்படி வற்புறுத்துகிறீர்கள்?' என நீதிபதியையே மிரட்டினார்கள். ஆனால், நீதிபதி அந்த மக்களை கோவை கோர்ட்டுக்கு கூட்டி வந்து தனியறை விசாரணை நடத்தியபோது எம்.எல்.ஏ.க்களின் ஆட்கள் மிரட்டியதிலிருந்து எல்லா உண்மைகளையும் சொல்லிவிட்டார்கள். 24-10-94 தேதி விசாரணையின்போது முக்கிய சாட்சியான சத்துணவு கூட ஆயா ராஜாத்தி விசாரிக்கப்பட இருந்தார். அன்று இந்த பண்ணையார்களும், அ.தி.மு.க. ரவுடிகளும் விசாரணை கூடத்தை சுற்றி நின்றுகொண்டு கண்களை உருட்டியும், கை ஜாடை மூலம் எச்சரித்தும் சாட்சிகளை மிரட்டிக்கொண்டிருந்தனர். அது நீதிபதிக்கும் தெரிந்து விட்டது. உடனே அவர்களைக் கூப்பிட்ட நீதிபதி, 'இன்று கோர்ட்டில் உங்களுக்கு என்ன வேலை? சாட்சிகளை மிரட்ட உங்களுக்கு யார் தைரியம் கொடுக்கின்றனர்

என எனக்கும் தெரியும். இனியும் இப்படிச் செய்தால் விளைவு கடுமையாய் இருக்கும்' என எச்சரித்து அவர்களை கோர்ட் வளாகத்தை விட்டே வெளியேற்றினார்.

அன்று இரவே அந்த பண்ணையார்களும், எம்.எல்.ஏ. ஆட்களும் சின்னாம்பதி சென்று மக்களையும், ராசாத்தியையும் கூப்பிட்டு "என்ன கொழுப்பு இருந்தால் எங்களையே மாட்டி விடுவீர்கள். எதையும் சொல்ல வேண்டாம் எனச் சொன்னால் அதையும் போய் சொல்கிறீர்களா? போலீஸ்காரனுக மீண்டும் ஒருமுறை வருவோம்னு சொன்னானுகள்ள. அவனுக வரும் முன்ன, நாங்களே உங்களை கற்பழிச்சிடுவோம்... ஜாக்கிரதை. எல்லாம் கற்புக்கரசி கண்ணகி மாதிரி நாடகமாடுறீங்களா? இதையும் போய் சொன்னா நாளைபின்ன எங்ககிட்ட இருந்து ஒரு உதவி கூட கிடைக்காது" என மிரட்டினர். ஆனால் மறுநாள் சின்னாம்பதி மக்கள் அதையும் நீதிபதியிடம் கூறிவிட்டனர்.

பண்ணையார்கள், எம்.எல்.ஏ. எல்லாம் கோர்ட்டுக்கு அழைக்கப்பட்டனர். விசாரணையில் 'நாங்கள் மக்களை மிரட்டவேயில்லை' என கூறியதோடு 'கிராமத்துக்கு போலீசார் வந்தது உண்மை. மக்களை பண்ணையார்கள் எம்.எல்.ஏ. வீட்டுக்கும், இதயதெய்வம் மாளிகைக்கும் கூட்டிப் போனதும் உண்மை, எம்.எல்.ஏ. உதவி செய்வதாகக் கூறியதும் உண்மை என எல்லாம் உண்மை... உண்மை... உண்மை என ஒப்புக்கொண்டு பாலியல் வன்முறையை மட்டும் மக்கள் எங்களிடம் கூறவில்லை' என சாதித்தனர்.

இன்று சின்னாம்பதி மக்களுக்கு பண்ணையார்கள் தோட்டத்தில் வேலையில்லை. அவர்கள் தோட்டத்து வழியாகக் கூட இவர்களை விடுவதில்லை.

நக்கீரன் சின்னாம்பதி மக்களிடம் பேசியபோது, "வேறு சில முக்கியத் தகவல்களையும் தந்தார்கள். இந்த பகுதியே மூங்கில் காட்டுப் பகுதி. இங்கே சில கடத்தல்காரர்கள் மூலம் மூங்கில் வெட்டப்பட்டு சின்னாம்பதி வழியேதான் கடத்தப்படுகின்றன. அவ்வப்போது ஈட்டி, தேக்கு மரமும் கடத்தப்படுவதுண்டு. கடத்தல்காரர்களின் புரோக்கர்கள் சிலர் சின்னாம்பதியை சுற்றி உள்ளனர். அந்த புரோக்கர்கள் திருட்டு மூங்கில், தேக்கு மரம் வெட்ட இந்த ஆதிவாசிகளைத்தான் பணம் கொடுத்து கூட்டிச் செல்கின்றனர். அந்த புரோக்கர்கள்தான் எம்.எல்.ஏ. சின்னாம்பதி வந்தபோது கூடவே இருந்தது" என்றனர் எம்.எல்.ஏ.வுடன் மரம் வெட்டும் புரோக்கர்களைப் பார்த்த வன மக்கள்.

மக்களிடம் நக்கீரன் நிருபர் மகரன் 11-6-94 அன்று எடுத்த பேட்டி விபரம்...

உங்கள் பெயர்?

பெரியராயர்

இந்தக் கிராமத்தின் பெயர்?

சின்னாம்பதி.

நீங்க?

கிராமத் தலைவர்.

எத்தனை பேர் வசிக்கிறார்கள் இங்கே?

50 குடும்பங்கள்

வாழ்க்கை?

பூமி வேலைதான். அப்புறம் கூலி வேலை

ஊரில் எத்தனை குழந்தைகள்?

30 குழந்தைகள்.

என்ன செய்கிறார்கள்?

படிக்கிறார்கள்

சம்பவத்தை விளக்குகிறார்.

"அதாவது, போலீஸ் வந்துருந்தாங்க. மழைக்காலம். நல்ல மழைநாள். மூணரை மணி. பசங்களெல்லாம் ஓடிவிட்டார்கள். நான் இருந்தேன். 'பாறப்பட்டி போக வழியிருக்கா?' என்று கேட்டார்கள். அதற்கு நான் சொன்னேன். இந்த நேரத்தில் அங்கே போக முடியாது. யானைக்காடு. எங்கு பார்த்தாலும் யானை. இப்ப யாரும் உங்களுடன் வர முடியாது. விடிந்ததும் கூட்டிப் போகிறேன். யாரைக் கண்டாலும் எங்களுக்குப் பயம்தான். நீங்களே வந்தாலும் பயம்தான். வீரப்பனை எங்களுக்குத் தெரியாது. விறகு கேட்பார்கள். பால் கேட்பார்கள். எங்களிடம் பால் கிடையாது. மாடும் இல்லை. கன்றுமில்லை என்றேன். ஆறு பையன்களை போலீஸ் கடுமையாக அடித்தது. வீரப்பனைப் பற்றி விசாரித்து அடித்தார்கள். நீ தலையிடாதே என்று கூறிவிட்டதால் வீட்டைவிட்டு நான் வெளியே வரவில்லை. கற்பழிப்பு பற்றி அந்தப் பெண்களிடம்தான் நீங்க கேட்க வேண்டும்."

நக்கீரன்: *பையன்கள் யார், யாரைக் கூட்டிப் போனார்கள்.*

பெரியரராயர்: *மந்தையோட... மொத்தம் ஏழு பையன்கள்.*

கற்பழிக்கப்பட்டவர்கள் இருவர்தானா?

ஆமாம்!

எட்டு பேர் என்றார்களே?

இல்லை. எட்டுபேர் இல்லை!

யார்? யார்?

மயிலா, பாப்பாத்தி.

மற்றபடி கலாட்டா செய்தார்களா?

ஆமா... வீடுகளுக்குள் புகுந்து 'ஸ்பெஷல் சாப்பாடு கிடைக்குமா?' என்று கேட்டிருக்கிறார்கள்.

போலீஸ் எதற்காக உங்கள் கிராமத்துக்கு வந்தது?

வீரப்பனைப் பிடிக்க.

சுற்றுவட்டார கவுண்டர்கள், எம்.எல்.ஏ.ராஜூ என்ன சொன்னார்கள்?

'ஒண்ணும் நடக்கவில்லை என்று சொல்லுங்கள், யாரும் கேட்டால்; இனிமேல் எதுவும் நடக்காமல் பார்த்துக் கொள்கிறோம்' என்றார்கள்.

போலீஸார் எங்கே தங்கினார்கள்?

பால்வாடியில.

பெண்கள் கற்பழிக்கப்பட்ட சம்பவம் உங்களுக்கு எப்படித் தெரியும்?

மறுநாள் சொன்னார்கள். அதுகூட அந்த பெண்கள் சொல்ல வில்லை. ஆளுக்கு ஆள் பேசி, அப்புறம்தான் தகவல் வெளியே வந்தது.

மயிலாள் கணவர்: (அதிரடிப்படையினரால் தாக்கப் பட்டவர்)

*"**வீ**ரப்பனைத் தேடி போலீசார் வந்திருந்தனர். அதனால் இங்கே படுத்திருந்தார்கள். நாங்கள் தினக்கூலிகள். வேலைக்குப் போய்விட்டோம். அன்று பயங்கர மழை. விளக்குமில்லை. இரண்டு மூன்று மாதமாய் விளக்கு கிடையாது. என் மனைவிதான் மயிலாள். அவள் கற்பழிக்கப்பட்ட பிறகுதான் தெரியும். நான் வீடு வந்தபோது என் வீட்டுக்காரி இல்லை.*

நக்கீரன்: *போலீஸ் ஏன் வந்தது?*

வீரப்பனைத் தேடித்தான்.

எத்தனை போலீசார்?

70 போலீசார்.

எந்த மாநிலம்?

மூன்று பிரிவாகத் தெரிந்தது. தமிழ்நாடு, கர்நாடகா, டில்லி போலீஸ்.

எதில் வந்தார்கள்?

பஸ்ஸில். ஆற்றுப்பக்கமா நிறுத்திவிட்டு நடந்து வந்தார்கள். இங்கே வந்து இரண்டு பேரைக் கூட்டிக்கொண்டு போயிருக்கிறார்கள். வீரப்பனைத் தேடியிருக்கிறார்கள். இங்குள்ள மாட்டுக்காரர்களையும் அடித்திருக்கிறார்கள். பிறகு திரும்பிவந்து இங்கே படுத்திருக்கிறார்கள். இந்த தொகுப்பு வீடுகள் எல்லாம் அப்போதுதான் கட்டிக்கொண்டிருந்தார்கள். சத்துணவிலும், இந்த வீடுகளிலும்தான் தங்கியிருந்தார்கள். அன்று இரவுதான் கற்பழிப்பு நடந்தது. இதெல்லாம் எனக்குத் தெரியாது. நான் வரும்போது என் பையன் மட்டும் இருந்தான். மனைவி இல்லை. இருட்டாக இருப்பதால் பயந்து அக்கம்பக்கத்தில் படுத்திருப்பாள் என்று நினைத்துக்கொண்டு, நான் அங்கேயே படுத்தேன். மறுநாள் ஞாயிற்றுக்கிழமை. மழை கடுமையாக இருந்தது. காலையில் தீ மூட்டி கூதல் காய்ந்துகொண்டிருந்தேன். போலீஸ் வந்தது. 'பாறப் பட்டி செல்ல வேண்டும். வழிகாட்ட வேண்டும்' என்றார்கள்.

நான் சொன்னேன். "ஐயா நாங்கள் தினக்கூலிகள். உங்களோடு வந்தால் ராத்திரிக்கு சாப்பாடு இல்லாமல் பட்டினிதான் கிடக்க வேண்டும் என்றேன். அவர்களில் ஒருவர், இவன்களிடம் என்னடா கொஞ்சல் என்று கூறிக்கோண்டே பையன்களை யெல்லாம் அடிக்க ஆரம்பித்தார்கள். என்னையும் அடித்தார்கள். 9 பேரை கடுமையாக அடித்தார்கள்.

பயங்கர மழை! அந்த மழையில்தான் எங்களை அடித்தார்கள். பிறகு எங்களை வரிசையாக நிறுத்தினார்கள். ஒரு அம்மா வந்து 'ஏன் அடிக்கிறீங்க?' என்று கேட்டதற்கு அசிங்கமாக... 'கிழித்து விடுவோம்' என்று திட்டினார்கள் போலீஸார். அதனால் நாங்கள் பயந்துவிட்டோம். துப்பாக்கி கத்தியெல்லாம் வைத்திருந்தார்கள். இதையெல்லாம் பார்த்ததும் எங்களுக்கு ரொம்ப பயமாகி விட்டது. பிறகு எங்களை மலைக்கு மேலே கூட்டிச் சென்றார்கள். வழியில் சினிமாவில் அடிப்பார்களே அதுமாதிரி ஒருவர் மாற்றி ஒருவர் அடித்தார்கள். பந்தாடுவது போல.

அவர்கள் கொண்டுவந்த மூட்டைகளை எங்களிடம் கொடுத்தார்கள். மழை கொட்டோ கொட்டென்று கொட்டுகிறது. அடசேரி என்ற இடத்தில், அங்கே நாலைந்து குடும்பங்கள் இருக்கின்றன. அங்கே ஒரு மாமரம். அதிலிருந்து நூற்றுக்கணக் கான காய்களை பிடுங்கித் தின்றார்கள். தண்ணீர் குடித்துவிட்டு

மேலே சென்றார்கள். அப்போது மணி மூன்று இருக்கும். போய்ச்சேர்ந்தோம் பாறப்பட்டிக்கு! காலையிலிருந்தே பல் கூட விளக்கவில்லை. அங்கே சென்றதும் தக்காளி சாப்பாடு செய்து கையளவு கொடுத்தார்கள். 'டேய் அடுத்த மாதம் 1?-ம் தேதி இங்கே வருவோம். உங்க ஊர்க்காரனுங்ககிட்டயெல்லாம் சொல்லி வைங்க என்று சொல்லிவிட்டு எங்கள் 9 பேருக்கும் 20 ரூபாய் கொடுத்தார்கள். போகும்போது துப்பாக்கி இவர்களிடம் இருந்ததால் பயமில்லை. திரும்பி, நாங்கள் மட்டும் வரும்போது யானை... கரடி போன்ற மிருகங்கள் கூட்டம்... கூட்டமாக.

பதுங்கிப் பதுங்கி 6:00 மணிக்கு ஊர் வந்து சேர்ந்தோம். நகரிலிருந்து யாரும் இந்தப் பக்கம் வந்ததுமில்லை. நமக்கு யாரையும் தெரியாது. இந்தக் கொடுமைகளை யாரிடம் சென்று சொல்லுவது? முன்பெல்லாம் அதிகாரிகள் வருவார்கள். அவர்கள் எங்களிடம் எதுவும் கேட்டதுமில்லை. கவர்மெண்டுக்காரர்கள் அடித்ததை நாங்கள் யாரிடம் போய்ச் சொல்ல முடியும்? அப்புறம் கவுண்டர்கள் சொன்னார்கள். போய் கேஸ் கொடுங்கள். இல்லையென்றால் இது தொடரும் என்றார்கள். எங்களை அடிக்கும்போது இங்கே யாருமே இல்லை. ஓடி ஒளிந்து விட்டார்கள்.

நக்கீரன்: உங்கள் மனைவியை எப்போது பார்த்தீர்கள்?

மயிலாள் கணவர்: ஞாயிற்றுக்கிழமை சாயங்காலம். காலை எட்டு மணிக்கே எங்களை அடித்து இழுத்துப் போயிட்டாங்களே... அப்போதுதான் என் மனைவி நடந்ததைச் சொன்னாள். கஞ்சி சமைத்துக் கொண்டிருந்தபோது திடுமென வந்து மண்ணெண் ணெய் விளக்கை அணைத்துவிட்டு அந்தக் கொடுமையைச் செய்ததாகச் சொன்னாள்.

பாதிப்புக்குப் பிறகு எங்கே போனார்களாம்?

தெற்கே கண்ணகவுண்டர் சாலைக்கு. அங்கே ஒரு மாட்டுக் கொட்டகையில் தூங்கிவிட்டு திரும்பி வந்திருக்கிறாள். 10 மணிக்கு மேல் வீடு வந்தாளாம். அப்புறம் எம்.எல்.ஏ. வந்து பார்த்தார். பாதுகாப்புக்கு போலீஸ் பாதுகாப்பெல்லாம் போட்டாங்க. (எம்.எல்.ஏ. கே.பி.ராஜு). உங்களையெல்லாம் முதல்வரிடம் நேரடியாக அழைத்துச் செல்கிறேன். வேண்டிய வசதிகளைச் செய்து தருகிறேன், வேலை வாங்கித் தருகிறேன் என்று சொன்னார். ஆனால் கூட்டிப் போகவேயில்லை.

அதன்பிறகுதான் மாதர் சங்கக்காரர்கள் வந்தார்கள். விபரத்தையெல்லாம் சொன்னோம். மாதர் சங்கம் எங்களுக்கு ரொம்ப உதவி செய்தார்கள். துணியெல்லாம் கொடுத்தார்கள்.

அதன்பிறகு பானுமதி அம்மா நேரடியாக வந்து பார்த்தார்கள். அவர்கள் ஊருக்கெல்லாம் ஒன்றும் செய்யவில்லை. பாதிக்கப்பட்டவர்களுக்கு மட்டும் நிதி கொடுத்தார்கள்.

மந்தன், கண்ணன், ரவி, விஜய், சண்முகம், குமார், பொன்னுசாமி, முத்துசாமி, ஐயப்பன் என மொத்தம் 9 பேர் போலீஸில் அடிபட்டவர்கள். மந்தனுக்கு கையில் கடுமையான அடி. இரண்டு மூன்றுமாதம் எந்த வேலையும் செய்ய முடியவில்லை. மூங்கில் கம்பால் அடித்தார்கள்.

ஏன் எங்களை அடிக்கிறீர்கள் என்று கேட்டீர்களா?

கேட்க முடியுமா? அதற்கும் அடி விழும். சுட்டுப் பொசுக்கிவிடுவோம் என்று சொன்னார்களே!

மயிலாள்-பாப்பாத்தி:

நக்கீரன்: உங்கள் பெயர்?

மயிலாள்: என் பெயர் மயிலாள். இவள் பெயர் பாப்பாத்தி.

என்ன செய்கிறீர்கள்?

கூலி வேலைக்குச் செல்கிறோம். சில நாட்கள் வேலை கிடைக்கும். மழைக் காலத்திலும் வெயில் காலத்திலும் அந்த வேலையும் கிடைக்காது.

போலீஸ் எப்படி உங்களை பலாத்காரம் செய்தது?

மயிலாள்: நிறைய போலீஸ் வந்தது. எத்தனை பேர் என தெரியாது. மாடு மேய்க்கப் போயிருந்த நான் மதியம்தான் வந்தேன். குழந்தைக்கு பால் கொடுத்தேன். சரியான நேரம் தெரியவில்லை. நான்கு மணி இருக்கலாம். மாட்டைக் கட்டிவிட்டு, குழந்தையை சின்னம்மா வீட்டில் விட்டு வந்தேன். வீடு கட்டித் தருவதாகக் கூறி பழைய வீட்டைப் பிரித்து விட்டு ஒரு சிறு குடிசையில்தான் வசித்து வந்தோம். லைட் எல்லாம் கிடையாது. இருட்டு கடுமையாக இருந்தது. தண்ணீர் கொண்டுவரப் போனேன். போலீஸ்காரர்கள் என்னைப் பார்த்துக்கொண்டிருந்தனர். அவர்களைப் பார்த்தாலே பயம். அதனால் அவர்களைப் பார்க்கவில்லை. வீட்டிற்கு வந்தேன். குழந்தையைத் தொட்டிலில் போட்டுவிட்டு அடுப்புக்கு தீப்பற்ற வைத்துக்கொண்டிருந்தேன். அப்போது திடீரென்று யாரோ என்னைப் பிடித்து தூக்கினார்கள். ஒருவரா இருவரா என்று தெரியவில்லை. வந்ததே தெரியவில்லை. விடுங்க..விடுங்க என்று கதறினேன்.விடவில்லை. என்னைக் கீழே படுக்க வைத்துவிட்டார்கள். சிம்னி விளக்கு வெளிச்சத்தில் பார்க்கும்போது சட்டை மட்டும்தான் தெரிந்தது. கத்தியும் தெரிந்தது. பயத்தில் கண்களை மூடிக்கொண்டேன். என்

துணிகளையெல்லாம் களைந்துவிட்டார்கள். என்னை கெடுத்துவிட்டுப் போனார்கள். அவர்கள் போன பிறகுதான் வெளியே வந்து பார்த்தேன். அவர்கள் போய்விட்டிருந்தார்கள்.

மழை பெய்துகொண்டிருந்தது... பயந்தேன். குழந்தையை எடுத்துக்கொண்டு புறப்பட்டேன். சத்தம் போட்டால் மறுபடி யாராவது வந்துவிடுவார்களோ என்று பயந்தேன். கீழே இறங்கிச் செல்லும்போதுதான் பாப்பாத்தி வந்தாள். குரலைக் கேட்டுதான் அடையாளம் தெரிந்துகொண்டேன். அவளும் தன்னை இப்படிச் செய்துவிட்டார்கள் என்று சொன்னாள்.

நான் போகும் இடத்துக்கு பாப்பாத்தியை அழைத்தேன். 'இல்லை... நான் தெற்கே போகிறேன்' என்று கூறிவிட்டுச் சென்றுவிட்டாள். மலைப்பாதையில் குண்டும் குழியுமான பாதையில் குழந்தையைத் தூக்கிக்கொண்டு நனைந்தபடியே கவுண்டர் சாலைக்கு சென்றேன். மற்றவர்கள் எல்லாம் எங்கே படுத்திருக்கிறார்கள் என்பது எனக்குத் தெரியாது. ஒரு சின்ன குடிசை அங்கே இருந்தது. அதில்தான் விடியும்வரை படுத்திருந்தேன். காலை 5 மணிக்கே அங்கிருந்து புறப்பட்டு வந்து விட்டேன். வந்ததும் நேராக வீடு வரவில்லை. போலீஸ்காரர்கள் நடமாட்டம் எப்படி இருக்கிறது என்று பார்த்துவிட்டுதான் வீடு வந்தேன். பிறகு மலைக்குச் சென்றிருந்த எங்கள் ஆட்களெல்லாம் வந்த பிறகுதான் அவரிடம் சொன்னேன்.

பாப்பாத்தி :

பாதிக்கப்பட்டது நீங்கள் இருவரும்தானா?

இருவரும்: *ஆமாங்க!*

உங்களை எப்படி போலீஸ்?

பாப்பாத்தி: காட்டு வேலைக்குப் போய்விட்டு சாயங்காலம் திரும்பினேன். வீடு திரும்பி களைப்பைப் போக்கிக்கொள்ள சிறிதுநேரம் வீட்டில் உட்கார்ந்திருந்தேன். என் வீட்டுக்காரர் 'நீ போய் முதலில் சமையல் செய். பிறகு நான் வருகிறேன்' என்று கூறியிருந்தார். இருட்டாகிவிட்டது. மழை பெய்தது. தண்ணி யெடுக்க இப்படியாகச் சென்றேன். சென்று கொண்டிருக்கும் போது ஒரு ஆள் வந்து, 'ஏய் நில்லு' என்று அதட்டினார். நான் போய்க்கொண்டிருந்தேன். அப்போதுதான் அந்த ஆள் வந்து என் கையைப் பிடித்துக்கொண்டான். நடுங்கிப்போய் விட்டேன். கீழே இழுத்துப்போட்டார், விழுந்துவிட்டேன். அந்த புதிய வீடுகள் அப்போதுதான் கட்டிக்கொண்டிருந்தார்கள். அங்கே என்னைத் தூக்கிக்கொண்டு போனார். 'விடுங்க... விடுங்க' என்று கதறினேன்.

எத்தனை பேர்?

பாப்பாத்தி: ஒருவர்தான். சத்தம் போட்டும் விடவில்லை. கத்தியைக் காட்டி பயமூட்டினார். பிறகு நான் சத்தம் போடவில்லை. என்னைக் கொடுமைப்படுத்தியதும், பிறகு குடத்தைக்கூட எடுக்காமல் திரும்பி வந்தேன். ஓடி வந்தேன். என் வீட்டுக்காரர் வீட்டுக்கு வந்திருந்தார். 'ஏன் ஓடி வருகிறாய்' என்றார். நடந்ததைச் சொன்னேன். இந்த மாதிரியாகி விட்டது. இனிமேல் இங்கே இருக்க வேண்டாமென்று நாங்க கவுண்டர் தோட்டத்துக்கு ஓடி விட்டோம். மறுநாள் அங்கேயே கவுண்டர் தோட்டத்திலே வேலை செய்தோம். கவுண்டரிடம் விவரமெல்லாம் சொல்லவேயில்லை. வேலை செய்துவிட்டு இங்கே வந்தோம். பிறகுதான் ஊர்க்கூட்டத்தில் இதைச் சொன்னேன்.

நக்கீரன்: நீங்கள் வீரப்பனை பார்த்திருக்கிறீர்களா?

பாப்பாத்தி: இல்லை. இந்த மாதிரி சொல்றதைத்தான் கேட்டிருக்கிறேன். அந்த ஆளை எனக்குத் தெரியவே தெரியாதுங்க.

போலீஸை இதற்கு முன்னால் பார்த்தது கிடையாதா?

இந்த மாதிரி வந்ததே இல்லை. நான் பாறப்பட்டியில் இதை விட மலைக்காட்டில் இருந்தவள். கலியாணம் முடிந்துதான் இங்கே வந்தேன்.

போலீஸ் என்ன மொழி பேசினார்கள்?

மழைச் சத்தத்தில் ஒன்றுமே கேட்கவில்லை! சரியாகத் தெரியவில்லை.

இந்த நிதியால் உங்கள் மனம் திருப்தி அடைந்துவிட்டதா?

மயிலாள்: எங்களுக்கு இன்னும் பயம்! மறுபடியும் போலீஸ் வருமோ? மற்றவர்களுக்கும் இதே கதி ஏற்படுமோ என்ற பயம்!

பாப்பாத்தி: இதை வெளியே சொல்லப் பயந்து கொண்டுதான் இருந்தோம். மாதர் சங்கம்தான் துணிவூட்டிச் சொல்ல வைத்தது.

மயிலாள்: பலர் இதை பானுமதி அம்மாவிடம் சொல்லக் கூடாதெனச் சொன்னார்கள். ஆனால் நாங்கள் நடந்த உண்மைகளைச் சொல்லிவிட்டோம்.

யார் உங்களை சொல்ல வேண்டாமென தடுத்தது?

மயிலாள்: பக்கத்தில் உள்ள கவுண்டர்கள்.

பாப்பாத்தி: யாராவது விசாரிக்க வந்தால் கூட பயம் காரணமாக ஓடி காட்டுக்குள் ஒளிந்துகொண்டதுண்டு.

மயிலாள்: இந்தத் துணிச்சல் இப்போதுதான் ஏற்பட்டிருக்கிறது.

நக்கீரன்: சொல்லாமல் மறைத்திருந்தால் மற்றவர்களுக்கும்

இதே கொடுமை நிகழுமல்லவா?

மயிலாள்: *அப்படியாகுமென்பது இப்போதுதான் புரிகிறது. எங்களுக்கு துணிச்சல் வந்தது சொல்லிட்டோம். பலருக்கு அந்த தைரியம் இன்னும் வரவில்லை.*

இந்த கிராமத்தில் வேறு யாராவது பாதிக்கப் பட்டிருக்கிறார்களா?

இருவரும்: *அதெல்லாம் தெரியாது! எங்களுக்கு நடந்ததை நாங்கள் சொல்லிட்டோம்.*

மயிலாள் கணவன்: *இந்தப் பிரச்சனை அம்பலமானதும்தான் அதிகாரிகளும், மற்றவர்களும் இங்கே வருகிறார்கள் (சின்னாம்பதி). முன்பு ரொம்பக் கஷ்டமுங்க. கஷ்டப்பட்டு ஆஸ்பத்திரி போனாலும் கவனிக்கமாட்டாங்க.*

மயிலாள்: *இப்போதும் இந்த ஊரில் வேலை வாய்ப்பு ஏதுமில்லை. கேட்கும் விபரமும் இங்கே யாருக்கும் தெரியாது. பிரச்னைக்குப் பிறகுதான் ரோடு போட்டிருக்கிறார்கள்.*

ராஜாத்தி:

நீங்கள் என்ன வேலை செய்கிறீர்கள்?

ராஜாத்தி: *சத்துணவுக் கூடத்தில் ஆயா!*

போலீஸ் எத்தனை மணிக்கு வந்தது?

ராஜாத்தி: *11 மணிக்கு. சனி முழுதும் இரவும், ஞாயிறுதான் பாறப்பட்டி போனார்கள்.*

பையன்களை அடித்தார்களே? அப்போது நீங்கள் ஏன் எதிர்க்கவில்லை?

இன்னொரு பெண்மணி: *அவர்கள் 7?-க்கு மேற்பட்டோர். அவர்களை எதிர்த்துக் கேட்க முடியாது!*

ஏன்?

துப்பாக்கி வைத்திருந்தாங்க. பயந்து நாங்கள் எல்லோரும் ஊரைவிட்டே ஓடினோம்.

ராஜாத்தியிடம் என்ன கேட்டார்கள் போலீஸார்?

ராஜாத்தி: *ஸ்பெஷல் சாப்பாடு கேட்டார்கள். பயந்து ஓடிப்போனேன்.*

உங்களை அடித்தார்களா?

பெண்களை யாரும் அடிக்கவில்லை. இந்த இரண்டு பெண்களைத்தான் அடித்து கெடுத்துவிட்டார்கள்.

மயிலாளுக்கு கன்னத்தில் என்ன காயம்?

போலீஸ் அடித்து கற்பழித்துவிட்டார்கள்.

ஒரு பெண்மணி: *அவர்கள் (போலீஸ்) பகலில் பேசிக்*

கொண்டார்கள். இந்த டீக்கடையில்தான் பேசிக் கொண்டார்கள். ஆண்களை எல்லாம் விரட்டிவிட்டால் இரவில் பெண்களை ஒரு கை பார்க்கலாம் என்று பேசிக்கொண்டார்கள். அதனால் இரவானதும் நாங்கள் அவர்களுக்குத் தெரியாமலேயே ஊரைவிட்டுப் போய்விட்டோம்.

ஜனநாயக மாதர்சங்கப் பிரதிநிதி அமிர்தம்: மயிலாளுக்கும், பாப்பாத்திக்கும் எதுவும் தெரியாது. அவர்கள் வேலைக்குப் போய்விட்டு மாலையில் திரும்பினார்கள். அவர்களுக்கு போலீஸார் பற்றிய எதுவும் தெரியாது. அதனால்தான் அவர்கள் போலீஸில் சிக்கிக்கொண்டார்கள்.

நக்கீரன்: வீரப்பனுக்கும், உங்களுக்கும்...?

எல்லோரும்: ஐயோ... அவரைப்பற்றி எங்களுக்கு தெரியவே தெரியாது. ஆனால், வீரப்பனை மறைத்து வைத்திருப்பதாகக் கூறியே எங்களைத் தாக்கினார்கள். போலீஸாரால் சின்னாம்பதிக்கு நடந்த கொடுமை வேறு எங்கும் நடக்கவே கூடாது.

ஜனநாயக மாதர் சங்கம் அமிர்தம்-புனிதா!

சின்னாம்பதியில் நடந்த செய்தியை பத்திரிகைகளில் பார்த்தபிறகே பாதிக்கப்பட்ட ஆதிவாசிகள் மீது அதிக கவனம் எடுக்கவேண்டும் என்ற உணர்வு எங்களுக்கு ஏற்பட்டது. இங்கே வரத் தயாரானோம். 7 கிலோமீட்டர் வரவேண்டுமென எங்களுக்கு தெரியும். வந்தோம். ஆனால், எங்களைக் கண்டதும் இவர்கள் ஓடி ஒளிந்துகொண்டார்கள். நடந்த உண்மைகளைச் சொல்லத் தயாராக இல்லை இவர்கள்.

அமிர்தம்

புனிதா

மூன்று மாதம் இவர்களோடு இருந்து, பழகி, பேசி, அப்புறம்தான் பயத்தை விட்டு, நடந்த கொடுமையைச் சொன்னார்கள். ‘இனிமேலும் இப்படி நடக்காதிருக்க வேண்டுமானால் நீதிபதி பானுமதி அம்மா வருகிறார்கள். அவர்களிடம் உண்மையைச் சொல்லுங்கள்’ என்றோம். ஆனால், அதற்கும் அவர்கள் தயாராக இல்லை. அக்கம்பக்கமுள்ள கவுண்டர்கள் சிலர் நான்கைந்து பைக்குகளில் வந்து மிரட்டி விட்டுப் போயிருக்கிறார்கள். ஆகையால், இவர்கள் பயந்து விட்டார்கள். பானுமதி

அம்மாள் வந்தபோது குரூப்பாக நின்றுகொண்டு ஒருவர் முகத்தை ஒருவர் பார்க்காமல் 'இங்கே ஒன்றும் நடக்கவில்லை' என்று எழுதப்பட்ட ஒரு சிறிய காகிதத்தை அந்த அம்மாவிடம் கொடுத்தார்கள். அந்த அம்மாவும் அந்தக் காகிதத்தை பார்த்ததும் இங்குள்ள சூழ்நிலையைப் புரிந்து கொண்டுவிட்டார்கள் என்றே கருதுகிறேன். இந்த இடங்களையெல்லாம் அந்த அம்மா நன்றாகப் பார்த்தார்கள். பிறகு, 'உங்களுக்கு இங்கே பயமாக இருந்தால் சத்துணவுக் கூடத்துக்குள் வந்து சொல்லுங்கள்' என்று அழைத்தார்கள். அங்கு சென்றும் குற்றவாளிகளைப் போல தலையைக் கவிழ்த்துக் கொண்டே நின்றார்கள். வெளியிலோ பைக்குகளில் கவுண்டர்கள்.

'நீங்கள் மிகவும் பயந்திருக்கிறீர்கள். பாதுகாப்போடு கோர்ட்டுக்கு வந்து உண்மையைச் சொல்லுங்கள்' என்று கூறிவிட்டு பானுமதி அம்மாள் போய்விட்டார்கள். கோர்ட் அனுப்பிய சம்மன்கூட இவர்களுக்கு கிடைக்காமல் பார்த்துக் கொள்ளப்பட்டுவிட்டது. அப்புறம் நானே நேரில் சென்று பானுமதி அம்மாவிடம், 'நீங்கள் வரச்சொல்லி அனுப்பிய சம்மன் கூட அவர்களுக்கு கிடைக்கவில்லை. நீங்களே நேரில் சென்று அழைத்து வந்தால் உண்மையைச் சொல்லுவார்கள்' என்று சொன்னேன். அந்த அம்மாவும் அதற்கான ஏற்பாடுகளைச் செய்தார்கள். இந்திய ஜனநாயக மாதர் சங்கத்தைச் சேர்ந்த நாங்களும் விடிகாலை 3 மணிக்கு வேன் எடுத்துக்கொண்டு வந்து அழைத்துச் சென்றோம். எங்கள் மாதர் சங்கத்தில் 5 நாள் வைத்திருந்து துணிவூட்டி பிறகு கோர்ட்டுக்கு கூட்டிச் சென்றோம். 'உங்களைத் தனியறையில் வைத்தே விசாரிப்பார்கள். பயப்படாமல் சொல்லுங்கள். உங்களுக்கு நீதி கிடைக்கும். இனிமேலும் இப்படி ஆதிவாசிப் பெண்களுக்கு கொடுமை நிகழக்கூடாது. உங்களுக்கு உரிய பாதுகாப்பு கிடைக்கும்' என்று உறுதியளித்தோம். அதன்பிறகே நடந்ததை பானுமதி அம்மாவிடம் இவர்கள் கூறினார்கள்.

அப்போது என்னவென்றால் இங்குள்ள பிரமுகர்கள் மற்றும் தொகுதி அ.தி.மு.க. எம்.எல்.ஏ. கே.பி.ராஜூ திங்கட்கிழமை மாலை. அதாவது ஞாயிறு இவர்கள் கற்பழிக்கப்பட்டார்கள். மறுநாளே எம்.எல்.ஏ.வுக்கு விஷயம் தெரிந்துவிட்டது. அவர் திங்கட்கிழமை வந்து நடந்தது நடந்து விட்டது, இனிமேல் நடக்காமல் இருக்க நான் பாதுகாப்பு தருகிறேன், தொகுப்பு வீடுகள் தருகிறேன். ரேஷன்கார்டு வாங்கித் தருகிறேன் என்று கூறிவிட்டுச் சென்றிருக்கிறார். அதனால்தான் இவர்கள் எதுவும் கூற மறுத்திருக்கிறார்கள்.

நக்கீரன்: நீங்கள் அரசாங்கத்திடம் என்ன எதிர்பார்க்கிறீர்கள்?

சின்னாம்பதி மக்கள்: *நாங்கள் அரசாங்கத்திடம் வேலைவாய்ப்பை எதிர்பார்க்கிறோம்.*

நக்கீரன்: எந்த மாதிரி வேலை?

சின்னாம்பதி மக்கள்: *சாப்பாட்டுக்கு வேண்டும்! பள்ளிக்கூடம் வேண்டும். வேலை வேண்டும், நாங்களும் வாழவேண்டும்.*

ஆட்டை போடப்பட்ட வன வளங்கள் மலை மக்கள் பிழைப்பைச் சுரண்டிய புதிய இருள்

தருமபுரி மலையடிவார கிராமங்களான போடரஅள்ளி, ஆலமரத்துக் கொட்டாய், ஐம்பூத்து, முத்தாலம்மன் பள்ளம், குண்டடங்காடு, கோயிலூர், மோரனஅள்ளி, சாப்பர்த்தி, புங்கம் பட்டி உள்பட பல கிராமங்களில் தலைமுறை தலைமுறையாக வனவாழ்மக்கள் விவசாயம் செய்துவந்த நிலங்களைப் பறிமுதல் செய்யவும் ஆரம்பித்தனர் வனத்துறையினர்.

நாங்க பரம்பரை பரம்பரையாக விவசாயம் செய்றோம். இந்த மண்ண நம்பித்தான் வாழ்ந்துகிட்டு இருக்கோம். பாரஸ்ட்காரங்க திடும்னு வந்து அவங்க நோக்கத்துக்கு அளந்தாங்க. புதுசா செடிகளை நட்டுட்டாங்க. ஒண்ணுமே புரியலீங்க... செத்தாலும் சாவோம். எங்க நெலத்தை மட்டும் விடமாட்டோம் என்பவர்கள் கைதிகளாக்கப்பட்டார்கள். பாரஸ்ட்காரர்கள் நிலத்தைப் பிடுங்குவது என்பது எங்களை உயிரோடு கொல்லி வைப்பதற்குச் சமம். நிலத்தை விட்டா எங்களுக்கு வேற ஒரு நாதியும் இல்லை.

நாங்க உருவாக்கிய மாந்தோப்புகள் மற்ற பயன்தரும் பழ மரங்களையும் மரம் செடி கொடிகளை தோப்புத் துரவுகளை இவங்க திருடுறாங்க. எங்களை வேட்டையாடுகிறார்கள். எங்க பட்டா நிலங்களிலும் குழிவெட்டி செடி வைக்க ஆரம்பிச் சுட்டாங்க. நாங்க இப்ப அகதிகள் ஆகிட்டோம். சமூகக் காடுகளை வளர்க்கிறோம்னு சொல்லி எங்களை சித்ரவதை செய்றங்க.

மலைவாழ் மக்கள் சங்க பர்கூர்
கிராம செயலாளர் மாதையன்:

இந்த மலையிலேயே பொறந்து, மலையிலேயே வாழுகிற மலை மக்களை பலரும் பல வகைகளில் அடிமைப்படுத்துறாங்க. சித்ரவதை செய்கிறார்கள். இங்க உள்ள நிலங்களையெல்லாம் நகரங்களில் உள்ள பணக்காரர்கள் விலை கொடுத்து வாங்கி விடுகிறார்கள். இந்த நிலத்தில் உள்ள கிரானைட் கல், தேக்கு, ஈட்டி, சந்தன மரங்களை விட்டு வைக்கிறதில்லை. அரசும் கண்டுக்கற தில்லை. எங்க வளர்ச்சிக்காக எதுவும் செய்றதில்லை. சித்ரவதைகள் மட்டும் தொடர்கிறது.

மலைக்கிராம பள்ளிக்கூடங்கள் பூட்டிக் கிடப்பதால் அந்தியூர் வந்தால் தான் அ... ஆ...வன்னாவே கத்துக்க முடியும். அதுவும் ஆசிரியர்களைத் தேடிக் கண்டுபிடித்த பிறகு அந்தியூரில் உள்ள ஆரம்பப்பள்ளி ஆசிரியர்களில் பலரும் வட்டிக்கடை நடத்துவதில் தீவிரமானவர்கள். மழைக்குக் கூட ஸ்கூல் பக்கம் ஒதுங்குவதில்லை. கிராமத்தில் வேலை பார்க்கும் ஆசிரியர்களுக்கு பள்ளிக்கூடத்துக்கு போகும் வழியே மறந்துபோயிருக்கும். மலைப்பகுதிகளில் உள்ள பல ஊர்களின் பள்ளிகள் பலமான பூட்டுகள் மாட்டப்பட்டுத்தான் இருக்கின்றன. ஏதோ வழி தெரியாமல் வந்துவிட்டது போல ஒரே ஒரு பஸ் மட்டும் மூன்று ட்ரிப் அடித்தது. 300-லிருந்து 500 பேர் வரை திணித்துக்கொண்டு அலைமோதும் அந்த பஸ் பிரசவவேதனையில் துடிப்பதுபோல் இருக்கும். இங்கு வேறு பஸ்கள் இல்லை. பயணம் மகா சித்ரவதை. எங்களுக்கும் வேறு வழியில்லை. பஸ்ஸின் டாப் கூட ஹவுஸ் ஃபுல்லாகி வழியும்.

கத்ரிமலை, துருகனாம்பாளையம், தேக்குமரத்தூர், பாறையூர், பரமாத்மா கோவில், மட்டிமரத்தள்ளி போன்ற பல மலைகிராம மக்களுக்கு பல்பு என்றால் என்னவென்றே தெரியாது. சூரியனையும் நிலாவையும் தவிர வேறு வெளிச்சத்தையே பார்த்தது கிடையாது. மின்சார வசதியின்றி இருண்டுதான் கிடக்கிறது அவர்கள் வாழ்வைப்போல.

மலைவாழ் மக்களுக்கு மாதத்தில் ஒருநாள் மட்டும்தான் தலைவலிக்க வேண்டும். காய்ச்சலடிக்க வேண்டும். ஏனென்றால் அங்குள்ள ஒரே ஒரு சுகாதார நிலையத்துக்கு மாதத்தில் ஒரே நாள் மட்டும்தான் டாக்டர் வருவார். அன்று மட்டும்தான் ட்ரீட் மெண்ட். மற்ற நாளில் ஏதாவது ஏற்பட்டால் டாக்டர். எமனுக்கு டயல் செய்ய வேண்டியதுதான். கர்ப்பிணிப் பெண்களின் நிலைமை மகா சித்ரவதை.

மக்களின் மருத்துவ வசதிக்காக ஜெர்மன் நிறுவனம் ஒன்று இலவசமாக வாங்கிக் கொடுத்த டெம்போவும் அம்போவாகி விட்டது. அரசாங்க நலத் திட்டங்கள் அனைத்தும் சிறப்பாகச் செயல்படுத்துவதாக கணக்கெழுதும் அதிகாரிகளுக்கு மட்டும் குறைவில்லை. தண்ணி ஓவர் டேங்க், மக்களுக்குப் பட்டா நிலம் என்றெல்லாம் சுருட்டிக் கொண்டுள்ளார்கள்.

தமிழக -கர்நாடக எல்லையான கர்கேகண்டி என்ற இடத்தில் ஓடும் ஆற்றின் குறுக்கே இருந்த பாலம் உடைந்து போனது. இதில் கர்நாடக மாநிலப் பகுதி சரிசெய்யப்பட்டும், தமிழகப்பகுதி தனக்கே உரிய பெருமையுடன் சிதிலமடைந்தும் கிடக்கிறது. நீச்சல் தெரிந்தவர்கள் மட்டும்தான் ஆற்றைக் கடக்க முடியும்.

உணவுப் பயிர்களை அழித்த அதிரடிப்படை

வீரப்பனையோ அவரது உண்மையான கூட்டாளிகளையோ போலீசாரால் நெருங்க முடியவில்லை. 1993-ல் டி.ஜி.பி. வால்டர் தேவாரம் தலைமையில் தமிழ்நாடு அதிரடிப்படை அமைக்கப் பட்டு ஒரு வருடம் முடிந்தும், வீரப்பனையோ அவரது உண்மையான கூட்டாளிகளையோ போலீசாரால் நெருங்கக் கூட முடியவில்லை. வீரப்பன் கும்பலில் மூன்று பேர் மட்டுமே உயிரோடு உள்ளனர் என்று கர்நாடகப் போலீசும், ஐந்து பேர் மட்டுமே உயிருடன் உள்ளனர் என்று தமிழ்நாடு போலீசும் வாய்க்கு வந்தபடி அறிக்கையை மட்டும் தருவார்கள்.

சத்தியமங்கலம் காட்டுப்பகுதியில் உள்ள காடகநல்லிக்கு அருகில் மஞ்சக்கோமபட்டியை ஒட்டிய காட்டுக்குள் போனார்கள் எஸ்.பி. சஞ்சய் அரோரா தலைமையிலான அதிரடிப்படை போலீஸார். அங்கே ஒரு காட்டாற்றின் கரையில் சுமார் மூன்று ஏக்கர் நிலப்பரப்பில் ராகி ப்பயிர் (கேழ்வரகு) நடவு செய்து கதிர் அறுக்கப்படும் நிலையில் நிலம் இருந்தது. கூடவே காய்கறி செடிகளும் போடப்பட்டு நல்ல விளைச்சல் கண்டு அறுவடைக்குத் தயாராக பறிக்கப்படும் நிலையில் தயாராக இருந்தன.

காட்டுக்குள் வழிகாட்ட வந்த ஆட்களிடம் இது யார் நட்டது என போலீஸார் கேட்க, அவர்களுக்கும் ஆச்சரியம். பக்கத்து கிராமத்து ஆட்களிடம் போய் கேழ்வரகுப் பயிரை

வால்டர் தேவாரம்

நட்டது யார்? என்று கேட்டபோது தெரியாது என கூறி விட்டார்கள். சந்தேகப்பட்ட போலீஸார் அதன் பிறகுதான் ஆற்றை ஒட்டியுள்ள மலைப்பகுதிகளில் தீவிர சோதனையில் இறங்கியது.

சுமார் ஒன்றரை கிலோமீட்டர் சுற்றுப்பகுதியில் வீரப்பனின் ஆட்கள் தங்கி சமையல் செய்ததற்கான அடையாளங் கள் கிடைத்தன. இன்டஞ்செடி களுக்குள் வெளியே தெரியாதபடி மண்டியிட்டு தவழ்ந்து உள்ளேபோய் இரண்டு மூன்று பேர் படுக்க வசதியான கூடாரம் அடித்து தார்பாயும் போடப்பட்டு இருந்தது. கூடாரங்கள் அதிக உயரமாய் இல்லாமல் இடுப்பளவு உயரமே இருந்துள்ளது. இப்படி போலீஸார் கண்டுபிடித்தவை மட்டுமே 29 கூடாரங்கள். இந்த விஷயத்தை உடனடியாக டி.ஜி.பி. தேவாரத்திற்கு தெரியப்படுத்தினர்.

வீரப்பன் தங்கிய கூடாரங்களையும், ராகி பயிர் காய்கறி செடிகள் எல்லாவற்றையும் அழித்து விடும்படி மாவீரர் வால்டர் தேவாரம் கூறிவிடவே இரண்டுநாள் கழித்து போலீஸ் எல்லாவற்றையும் அழித்து விட்டது.

நவம்பர் முதல் வாரத்தில் வனமக்களைத் துன்புறுத்திய ஏழு போலீஸ் ஆள்காட்டிகளை வெட்டிக் கொலைசெய்த வீரப்பன்

அதே இடத்திலிருந்து 4 கி.மீட்டர் தூரத்தில் மூன்று மாதத்திற்கும் மேல் தங்கி விவசாயம் செய்திருக்கிறார். எப்படியும் மே மாதம் கடும் வெய்யிலில் ஆற்றில் தண்ணீர் வற்றி சுண்டிப்போகும். குறிப்பிட்ட சில இடங்களுக்கு வீரப்பன் வரலாம் என நம்பி இருந்த அதிரடிப்படைக்கு, மலைப்பகுதியில் எல்லா ஆறு களிலுமே தண்ணீர் ஓடிக்கொண்டே இருப்பதும், தொடர்ந்து காடுகளில் நல்ல மழை பெய்து வருவதும் ஏற்கெனவே காடுகளில் அனுபவமற்ற போலீஸாருக்கு பெரும் பின்னடைவையும் மனச் சோர்வையுமே அளித்துள்ளது.

மரம், செடி, கொடிகள் நல்ல பசுமையாய் உள்ளன. வீரப்பன் விவசாயம் செய்கிறார். அவரைப் பிடிக்கத் திராணியற்ற அதிரடிப்படை போலீஸார் உணவுப் பயிர்களை அழித்து வனவாழ் மனிதர்களை மட்டுமன்றி இயற்கை வளங்களையும் மனித உழைப்பையும் சித்ரவதை செய்து கொன்றழித்துக் கொண்டிருக்கின்றனர்.

ஜீ பூம்பா...! வனத்துறை பூதங்கள்

சேலம் மாவட்டம் முழுக்க கமகமக்கும் சந்தனக் கட்டைகளின் வாசனை. கடத்தல் லாரிகளிலிருந்து இதுவரை பிடிபட்ட சந்தனக் கட்டைகளின் மதிப்பு 20 கோடியையும் தாண்டியது. காஸ்ட்லி கடத்தலைப் பிடிப்பதால் என்ன பயன் என்று யோசித்த வனத்துறை அதிகாரிகள் அவர்களே அந்த லாபகரமான தொழிலில் இறங்கிவிட்டனர்.

வனத்துறையின் சிறப்பு புலனாய்வுத் துறை அதிகாரிகள் அதிரடி சோதனை நடத்தியபோது வாகனங்களில் இருந்த சந்தனக் கட்டைகளைக் கண்டதும் அதிர்ந்து போனார்கள். அவ்வளவும் வனத்துறை அதிகாரிகளின் துணையுடன் கடத்தப்பட்டவை. அதுபற்றி சேலம் கன்சர்வேட்டருக்கு தகவல் கொடுத்தார்கள். அங்கிருந்தும் சரியான ரெஸ்பான்ஸ் இல்லை.

கோவை நகரில் சிக்கிய லாரிகளில் சேலம் தெற்கு வனச்சரக குடோனில் இருக்க வேண்டிய ஸ்டோர் நம்பர், எடை, அளவு போன்ற குறிப்புகளுடன் இருந்த சந்தனப் புதையல்கள் வனத்துறை அதிகாரிகளின் ஆதரவுடன் கேரளாவிற்கு வணிகத்துக்காகக் கடத்திக்கொண்டு போய்க்கொண்டிருக்கும் போதுதான் வகைதொகையில்லாமல் மாட்டிக் கொண்டது. தெற்கு வனச்சரகர் லட்சுமணன் சஸ்பெண்ட் செய்யப்பட்டார். பிடிபட்ட

கட்டைகளின் மதிப்பு ஒரு கோடியைத் தாண்டியது. இவைகளைப் பாதுகாக்க வணத்துறையின் மேல்மட்டம் முதல் அடிமட்டம் வரை சம்பளம் வேறு கொடுக்கப்படுகிறது. பிடிபடாமல் களவாடப்பட்ட மரங்களையும் சேர்த்தால் தமிழக அரசின் ஒரு வருட பட்ஜெட்டை துண்டு விழாமல் போடலாம்.

அந்த பரபரப்பு அடங்குவதற்குள் வாழப்பாடி வன ரேஞ்சில் சுமார் 25 லட்சம் ரூபாய் மதிப்புள்ள 9,985 கிலோ சந்தனக் கட்டைகளை காணவில்லை என்று ஆத்தூர் டி.எப்.ஓ. பிரபாகர் அஸ்தம்பட்டி போலீஸில் புகார் கொடுத்தார்.

ஒரே ஜீ பூம்பா...! வேலைகள். வனத்துறை பூதங்கள். இது வெளியில் லீக் ஆகாமலிருக்க டி.எப்.ஓ.வும், ரேஞ்சரும் பல பிரயத்தனங்கள் செய்துள்ளனர். நோ யூஸ். வேறு வழியில்லாமல் தான் 21.9.94 அன்று போலீஸில் புகார் கொடுக்க வேண்டிய நிலை ஏற்பட்டது. புகார் எண்: 663/94 இதை விசாரித்துவந்த அஸ்தம்பட்டி போலீஸ் இன்ஸ்பெக்டர் பிலிப் தாமஸ் 'அரசுக்கு சொந்தமான சந்தனமரக் கட்டைகள் அரசு குடோனில் இருந்து காணவில்லை என்ற புகார் வேடிக்கையாக உள்ளது' என்கிறார் வருத்தத்துடன்.

"குடோனில் இருந்து சந்தனக் கட்டைகள் எப்படி காணாமல் போகும்?" என்று நக்கீரன் சில வனத்துறை உயரதிகாரிகளிடம் வினவியபோது, 'இதெல்லாம் சகஜம்பா' என்று அலட்டிக் கொள்ளாமல் சொன்னார்கள். கடத்தல் லாரிகள் பிடிபட்ட உடனேயே அதிலிருக்கும் தரமான மிக அதிக விலைபோகும் சந்தனக் கட்டைகளை தங்களது ஆட்கள் மூலம் விற்பனை செய்து விடுவது வனத்துறை ரேஞ்சர்களுக்கு கை வந்த கலை என்பதும் தரமற்ற கட்டைகள் மட்டும் பறிமுதல் செய்யப்பட்டு அரசுக்கு கணக்குக் காட்டப்படும் என்பதும் அந்த விலைஉயர்ந்த சந்தன மரக் கட்டைகளின் வணிக கமிஷன் அரசுத் தலைமை உட்பட அனைத்து தரப்புக்கும் சரியாகப் போய்ச் சேர்ந்துவிடும் என்பதும் சாதாரணமப்பா என்கிறார்கள்.

அதேபோல் காட்டில் காய்ந்துபோன சந்தன மரங்களை வெட்டி எடுத்து அவற்றை குடோனுக்கு அனுப்பவேண்டும். வெட்டுவதற்கேற்ற மரங்களை பற்றிய விபரம் ஃபீல்டு புத்தகத்தில் பதியப்பட வேண்டும். அதில் 25% சதவிதம் மட்டுமே புத்தகத்தில் பதியப்படுகிறது. மீதமுள்ள 75% சதவித மரங்கள் அதிகாரிகளின் பரிபூரண ஆசியுடன் பக்கா பெர்மிட் தயார் செய்யப்பட்டு கேரளாவிற்கும், மைசூருக்கும் கடத்தப்படுகின்றன. செக்போஸ்ட் களில் சீல் போடாதபடி ஸ்பெஷல் கவனிப்பு கவனித்துவிட்டு,

ஒரே ஒரு பெர்மிட்டைக் காட்டியே பல லோடுகளைக் கடத்தும் சாமர்த்தியம் மிகத் தெளிவாக அறிந்து வைத்திருக்கிறார்கள். ஒரே பெர்மிட்டில் ஒன்பது லோடுகள் கடத்திய ஜெகஜால கில்லாடி களும் உண்டு.

ஒரிஜினல் கடத்தல்காரர்களால் கடத்தப்படும் சந்தனமரங்கள் இருபது சதவிதம் மட்டுமே. மற்ற அனைத்துக் கடத்தல்களும் அதிகாரிகளின் பினாமி கடத்தல்காரர்களுடைய கைத்திறன்தான். சேலம் வாழப்பாடி ரேஞ்சர் ஆபீஸில் இருந்து 1500 சந்தனமரங்கள் திடீரென காணாமல் போனது. ஆனால் அவைகள் அண்ணா போக்குவரத்து கழக டேப்போவுக்குள் பறந்து போய் விட்டன. கணக்கு 300 கிலோ என்று மட்டும் குறிப்பிடப்பட்டு மீதி சந்தனக் கட்டைகள் அனைத்தும் கேரளாவுக்கு வழிகூட்டி அனுப்பி வைக்கப்பட்டன.

அதுமட்டுமின்றி பிடிபட்ட வாகனங்களில் நல்ல நிலையில் உள்ள பல பாகங்களையும் எடுத்து பாதி ரேட்டுக்கு விற்று விடுவார்கள். TME 5685 என்ற பதிவு எண் கொண்ட லாரியின் டீஸல் பம்ப், செல்ப் மோட்டார், பேட்டரி, டயர், இஞ்சின் எல்லாமே சேல்ஸ் செய்யப்பட்டு மொட்டையானது. பிடிபட்டது மொத்தம் 96 வாகனங்கள். அனைத்தும் ஊனமாக்கப்பட்டு விட்டன. இந்த லட்சணத்தில் சிறிதளவு கூட வெட்கமே இன்றி அப்பாவி வனவாழ் மக்களைப் பிடித்து சித்ரவதை செய்து கொண்டிருக்கின்றனர். வனத்துறை, காவல்துறை, அதிரடிப்படை, மிலிட்டரி கூட்டணி.

நக்கீரனுக்கு வந்த வனக் கொள்ளை கடிதம்

(எழுத்துப் பிழைகளுடன் உள்ளது உள்ளபடி)

வனத்துறையில் நுனி முதல் அடிவேர் வரை உள்ள அரசு அதிகாரிகள், வன ஊழியர்கள், செக்-போஸ்ட் காவல், மற்றும் ஆளும் வர்க்க அரசியல்வாதிகள் உட்பட கூட்டு சேர்ந்து ஈச்சம்புல் காண்ட்ராக்ட் என்ற போர்வையில் சந்தன, ஈட்டி, தேக்கு, மற்றும் அரியவகை மரங்கள் மற்றும் வனங்களில் உள்ள கனிமவளங்களை ஈச்சம்புல் கட்டுகளைப் போட்டு மூடி மறைத்து திருடும் திருடர்களை அந்தத்துறை சார்ந்த ஒரு நேர்மையாளர் ஆதாரபூர்வமாக நக்கீரனுக்கு அனுப்பி அம்பலப்படுத்திய கடிதம். மலைக்க வைக்கும் வனக் கொள்ளைகள். காடுகளையும் வன வளங்களையும் நேசித்தவர்களின் இரத்தமும் சதையுமான உண்மைக் கடிதங்கள். நக்கீரன் ஆசிரியர் கோபால் தங்கள் பிரச்னைகளை நக்கீரன் பத்திரிகை மூலம் வெளிக்கொணர முடியும், அதனால் ஒரு தீர்வு கிடைக்கும் என்ற நம்பிக்கையில் முழு நம்பிக்கையுடன் எழுதப்பட்ட கடிதங்கள்.

மலைவாழ் மக்களிடமிருந்தும், வனத்துறையில் உள்ள சில நேர்மையான பணியாளர்களிடம் இருந்தும், நக்கீரன் பத்திரிகைக்கு தொடர்ச்சியாக வரும் கடிதங்கள், தொலைபேசி அழைப்புகள் பல்வேறு சமூக அவலங்களை வெளிப்படுத்தும்.

வீரப்பன் ஆளுமை செய்துகொண்டிருந்த வனப்பகுதிகளில், அரசுகளிடம் இருந்து மக்களுடைய வரிப்பணத்தில் சம்பளம் வாங்கிக்கொண்டு, கர்நாடக மற்றும் தமிழகத்தைச் சேர்ந்த வனத்துறை, காவல்துறை, அதிரடிப்படையினரால் கூட்டுச்சேர்ந்து நடத்தப்படும் சட்டத்துக்குப் புறம்பான விசயங்கள், வனத்துறை ரேஞ்சர்கள் மற்றும் கடைநிலை ஊழியர்கள் உட்பட மரங்களை வெட்டி காட்டை மொட்டையாக்கி, கொள்ளையடித்த பணத்தை பங்கு பிரித்துக்கொண்டு, பழியைத் தூக்கி வீரப்பன் மேல் போட்டு அரசுக்கு அறிக்கைகள் கொடுப்பதும் வாடிக்கை.

கிரானைட் கற்கள், மலைமண், ஆற்றுமணல், அரியவகை தனிமங்கள், வனங்களில் மட்டுமே கிடைக்கும் பல அரிய வகை மூலிகைகள் போன்ற இயற்கைவளத் திருட்டுகளோடு, வனங்களில் சந்தோசமாக சுற்றித் திரியும் மான். கடம்பா, மலையாடுகள், காட்டுப்பன்றிகள், எருதுகள், காட்டுக்கோழிகள், மயில்கள் அரியவகைப் பறவைகள் போன்றவற்றை வேட்டையாடி அழித்து தின்று தீர்ப்பதும் அவர்களின் பொழுதுபோக்கு.

மலைவாழ் பெண்கள் தங்கள் வீட்டு அடுப்பு எரிப்பதற்காக வனப்பகுதிகளில் உதிர்ந்து உடைந்து தரையில் கிடக்கும் சுள்ளிகளைப் பொறுக்கினால் கூட வனத்தையும், காட்டின் செல்வங்களையும் கொள்ளையடித்ததாகக் கூறி கேஸ் போட்டு ஜெயிலுக்கு அனுப்பப்போவதாக மிரட்டி, பாலியல் அத்துமீறல் களில் ஈடுபடுவதும், அடித்து துன்புறுத்தி கற்பழிப்பதும் மிகச்சாதாரணமாகவே நடந்தன. வெளியில் சொல்ல முடியாமல் விதியே என்றும், அந்த மாதேஸ்வரனும், பண்ணாரியம்மனும் பாவிகளுக்கு கூலி தருவார்கள் என்ற நம்பிக்கையில், மனதுக்குள் கூனிக்குறுகி வாழ்ந்த பெண்கள் பல்லாயிரம் பேர். இதில் வனத்துறையினரால் ஈச்சம்புல் காண்ட்ராக்ட் என்ற போர்வை யில், பெரும் பணமதிப்பு கொண்ட சந்தன, ஈட்டி, தேக்கு, செம் மரங்கள், வனத்துறையினராலேயே எப்படி வெட்டி வீழ்த்தப் பட்டன என்பதையும், அவை, அரசியல்வாதிகள் பலத்துடன் எப்படியெல்லாம் காசாக்கப்பட்டு வனத்துறை அலுவலர்களைப் பெரும் செல்வந்தர்களாக்கியது என்பதையும் அம்பலப்படுத்தும் விதத்தில் மேட்டூர் வனக்காப்பாளர் உ.ஞானசேகரன் அவர்களும் மற்றும் சிலரும் வனக்கொள்ளை கண்டு வயிறெரிந்து நக்கீரன் கோபால் அவர்களுக்கு எழுதிய கடிதங்கள் பல.

நக்கீரன் ஆசிரியர் அவர்களுக்கு உ. ஞானசேகரன் வனக் காப்பாளர், மேட்டூரில் இருந்து 25.1.97 தபால் தலை ஒட்டி கையொப்பமிட்டு எழுதிய கடிதத்தின் சாரம் வீரப்பன்

வனத்துறையை அழிக்கவில்லை. அவர் நிரபராதி. வனத்துறையை அழித்தது முழுவதும் வனத்துறையில் உள்ள அதிகாரிகள்தான். வீரப்பன் பெயரால் அதிகாரிகள் பெரும் கொள்ளை அடிக் கிறார்கள். அதற்கான ஆதாரங்கள் இத்துடன் உள்ளது. இதனை உங்கள் இதழில் கண்டிப்பாக பிரச்சுரம் அச்சிட்டு அதிகாரிகளுக்கு தகுந்த நடவடிக்கை எடுக்க ஆவன செய்ய வேண்டுமாய் மிகவும் பணிவுடன் கேட்டுக் கொள்கிறேன். நீங்கள் கண்டிப்பாக நடவடிக்கை எடுக்க வேண்டும்.

-D.ஞான சேகரன்

D.ஞான சேகரன்

வனக்காப்பாளர், மேட்டூர்.

ஈரோடு வனக் கோட்டத்தில் வீரப்பன் பெயர் வைத்து பல கோடி ரூபாய் வனத்துறை அதிகாரிகள் அடித்தக் கொள்ளை.

பல கோடி ரூபாய் தேக்கு, ஈட்டி மரங்களை ஈரோடு டிவிசன் அந்தியூர் ரேஞ்சு. பர்கூர் ரேஞ்சில் போய்விட்டது. போய் கொண்டும் இருக்கிறது. அதற்கெல்லாம் பெரிய வனத்துறை அதிகாரி லாடிஸ்லாஸ் அவர்கள் விசாரித்து அறிக்கைக் கொடுத்தும் நடவடிக்கை இல்லை.

ஈரோடு DFO முதலில் உள்ள DFO H. ஆனந்த்நாய்க் IFS, 3 வருடத்தில் 2 கோடி ரூபாய் கொல்லை அடித்து விட்டார்கள். ADMK காலத்தில் வனத்துறை மந்திரிக்கு மாதம்மாதம் மாமூல் கொடுத்து தாளக்கரை பாரஸ்டில் உள்ள தேக்கு, ஈட்டிமரம் வெட்டி, ஈச்சம்புல் லாரியில் போட்டுக்கொண்டு போய்கொண்டு இருக்கிறது. இவருக்கு உறுதுணையாக உள்ள ரேஞ்சர் ட.ந.ராமசாமி 3 வருடம் அந்தியூர் ரேஞ்சில் இருந்தார். இவரும் பல கோடி ரூபாய் கொல்லை.

அதற்கு பிறகு ஈரோடு டிவிசனுக்கு V.T.கந்தசாமி DFO.போட்டார்கள். கொடைக்கானல் டிவிசனில் உள்ள மரங்களை எல்லாம் வெட்டி விற்று பல கோடி ரூபாய் கொல்லை அடித்த அவர் , மேல் உள்ள உழலை பணம் கொடுத்து சரி செய்து ஈரோடு டிவிசனுக்கு வந்துள்ளார். இவரும் தேக்கு ஈட்டி மரங்களை வெட்டி விற்று வருகிறார்கள். இவருக்கு ஓய்வு பெற்ற P.S.ராமசாமி பெயரில் ஈச்சம்புல் குத்தகைதராக நிமித்துள்ளார். அவர் மூலமாக ஈச்சம்புல் லாரியில் தேக்கு போய்க் கொண்டிருக்கிறது.உளஞ கந்தசாமி 18 கோடி ரூபாய் கொல்லை. P.S.ராமசாமி ரேஞ்சராக இருக்கும்போது 15 கோடி ரூபாய்

D. ஞானசேகரன்
வனக் காப்பாளர்
மேட்டூர் (1)

(2)

அய்யா,

ஈரோடு வனக்கோட்டத்தில் வீரப்பன் பெயர் வைத்து பல கோடி ரூபாய் வனத்துறை அதிகாரிகள் அடித்துக் கொள்ளை

(1). பல கோடி ரூபாய் தேக்கு ஈட்டி மரங்களை ஈரோடு டிவிசன் அந்தியூர் ரேஞ்சு, பர்கூர் ரேஞ்சில் போய் விட்டது. போய் கொண்டும் இருக்கிறது. அதற்கெல்லாம் பெரிய வனத்துறை அதிகாரி லாடிஸ்லாஸ் அவர்கள் தெரிந்து அறிக்கைக் கொடுத்தும் நடவடிக்கை இல்லை.

(2). ஈரோடு DFO முதலில் உள்ள D.F.O. H. ஆனந்த நாயக் IFS 3 வருடத்தில் 2 கோடி ரூபாய் கொள்ளை. அடித்து விட்டார்கள் A.D.M.K காலத்தில் வனத்துறை மந்திரிக்கு மாதம் மாதம் மாமூல் கொடுத்து தாளக்கரை பாரஸ்டில் உள்ள தேக்கு ஈட்டி மரம் வெட்டி, எச்சம்புல் லாரியில் போட்டுக் கொண்டு போய் கொண்டு இருக்கிறது. இவருக்கு உறுதுணையாக உள்ள ரேஞ்சர் P.S. ராமசாமி 3 வருடம் அந்தியூர் ரேஞ்சில் இருந்தார். இவரும் பல பல கோடி ரூபாய் கொள்ளை.

(3). அதற்கு பிறகு ஈரோடு டிவிசனுக்கு V.T. கந்தசாமி DFO. போட்டார்கள் இவர் கொடைக்கானல் டிவிசனில் உள்ள மரங்களை எல்லாம் வெட்டி விற்று பல கோடி ரூபாய் கொள்ளை அடித்த அவர், மேல் உள்ள உடிலை பணம் கொடுத்து சரி செய்து ஈரோடு டிவிசனுக்கு வந்துள்ளார். இவரும் தேக்கு ஈட்டி மரங்களை வெட்டி விற்று வருகிறார்கள் இவருக்கு ஓய்வு பெற்ற P.S. ராமசாமி பெயரில் எச்சம்புல் கித்தைகைதிராக நியமித்துள்ளார். அவர் மூலமாக எச்சம்புல் லாரியில் தேக்கு போய்க் கொண்டு இருக்கிறது. D.F.O கந்தசாமி

— D.O. Letter —

X.M. Ladislaus
Asst. Conservator of Forests
Bamboo Estate, Erode.

(Through proper channel) C.No. 5/96 dt 3.1.'97 — 1

Respected Sir,

Sub: Forest offence – Tr. Loganathan, black listed contractor – involved in the Teak-smuggling on 28.10.'95 – holding present MFP Coupe – Date Palm – Andhiyur Range – under 'benami' – report submitted – regarding.

Ref: 1 Even number dt 31.12.'96

I submit the following in continuation of the reference cited above:

On 2.1.97, for the subject above, I enquired Tr. P.S. Ramasamy, Retired Forest Ranger and also the Forest contractor holding the Date Palm and Korai grass Coupe of Andhiyur Range for 1996-'97. In front of Thiru Gopal, Fourth of Bamboo Supplies, Erode, he declared to me that he was the 'benami' contractor of the above coupe that is actually worked by the black-listed contractor, Tr. Loganathan of Andhiyur but he will not give statement as such. He threatened me with dire consequences for working against their interests. He stated that the present D.F.O. was fully aware of the fact that the Retired Ranger ~~or~~ was only a 'benami' contractor and the real contractor was only Tr. Loganathan, as in last year.

From discreet enquiries made I have reason to believe that the main ~~pup~~ purpose of the Date Palm and Korai grass Coupe run by Tr. Loganathan is ~~only~~ mainly for teak-smuggling.

Therefore, I request that the Conservator of Forests may kindly cause immediate suspension of the coupe and necessary further action for saving the threatened Teak forests from nocturnal operations.

கொல்லை அடித்துவிட்டான்.

அந்தியூர் ரேஞ்சில் நாகராஜன் ரேஞ்சர் 3 ½ வடத்தில் 15 கோடி ரூபாய் தேக்கு ஈட்டி சந்தன மரங்களை வெட்டி விற்று விட்டனர்ன். இவருடைய காலத்தில் D.F.O. கண்ணன் அவரும் இவனும் சேர்ந்து கொல்லை அடித்தார்கள். நாகராஜன் திருப்பூரில் பெரிய பனியன் கம்பெனி வைத்துள்ளான். அது 3 கோடி ரூபாய். கோவையில் வீடு 1 கோடி ரூபாய்க்கு கட்டியுள்ளது. இப்போது மறுபடியும் ஈரோடு டிவிசனுக்கு , மந்திரியைப் பிடித்து மாற்றம் வாங்கி வந்துள்ளான். இவர்கள் எல்லாம் சேர்ந்து அரசுக் காடுகளை கொல்லை அடித்துள்ளார்கள் இவன் வேலைக்கு சேரும்போது 1 ஏக்கர் நிலத்தை விற்று வேலைக்குச் சேர்ந்தான். இப்போது 25 கோடி ரூபாய் சாம்பாதித்துள்ளான். D.F.O. கந்தசாமி வேலைக்கு சேரும் போது வீடு நிலம் விற்று வேலைக்கு சேர்ந்தான். இப்போது 30 கோடி ரூபாய் சொத்துகள் உள்ளது. பரிசிலன செய்து பறிமுதல் செய்ய வேண்டும்.

இப்போது D.M.K. காலத்தில் அமைச்சர் உத்திரவின் பேரில் கோவை டிவிசன் உஎஞு பராதி தலைமையில் குழு அந்தியூர் ரேஞ்சு. தாளக்கரை+பர்கூர் ரேஞ்சில் தேக்கு, ஈட்டி மரங்களை கொண்டுபோய் விட்டது என்று சத்தி சிவனாந்தன் கொடுத்த அறிக்கேசனை விசாரித்து வெட்டுகள் எடுத்தார்கள். பிறகு இவர்கள் எல்லாரும் சேர்ந் மந்திரிக்கு சரிகட்டி விட்டார்கள். செல்வராஜ அந்தியூர் மந்திரிக்கு 5 லட்சம் கொடுத்து வனத்துறை மந்திரியை சரிகட்டி விட்டார்கள். அதற்கும் ஒரு நடவடிக்கையும் இல்லை . 660 வெட்டுகள் எடுத்தார்கள். அரசுக்கு 3 கோடி ரூபாய் நஷ்டம் என்று அறிக்கை கொடுத்து இருந்தனர் .

அந்தியூர் வனச்சரகர் P.S.ராமசாமி ஓய்வுபெற்ற பின் புதிய வனச் சரகர் உ.சுப்ரமணியன் ஒரு வருடக் களத்தில் ஒரு பெரிய கொல்லை அடித்துவிட்டு லீவு போட்டுவிட்டான். அவர் அடித்த கொல்லை 1 கோடி ரூபாய் இருக்கும். தேக்கு , ஈட்டி மரங்களையும் சேர்த்து பல ஜாதி மரங்களையும் சேர்த்து லாரி லாரியாக விற்று விட்டான். இவருக்கு துணையாக பாரஸ்டர் அப்துல்லா அவரும் 5? லட்சம் ரூபாய் கொல்லை. வனச்சரக அலுவலகத்தில் கேஸ்பிடித்த நல்ல சந்தன மரங்களை 3 டன் விற்று விட்டார்கள். அதற்கு பதில் செப்பூட்டு மரங்களை காட்டில் இருந்து கொண்டு வந்து கேஸ்க்கு சம்பந்தப்பட்ட வழக்கில் துண்டுகள் செய்து கட்டி வைத்துள்ளார்கள். அவர்மேல் பெட்டிசன் விசாரணைக்கு A.CF லாடிஸ்லாஸ் அவருடன் 2 வனவர்கள் வந்தார்கள் விசாரித்ததில் அவர் தங்கிய வீட்டுப்பக்கத்தில் 200 K.g சந்தனகட்டைகளை

பறிமுதல் செய்தும் பெயர் கேஸ் செய்யப்பட்ட OR ஒன்றும் A.CF கைப்பற்றி உள்ளார். அதற்கு எல்லாம் அறிக்கை DFO-வுக்கு கொடுத்தார். உடனே ACF லாடிஸ்லாஸ் சரி செய்ய பார்த்தார். ரேஞ்சர் முடியவில்லை. பிறகு ரேஞ்சர் DFO கந்தசாமிக்கு ஒரு பெரிய தொகையை கொடுத்து சரி செய்துவிட்டான். ACF எழுதிய அறிக்கை எல்லாம் குப்பைக்கு போய்விட்டது .இப்படி இருந்தால் ஈரோடு டிவிசன் எப்படி உருப்படும் என்று தெரியவில்லை.

ஈரோடு DFO ஆபீஸில் தலைமை எழுத்தார் கோபாலகிருஷ்ண ஒரு பெரிய கொல்லைகாரர். இவர் DFO-வுக்கு வலதுகை இவன் சொன்னபடி. ஆடுகிறார்கள். ரேஞ்சர், பாரஸ்டர், கார்டு மேல் வரும் ஊழல் பெட்டிஷன் எல்லாம் DFO-வுக்கு காட்டுவது இல்லை. சம்மந்தப்பட்ட அதிகாரிகளிடம் இருந்து ரூபாய் வாங்கிவிடுகிறார்கள். இப்படி பல காரியங்கள் செய்து பல லட்சம் ரூபாய் சம்பாத்துள்ளான். இவனுக்கு ஆபீஸில் வேலை செய்யும் பெண்களை பல கோணத்தில் உபயோகிக்கிறான். ஆபீஸ் குட்டிச்சுவர் ஆகிவிட்டது.

மிக மிக பெரிய ஊழல் செய்த அதிகாரிகள் விபரம்;

ஆனந்த நாய்க் IFS, கண்ணன் IFS, V.T. கந்தசாமி IFS, P.S. ராமசாமி (ஓய்வு பெற்ற ரேஞ்சர், பீம்சிங். ரேஞ்சர் (ஈரோடு) இப்போது உ. சுப்ரமணியம் ரேஞ்சர் லீவு. ஆ. நாகராஜன் ரேஞ்சர் ஈரோடு 1, துரைசாமி ஓய்வு பாரஸ்டர், ப. அப்துல்லா பாரஸ்டர் அந்தியூர், ஆ.ராஜமாணிக்கம் கார்டு அந்தியூர் ரேஞ்சர், கு.ஆறுமுகம் பாரஸ்டர் அந்தியூர் ரேஞ்சர், பாலகிருஷ்ணன் கார்டு அந்தியூர் ரேஞ்சர், சாகுல்அமீது கார்டு அந்தியூர். இதில் குறிப்பிட்ட அதிகாரிகள் சொத்துகளை பரிசீலித்து பார்த்தால் தெரியும். வேலைக்கு சேரும்போது என்ன இருந்தது இப்போது என்ன என்றும் தெரியும். பினாமி பெயரில் எல்லாம் சொத்துகள் உள்ளன. அரசுக்கு பல கோடி ரூபாய் கொல்லை. நஷ்டம்.

பர்கூர் ரேஞ்சராக இருந்த பீம்சிங் 3½ வருடத்தில் 5 கோடி ரூபாய் கொல்லை. தேக்கு ஈட்டி மரங்களை வெட்டி விற்று விட்டான். இவர்களின் சொத்துகளுக்கு எடுத்தால் தெரியும். அரசு

பரிமுதல் செய்ய வேண்டும்.

20.8.96-ம் தேதியில் ஈரோடு டிவிசன் ACF லாடிஸ்லாஸ் அவர்களை விசாரணைக்கு போட்டார்கள் . அவர்கள் எல்லாம் தணிக்கை செய்து பார்த்து பல அளிகேசனை விசாரித்து உள்ளதை உள்ளபடி அறிக்கை செய்து விட்டார்கள். அதில் பெரிய வனத்துறை அதிகாரிகளை குற்றவாளிகள் என்று நிரூபித்துள்ளார். ஆதாரம் கிடைத்தும் ஒன்றும் செய்யவில்லை. மேலும் லாடிஸ்லாஸை விலைக்கு வாங்க P.S ராமசாமி ஒய்வு பெற்றரோ இப்போது குத்தகைதார் இருக்கும் முடியவில்லை உடனே DFO வுக்கு கந்தசாமிக்கு ஒரு பெரிய தொகையைக் கொடுத்து ஆஈஎ கொடுத்த அறிக்கையை எல்லாம் கிழித்துவிட்டார்கள். ACF இடம் உள்ள அளிக்கேசன் திருப்பி தரும்படி DFO கேட்டார்கள். ACF கொடுக்கவில்லை. ACF இருந்த டிவிசனில் நடந்த உண்மையை உள்ளபடி எழுதி விட்டார்கள். ACF வுடன் 2 வனவர்களும் பீட்கார்டுகளும் போலீஸ் பார்ட்டியுடன் போலி பாரஸடில் போய் நடந்த வெட்டுக் கட்டைகளை பார்த்து கணக்கு எடுத்துள்ளார்கள். வனத்துறைக்கு நஷ்டம் 7 கோடி ஆகும். இதற்கு சம்பந்தப்பட்ட குத்தகைதாரர் ட.ந. ராமசாமி மேல் நடவடிக்கை எடுக்குமாறு கொடுத்துள்ளார்கள். இதுவரைக்கு எந்த நடவடிக்கையும் இல்லை. மறுபடியும் தேக்கு மரங்கள் ஈச்சம்புல் லாரியில் போய்க் கொண்டு இருக்கிறது. காரணம் DFO கந்தசாமி தன் உடந்தையில் போகிறது. வரும் காலத்தில் தேக்கு ஈட்டி என்பது பெயருக்கு கூட இல்லாமல் போய்விடும். வீரப்பனை முன்வைத்து வனத்துறை அதிகாரிகள் பல கோடி ரூபாய் சொத்துகளை அழிந்துவிட்டார்கள். அரசுக்கு நஷ்டம் 50 கோடி இருக்கும். ACF விசாரணை செய்த அதிகாரிகள் மேல் அறிக்கையின் நகல் இத்துடன் இணைக்கப்பட்டுள்ளது.

நான் வனக்காப்பாளராக கொடிமுடியில் இருந்தேன். என்னிடம் நாகராஜன் ரேஞ்சர் DFOவுக்கு . 25000 ரூபாய் கேட்டார். நான் இல்லை என்று சொல்லிவிட்டேன். அதற்காக என் மேல் பொய் அறிக்கைச் செய்து வேலைநீக்கம் செய்துவிட்டார் DFO. பிறகு என்மேல் பொய் அறிக்கை கொடுத்தது நிரூபிக்கவில்லை. ACF அவர்கள் விசாரினைக்கு போட்டார்கள். அவர் நடந்ததில் உண்மை என்ன என்று விசாரித்து என்மேல் சாட்டப்பட்ட குற்றங்கள் நிரூபிக்க முடியவில்லை. ACF அறிக்கையில் DFO செய்தது தவறு என்று அறிக்கைக் கொடுத்துவிட்டார். இதை வைத்து மறுபடியும் பாவனிசாகர் ரேஞ்சர் இடம் மறுபடியும் விசாரிக்க . DFO உத்திரவு போட்டுள்ளார். அப்படி செய்ததற்கு

காரணம் DFO பட்டியலில் இல்லாமல் செய்துவிட்டார். ACF லாடிலாஸ் போல் தமிழ்நாட்டில் 2 அதிகாரிகள் . இருந்தால் போதும் . வனத்துறையில் ஊழல் நடக்காது. இவரை ஈரோடு டிவிசனில் போட்டபோது இந்த டிவிசனிலில் உள்ள மரங்கள் உயிருடன் இருக்கும். கொல்லை அடித்த அதிகாரிகள் எல்லாம் லீவு போட்டு ஓடிவிடுவர்கள் .

ஜெயலலிதாவின் சந்தனமரக் கட்டில்

ஒருபுறம் வீரப்பனைப் பிடிக்கும் முயற்சிகள் என்ற பெயரில் வனவாழ் மக்கள் மீது சித்ரவதைகள் மறுபுறம் ஆட்சித் தலைமை பீடத்துக்கு சந்தன மரத்தினாலான சொகுசு கட்டில்.

முன்பெல்லாம் ஏ.கே.47 துப்பாக்கி விலை 14 ஆயிரம் ரூபாய்தான் இருந்தது. இப்போது 1992-ம் ஆண்டு 60 ஆயிரம் ரூபாயாக விலையேறிவிட்டது. வெளிநாட்டு ரக துப்பாக்கி செக்கோஸ்லோவியா 9MM பிஸ்டல் உட்பட முன்னாள் விலை 8 ஆயிரத்திலிருந்து பத்தாயிரம் ரூபாய் வரை இருந்தது. இப்போது ஒரு பிஸ்டலின் விலை 40 ஆயிரம் ரூபாய் வரை ஆகிவிட்டது. கிராக்கியும் கூடிவிட்டது.

மண்ணுக்குள் ஆயுதங்களை புதைத்து வைத்திருந்த ஈழப் போராளிகள், பயந்து பயந்து மிகக்குறைந்த விலைக்கு தரை ரேட்டுக்கு வாங்கிக்கொள்ளுங்கள் என்று கெஞ்சியவர்கள், இப்போது இறுமாப்புடன் உயர்ந்த விலை சொல்கிறார்கள். அவர்களின் தரகர்களும் மேலும் விலையை ஏற்றத் தயாராக உள்ளார்கள். ஏனிந்த நிலைமை?

வெளி மாநிலத்திலிருந்து வருபவர்கள், மலையில் இருந்து இறங்கிவந்து, கோடானுகோடி பணத்தைக்கொட்டி நவீன ஆயுதங்களை வாங்கிச் செல்கிறார்கள் என்ற செய்தி கிடைத்ததும் யார் அந்த ஆட்கள் என ஆராய்ந்தது நக்கீரன்.

நம்மிடம் கூறியவர், "சி.கே.வீ. குரூப்பினர்தான் அதிக விலைக்கு இறங்கி வந்து வாங்க ஆரம்பிச்சிட்டாங்க. அதான்

விலையேற்றம்" என்றார். 'யார் அந்த சி.கே.வி?' என்ற நக்கீரன் புலனாய்வில், சந்தனக் கட்டை வீரப்பன் கோஷ்டியின் சுருக்கம்தான் என்று தெரிய வந்தது.

தமிழ்நாடு, கேரளா, கர்நாடகா மாநிலங்களுடைய எல்லைப் பகுதி உயர்ந்த மலைகளையும் மலைத்தொடர்ச்சியும் கொண்டது.

கர்நாடகாவில் மலை ஏறினால் மைசூர் காடுகள் வழியாக தமிழக சத்தியமங்கலம் வந்து தமிழ்நாட்டு மலைகளின் வழியாகவே கேரளாவின் மலை உச்சிக்கு செல்லலாம். இந்த மேற்குத் தொடர்ச்சி மலைப் பிரதேசம் இலட்சக்கணக்கான தேக்கு மரங்களை, சந்தன மரங்களை, நதி நீர் ஓடைகளைக் கொண்டது.

மலைவாழ் மக்கள் கும்பல் கும்பலாக அங்கும் இங்கும் நடமாடுவதைத் தவிர, எப்போதாவது வரும் மரம் வெட்டும் காண்ட்ராக்ட் மனிதர்களும், மலைகளுக்குக் கீழே இருந்து அன்றாடங்காய்ச்சிகளாய் இளம் பாட்டாளிகள் மரம் வெட்ட வருவதைத் தவிர, வேறு மனித நடமாட்டமே இல்லாத பகுதிகள் இவை.

நவீன ஆயுதங்களை சேகரிப்பதிலும் பயன்படுத்துவதிலும் நாளுக்குநாள் சி.கே.வீ. கும்பல் தேர்ச்சிபெற்று வருகிறது. சமீபத்தில் கொழும்பு நிருபர் நக்கீரனுக்கு அனுப்பிய செய்தியின்படி, விடுதலைப்புலிகளுக்கு பயந்து தமிழ்நாட்டில் அகதி முகாம்களில் இருக்கக்கூடிய ஈழப்போராளிகள் குழு ஒன்றிலிருந்து பத்துக்கும் மேற்பட்ட விரக்தியடைந்த இளைஞர்கள், நாம சாகப்போறது என்னமோ உறுதிதான். அதுவரை சந்தோஷமாக அனுபவிச்சுட்டு சாவோம் என சொல்லிக்கொண்டு தங்கள் கையில் சிக்கிய நவீன ஆயுதங்களோடு வீரப்பன் கும்பலுடன் இணைந்துள்ளனர்.

இப்படி இணைந்த போராளிகள், இந்திய இராணுவத்தால் 1984-85 ஆம் ஆண்டுகளில் இமாச்சலப் பிரதேசத்தில் பயிற்சி பெற்றவர்கள். அதனால் வீரப்பன் கும்பல் சார்ந்த கடத்தல்காரர் களுக்கும் ஆயுதப்பயிற்சி கொடுக்கக்கூடிய முக்கியப் பங்கையும் வகித்து வருகின்றனர். பயிற்சிபெற்ற போராளிகள் என்பதால் இவர்களுக்கு வீரப்பன் கும்பலில் மரியாதையும் அதிகம். சமீபத்தில் கர்நாடக மலையோரம் வீரசாகசத்தோடு வீரப்பனைப் பிடிக்கவந்த போலீஸ் படையினர், எஸ்.பி.யுடன் சேர்த்து கொல்லப்பட்ட நிகழ்ச்சி பயிற்சி பெற்ற போராளிகளின் வழிகாட்டுதலுடன் நடத்தப்பட்ட போர்.

ஆம்புஷ் என்று அழைக்கப்படும் இந்த இராணுவத் தாக்குதலில் எதிரே வரும் இராணுவப் படையினர் முழுவதுமாகக் கொல்லப்படுவார்கள். இந்திய இராணுவம் கொடுத்த பயிற்சி இந்தியப் போலீஸ் அதிகாரிகளைக் கொன்று குவிக்கும் இந்த நிகழ்ச்சிகளை நினைத்துப் பார்த்தால் நமக்கே மனம் தாங்கவில்லை. 'இத்தனை கொடுமைச் செயல்களுக்குப் பின்னாலும் ஒரு கடத்தல் கும்பல் தைரியமாக உலா வருவது என்று சொன்னால் யார் அவர்களுக்குப் பாதுகாப்பு

கொடுக்கிறார்கள்?' என்ற நக்கீரன் விசாரணையில் சில அதிர்ச்சிகர தகவல்கள் கிடைத்தன.

கர்நாடக மாநிலத்துக்குள் அமைச்சர்கள், காவல்துறை உயரதிகாரிகள், கீழே இருக்கும் காவலர்கள் உட்பட வீரப்பனின் சம்பளப் பட்டியலில் இடம் பெற்றுள்ளார்கள் என்ற விபரம் பட்டியல் போட்டு வெளிவராத நாளே கிடையாது எனும் அளவிற்கு கர்நாடக நிலைமை ஆகிவிட்டது.

தீவிரமாக இறங்கி மைசூர் பகுதியில் விசாரித்ததில், இங்கு தாக்குதல் நடக்கும்போது வீரப்பனுக்கு உங்கள் மாநிலம்தான் முழு பாதுகாப்பு கொடுக்கிறது. 'உங்கள் மாநிலத்தில் பொறுப்பில் உள்ள அதிகமான அதிகாரம் படைத்த ஒரு அமைச்சர் வாங்க வேண்டியதை வாங்கிக்கொண்டு எல்லா உதவிகளையும் செய்து வருகிறார் ' என்றனர். நேரிடையாக மலையோரப் பகுதிகளில் விசாரணையில் இறங்கியது நக்கீரன்.

தமிழ்நாட்டில் சேலம், தருமபுரி ஆகிய இரண்டு மாவட்டங்களிலிருந்து 1,700 கோடி ரூபாய் மதிப்புள்ள சந்தன மரங்கள் கடத்தப்பட்டிருக்கின்றன. ஒருநாளைக்கு இருபது லாரி லோடுகள் கடத்தப்படுகின்றன. சந்தனமரம் ஒரு டன்னின் விலை 3,60,000 ரூபாய். மூன்று லாரிகளில் எட்டு டன் சந்தனமரம் ஏற்றப்படுகிறது. இதன் மதிப்பு 28,80,000 ரூபாய். ஆக இருபது லோடு சந்தனமரம், 5,76,00,000 ரூபாய் மதிப்பு வாய்ந்தது.

கடந்த 300 நாட்களில் தினம் இருபது லோடு வீதம் 1,728 கோடி ரூபாய்களுக்கு சந்தனமரங்கள் கடத்தப்பட்டுள்ளன. கோதண்டபாணி ரேஞ்சர், நாகராஜன் ரேஞ்சர், சோழலிங்கம் பாரஸ்டர் போன்ற குறிப்பிட்ட அதிகாரிகளும், மஸ்தான் என்கிற முத்துசாமி, அஜாய், ஆடிட்டர் ராமசாமி, மனோகரன், பெரியகண்ணு, என்.ஜெகன்னாதன், ரங்கன், நாகலிங்கம், மாணிக்கம் முதலிய ஆளும்கட்சி விசுவாசிகளும் இந்தக் கடத்தல்களை செய்து வருகின்றனர். தமாசுக்காக வழக்குகள் போடப்படுவதுண்டு. ஒரு வண்டியைப் பிடித்ததாக கேஸ் போட்டுவிட்டு பத்து லாரிகள் கொள்ளளவு கொண்ட சந்தனமரங்களை அதிகாரிகள் விட்டு விடுவார்கள். மேலும் எட்டு டன் கொண்ட லாரியைப் பிடித்தால் சுமார் 600 முதல் 900 கிலோ வரையுள்ள மரம்தான் இருந்தது என ஏழு டன் மரங்களையும் கடத்திப் போக அனுமதித்துவிடுவார்களாம். வழக்குகள் கூலித் தொழிலாளிகள் மீதுதான் போடப்படும்.

மரத்தை வெட்டி துண்டுகளாக்கிக் கடத்துவது நேரத்தையும் உழைப்பையும் வீணாக்குவதுபோல் எண்ணி நேரிடையாக

அரசாங்க டெப்போவில் இருந்தே மரங்களைக் கடத்த ஆரம்பித்திருக்கிறார்கள். சேலம், திருப்பத்தூர், சத்தியமங்கலம் பகுதிகளில் உள்ள டிப்போக்கள் கடத்தலில் முக்கிய இடங்களாக உள்ளன. செப்டம்பர் முதல்வாரத்தில் சென்னை துறைமுகக் கப்பலில் கண்டெயினர் மூலம் சந்தனமரக் கட்டைகள் கடத்தப்படுவதை அறிந்த மத்திய அரசின் சுங்க இலாகா நேரிடையாகவே ஸ்தலத்தில் நின்று கட்டைகளைப் பிடித்தது. வெளிநாடுகளுக்குக் கடத்தப்படும் இந்தக் கட்டைகளும் மந்திரியின் ஆதரவில்தான் தொடர்ந்து நடந்துகொண்டிருந்தது.

கட்டையைப் பிடித்த சுங்க இலாகாவினரிடம், ‘உங்களுக்கு இந்த அதிகாரத்தைக் கொடுத்தது யார்? வனத்துறை எல்லாவற்றையும் பார்த்துக் கொள்ளும், நீங்கள் ஒதுங்கிக் கொள்ளுங்க’ என விவரம் தெரியாமல் பேசி சுங்கத் துறையிடம் சரியாக வாங்கிக் கட்டிக்கொண்டார். இதெல்லாம் அன்றைய முதல்வர் ஜெயலலிதாவுக்கு தெரியாதா என்ன? தெரியும்.

எப்படியாவது முதலமைச்சர் ஜெயலலிதாவிடம் நம்பர் 1 விசுவாசியாக தன்னைக் காட்டிக்கொள்ள வேண்டும் என்பதில் எப்போதும் கவனம் செலுத்தியவர் வனத்துறை அமைச்சர். மதுரை அ.இ.அ.தி.மு.க. மாநாட்டில் இசைக் குழுவினர் எம்.ஜி.ஆர். பாட்டுகளை பாடியபோது, ‘அம்மா பாட்டைப் பாடுங்கள். எம்.ஜி.ஆர். பாட்டு வேண்டாம். அம்மா இதையெல்லாம் வீடியோவில் பார்ப்பார்கள்’ என்று சாதாரண விஷயங்களில் கூட ஜெயலலிதாவை திருப்திப்படுத்த முயலும் மனோபாவம் கொண்ட இவர், தன்னிடம் தூது பேசவந்த வீரப்பன் ஆளிடம் சொல்லி நல்ல வாசமுள்ள உயர் ரக சந்தனமரத்தைக் கொண்டு வரவைத்து, தன்னுடைய விசுவாசிகளின் நேரடி மேற்பார்வையில் தலைசிறந்த ஆசாரிகளை வைத்து அன்றைய தமிழக முதல்வர் புரட்சித்தலைவி ஜெயலலிதா அம்மாவுக்கு சந்தனக்கட்டில் ஒன்றை செய்து தரவும் ஏற்பாடு செய்தார்.

நக்கீரன் கோபாலுக்கு வந்த இரத்தக்கண்ணீர் கடிதங்கள்

இந்த பாகத்தில் வனவாழ் மக்கள் அனுபவித்த கொடுமைகள், தடா சிறைக் கொடுமைகள், நடத்தப்பட்ட கொலைகள், சித்ரவதைகள் நக்கீரன் ஆசிரியருக்கு வந்த கடிதங்கள் ஆதாரங்களுடன்.

அனுப்புதல்

தமிழக, கர்நாடக எல்லை ஓரங்களில் வாழும்
அப்பாவிகளான ஏழை தமிழ் மக்கள்
3.5.96.

பெறுதல்

உயர்திரு ஆர்.ஆர். ராஜகோபால் அவர்கள், (ஆசிரியர்)
நக்கீரன் பப்ளிகேஷன்ஸ்,
49, ஹாரிங்டன் ரோடு,
சென்னை-600 030.

தமிழக கர்நாடக அதிரடிப்படைப் போலீசாரை கதிகலங்க வைத்துக்கொண்டிருக்கும் சந்தனக்கடத்தல் வீரப்பனைப் பேட்டி கண்டு நக்கீரன் வாரப் பத்திரிகையிலும், மற்றப் பத்திரிகைகளிலும் பிரசுரித்தும், வீடியோ கேசட் மூலம் சன் டி.வி.யில் ஒளிபரப்பியும் உலக சாதனை படைத்திருக்கும் நக்கீரன் பத்திரிகை ஆசிரியர் அவர்களுக்கு தமிழக -கர்நாடக எல்லை ஓரப் பகுதிகளில் வாழும் அப்பாவி ஏழைப் பொதுமக்களாகிய நாங்கள் தங்களிடம்

பணிவன்புடன் வேண்டிக் கொள்வது என்னவென்றால்;

அய்யா,

தமிழக கர்நாடக எல்லைகளில் வாழும் நாங்கள் படும் கஷ்டங்கள் சொல்லில் அடங்காது. மனைவி மக்களுடன் குடும்பத்தோடு வாழ்ந்துகொண்டிருந்த எங்கள் குடும்பத்தைச் சேர்ந்த ஆண்களையும் பெண்களையும் கர்நாடகக் காவல் துறையினர், விசாரித்து விட்டுவிடுகிறோம் என்று அழைத்துச் சென்று மாதேஸ்வரன் மலையில் உள்ள அதிரடிப்படை கேம்ப்பில் மாதக்கணக்கில் வைத்து ஒவ்வொருவரையும் ராட்டையில் கட்டி தூக்கியும், ஆண்கள், பெண்களுக்கு உயிர்நிலையிலும் மார்பகங் களிலும் கரண்ட் ஷாக் கொடுத்தும் சித்திரவதை செய்த அதிகாரிகள், எங்கள் குடும்பங்களைச் சேர்ந்தவர்களை விசாரிக்கும் போது, நாங்கள் சொல்வதை விட்டுவிட்டு எங்களுக்கு கன்னடம் தெரியாத காரணத்தினால், அந்த அதிகாரிகளின் விருப்பத்துக்கு ஸ்டேட்மெண்ட் எழுதிக்கொண்டு தடா கேஸ் போட்டு மைசூர் மத்தியசிறையில் வைத்துவிட்டார்கள்.

சிறை வைக்கப்பட்டு மூன்று வருடங்களுக்கும் மேலாகி விட்டது. இதனால் தலைவனை இழந்த குடும்பங்களின் நிலை மிகவும் மோசமாக உள்ளது. காரணம், சம்பாதித்துக் குடும்பத்தைக் காப்பாற்றும் ஆண்கள் சிறையில் இருப்பதால் வயதுக்கு வந்த பெண்களை திருமணம் செய்து கொடுக்க முடியாமலும், குடும்பத்திலுள்ள குழந்தைகளை படிக்க வைக்க முடியாமலும், வயதான தாய் தந்தையர்களை கவனிக்க முடியாமலும், பலவகையிலும் நூற்றுக்கணக்கான குடும்பங்கள் பாழ்பட்டுக் கிடக்கின்றது.

ஒரு குற்றமும் செய்யாத ஏழைகளாகிய எங்களின் கண்ணீர் துடைக்க கர்நாடகத்தில் இதுவரை (நாங்கள் அனைவரும் தமிழர்கள் என்ற காரணத்தால்) யாரும் முன்வரவில்லை. அதனால் மூன்றாண்டுகளுக்கும் மேலாக அவர்களும் அனாதைகளாக கர்நாடகச் சிறையில் (மைசூர் சென்ட்ரல் ஜெயில்) இருக்கிறார்கள். எங்கள் குடும்பங்களும் பாழ்பட்டு இருளில் மூழ்கியுள்ளது. கர்நாடக போலீசார் அரசாங்கத்துக்கு கணக்குக் காட்டுவதற்காக, எந்தத் தவறும் செய்யாத, வீரப்பனையே பார்க்காத இவர்களை வீரப்பன் கும்பலில் இருந்த வீரப்பன் கூட்டாளிகள் 120 பேரை பிடித்துவிட்டோம் என்ற பொய் அறிக்கையைக் கொடுத்துக் கொண்டுள்ளார்கள்.

மைசூர் மத்திய சிறையில் இருக்கும் 119 பேரில் ஒருவரைக்கூட

வீரப்பன் கும்பலிலிருந்து பிடிக்கவில்லை. அதனால் இவர்கள் சிறையிலிருந்து வெளிவந்து மீண்டும் எங்கள் குடும்பங்களின் வாழ்க்கை செழித்தோங்க தங்களைப் போன்ற வீரம்மிக்க துணிச்சல் மிக்க பத்திரிகை ஆசிரியர்கள்தான் எங்கள் உண்மை நிலையை பத்திரிகைகளில் பிரசுரம் செய்தும், அரசுக்கு உணர்த்தியும் உதவ வேண்டும் என்று தங்கள் பாதங்களை வணங்கிக் கேட்டுக் கொள்கிறோம்.

சிறையில் இருக்கும் இவர்கள் அனைவரும் குற்றவாளிகளா, நிரபராதிகளா என்று மீண்டும் தாங்கள் வீரப்பனிடம் செல்ல நேரிடும்பொழுது கேட்டுத் தெரிந்தாலும் சரி, இல்லை அரசின் கவனத்துக்கு கொண்டு வந்து மத்திய புலனாய்வுத்துறை (CBI) மூலம் விசாரித்து குற்றவாளிகள் என்று நிரூபணமாகும் பட்சத்தில் அவர்களுக்கு என்ன தண்டனை கொடுத்தாலும் ஏற்றுக்கொள்ள அவர்களும், அவர்கள் குடும்பங்களைச் சேர்ந்த நாங்களும் சித்தமாக உள்ளோம். இப்படி செய்வதன் மூலம் நாங்களும் சிறையிலிருக்கும் எங்கள் குடும்பத்தைச் சேர்ந்தவர்களும் தங்களுக்கு என்றென்றும் நன்றிக்கடன் பட்டவர்களாவோம். மேலும் ஆண்டுக்கணக்கில் எங்கள் குடும்பத்தைச் சேர்ந்தவர்களை சிறையில் வைத்திருப்பதால் சம்பாதித்து குடும்பத்தைக் காப்பாற்ற முடியாமலும் உண்ண உணவில்லாமலும் உடுத்தத் துணியில்லா மலும் எங்கள் குடும்பங்கள் பலவகையிலும் பாதிக்கப்பட்டுள்ளது. இக்கொடுமையிலிருந்து எங்கள் குடும்பங்களை மீட்டு வாழ்வளிக்க வேண்டுமாய் மிகவும் பணிவன்புடன் கேட்டுக் கொள்கிறோம்.

மேலும், வீரப்பன் ஆட்களுக்கும் இந்த அதிகாரிகளுக்கும் மோதல் ஏற்பட்டு போலீசார் இறக்க நேரிட்டால், விசாரணைக்கு என்று வீட்டிலிருந்து பொதுமக்களை அழைத்துச்சென்று கஸ்டடியில் சித்திரவதை செய்து, அந்த அப்பாவிப் பொது மக்களை சம்பவஇடத்துக்கு அழைத்துச் சென்று நிற்கவைத்து சுட்டுக் கொன்றுவிட்டு வீரப்பனுக்கும் போலீசாருக்கும் நடந்த துப்பாக்கிச் சண்டையில் வீரப்பன் ஆட்கள் நால்வர் பலி, ஐவர் பலி என்று அறிக்கை கொடுத்து விடுவது அதிரடிப்படை போலீசின் வாடிக்கையாக உள்ளது.

இதுதான் அதிகாரிகள் வீரப்பனின் ஆட்களைப் பிடித்த லட்சணமும், துப்பாக்கியால் சுட்ட லட்சணமும். இதை எல்லாம் யாராவது வெளியில் சொன்னால் சொல்பவர்களுக்கும் இதே கதிதான். அதனால், பொதுமக்கள் யாரும் வெளியில் சொல்லி வழக்குத் தொடரப் பயப்படுகிறார்கள். அப்படி போலீசாரால் வீடுகளில் இருந்து அழைத்துச்சென்று சித்திரவதை செய்து

அண்ணாநமஸ்கரம்
...க்கிரன்பதிரிக்கர அண்ணா அவருக்
நீருபார்ககாபர்ல். அண்ணா அவருகலுகு
...திப்பர்க்கிம் மறியாதைக்கிம்
...றிய மதிப்புக்கிம். அண்ணா என்பேயர்.
மீன்கர சின்னதம்பி. அண்ணா நான்தமிழ்
நாட்டுரு சேந்தவன் அண்ணா தேலுங்கனுரு
அண்ணா காவேரிபுரம் போஸ்ட்டு அண்ணா
மேட்டுரு தாலுக்கா. சேலம்டிஸ்ட்டி அண்ணா
எனக்கு ஐந்துகுலந்தைகல் அண்ணா சிருவசி
அண்ணா பால்லிருடம் போவருகல் அண்ணா
...ன்ரம்பா எலைஞடும் அண்ணா நான்னுஎ.
...மனைவி எங்குவிட்டுதும் அண்ணா காவேரி
ஆதாரும் ஒருகிலோமீட்டர் தூரம்உல்லது
மீன்பிடித்லே தன்னங்கலுகு அண்ணா சோரு
இப்படி காஸ்டபட்டு வாய்காட்டி வ்இருக்கிட்டி
அண்ணா எங்உகுல் பணம்காடன்
அண்ணா வாகிய் 20 அய்ரம்ரூபாய்சல் மீன்வலை
...பாட்டு மீன்பிடித்து அண்ணா ஒன்ருநாவெதி 30
அண்ணா செம்ஸெஆரு வய்ந்துய்ருதே 1993
மாசிமத்தம் தொன்னுத்திமுணுக்மததுகு
மாசிமதம்5 தேதி ... கருநாடககாபோஸ்உம
முன்னா
தொன்னுத்திமுணுக்குமதத்துத40

அண்ணா நான் என்மகாவையும்

சாயபிங்கலம் 6 ருமணிக்கு
ஞய்ட்டுகிலமை என்மாமியாரு அன்று
அன்னா எங்குவீட்டுக்கு ஒரும்பரைய
வந்தரு திடிரேண்டு ராதிரிபாண்டுமணிநேரம்
ய்ருக்கும் அண்ணா எங்கல் உருக்கும் ரான்டுபரலங்
கரம் ஒருபெரியவண்டி ரண்டுசிப்பு நீருத்திவிட்டு
அண்ணை காருநாடகா போலீசர் குக்காநேரம்
அண்ணா எங்காள்வீரு நாடுஉர்ய்ருக்ம்
எங்காள்வீட்டுவாசில் நடாம்போவர் அண்ணா
போலீஸ்திடிரேண்ரு அண்ணா அடைரந்திடைசோன்நர்
திடிரேண்று அண்ணா எனைங்அபிய பகுபயந்
துஎன்மக்கல் மாணைவை மாமியாரு பயதுவைட்டபோ
காத்தி பாயந்து கிடுகிடுசேன்ரு நாடிங்கி
அபியானகுக்கு என்னைண வந்துமிடிக்கிர்
என்ரு கேட்டெட அண்ணா ஆயயாவ சோன்னார்
ரஸ்பிஅயயா மேட்டுர் குட்டிகோண்கிவசோ
ன்னார் அண்ணா உண்பெரு என்வெட மீன்கார
சின்னதம்பி பின்ரு சொன்னை உங்கஅபி
செங்கு யாடேரு கேட்டரு காலிப்பான்சோன்னை
அண்ணா சேரி வடைநாலையல் வெசாரணைபண்ட்டு
1993 ராண்டுமாதந்து முன்னேணை மிடித்தர்

பொண்டடி [illegible] மாக்கா குடி 6 பேர் வாயி
வாந் ராடியா ஒரு நாந்து [illegible] தலை அன்னை
ஆல்ல தெலெல்ஸ் பாக்கா த்விட்டுகார் காண்டு
புத்தி சொல்லை நாடுத்துவாந்துத்தா அன்னை
அத அதெ நெரத்தி அன்னை பாலாயு தான்னி
ரோடி அகி ஓட்டித மாக்காகுடி மானை
ஆல்லபாயதை யாருக்கு சொல்லவில்லை
அன்னை 1993 என்னை ராமாபுரம் டெசா
[illegible] இருந்து குடிகொண்டு போய
கேஸ் போட்டு மாஇசர் [illegible] கொர்டு அன்
ஆனூராவு 1993 சேறைக்கு கொண்டுவாந்து
போட்டா அன் தாடன் சொன்னா
நான் சேரைக்கு வாந்பிறகு நான் ஓட்டு
காடிதம் எழுதி[illegible]னை காயதம் போயிவிட்டு
சேந்பின்பு புருசான் உயிரோ இருக்கான்
அன்னை பொண்டடி [illegible] பூலைங்கா ஆல்ல
காருமுரோ காத்தி சேரையல் போனை[illegible]
அருதலை சொல்லி பூத்தி சொல்லி அன்னை
போனது போகிசி நீங்கா குலி வேலைக்கு
போன் சொன்னே குலி நாலி பூலைங்கால்
[illegible] வாறவாதிக்கு அன்னை
நால்ல மாதிரி வாச்சு இருக்குனு சொன்னே

நான் சேறை கவுந்து பின்பு அன்னை
என்மாகா அரு மேச்சா போன்று அன்ன
எராந்து விட்டது அன்னை அ ஆதுபே
இப்காழுடிவிலலை அன்னை
என் போருல் அந்தனை போனஇல்லப
வ் மாகாபோச்சி அன்னை என்னை
ரண்டு தடாவை வந்து பார்த்தா
அன்னை ~~அப்பொது~~ ஆதில் இருந்யாரு
வாரதில்லை அன்னை எநாக்கு தாஇ
லை தாந்தைல்லை நான் பாடுபட்டு
யாது என்குரும் வாமைக்கை முடிந்த
விட்டது அன்னை 1998 உ 2 4 தே
அன்னை எநாக்கு கால்வி எப்பாடின் தே
கு ஏனக்கு ஈராஸ்பாதி போந்தில்
து சாத்தின் நாவில் எநாக்கு கால்வி
அன்னை கிஸ்டன் பாருமாந்து
சாத்திநல்லை அன்னை
இப்பாடிக்கு மின்கா சின்னதம்பி
அன்னை நீஒரு காடவுலணீனை
உல்லை தாப்புஇருந்தல் உன்தாடி
போலமான்நிச்சிங்கா அன்னை

உருவகாவ்
~~[illegible]~~ மாதேச்சிமலைக் கோண்டுவந்து
டெசின்னதம்பி ன்குப்பட்டர் என்நாங்காசர்ன்
ட்டெ மெட்டுர் வந்துவிட்டோ சோன்நார் வன்ட
ல்காண்னை கட்டிவிட்டர் அன்ணை மாதேச்
பாரடகோவில் சாநாங்கல் அன்ணை மதையா
மதையா ன்ருசந்தம் போட்டர் ஓமதேசசிம
அன்ணை மநீச்சில்ஸன் என்நாசேயிறை ஏது சே
வர் ஏதுசேவரை என்னை என்சேயவர்
அன்ணை நீனைத்து காண்நீனிர் விட்டே
அன்ணை வீரப்பன் தேரீம்மா ன்கேட்டர்
சர் வீரப்பன் யாருனு அன்ணை தேரியது
சோன்னெ வீரப்பன் சேயிந்சது தேரி
கேட்டர் சார் எனக்கு வீரப்பன்னு அன்
சர் எந்தசமதும்யிலை சோன்னெ அன்ண
சுத்தமானெ தமிழ்பேசிநார் அன்ணை போலிமக
கன்நாடதில் [illegible] பேசிநார் அப்பத்தன் காநு
[illegible] தாபோஸன் எநாக்கு தேரிம் அதுவரிக்கு
தமீல் நாட்போஸ் இருந்தே அன்ணை
ஒருநால் மாதேச்சிமாலை அன்ணை
என்னை வச்சிருந்தர்கு கொல்லெகலம்
கோன்டு வந்து ஓருநல் வயித்து அன்ணை

ஃ. ஒருநல் வயத்து அன்ன சிப்புல்எத்து

கோண்டுபோய ஒரும்பு ஒருறாம்புல் அன்ன

கால்கைய கட்டிமெலதுக்கி டெசின்னதம

ஹரப்பன் தெரிம்ன்கேட்டா் சர்என் னை

சுட்டுருங்கா சா் எநுக்கு ஹரப்பன்தெரியது

அன்னை ன்று சாத்தும் போட்டு காத்தி

அப்பேபா கோல்கலைம் கோருட்டு சுனக்க

ஓடிவந்துபதா் அன்ன அப்பே என்ன

அன்ன கிலைஎணரைகிவிட்டு அன்ன

ஒக்கராவயிது மாருபடிம் அன்ன

காலைரான்டும் காட்டி அன்னய்ரும்பு

ன்னை போட்டு உருட்டிதொடை

காசகசான்ரு தன்னீ தன்னீ பாச்சதன்ன

அன்ன டெசின்னதம்ம ஹரப்பன் தெரிம்

ன்கேட்டா் சா் ஹரப்பன் எப்படின்தெரி

நான்னீா் தகாட் அன்ன உயருபோசுது

சாத்தும்போட்டு காத்ன்னெ அன்ன பான்

சித்ராவதை பான்னீ கோண்டுபோய டெச

போட்டுஹிட்டா் அன்ன என்நாலெ எந்ரிக்க

ஹலை சா் நு ... போனான் காலட

மாத்கா மனை

ங்க உயிர்போகுது இன்று சொன்னெ அண்ணா
தூரதிரி 3மாணிக்கு ஹெங்கிவெட்டி
ட்டகிலைத்து கலாத்துக்கு சுருக்கு போட்டு அண்ணா
ம்மேலெ ஏறிகுதித்தெ என்குட மருந்துகி
ான்று மருதவர் திடிரென்று போஸ்கருகு சொலி
ட்டார் காலையில் 8 மாணி போலஸ் அண்ணா
வந்து வெடி அருத்துவிட்டுர் தன்னி
ன்னை கொண்டுவந்து உதிநார் போலஸ் சாப்பநில
ஸ்பேட்டர் வந்து அடி அடன் அடிது
ாந்து உர் டேசான் போட்டார் அண்ணா
மாதம் வயத்து மருந்தூர்ல் வெடியன்ற காலை
ல் மாமியார் என்மானைவி மற்றும் ஒன்பது
அண்ணை என்னை தேடிபோநார் சேலம்
மாபுரி பெண்ணாகரம் ய்ரேடு பாவனி அண்ணா
ந்தியூர் சாத்திமாங்கலம் சாம்புராசிணகரம்
ளைந்தூர் அண்ணா எளைந்தூர டேசான் என்னை
த்து கொண்டு இருந்தார் கேட்டு ர் கேட்டர் மலை
மின் சொன்னார் கொல்லெ காலம் வாந்து அண்ணா
ல்லெ காலம் கொருட்டு பாக்கத்து தூக்காம்
ய்ராம் சான்னிரே மிருந்தர்

அருள்வின்வாக்கில்

வாதிமாமு

ன்னை ம்மா சாமாசரம்ன்கேட்டர்
மீஎன்மாருமகன் சின்னதம்பி போலீஸ் சர் சமீ
வீட்டுலெ டயிருந்து அன்னை குடிகொண்டு போனர்
அய்யா வாரசொன்னர் நாங்கல் 8 பேர்
ஏப்பத்தி ரான்டு 32 நல் அசி அன்னை
செத்தரே மலைத்தரே தெரி வில்லை
ம்மாமூன்னுருபய் அன்னை குடுங்கா
நநட கத்தில் எங்கு இரு ந்தால் அன்னை
நுபாத்தி 24 நலுமணி நேரத்தில் அன்னை
காட்டுல் ஒப்பஅடிக்கிறெ சொன்னர் சமீ
ன்வீட்டு உட்டு வாந்து ஒருமாதம் அகிவிட்டது
ரஸ்க்கு செலக்கு இல்லை நங்ல் அன்னை
வீட்டுகுபோ இவராம் சொல்லெ வீட்டு பலஸ்[illegible]
டா வீட்டுகு போயபா க்குபோகு அன்னை
ஆருமேச்சே போன்னுவ்க்கு 16 வாஇது போலீஸ்
கர் பாத்துபாயாந்து ஆறுவீட்டு ஓடிபோச்சி
ஆருஒன்குடா இல்லை பாரச்சால் போச்சி
மீன்வாலை போச்சி புருச்சான்போச்சி
அன்னை ஆல்லபோச்சி நாம்பஎப்பா
டி போலைக்காரதுன் அன்னை
விஸ்சாம் குடித்து சாத்போவாஅன்

கொன்றவர்களின் பெயரும் விலாசமும் கீழே விபரமாக எழுதியுள்ளோம். தாங்கள் ஒவ்வொரு இடமாக சென்று உண்மையை அறிந்து இந்த கர்நாடக போலீஸ் நாய்களின் முகமூடியை கிழித்தெறிந்து இவர்களின் உண்மை நிலையை தமிழகத்தில், மற்றும் கர்நாடகத்தில் உள்ள அனைவரும் அறியும் வண்ணம் பத்திரிகைகளில் பிரசுரித்து, மேலும் இவர்களின் காலித்தனங்கள் தொடர்ந்து நடைபெறாமல் தடுத்துவிடுமாறு மிகவும் தாழ்மையுடன் கேட்டுக் கொள்கிறோம்.

விசாரணைக்கென்று போலீசார் அழைத்துச்சென்று சுட்டுக் கொன்றவர்கள் மற்றும் தீவைத்துக் கொளுத்தப்பட்டவர்களின் விபரம்:

மேல்வீட்டு மாதையன் மகன் தங்கவேலு, நெல்லூர், கூடலூர் P.O. கொள்ளேகாலம் T.K., மைசூர் D.T. கர்நாடகா., சண்முகம் S/O.அய்யந்துரை, நெல்லூர், கூடலூர் P.O. கொள்ளேகாலம் T.K.மைசூர் D.T. கர்நாடகா, குழந்தை. S/O அய்யம்பெருமாள். நெல்லூர், கூடலூர் P.O. கொள்ளேகாலம் T.K. மைசூர் D.T. கர்நாடகா., வெங்கடாசலம் S/O, லிங்கண்ணன். நெல்லூர், கூடலூர் P.O. கொள்ளேகாலம் T.K. மைசூர் D.T. கர்நாடகா. இவர்கள் நால்வரையும் அழைத்துச்சென்று சித்திரவதை செய்து கொன்று பிரேதத்தை வீசி எறிந்துவிட்டு, ஊர் பொதுமக்களையும் மிரட்டிச் சென்றுள்ளார்கள்.

இதோடல்லாமல் போலீசாரே ஊருக்குள் புகுந்து வீடுகளுக்குத் தீ வைத்து கொளுத்திவிட்டார்கள். அப்படி கொளுத்தப்பட்ட வீடுகளின் சொந்தக்காரர்கள் விபரம் வருமாறு.

1.சாராய பொன்னுசாமி வீடு. 2.ஐயண்ணன் S/O பெரிய கூளையன் வீடு. 3.கண்ணம்மாள் W/O அம்மாசி. 4.சின்னம்மாள் W/O சாமி. 5.மாதையன் S/O தில்லை கவுண்டர். 6.மாது S/O தில்லைகவுண்டர் 7.ராமசாமி S/O தில்லைகவுண்டர். 8.மேயக்கா மாதையன் S/O ரங்கசாமி. 9.மீனுக்கார மாதையன் S/O மீனுக்காரன். 10.சிப்பிரி சின்னப்பையன். 11.வீரப்பன் S/O நஞ்சப்பன் ஆகிய பதினொரு பேர்களின் வீடுகளுக்கு தீவைத்து கொளுத்திவிட்டனர். இவர்கள் அனைவரும் நெல்லூர் கிராமத்தைச் சேர்ந்தவர்கள். மேலும் ஒடக்காபள்ளத்தில் துரைசாமி H/O நல்லம்மாள் என்பவரின் வீட்டையும் தீ வைத்துக் கொளுத்திவிட்டனர்.

இதுவரை இதற்கு அதிகாரிகள் எந்த முடிவும் எடுக்கவில்லை.

பொடையன் குழந்தை, S/O முத்துசாமி கிழவன், நெல்லூர், கூடலூர் P.O. கொள்ளேகாலம் T.K.மைசூர் D.T. கர்நாடகா, அய்யன்துரை S/O அய்யம் பெருமாள், இருவரையும் அழைத்துச் சென்று விசாரித்துவிட்டு பொடையன்குழந்தையை வீட்டுக்கு அனுப்பிவிட்டு அய்யன்துரையைக் கொன்றுவிட்டனர்.

பழனிசாமி S/O மாது, நெல்லூர், கூடலூர் P.O. கொள்ளேகாலம் T.K.மைசூர் D.T. கர்நாடகா. இவரை அழைத்துச்சென்று போலீஸ் கஸ்டடியில் மாதேஸ்வரன் மலையில் மாதக்கணக்கில் வைத்து சித்திரவதை செய்து எழுத்துமூலம் எழுதி வாங்கிக்கொண்டு கால்களையும் கைகளையும் முறித்து பின் சுட்டுக் கொன்றுவிட்டார்கள். இதைநேரில் பார்த்தவர்களை மைசூர் ஜெயிலுக்கு அனுப்பிவைத்து விட்டார்கள்.

புட்டன் S/O குழந்தை கவுண்டர் நெல்லூர், கூடலூர் P.O. கொள்ளேகாலம் T.K.மைசூர் D.T. கர்நாடகா. இவரை வீட்டிலிருந்து அழைத்துச்சென்று சித்திரவதை செய்தும் உயிர்நிலையில் கரண்ட் கொடுத்தும் கடைசியில் வீட்டுக்கு அனுப்பியுள்ளனர். உடல்நிலை தேறாமல் இறந்துவிட்டார்.

ராமசாமி H/O. ராஜம்மாள். மேட்டுபனையூர். கருங்காவலூர் P.O.மேட்டூர் T.K. சேலம் Dt., தமிழ்நாடு. இவரை கோர்ட்டில் ஆஜர்படுத்தி இவர் மீது எந்த வழக்கும் இல்லை என்று விடுதலை ஆனபின் இவரது அண்ணன் வெள்ளையன், மில்லுக்கார ஆண்டியண்ணன் இவர்கள்மூலம் போலீசில் ஒப்படைத்து சிலநாட்கள் ஆனபின் போலீசார் சுட்டுக் கொன்றுவிட்டார்கள்.

1,பழனி S/O சாராய பொன்னுசாமி. 2.அம்மாசி W/O.மேயக்கா ரங்கசாமி இருவரையும் நெல்லூர் பால்கார ராஜி போலீஸ் ஒப்படைத்து போலீசார் இவ்விருவரையும் மாதேஸ்வரன் மலை போலீஸ் கஸ்டடியில் வைத்து சித்திரவதை செய்து பழனியை சுட்டுக் கொன்று விட்டு அம்மாசி என்ற பெண்ணை தடாவழக்கில் மைசூர்சிறையில் வைத்து விட்டனர். அம்மாசியை மாதேஸ்வரன் மலையில் கஸ்டடியில் வைத்திருக்கும் பொழுது இவளது மார்பகத்துக்கும், உயிர்நிலைக்கும் கரண்ட் ஷாக் கொடுத்து மிக வன்மையாக சித்திரவதை செய்துள்ளார்கள்.

பேபி வீரப்பன் கோவையில் கலெக்டர் மூலம் பெர்மிஷன் வாங்கிக்கொண்டு இவர்களைப் பார்க்க மாதேஸ்வரன் மலை வந்தபோது அங்கு கஸ்டடியில் வைத்திருந்த அனைத்துப் பெண்களையும், ஆண்களையும் அழைத்துச் சென்று மறைத்து வைத்திருந்து பேபி வீரப்பன் சென்றபிறகு மீண்டும் கஸ்டடிக்கு

அழைத்துச் சென்றுள்ளனர். மேலும் நல்லம்மாள், பொன்ராஜ் என்ற பெண்களுக்கு கஸ்டடியில் இருக்கும்போது குழந்தை பிறந்திருக்கிறது. பொன்ராஜின் குழந்தை கொஞ்ச நாட்கள் ஆனதும் இறந்துவிட்டது. நல்லம்மாள் குழந்தைக்கு ஒரு வருடம் ஆனதும் குழந்தையைப் பிடுங்கி நல்லம்மாளின் அம்மாவிடம் கொடுத்து ஊருக்கு அனுப்பி விட்டு நல்லம்மாளை தடா வழக்கில் சிறை வைத்துவிட்டார்கள்.

காமராஜ் S/O கோவிந்தன். காளையனூர். கருமனாதூர் P.O. மேட்டூர் T.K. சேலம் D.T, தமிழ்நாடு. இவரை வீட்டிலிருந்தே அழைத்துச்சென்று சுட்டுக் கொன்றுவிட்டார்கள். கோவிந்தன் S/O குழந்தைக் கவுண்டர் அஞ்சிப்பாளையம் நெல்லூர், கூடலூர் P.O. கொள்ளேகாலம் T.K. மைசூர் D.T. கர்நாடகா. தமிழ்நாட்டில் அரூர் ஊத்தங்கரையில் இவர் சொந்தக்காரர் வீட்டில் இருந்து பன்னாடி என்கிற பொன்னுசாமி பாலவாடி, காவேரிபுரம் P.O., மேட்டூர் தாலுகா, சேலம் மாவட்டம் இவரது மூலமாக போலீசில் ஒப்படைத்து சுட்டுக் கொன்றுவிட்டனர்.

ஆறுமுகம் S/O ராமர், இவரது அக்கா மகன் போலீசில் ஒப்படைத்து, இவரைப் போலீசார் சுட்டுவிட்டார்கள். ராமசாமி S/O வாழபழத்தான் சந்திரியூர், கருங்கல்லூர் PO, மேட்டூர் TK, சேலம் DT, தமிழ்நாடு இவரை குருசாமி என்பவர் மூலம் போலீசில் சரணடையச் செய்து போலீசாரால் சுட்டுக் கொல்லப்பட்டார்.

பொன்னுசாமி S/O மாரிமுத்து ஒட்டர்தொட்டி ராமாபுரம் PO மேட்டூர் TK கொள்ளேகாலம் TK, மைசூர் DT. இவரதுமனைவியை போலீஸ் அழைத்துச் சென்று கஸ்டடியில் வைத்துக்கொண்டு இவர்கள் மக்களிடம் ‘உன் அப்பாவை போலீசில் ஒப்படைத்தால் உன் அம்மாவை விடுதலை செய்கிறோம்’ என்று சொல்ல, அதைக்கேட்டு இவரது மக்களும் இவரது தம்பிகளும் அவரைப் போலீசில் ஒப்படைக்க அப்பாவை சுட்டுக் கொன்று விட்டு அவரது மனைவி கோவிந்தம்மாளை தடா வழக்குப் போட்டு மைசூர் ஜெயிலில் வைத்துள்ளனர்.

1.ஆண்டியப்பன் S/O.முத்துக்கிழவன், 2.மணி, S/O முத்துக்கிழவன், 3.முத்துக்கிழவன் இவர்கள் மூவரும் லக்கம்பட்டி, சின்னதண்டா PO மேட்டூர் தாலுகா. சேலம் DT. தமிழ்நாடு. இவர்களுடன் இவர்கள் பெண்களையும் அழைத்து வந்து மாதேஸ்வரன் மலையில் வைத்து உயிர்நிலை, மார்பகங்களுக்கு கரண்ட் ஷாக் கொடுத்து சித்திரவதை செய்துவிட்டு. ஆண்கள் மூவரையும் சுட்டுக்கொன்றுவிட்டு பெண்களை வீட்டுக்கு அனுப்பி விட்டார்கள்.

தனபால் S/O அம்மாசி. இவரை அழைத்துவந்து போலீஸ் கஸ்டடியில் வைத்து சித்திரவதை செய்து உன் அப்பா வந்தால் உன்னை விட்டு விடுகிறோம் என்று சொல்லியதைக் கேட்டு அப்பா அம்மாசி மகனை மீட்டுச்செல்ல வந்தபோது இவரைப்பிடித்து சித்திரவதை செய்து கொன்றுவிட்டார்கள். அம்மாசி F/O தனபால், காவேரிபுரம் P.O.மேட்டூர் TK சேலம் உப தமிழ்நாடு.

அர்ச்சுணன் S/O குண்டநாவிதன் மகன், லக்கம்பட்டி, சின்னதண்டா PO., மேட்டூர் TK சேலம் DT, தமிழ்நாடு. இவரையும் வீட்டிலிருந்து அழைத்து வந்து மாதேஸ்வரன் மலையில் சுட்டுக் கொன்றுவிட்டார்கள். முருகன் S/O மாது. மிச்சான் (ராஜா) S/O சிண்டநாயக்கன் தண்டா, சின்னதண்டா PO,மேட்டூர் TK, சேலம் DT தமிழ்நாடு. இவர்களையும் அழைத்துவந்து சுட்டுக் கொன்றுவிட்டார்கள். பெருமாள் S/O பொன்னப்பன் செட்டிப்பட்டி, கோவிந்தப்பாடி PO மேட்டூர் TK, சேலம் DT, தமிழ்நாடு. இவரையும் வீட்டிலிருந்து அழைத்துவந்து மாதேஸ்வரன்மலையில் சுட்டுக் கொன்றுவிட்டார்கள்.

மதலைமுத்து H/O சுந்தரம்மாள், ஒடக்காபள்ளம் ஒட்டர்தொட்டி. இவரை அழைத்துச் சென்று அநேகநாட்கள் கஸ்டடியில் மாதேஸ்வரன் மலையில் வைத்து சித்திரவதை செய்து பின் சுட்டுக் கொன்றுவிட்டார்கள். பின் இவர் மனைவி சுந்தரம்மாளையும் அழைத்துச்சென்று மாதக்கணக்கில் வைத்து சித்திரவதை செய்து வீட்டுக்கு அனுப்பிவிட்டனர். கௌதல்லி PO, கொள்ளேகாலம் TK,மைசூர் DT. பழனி S/O அய்யன்துரை, மாட்டல்லி Pஞ, கொள்ளேகாலம் TK, மைசூர் DT. இவரையும் வீட்டிலிருந்து அழைத்துச்சென்று சுட்டுக் கொன்று விட்டார்கள்.

ஆனையம்மாள் W/O. கூலைமணியக்காரன். ஒடக்காபள்ளம், கௌதல்லி PO, கொள்ளேகாலம் TK, மைசூர் DT. இவரை ஒடக்காபள்ளம் பஸ் ஸ்டாண்டிலேயே ஜீப்பில் அடித்துக் கொன்றுவிட்டு பாடியைக் கீழே போட்டுச் சென்றுவிட்டார்கள். மீசை மாதேவ், படசல்நத்தம், மாதேஸ்வரன் மலைக்கு பஸ்ஸில் வரும்போது கௌதல்லிக்கு பக்கத்தில் பஸ்ஸை நிறுத்தி அழைத்துச் சென்று சுட்டுக் கொன்றுவிட்டனர்.

மாணிக்கன். S/O சின்னப்பையன். திருச்செங்கோட்டிலிருந்து அழைத்து வந்து சுட்டுவிட்டார்கள். பொன்னுசாமி (சாராய பொன்னுசாமி) இவரை அஞ்சிப்பாளையம் கூடலூர் PO, கொள்ளேகாலம், மைசூர் DT, ஆண்டி, கிருஷ்ணன், கோவிந்தன் மூவரும் வீட்டிலிருந்தவனை போலீசுக்கு தகவல் கொடுத்து

போலீசார் சுட்டுக் கொன்றுவிட்டனர்.

கங்காதுரை S/O வாத்தியார், குஞ்சப்பன் H/O அக்கம்மாள்,, தங்கவேலு S/O ஆண்டியப்பன், செல்வராஜ் S/O ராமர், மணி S/O குப்பு, கும்தால் S/O சாராய பொன்னுசாமி இவர்கள் அனைவரையுமே வீடுகளிலிருந்து அழைத்துச்சென்று சுட்டுக் கொன்றுவிட்டார்கள். கிழடன்ராமர் S/O சின்னத்தம்பி கவுண்டர், செட்டிப்பட்டி, கோவிந்தப்பாடி P.O,மேட்டூர் T.K. சேலம் DT, தமிழ்நாடு இவரையும் அழைத்து வந்து மாதேஸ்வரன் மலை கேம்ப்பில் வைத்து சுட்டுவிட்டார்கள். புட்டன் S/O மாதையா, அணைஓலை (மாதேஸ்வரன் மலை) இவரையும் வீட்டிலிருந்து அழைத்துச்சென்று சுட்டுவிட்டார்கள். பொதுமக்களுக்கும் மடத்துச் சாமியாருக்கும் தெரியும்.

மைசூர் சென்ட்ரல் ஜெயிலிலிருந்து வெளியில் வந்த சின்ராஜ் S/O சேத்துக்குழியான், கோவிந்தப்பாடி போஸ்ட், மேட்டூர் தாலுகா, சேலம் DT என்பவரை ஜெயில் தாண்டியவுடனே பிடித்துச் சென்று சுட்டுவிட்டனர். வருடக்கணக்காக ஜெயிலில் இருந்த இவரின் அம்மா சின்னப்பிள்ளையை தன் மகனின் திருமணத்துக்கு ஆந்திரா மாநிலம் நல்லூருக்கு திருமண அழைப்பு கொண்டு போகும்போது மாதேஸ்வரன் மலை போலீஸ் பிடித்துச் சென்று சுமார் இரண்டு வருடம் ஆகிறது. இன்னும் கஸ்டடி யிலேயே வைத்திருக்கிறார்கள். இவர் வீரப்பனின் கூட்டாளி சேத்துக்குளி கோவிந்தனின் அம்மா என்பது குறிப்பிடத்தக்கது.

இப்படியெல்லாம் போலீசார் அப்பாவி பொதுமக்களை (வீரப்பனைப் பிடிக்க முடியாமல், வீரப்பனைப் பிடிக்க கோடிக் கணக்கில் ஒதுக்கிய பணத்தை வீண்செலவு செய்துகொண்டு, அரசாங்கத்துக்கு கணக்கு காண்பிப்பதற்காக) பிடித்துச்சென்று சித்திரவதை செய்து நூற்றுக்கணக்கான குடும்பங்களைப் பாழ்படுத்தி விட்டார்கள். எண்ணிலடங்காதவர்களை சித்ரவதை செய்து சுட்டுக் கொன்றுவிட்டார்கள்.

இதையெல்லாம் சொன்னால் தங்கள் உயிருக்கும் ஆபத்து என்று பொதுமக்கள் வாய்பேசாத ஊமைகளாக உள்ளார்கள். சி.பி.ஐ. போட்டு விசாரிக்கும்போது போலீசாரின் கொலைகளும், கொள்ளைகளும், கற்பழிப்புகளும், வெளியுலகுக்கு தெரிய வரும். மேலும், கூட்டு ஒப்பந்தம் என்ற பெயரால் தமிழ்நாட்டைச் சேர்ந்த தமிழர்கள் நாப்பது பேரும், கர்நாடகாவைச் சேர்ந்த தமிழர்கள் 79 பேரும், தடா வழக்கில் மைசூர் மத்திய சிறையில் மூன்று வருடங்களாக உள்ளார்கள். இதில், பெண்கள் பதினேழு பேர்.

இந்த பதினேழு பெண்களில் ஒரு சிலரைத் தவிர மற்றவர்கள்

அனைவரும் இந்த போலீஸ் வெறி நாய்களால் கடித்துக் குதறப்பட்டவர்களே. இவர்களின் கணவன்மார்களைக் கொன்று விட்டார்கள். அதனால் ஒரு சில பெண்களை கஸ்டடியில் இருந்த பொழுது ஏமாற்றி, வெளியே வந்தால் நான் அழைத்துச்சென்று திருமணம் செய்து கொள்கிறேன் என்று தற்பொழுதும் வெங்கடேஷ் என்ற A.S.I. ஜெயிலில் வந்து என்ட்ரி போட்டு பார்த்துக் கொண்டுள்ளான்.

மேலும் பெஜ்ஜலட்டியை சேர்ந்த கௌதி என்பவனுக்கு சொல்லிக் கொடுத்து பொய்ச்சாட்சி சொல்லி, போலீஸ் கைப்பாவையாக மாற்றிக்கொண்டிருக்கிறார்கள். அடிக்கடி அதிரடிப்படை போலீஸ் அதிகாரி முசலையா என்பவர் ஜெயிலில் கௌதிக்காக வந்து என்ட்ரி போட்டு பணம் கொடுத்தும், துணிமணிகள் எடுத்துக்கொண்டும் உள்ளான். தமிழர்களை இந்த கர்நாடக வெறியர்களிடம் இருந்து காப்பாற்ற வேண்டும் என்ற நல்லெண்ணம் இருந்தால், மைசூர் ஜெயிலில் இருப்பவர்களை என்ட்ரி போட்டு அவர்களிடம் விசாரிக்கவும் மற்றும் ஊர்களிலும் பேட்டி எடுத்து இதற்காக உதவி செய்யும்படி பணிவன்புடன் கேட்டுக் கொள்கிறோம்.

இப்படிக்கு,
ஊர்ப் பொதுமக்கள்.
கர்நாடக தமிழக எல்லைப்புறம்,
கொளத்தூர் போஸ்ட்,
மேட்டூர் தாலுகா, சேலம் மாவட்டம்.

மதிப்பிர்க்கும் மரியாதைக்கும் உரிய, பத்திரிக்கை நிருபரும் ஆஸ்ரரியருமான அய்யா அவர்களின் சமுதாயத்திர்க்கு வீரப்பனால் பாதிக்கப்பட்டு 1991 முதல் 1998 வரை ஏழு வருடமாக மைசூர் சிறையில் 22 தமிழர்கள் உயிருக்கு போராடி வரும் கொடுமைகளை நாடு அரிந்ததே. ஆனால் தங்களுக்கும் எத்தனையோ முறை கடிதங்கள் எழுதி இருக்கின்றோம். இருந்தபோதிலும் நாங்கள் 22 பேர்களும் தங்கள் மலர் போன்ற பாதங்களை கண்ணீரால் கழுவி தலை வணங்கி கெஞ்சி கேட்டுக் கொள்கிறோம். எங்களை உயிருடன் காப்பாற்றி வெலியில் கொண்டு வர முயர்ச்சி செய்யுங்கள் மற்றும் நாங்கள் 22 பேரும் ஏழு வருடமாக அனுபவித்து வரும் கொடூரமான செயல்களை நன்றாக யோசித்து பாருங்கள் எங்கள் குடும்பங்கள் பட்டு வரும் கஷ்டங்கள் பல விதம்.

அய்யா நாங்கள் மிகவும் ஏளைகள் கர்நாடக தமிழக எள்ளையோரம் வசிக்கும் கூலி விவசாயத்தை சார்ந்தவர்கள் எங்கள் வழக்கறிஞ்ருக்கு கூட கொடுப்பதற்க்கு வசதி இல்லாமல் சில பேர்கள் 2000 ஷ் 3000 ரூபாய் வீதம் கொடுத்துள்ளோம். சில பேர்கள் ஒரு ரூபாய் கூட கொடுப்பதற்க்கு வலி இல்லாமல் ஏழு வருடமாக த்ஜவித்து கண்ணீர் வடித்து வாழ்ந்து வருகிறோம். இந்த நிலையில் எங்கள் வக்கில் மல்லிக்க அர்சுணய்ய 2 முறை கோர்ட்டு வாய்தாவுக்கு வந்தால் நான்கு முறை வருவதில்லை. ஏன் என்று கேட்டால் பஸ் செலவுக்கு கூட பணம் கொடுக்காமல் நான் எப்படி வரமுடியும் என்று கேட்கிறார் எனவே நாங்கள் எந்த வகையில் வெலியில் வருவது என்பதே ஒன்றும் புரியாமல் துடியாய் துடித்து நாளுக்கு நாள் செத்துப் பிழைக்கின்றோம்.

ஆகவே அய்யா தாங்கள் பாதங்களிள் எங்கள் 22 பேர்களுடைய உயிரை சமர்ப்பிக்கின்றோம். எங்களுக்கு 10000 ரூபாய் செலவு செய்து எங்கள் உயிரைக் காப்பாற்றுங்கள். எங்கள் அனைவருக்கும் ஒரே வழக்கறிஞர் A.M.மல்லிக்கர்சுணய்யா கொல்லேகள் இவருக்கு தொடர்புக் கொண்டு கணிசமான தொகையை கொடுத்தாள் கூடிய விரைவில் எங்கள் வழக்கை முடித்து விடுவார் ஆகவே இந்த உதவியை செய்வீர்கள் என்று தங்கள் பாதம்த் தொட்டு வேண்டுகிறோம்.

மற்றும் அய்யா எங்கள் மீது சுமத்திருக்கும் வழக்கிள் அதிகாரி கூறி வரும் சாச்சிகளை பார்த்தால் பயமாக இருக்கின்றது எங்களுக்கு தகுந்த ஆதாரங்கள் எதுவும் இல்லாமல் எல்லாம் அவர்களே ஜோடித்துள்ளர்கள்

அய்யா எங்கள் வேதனைகள் இவ்லா
உடன் லெட்டர் எழுதுங்கள் இப்படிக்கு
வணக்கம் நன்றி.

S.I. Ganeshan.GTNO 9353
central Jail
mysore. pin *5700 077.*

இந்த பொய் வழக்கில் சிக்கியவர்க்ள்
விபரங்கள் வருமாறு:

1. S.I. Ganeshan. s/o. Aiyamperumal. Jalakantapuram (PO) mettur (TK) Salem.(DT) Tamilnadu

2. G.murugeshan. s/o Gurunathan, Athur Gopinatham.(PO)

3.C.Gopal s/o.Chinnathambi Kaveripuram (PO) mettur (T.K.

4. Iyamperumal.s/o ponnapon. Athur. Gopinatham (PO) LoSôPLô

5. chinnaraji s/o Govindapadiyam. Gopinatham. (po) Karnataka

6. mani s/o Ramaswamy Kongaripatti pennakaram. Tamilnadu

7. Andiyappan.s/o Kottaikarathantavan. Mettur Tamilnadu

8. Dhadikkar marimuthu s/o Kanda gounder. Mettur. Tamilnadu

9. perumal. s/o Kandiyan. Gopinatham Karnataka

10. A.P.Govintharaji s/o palani Athur Gopinatham Karnataka

11. Ondi s/o kuppannan Kuramanur(PO) mettur. Tamilnadu.

12. Chnnakunji s/o. Guruswamy. Athur Gopinatham (po) Karnataka.

13. K.M. Govindan. s/o. mani. Nerupur (po) . Tamilnadu.

14. meesai maathaiyan s/o Kolandai goundar Govindapadi . Tamilnadu.

15. kenchan. s/o Kolabomman. Baragur (po) Bavani (TK) . Tamilnadu.

16. palaniswamy. s/o. mariyappan. Pennakaram. Dharmapuri . Tamilnadu.

17. mariyappan s/o. Erusagounder, Pennakaram. Dharmapuri . Tamilnadu.

18. matheshan. s/o. nadelappan. Pennakaram. Dharmapuri . Tamilnadu.

19. ponnimathaiyan. s/o. palaniyappan Athur Gopinatham. Karnataka

20, p.muthu s/o. palaniyappan . Athur Gopinatham . Karnataka

21, Raman. s/o

22, marikan. s/o. periyakannan. Gopinatham (po) Kollegal. (TK). Karnataka.

High Court Karnataka
எங்கள் வழக்கறிஞர் முகவரி:
A.m. mallikaarjunaiah B.S.L.BL.
Advocate c/o member control Silk BOARD Govt of India
Resi; no 1f.171. Chawdeswari temple street, Kollegal 571440. Phon.no 2392.

தடா கொடுமை!

ஹனூர் தமிழ்ச்சங்க செயல்பாடுகள்.
ஹனூர் தமிழ்ச்சங்கம்
15.9.95
மைசூர் ஜில்ல.
K.குன்டாபுரம் நாச்சிமுத்து மனு.
ஈவரி W/O. நாச்சமுத்து. கொடுத்த வாக்குமூலம்.

15.9.95 வெள்ளி அன்று காலை சுமார் 7 மணி அளவில் ஒரு போலீஸ் வந்தார். என்னை வீட்டில் யார் என்று விசாரித்தார். நான் என் கணவர் அஜ்ஜீபுரம் போய்யுள்ளார் என்றேன். இன்னும் யார் யார் இருக்கிறார் என் கேட்டார். என் மகன் இருக்கிர என்று சொன்னேன். மீண்டும் பக்கத்து வீட்டில் யார் இருக்கிறார் என் கேட்டேர். எங்கள் மாம்மனார் கொழிந்திய உள்ளா என்று பதில் சொன்னேன். அந்த சமமையதிதில் என் மகன் ராஜன் 15 வயது மகன் உடனே வந்தான். அவனை போலீஸ் போ என்று சொன்னார். என்னை பலமுறை இந்த பக்கம் வா என் கூப்பிட்டா. நான் அதர்க்கு 'சார் நீ ஒரு அன்னன் போல் நான் ஒரு தங்கையை போல் என்னை நீ கூப்பிட வேண்டாம்' என்று கை கும்பிட்டு பதில் சொன்னேன். இரண்டாவ வீட்டில் யா உள்ளர் என்று கேட்டார். கொலுந்தியல், என் மாமார் இருக்கிரார் என்று பதில் சொன்னேன். கொளிந்தியலுக்கு திருமணம் ஆகி விட்டதா என்று கேட்டார். 'நாண் திருமணம் ஆகியும் எங்கல் வீட்டில்தான்

ஹனூர் தமிழ்ச்சங்க கடிதம்

ஹனூர் தமிழ்ச்சங்கம் 15.9.95

மைசூர் ஜில்லா கொள்ளேகால் தாலுக்கா [illegible]

[illegible] S/O [illegible] கொடுத்த வாக்குமூலம்

15-9-95 வெள்ளி அன்று காலை ~~[illegible]~~ சுமார் [illegible] மணி அளவில் ஒரு போலீஸ் வந்தார். என்ன விஷயம் என்று விசாரித்த நான் என் கணவர் ஆஸ்பத்திரி போயுள்ளார் என்றேன் இன்னும் யார் யார் இருக்கிறீர்கள் என்று கேட்டார் என் மகன் இருக்கிறான் என்று சொன்னேன் மீண்டும் பக்கத்து வீட்டில் யார் இருக்கிறார் என்று கேட்டேன் அவர்கள் பாஷை தெரிந்து உள்ளது என்று பதில் சொன்னேன். அந்த சமையத்தில் என் மகன் ராஜன் 15 வயது மகன் உடனே வந்தான் அவனை போலீஸ் போ என்று சொன்னார் என்னை பல முறை இந்த பக்கம் வா என கூப்பிட்டதும் நான் அதற்கு சார் நீ ஒரு அண்ணன் போல் நான் ஒரு தங்கையை போல் என்னை கைகூப்பி வேண்டினேன் என்று பதில் சொன்னேன். நீ கூப்பிட இரண்டாவது வீட்டில் யார் உள்ளார் என்று கேட்டார் தெரிந்தியல். என் மாமா இருக்கிறார் என்று பதில் சொன்னேன் கொஞ்சம் பயத்துக்கு திருமணம் ஆகிவிட்டது

P.T.O

ஹனுவா தமிழ்ச் சங்கம் விசாரித்தபோது 15.9.95

K. கண்டாபுரம் பதிவு

சரோஜா w/o அப்புசாமி 15-9.95 அன்று விசாரித்தது

அவர் காலை 9 மணி அளவில் தெருக்கு இருந்து
வடக்கு இருவர் போலீஸ் வந்தார்கள் நான்
எங்கள் தாத்தா பழனியப்பக் கவுண்டர் வயல்களுக்கு
நான் ஆட்டை எடுத்து ஓட்டிக்கொண்டு போகும் போது ஒரு
போலீஸ் வந்து நீயார் என்று என்னை கேட்டார்
நான் விளையாடும் தெரியாது வீட்டு எண்ணாக வந்த
உணவுக்கு எடுத்துப் போய் வைத்த போது உடனே வீட்டில்
வந்து என் கையை பிடித்து பாயில் விரித்து
உள்ளே வா என்று என்னை உள்ளே தள்ளி இழுத்து
என்னை பல இம்சை கொடுத்துக் கொண்டு இருந்த போது
உடனே என் தாத்தா போலீஸ் கையை பிடித்துக் கொண்டா
டார் அப்பொழுது நான் தப்பித்து ஓடி தோட்டத்து
குடியிருக்கும் வீட்டுக்கு வந்து விட்டேன் நான்
பயந்து யாரிடமும் சொல்லவில்லை

22.9.95 போலீஸ் வந்து விசாரித்தார்
மேலமண்டை விவரம் தெரிவித்தோம்

HANUA
23/9/95

For Hanua Tamil Sangam
President
23/9/95

குப்புசாமி

L.T.M.
சரோஜா

அபாசாமி

இருக்கிறார்' என்று சொன்னேன். உடனே அவர்க வீட்டிர்க்கு போய் பார்தார். பார்த்தபொ மாம்மானர் இருந்தா என் கொழிந்திய இல்ல. உடனே எங்கள் வீட்டிற்கு வந்தார், வந்து 'இன்று எணக்கு மூன்று பெண்கள் தயாராக தேடி வைக்க வேன்டு' என்று சொல்லிவிட்டு கிழக்கே போய்விட்டார். மருப்படி காலை 9 மணி வந்து என் கணவரிடம் ஒரு போலீஸ் பேசி கொன்டு இருந்தார். இன்னுநொருவர் எங்கள் வீட்டிற்க்கு பிறகு வந்தாராம் காத்து இருந்தார். பிறகு சரோஜாவை இம்சை செய்தார் .

HANUR TAMIL SANGAM

ஐவர் கையொப்பங்கள்.

SEAL. 23.9.95.

SIGN.

ஹனூர் தமிழ்ச்சங்கம் விசாரித்தபோது.

K.*குன்டாபுரம் பதில்*

சரோஜா W/O *அப்புசாமி 15.9.95. வெள்ளிக்கிழமை.*

சுமார் காலை 9 மணி அலவில் தெற்க்கு இருந்து வடர்க்கு இருவர் போலீஸ் வந்தார்கள். நான் எங்கள் தாத்தா. பழனியப்பக் கவுண்டர் அவர்களுக்கு நான் சாப்பாடு எடுத்து சென்றபோது ஒரு போலீஸ் வந்து, 'நீ யார்?' என்று என்னை கேட்டார். நான் விலாசம் தெரிவித்து விட்டு என் தாவுக்கு உனவுக் எடுத்து போய் வைத்தபோது, உடனே வீட்டில் வந்து என் கையை பிடித்து பிலீஸ் வீட்டுக்கு உல்ளே வா என்று என்னை உள்ளே தள்ளி இழுத்து என்னை பல இம்சை கொடுத்து கொண்டு இருந்தபோது உடனே எண் தாத்தா போலீஸ் கை பிடித்துகொண்டார். அப்பொழது நான் தப்பித்து ஓடிவிட்டேன். நானே குடியிருக்கு வீட்டிற்கு வந்து விட்டேன். நான் பயந்து யாரிடமும் சொள்ள வில்லை.

சீல் 23/9/95

22.9.95.

போலீஸ் வந்து விசாரித்தார். விவரம் தெரிவித்தோம்.

நெல்லம்மா மீது உருண்டு புரண்ட எரடெத்தி போலீஸ்

இனிவரும் பாகங்களில் திமிர்பிடித்த போலீசாரால் பாலியல் சீண்டலுக்கும், வக்கிர வெறி பிடித்த காம அரிப்புகளுக்கும் மலைவாழ் குடும்பப் பெண்கள் பலவந்தமாக ஆட்படுத்தப்படும் சூழல்களை, நக்கீரனின் தொடர் முயற்சிகளின் விளைவாக அந்தந்தப் பகுதிகளின் பாதிக்கப்பட்ட மக்களே வெளிப்படுத்தும் குமுறல்கள். தடா சட்டத்தின் வரைமுறையற்ற கொடுமைகள், வீடியோ பேட்டிகளின் கண்ணீர் வரி வடிவங்கள். நக்கீரனுக்கு வந்த ஆதாரப்பூர்வமான உண்மைக் கடிதங்கள். ஒர்க்ஷாப் சித்திரவதைகள், கரண்ட், ராடு விடறது, பெஞ்ச் மேல் கட்டிப் போடுதல், தண்ணீர் ஊற்றி அடிப்பது, மிளகாய்ப் பொடி போட்டு மூச்சு இழுத்துப் பிடிக்க வைப்பது. இப்படிப்பட்ட சித்ரரவதைகளை விளக்கும் ஆதாரப்பூர்வமான கடிதங்கள். தினமணி கோவை பதிப்பு, தினத்தந்தி பெங்களூர் பதிப்பு பத்திரிகை செய்தி, கல்வி மறுக்கப்பட்ட பாமர மலைவாழ் மக்களின் கையெழுத்துகள் நிறைந்த கடிதங்களும் இணைக்கப் பட்டுள்ளன. அதனால் எழுத்துப்பிழைகள் இருக்கும். உள்ளது உள்ளபடி)

குறிப்பு: நெல்லம்மா என்ற இளம்பெண் மீது எரெடெத்தி என்ற போலீஸ்காரன் நடத்திய பாலியல் சித்ரவதைக் கொடுமை மற்றும் முதல் தகவல் அறிக்கை, F.I.R. இணைப்பு ஆதாரத்துடன்..

கர்நாடகா மாநிலம், கொள்ளேகால் வட்டம் ராமாபுரம் காவல் நிலையத்தில் 5.1.97 அன்று பதிவு செய்யப்பட்ட F.I.R. 4/97 (C.R 1-97) ன் உண்மை மொழி பெயர்ப்பு. (தமிழில்)

C.R. 26-97. வக்கீல் N.R.K. நாள் 24.1.97

முன்சீப் மற்றும் J.M.F.C. நீதிமன்றம். கொள்ளேகால்.

F.I.R. 4/97 (C.R.1-97)

ராமாபுரம் போலீஸ் எதிராக

குற்றவாளி; சிவப்பா பசப்பா எரடெத்தினவர்.

நகல்:

1. கொள்ளேகால் M.S.J.M.P.C. நீதிமன்றம்.
2. மாவட்ட காவல் கண்காணிப்பாளர் அலுவலகம்.
3. மாவட்ட கூடுதல் காவல் கண்காணிப்பாளர், மைசூர்.
4. கொள்ளேகால் துணை மண்டல DSP அவர்கள்.

நெல்லம்மா

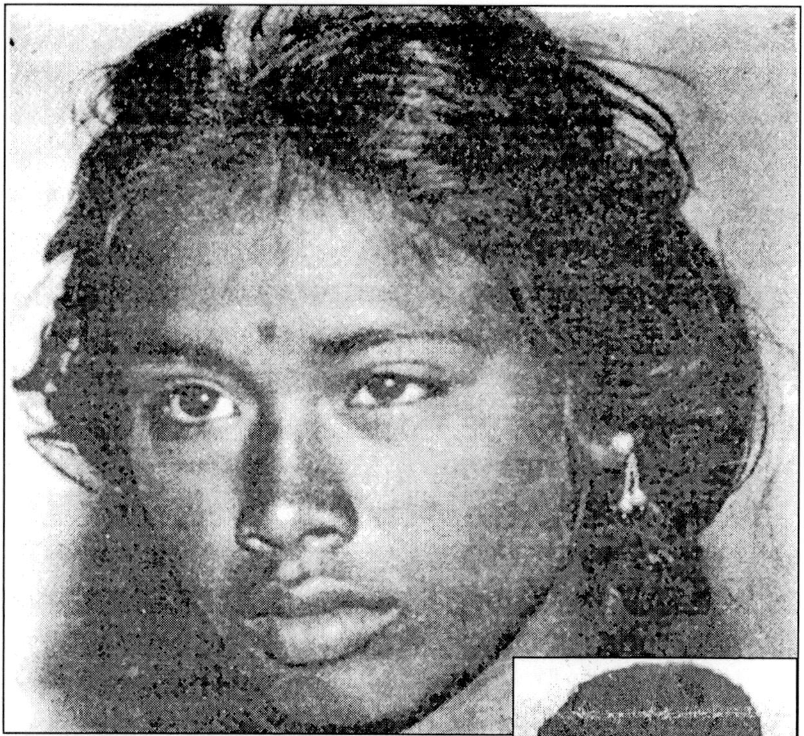

பசப்பன எரடெக்கி

விசாரணை

English translation of F.I.R. No:4/97 (C.R.1-97) dated 5-1-97 on the file of Ramapuram Police Station. Kollegal Taluk. Karnataka.
Before munsif cum J.M.F.C. Coury Kollegal

FIR 4/97 (C.R.1-97)
Ramapuram Police
Vs

Accused: Sivappa Pasappa Eradathinavar.

Copy to : 1. Kollegal M & J.M.F.C. court
2. S.P. of Mysore District.
3. Addl. S.P.of Mysore District.
4. D.S.P. Kollegal Sub Division.
5. OC & CC

2. F.I.R. relating to cognizable offence. Rornapuram circle, Ramapuram police station. received on 5-1-1997.

Rd F.I.R. with one enclosure at 9.00 a.m. on 5-1-97 through p.c. 1291 of Ramapura Police Station sd-JMFC 5/1.

1. Reports R.No.1-1997

2. Offence relating to Complaint - 376 IPC.
No of accused - 1
No of persons deceased or affected-1
Valuation of the property stolen

3. Date and place of occurance. Distance from the police station and direction. — date 3-1-1997 Nallore villag 30 Km from Ramapuram police station on south.

4. When was the first information received from which police station. Date and time of recording the FIR. — Received at Nallore on 5-1-97 at 3.00 a.m. Reached police station at 4.30 p.m. Recorded on 5..1.97 at 5.30 a.m.

5. Name and address of the person giving First Information. Date of Occurance of the alleged offence, Names of the accused..

Name of the Complainant : Manickam Bin Ponnusamy, Nallore, Kollegal (T.k)

Name of the occused : Policeman by name Eradeththi, Nallore Camp, Kollegal Taluk. In Nallore village within the Juridiction of Ramapuram police station on 3.1.97 arround 12 'O

5. 0C & CC

வாரண்ட் இல்லாமல் கைது செய்யக்கூடிய குற்றம் தொடர்பாக விவரிக்கும் முதல் தகவல் அறிக்கை. ராமாபுரம் சர்க்கிள். ராமாபுரம் போலீஸ் ஸ்டேசன் .1997 -ம் வருடம் ஜனவரி 5 ஆம் தேதி பெறப்பட்டது.

Rd; FIR with one enclosure at 9.00 am on 5.1.97 through p.c.1291 of Ramapur P.S. SD JmPc 5/1.

ரிப்போர்ட்டின் R.no.1-1997. மனு தொடர்புடைய குற்ற எண் = 376 IPC, தொடர்புடைய குற்றவாளிகளின் எண்ணிக்கை-1 இறந்த அல்லது கொடுமைக்குள்ளானவர்களின் எண்ணிக்கை-ஒருவர்.திருட்டு போன பொருள்களின் மதிப்பு

சம்பவம் நடந்த இடம் & தேதி. எந்த காவல் நிலையத்துக்கு உட்பட்டது. நிலையத்திலிருந்து எவ்வளவு தூரம் திசை. 3.1.97. அன்று நல்லூர் கிராமம். ராமாபுரம் காவல் நிலையத்திலிருந்து சுமார் 30 கி.மீ. தெற்கு.

முதல் தகவல் எப்போது பெறப்பட்டது. தேதி மற்றும் நேரம். எந்த நிலையத்திலிருந்து வந்தது. முதல் தகவல் பதிவு செய்த நாள் மற்றும் நேரம். 5.1.97 அன்று அதிகாலை 3.00 மணிக்கு நல்லூரில் பெற்று நிலையத்துக்கு 4.30 மணிக்கு வந்து வழக்கு பதிவு செய்யப்பட்டது. நேரம் 5.1.97. 5.30 மணி.

தகவல் அல்லது மனு கொடுத்தவரின் பெயர் மற்றும் மனுவின் சுருக்கம். சம்பவ தேதி மற்றும் குற்றவாளிகளின் பெயர்கள். மனுதாரர்: மாணிக்கம் பின் (BIN) பொன்னுசாமி, நல்லூர், கொள்ளேகால் TK. குற்றவாளி: எரடெத்தி (Eradeththi) எனும் போலீஸ்காரர். நல்லூர் கேம்ப். கொள்ளேகால் TK..

3.1.97-ம் தேதி மதியம் சுமார் 12 மணியளவில் ராமாபுரம் போலீஸ் நிலைய எல்லைக்குட்பட்ட நல்லூர் கிராமத்தில் மனுதாரரின் மகளான நெல்லம்மா எனும் 15 வயது சிறுமி தோட்டத்துக்கு செல்லும்போது மேற்காணும் குற்றவாளி சிறுமியின் உடல் மீது விழுந்து புரண்டு கொண்டும், கொலை முயற்சியும் செய்துள்ளார். இதுதான் இவ்வழக்கில் முதல் தகவல் அறிக்கையாக பதிவு செய்யப்பட்டுள்ளது. நிலையத்தில் இருந்த சீனியர் போலீஸ் அதிகாரியின் பெயர் மற்றும் பதவி, மனுதாரரின் புகாரை விசாரித்து உண்மை அறிந்து கொள்ள மேற்கொண்ட நடவடிக்கைகளின் விவரம்.

C.B. கணபதி.
சப் இன்ஸ்பெக்டர்.
ராமாபுரம்.

கிரிமினல் ப்ரொசிஜர் கோட் 157-ன் Sec (ஆ) அல்லது (இ)ன்படி விசாரணை செய்வது தொடர்பாக போலீஸ் அதிகாரி சம்பவ இடத்துக்கு செல்லாமல் இருந்தாலோ (அ) விசாரணை செய்ய நிராகரித்தாலோ அதற்குண்டான காரணங்களைத் தெரிவிக்க வேண்டும்.

விசாரணை தொடங்கப்பட்டது.

SD..

போலீஸ் அதிகாரியின் ஒப்பம்.

ராமாபுரம் காவல் நிலையம்.

அனுப்புதல்

மாணிக்கம் பின் (BIN) பொன்னுசாமி.

நல்லூர்.கூடலூர் (PO)

கொள்ளேகால் TK

பெறுநர்

சர்க்கிள் இன்ஸ்பெக்டர்,

காவல் நிலையம்,

ராமாபுரம்.

ஐயா!

3.1.97 அன்று என்னுடைய மகளான நெல்லம்மா என்பவள் தோட்டத்திற்கு மதியம் 12 மணியளவில் சென்றுக் கொண்டிருந்தபோது, நல்லூர் போலீஸ் கேம்ப்பில் பணிபுரியும் எரடெத்தி எனும் போலீஸ்காரர் என் மகளை பலாத்காரம் செய்துள்ளார். சுமார் ஒருமணி நேரம் தொடர்ந்து பல செயல்களை 15 வயது சிறுமி மீது நடத்தியுள்ளார். அவளின் உடல் அங்கங்களின் மீது விழுந்து புரண்டுக்கொண்டிருந்தபோது, வலி தாங்க முடியாத என் மகள் கதறி துடித்து கூக்குரலிட்டாள்.

அச்சமயம் சரியாக என் தம்பி தங்கவேலு அங்கு விரைந்தபோது, அங்கு நடந்துகொண்டிருந்த நிகழ்ச்சிகளை கண் கூடாக பார்த்து வேதனை அடைந்து மேற்கண்ட போலீசை பிடிக்க முயன்றபோது, அருகில் இருந்த போலீஸ் கேம்ப்பில் நுழைந்துவிட்டு அவர்களில் ஒருவராகிவிட்டார்.

என் மகள் மேற்கண்ட போலீஸிடமிருந்து தன் கற்பைப் பாதுகாக்கவும், கொலை முயற்சியிலிருந்து தப்பிக்கவும்

எவ்வளவோ முயன்றபோதும் விடாமல், 'என் மீது விழுந்து புரண்டு என்னை கற்பழித்து விட்டார்' என்று தாய், தந்தையான எங்களிடம் கண்ணீர் சிந்தியபடி என் மகள் கூறினாள்.

அதன் பிறகு நடந்த நிகழ்ச்சிகளை கிராம மக்களுக்கு தெரிவித்து, 'எங்களுக்கும் எங்கள் குடும்பத்தாருக்கும் போலீஸிட மிருந்து பாதுகாப்பு அளிக்கக் கோரியும், தவறு செய்த போலீஸ்காரர் மீது சட்டப்படியான நடவடிக்கை எடுக்கக் கோரியும், இனிமேல் இதுபோன்ற சம்பவங்கள் நடைபெறாமல் இருக்க தக்க முயற்சிகளை மேற்கொள்ள வேண்டும்' என்றும் கிராமத்தினர் ஒன்றுகூடி முடிவெடுத்தனர். அதன்பின் சிறிது தாமதமாக வந்து நான் புகார் கொடுத்தேன்.

இப்படிக்கு,
தங்கள் உண்மையுள்ள,
SD.,
மாணிக்கம் பின் பொன்னுசாமி,
வயது 38, விவசாய ஜீவனம்,
நல்லூர் கிராமம்.
5.1.97 அன்று அதிகாலை 3 மணிக்கு பெறப்பட்டது.
ஒப்பம். C.B. கணபதி
PSI

கைதிகள் முன் சந்தனமரங்களை அடுக்கினால்!

சப்-கலெக்டர்: உனக்கு என்னம்மா வேண்டும்?

பாத்திமா: *என் கணவரைக் கொன்னுட்டாங்கன்னு மொட்டக் கடுதாசி வந்திருக்குங்கய்யா...*

சப்-கலெக்டர்: *யார் கொலை செய்ததாம்?*

பாத்திமா: *அட்டகட்டி ஃபாரஸ்ட் டிபார்ட்மென்ட்காரங்க கூட்டிப் போனாங்க....*

நாள்: 2.6.1994. நேரம் இரவு 10 மணி.

இடம்; அட்டகட்டி வனத்துறை அலுவலகம்.

ஃபாரஸ்டர் முஸ்தபா, கார்டு ஆனந்தராஜ், கார்டு முகமது அலி, ஃபாரஸ்ட் வாட்சர் செல்வராஜ், ஜீப் டிரைவர் ரௌடி மணி ஆகிய ஐவரும் வனத்துறை ஜீப்பில் எங்கிருந்தோ கூட்டிவந்த எட்டு பேரை அடி துவைத்து எடுத்தார்கள். அதில் ஒருவனை அப்புறப்படுத்திவிட்டு, ஏழுபேரை வரிசையாக உட்கார வைத்தார்கள். உட்கார்ந்தவர்களின் முன்னால் சந்தனக்கட்டைக் குவியலை அடுக்கி, ஃபோட்டோ எடுத்தார்கள். தனியே இருந்த வாசுதேவனை மட்டும் ஜீப்பில் அழைத்துக்கொண்டு அங்கிருந்து புறப்பட்டார்கள் வனத்துறையினர் ஐவரும்.

இடம்: சாலித்தீன் வீடு. இரவு 12 மணி.

பழனிக்கவுண்டர் தெரு, சேத்துமடை.

கதவைத் தட்டும் சத்தம் கேட்டு கதவைத் திறந்தார் சாலித்தீன்.

வெளியே கார்டு ஆனந்தராஜும், மற்றவர்களும். மனைவி பாத்திமா எழுந்துவந்து கணவன் பின்னால் பயந்துபோய் நிற்கிறாள்.

சாலித்தீன்: என்ன சார் இந்த நேரத்துல? அதுவும் என்னைத் தேடி?

கார்டு ஆனந்தராஜ்: மொதல்ல வெளியே வாடா!

சாலித்தீன் தலைமுடியைப் பிடித்திழுத்து வீதியில் வீசுகிறார் வனத்துறை கார்டு. எல்லோரும் சேர்ந்து சாலித்தீனை உதைத்துப் புரட்டி எடுக்கிறார்கள். அடிபடும் கணவனுக்காக அந்த நள்ளிரவில் கதறுகிறாள் பார்த்திமா. அவளைக் காலால் எட்டி உதைக்கின்றன வனத்துறை பூட்ஸ்கள். சாலித்தீனை தூக்கி ஜீப்பில் போடுகிறார்கள். ஜீப்புக்குள் வாசுதேவன். எல்லோரும் ஜீப்பில் ஏற, சீறிக்கொண்டு புறப்படுகிறது வனத்துறை வாகனம். துரத்திக் கொண்டே பின்னால் ஓடுகிறாள் பாத்திமா. முடியவில்லை. சாலையில் தடுமாறி விழுகிறாள். கணவன் சாலித்தீன் குரல் அவள் காதில் விழுகிறது.

பாத்திமா.... ஸ்டேஷனுக்கு வராதே. வீட்டுக்குத் திரும்பிப் போ... குழந்தையைப் பார்த்துக்கோ...

அவலக் குரலுடன் ஜீப் கண்ணுக்குத் தெரியாமல் போயே விட்டது.

இரவு 1 மணி. அட்டகட்டி செக்-போஸ்ட்

சித்ரவதை ஆரம்பமாகிறது. வனத்துறையைச் சேர்ந்த பஞ்சமா பாதகர்கள் ஐவரும், சாலித்தீனையும், வாசுதேவனையும் நிர்வாணமாக்கி அடி துவைத்து எறிகிறார்கள். இருவர் வாயிலும், மூக்கிலும் ரத்தம் கொட்டுகிறது. தள்ளாடிய இருவரையும் எதிரெதிரே அமர வைத்து ஒருவர் சிறுநீரை மற்றவர் குடிக்குமாறு கட்டாயப் படுத்துகிறான் டிரைவர் மணி. இந்த வக்கிரம் பிடித்த கோரக்காட்சியை மணியோடு சேர்ந்து மற்றவர்களும் ரசித்து மகிழ்கிறார்கள். சிறுநீர் குடிக்க வைக்கும் சித்ரவதை முடிந்ததும் மறுபடியும் அடி உதையில் இறங்குகிறார்கள்.

ஐவரும் சேர்ந்து சாலித்தீனை அடித்தே கொன்றார்கள். பிணமான சாலித்தீனையும், மயங்கி விழுந்த வாசுதேவனையும் செக்-போஸ்ட் அலுவலகத்தில் போட்டு பூட்டி விட்டு, மற்ற ஏற்பாடுகளுக்கு ஆள் தேடிப் புறப்பட்டார்கள் ஐந்து படு பாவிகளும்.

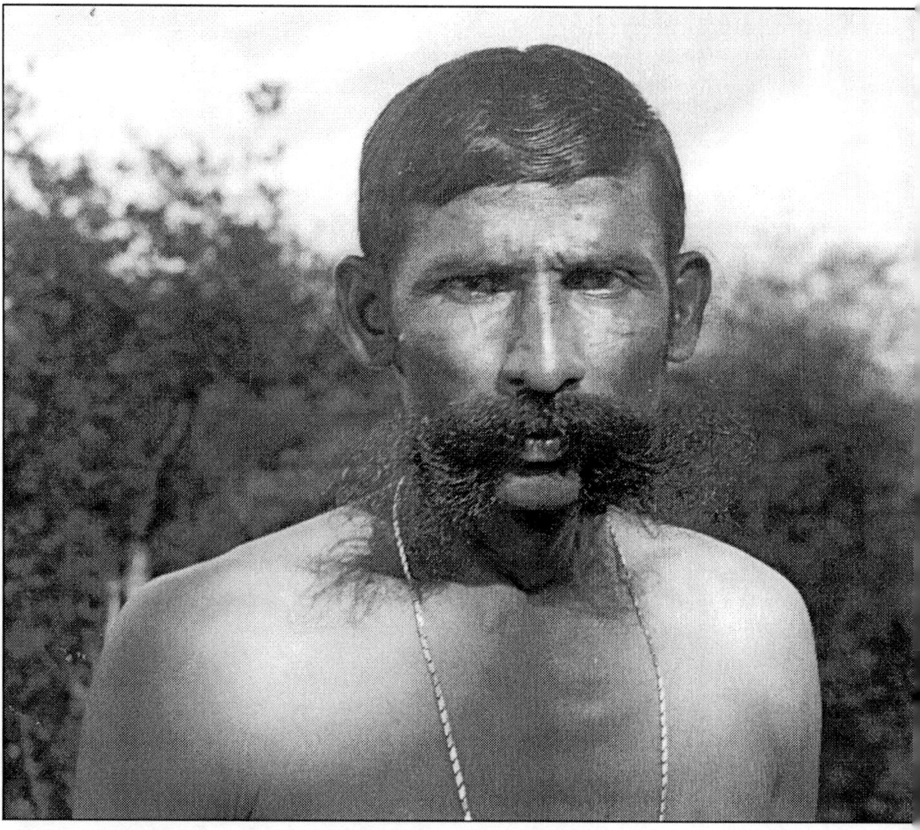

7.6.94. காலை 6 மணி

அட்டகட்டி வனத்துறை அலுவலகம்.

சப்- கலெக்டரின் ஜீப் அலுவலக வாசலில் நிற்கிறது. அந்த இளம் காலை நேரத்தில் அவரது வருகை எல்லோரையும் பயமுறுத்துகிறது. அவரது வினாக்களுக்கு யாரும் பொறுப்போடு பதில் சொல்லவில்லை. ஸ்வீப்பர் ராஜம்மாவை மட்டும் தனியே அழைத்துச்சென்று பதட்டமில்லாமல் நிதானமாக விசாரிக்கிறார்.

சப்-கலெக்டர்: ராஜம்மா! பாத்திமா என்கிற பொண்ணு இங்க வந்ததில்ல?

ராஜம்மா: ஆமாங்கய்யா...அவ புருஷன் சாலித்தீனை தேடிக்கிட்டு வந்துச்சு.., அவனை இவங்க ஆளாளுக்கு உதைச்சாங்க. கை, கால், முகம் எல்லாம் வீங்கிக் கெடந்தான். அதை பாத்திமாகிட்ட சொன்னேன்.

சப்-கலெக்டர்: நடந்தது நடந்து போச்சி, இனி பேசி என்ன பிரயோசனம்னு சொன்னியா?

ராஜம்மா: இல்லீங்க, எனக்குத் தெரியாது. வேணும்னா மாண்பனை கேளுங்க.

சப்-கலெக்டர்: அது யாரு மாண்பன்?

ராஜம்மா: இங்க வசிக்கிற பழங்குடிகளோட தலைவனுங்க!

சிறிது நேரத்தில் மாண்பன் அழைத்து வரப்படுகிறான். பயத்தில் நடுங்கிக்கொண்டே சப்-கலெக்டரை வணங்குகிறான்.

சப்-கலெக்டர்: என்னென்ன நடந்தது என்று நீயாக சொல்லிவிட்டால் உனக்கு நல்லது.

மாண்பன்: ஒரு வேலையிருக்கு வாடா மாண்பானு செக்-போஸ்ட்ல கூப்பிட்டாங்க... ஒடம்பு நல்லால்ல... வரயியலாதுன்னு சொன்னேனுங்க, சரின்னு, ஃபாரஸ்ட்ரேஞ்சர் ஐயா வீட்டு சமையல்காரர் கோபியையும், மூக்கையனையும், செல்வராசனையும் கூட்டிக்கிட்டு போனாங்க. நல்லாருப்பிய...! என்னை விட்டுருங்க எஜமான்.

சம்பந்தப்பட்டவர்களை நெருங்க தீவிரமாக முயற்சித்த சப்-கலெக்டரிடம் செல்வராசன் மட்டும் சிக்கிக்கொண்டதில் அவனிடம் கிடைத்த தகவல் இது;

3.6.94. காலையில் பிணமான சாலித்தீனையும் மயக்கம் தெளிந்த வாசுதேவனையும் தூக்கிப்போட்டுக் கொண்டு ஜீப் புறப்பட்டது. ரௌடி மணிதான் ஓட்டுகிறான். ஃபாரஸ்ட் கார்டு ஆனந்தராஜ், கார்டு முகமது அலி, ஃபாரஸ்ட் வாட்சர் செல்வராஜ், ஜீப் டிரைவர் ரௌடி மணி இவர்களோடு பாரஸ்ட் ரேஞ்சர் வீட்டுச் சமையல்காரன் கோபி, மூக்கையன், செல்வராஜ் ஆகியோர் வனத்துறை ஜீப்பில்.

அட்டகட்டி வனத்துறை அலுவலகத்திலிருந்து வால்பாறை செல்லும் ரோட்டில் 36-வது ஹேர்பின் வளைவில் பூட்டப்பட்டிருக்கும் காடாம்பாறை ரோட்டுக்கேட்டை திறந்து கொண்டு மேலும் ஐந்து கி.மீட்டர் தூரம் சென்று சிறிய பாலத்தருகே ஜீப் நிற்கிறது. பாலத்தின் கீழ் வாய்க்காலில் தண்ணீர் சலசலத்து ஓடிக்கொண்டிருக்கிறது!

வனத்துறை கார்டு ஆனந்தராஜ்; டேய் கோபி நீங்க மூணு பேரும் இறங்கி, இந்த வாய்க்கால்ல வர்ற தண்ணிய வேற பக்கம் திருப்பி விடுங்கடா

தண்ணீர் வரத்து மாற்றப்பட்ட வாய்க்காலில் விறகுகளை அடுக்கி மண்ணெண்ணெய் ஊற்றி அப்பாவி சாலித்தீன் சடலம் தீவைத்துக் கொளுத்தப்படுகின்றது. எல்லா எலும்புகளும் முழுச்

சாம்பலாக ஆவதற்காக நீண்ட நேரம் மீண்டும் மீண்டும் நெருப்பை மூட்டி எரிக்கிறார்கள்.

சிறு எலும்புத்துண்டுகளும் எஞ்சி விடாமல் சாலித்தீன் உடம்பு சாம்பலானதும் மீண்டும் தண்ணீர் திறந்து விடப்படுகிறது. சாம்பலும், கரித்துண்டுகளும் வாய்க்கால் தண்ணீரில் அடித்துச் செல்லப்படுவதைக் கண்டு ஆனந்தக் கூச்சலிடுகிறார்கள்.

அது அடர்ந்த மலைப்பகுதி வாய்க்கால். வாய்க்கால் என்பதால் எந்த இடத்தில் எப்படி, எப்படி மாறிப்போய் எந்த ஆற்றில் கலக்கும் அல்லது எந்த மலை அருவிகளில் கலக்கும் என்பதைக் கண்டுபிடிப்பது பெரும் சிரமம்.

வனத்துறை கார்டு ஆனந்தராஜ்: யாரும் கண்டுபிடிக்க முடியாது. யாருமே கண்டுபிடிக்கவே முடியாது. அந்த வாசுதேவனையும் கொண்டு வாருங்கள்!

தன் கண்முன்னாலேயே சாலித்தீன் சாம்பலாகி, வாய்க்கால் நீரில் கரைந்து போனதைக் கண்டதாலும், தன்னையும் இப்படித்தானே செய்யப் போகிறார்கள் என்ற பயத்தாலும், தனது முழுச்சக்தியையும் திரட்டி அலறினான் வாசுதேவன்.

வனத்துறை கொலைபாதகர்கள் வாசுவின் பயத்தை பிராந்தியால் போக்கினார்கள். கொஞ்சம் போதையில் மயங்கி ஓய்ந்த வாசுவை உயிரோடு கொளுத்துவதற்காக வாய்க்கால் தண்ணீரை வேறு பக்கம் திருப்பினார்கள். இரண்டாவது முறை அடைபட்ட வரப்பு தண்ணீர் திறந்துவிடப்பட்டபோது வாசுதேவனின் சாம்பலும் வாய்க்கால் நீரில் கரைந்து கலந்து போனது.

சப்-கலெக்டர் அந்த இடத்தைக் கண்டுபிடித்து வந்தபோது புதியமழை காரணமாக வாய்க்காலில் தண்ணீர் பொங்கிப் புரண்டு நுங்கும் நுரையுமாக ஓடிக்கொண்டிருந்தது.

சாலித்தீன், வாசு இருவரையும் எரிக்கப் பயன்படுத்தப்பட்ட விறகுகள் சந்தனமரக் கட்டைகளாகக் கூட இருந்திருக்கலாம். அவற்றை அடுக்கி வைத்துதானே ஃபோட்டோ எடுத்து வெளிஉலகுக்கு செய்தி கொடுப்பது வனத்துறைக்கும், காவல்துறைக்கும் வழக்கம்.

வீரப்பன் பேரில் சில களவாணிகள்

தன் வனக் கோட்டத்துக்குட்பட்ட காடுகளைச் சுற்றி சைக்கிளில் வலம் வந்து கொண்டிருந்த போது வனத்துறை அலுவலர் கைலாசம் திடீரென்று காணாமல் போய் விட்டார்.

கைலாசம் காணாமல்போன படலம் ஆலங்காயம் நீலிக்கொல்லையில் நடந்ததாக கூறப்பட்டது. போலீசும் வனத்துறையும் சுள் என்று சுடுதண்ணியை காலில் ஊற்றிக்கொண்டு காடுபூராவும் தேடியும்கூட கைலாசத்தின் குரல் எங்குமே கேடகவில்லை. வீரப்பனால் கடத்தப்பட்டாரோ? மிருகங்கள் எதுவும் கைலாசத்தை கொன்று விட்டதோ? என்று பலவாறு பேசிக்கொண்டனர். ஆனால், கைலாசம் படுகொலை செய்யபட்டுள்ளார். அதுவும் கோரமரணம்

சம்பவம் நடந்த அன்று மிட்டூர் நிம்மியம்பட்டு ரோட்டில் நீலிக்கொல்லை அருகில் ஜாலியாகப் பாட்டுப்பாடியபடி சைக்கிளில் போய்க் கொண்டிருந்தார் கைலாசம். மங்கிய மாலை நேரத்தில் யாரோ காட்டுக்குள் மரங்களை வெட்டும் சத்தம் கேட்டு சைக்கிளை நிறுத்தி நோட்டம் விட்டார் கைலாசம். சந்தன மரங்கள்தான் வெட்டப்படுகின்றன என்பதை அங்கிருந்து பரவி வந்த வாசனையே கைலாசத்துக்கு காட்டிக் கொடுத்தது.

சைக்கிளை ஓரமாக நிறுத்தி வைத்து விட்டு மெதுவாக அந்தக் கருமை படர்ந்த காட்டுக்குள் புகுந்து உள்ளே போனவர்

அதிர்ந்தார். அங்கே நான்கு பேர் சந்தனமரங்களை வெட்டிச் சாய்த்துக் கொண்டிருந்தது தெளிவாகத் தெரிந்தது. நாம் தனியாகப்போனால் நம்மைத் திருப்பித் தாக்குவார்கள் என்று நினைத்த கைலாசம் மீண்டும் ரோட்டுக்கு ஓடிவந்தார். அங்கு ஆடு மேய்த்துக் கொண்டிருந்த ஆறுமுகம், லோகன், பவுன் ஆகியோர்களை அழைத்துக் கொண்டு மீண்டும் காட்டுக்குள் புகுந்தார்.

டேய்... யார்ரா!.... மரத்தை வெட்டுறது....! என்ற கத்தலோடு கைலாசமும் ஆடு மேய்ப்பவர்களும் ஹேய்... என்று நெருங்க சந்தனமரங்களை வெட்டிக்கொண்டிருந்த எல்லோரும் தலைதெறிக்க ஓடிமறைந்தனர்.

வெட்டிச்சாய்க்கப்பட்ட சந்தனமரங்களை கைலாசமும் அவருடன் வந்த லோகனும் அருகிலிருந்த குடிசைக்கு தூக்கிக் கொண்டு வந்தனர். அப்போது உடனிருந்த லோகனும் போய்விட்டான். சந்தன மரங்களை அடுக்கி வைத்து விட்டு அங்கிருந்து உடனே வனத்துறைஅதிகாரிக்கு தகவல் தெரிவிப்பதற் காக புறப்பட்ட கைலாசத்தின் பின் தலையில் டமார் என்று உருட்டுக்கட்டையால் அடி விழுந்ததில் தடுமாறி விழுந்தார் கைலாசம்.

கீழேவிழுந்த கைலாசம் கூர்ந்து நோக்கும்போதுதான் எதிரே மோகன், ஜெயவேலு உட்பட நான்கு உருவங்கள் வில்லத்தனமாக சிரித்துக்கொண்டு நின்றிருந்தன. அடுத்த அடி இடுப்பில் விழ அம்மா என்ற கைலாசத்தின் குரல் அந்த சந்தன வனத்தையே கொஞ்சம் கலக்கியது. அதுதான் கைலாசத்தின் கடைசிக் குரல். ஏனென்றால் அதற்கடுத்து நெற்றியில் விழுந்த இன்னொரு அடி கைலாசத்தின் முக்கலையும் முனகலையும் மவுனமாக்கிவிட்டது.

துவண்டுபோன கைலாசத்தின் உடலைத் தூக்கிக்கொண்டு ரோட்டுக்கு கிழக்குப்புறம் சென்றது கடத்தல் கோஷ்டி. அங்கேயிருந்த ஒரு பள்ளத்தில் உடலைக் கிடத்தி காய்ந்த சருகுகள், சந்தனக் கட்டைகள், பழைய துணிகள் போன்றவற்றை பொறுக்கி உடலை மூடி தீ மூட்டினார்கள். கைலாசத்தின் உடலின் மீது தீப்பற்றிக் கொண்டபோது அவர் உயிர் பிரிந்துவிட்டதா? அல்லது இன்னும் அவர் மயக்க நிலையில்தான் இருக்கிறாரா? என்பது கூட தெரிந்துகொள்ளவில்லை.

எந்த மரங்களை காப்பாற்றுவதற்காக கைலாசம் சுற்றிச் சுற்றி வந்தாரோ அந்த மரங்களாலேயே எரிக்கப்பட்டார். எந்தக் காடுகளில் இராத்திரியும் பகலும் காவலுக்கு நின்றாரோ அந்தக் காட்டிலேயே அவர் கொல்லப்பட்டார்.. கருகிப்போன

கைலாசத்தின் உடலை அப்படியே விட்டுவிட்டுப் போகக் கூட மனமில்லை... கொள்ளைக் கும்பலுக்கு. கருகிய உடலை அப்படியே தூக்கி அருகில் இருந்த நான்கு அடி பள்ளத்தில் போட்டுப் புதைத்துவிட்டு வெட்டிக் கிடந்த சந்தன மரங்களையெல்லாம் அள்ளிக்கொண்டு ஓடினர்.

ஏற்கெனவே ஆலங்காயம் அருகில் உள்ள அல்லேரி வடக்கு காட்டில் அதிகாலை ஐந்தரை மணிக்கு சந்தன மரங்களை வெட்டிச் சாய்த்துக்கொண்டிருந்த ஐந்து பேரை மடக்க துரத்திய போது, அவர்கள் திருப்பித் தாக்கினர். அதில் ஒருவன் அரிவாளை வைத்து வனத்துறை அதிகாரி ஜெயக்குமாரை வெட்ட வந்தபோது அதிர்ஷ்டவசமாகத் தப்பித்துக் கொண்டார். அவர்கள் ஐந்து பேர்களில் இரண்டுபேரை மட்டும் அதிகாரிகளால் பிடிக்க முடிந்தது. மீதி மூன்று பேர் தப்பித்து மறைந்து விட்டனர். இதில் வன அதிகாரிகள் தகுந்த ஆயுதங்களோடு சென்றும்கூட அவர் களால் ஒன்றும்செய்ய முடியவில்லை. இதில் சிக்கிய சோழவரம் எம்.ராஜா, அப்புக்கல் கிராமம் லோகன் ஆகிய இருவரிட மிருந்தும்தான் கைலாசத்தின் மர்மச்சாவு முடிச்சை அவிழ்க்க க்ளூ கிடைத்தது. இல்லையென்றால் இப்பழியும் வீரப்பன் மேல்தான் போடப்பட்டிருக்கும்.

இது சம்பந்தமாக வனஅதிகாரி ஒருவர் நக்கீரனிடம் பல முடிச்சுகளை அவிழ்த்தார். திருட்டுத்தனமாக சந்தன மரங்களை வெட்டுபவர்கள் அரிவாள்கள் கோடாரிகள் மட்டும்தான் வைத்திருப்பார்கள் என்று நீங்கள் நினைக்கலாம். ஆனா அதுதான் இல்லை. அவனவன் துப்பாக்கியோடதான் வர்றான். சந்தன மரங்களை வெட்ட வர்றவன் சாதாரண ஆளுகதான். ஆனா அவங்களுக்கு எப்படி துப்பாக்கி கிடைக்குது?

நாங்க எத்தனையோ செக்போஸ்ட் போட்டுருக்கோம். அத்தனையும் தாண்டி எப்படி போக முடியுது? மிட்சுபிஸி மாதிரியான நவீன வேன்கள் அவங்களுக்கு எப்படி கிடைக்குது? இங்கிருந்து போற மரங்களை சர்வதேச மார்க்கெட்டில் விக்கிற அளவுக்கு அந்த சாதாரண ஆளுங்க பண்ண முடியும்னா இந்தநாட்டுல எந்தஇடத்துலயும் சந்தன மரங்களைப் பாக்க முடியாது. நா சொல்ல வர்றது என்னன்னா இங்க வனப்பகுதியில நடக்குற ஒவ்வொரு கடத்தலுக்குப் பின்னாடியும் ஒரு பெரிய மனுஷன் உண்டு. அரசியல் வாதிகளையும், மெட்ராஸ் அதிகாரி களையும் மூடிக்கிட்டு இருக்கச் சொல்லுங்க. தானா இந்தக் கடத்தல் நின்னுடும்.

நாங்க வெறும் தடியைத் தூக்கிட்டுத்தான் போறோம்.

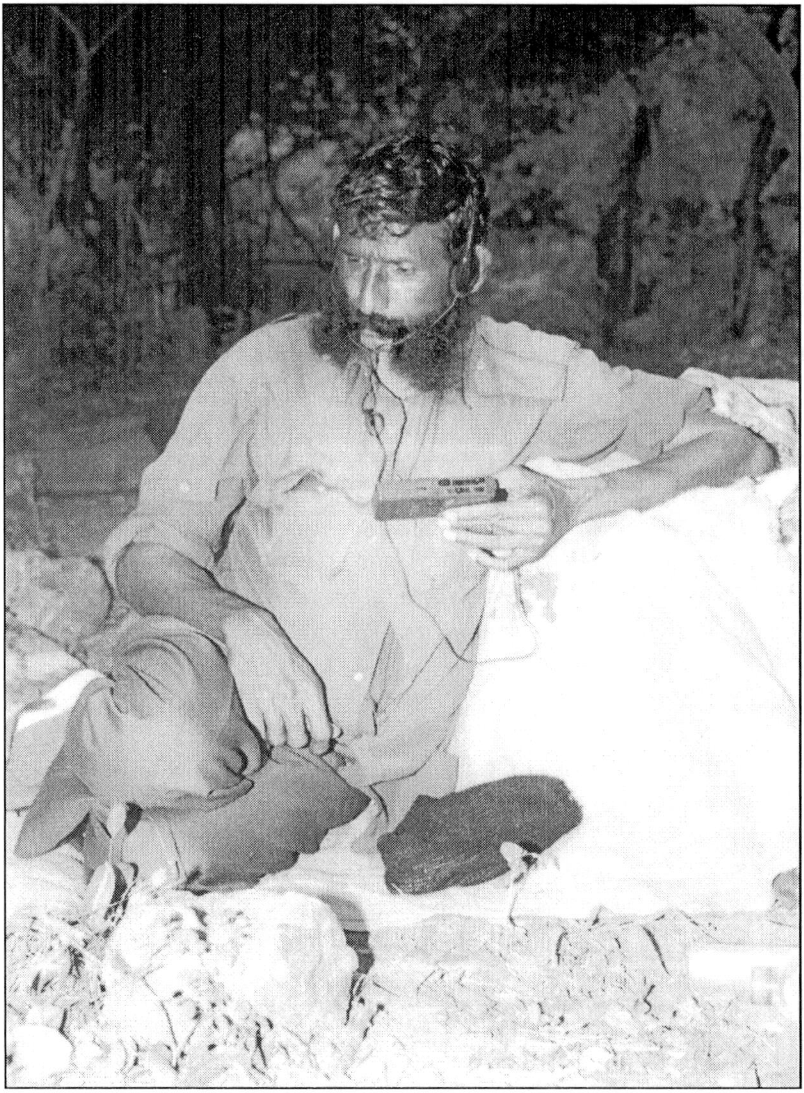

அவனுங்க துப்பாக்கியோட வர்றானுங்க. எங்களுக்கு நவீன ஆயுதம் வேணும் வேணும்னு தலையால அடிச்சுச் சொல்லிட்டோம். அரசாங்கத்துக்கு மண்டைல ஏறல. திடீர்னு ஒருநாள் சந்தன வீரப்பனைப் பிடிக்க லட்சலட்சமாக செலவழிப்பாங்க. ஆனா நூத்துக்கணக்கான வீரப்பனுங்க இன்னிக்கு வெளியில

நாட்டுக்குள்ள நடமாடிக்கிட்டு இருக்காங்க. அவங்களுக்கு இந்த அரசாங்கம் சல்யூட் அடிச்சு மரியாதை கொடுக்கறாங்க. ஆனா எங்க வீட்டு கேட்டுக்கு ஒரு காவல்காரன் கேட்டா அதுக்கு ஆயிரத்தெட்டு கேள்வி கேட்பாங்க என்று அந்த நேர்மையான அதிகாரி சாட்டையாக வார்த்தைகளைக் கொட்டினார்.

இது அப்படியிருக்க, விறகு பொறுக்கப் போகும் அப்பாவிகளைத்தான் பிடித்துப்போவார்கள் இந்த வனஅதிகாரிகள். 'உண்மையான திருடர்களை வேண்டுமென்றே தப்பிக்கவிட்டு விடுகிறார்கள்' என்று வனவாழ் மக்கள் குறைபட்டுக் கொள்கிறார்கள். தமிழக வனக்கோட்டம் வீரப்பன் பெயர் சொல்லி கடத்தல்காரர் களின் பிடியிலும், அவர்களை நகரங்களில் இருந்து இயக்கிக்கொண்டிருக்கும் அரசியல்வாதிகளிடமும்தான் சிக்கித் திணறிக்கொண்டிருக்கிறது.

அதிரடிப்படை மீது மாதம்மாள் புகார்

'மேட்டூர் -தமிழக எல்லை முகாமில் உள்ள கர்நாடக அதிரடிப்படையினர், தனது கணவரை தேவையின்றி பிடித்துச் சென்று சித்திரவதை செய்து கொன்றுவிட்டனர்' என்று மேட்டூர், கோவிந்தப்பாடியைச் சேர்ந்த மாதம்மாள் புகார் கூறியுள்ளார்.

கோவிந்தப்பாடியில் சின்னத்தாயி என்பவரது வீட்டில் கள்ளச் சாராயம் திருடு போயுள்ளது. இதற்காக எனது கணவர் சீரங்கன் உறவினர் செங்கோடன் ஆகியோர் மீது இவ்வூருக்கு அருகில் முகாமிட்டிருந்த அதிரடிப்படையினரிடம் சின்னத்தாயி புகார் செய்துள்ளார். இதையொட்டி இருவரையும் கர்நாடக அதிரடிப்படையினர் பிடித்துச் சென்றனர்.

சிலதினங்கள் கழித்து என் கணவர் சீரங்கனை விட்டு விட்டதாக கர்நாடக அதிரடிப்படையினர் கூறினர்.ஆனால், அவர் வீடு திரும்பவில்லை. எனது கணவரை கர்நாடக அதிரடிப் படையினர் சித்திரவதை செய்தபோது இறந்துவிட்டதாக ஏறத்தாழ இரண்டு மாதங்கள் கழித்து செங்கோடன் கூறினார்.

பின்னர், நான் கர்நாடக அதிரடிப்படையினரிடம் விசாரித்தபோது 'எனது கணவரை அழைத்துச் செல்லவில்லை' என மறுத்தனர். இதுகுறித்து கொளத்தூர் போலீசில் புகார் கொடுத்தும் நடவடிக்கை இல்லை. 'எனது கணவரைத் தமிழக போலீசார்தான் கண்டுபிடித்துக் கொடுக்க வேண்டும்' என்று மாதம்மாள் அளித்த புகார் மனுவில் கூறியுள்ளார்.

நன்றி: பிப்ரவரி; 1996.
தினமணி கோவை பதிப்பு.

கணவர் கொலை: அதிரடிப்படை மீது மனைவி புகார்

மேட்டூர், பிப். 4—

தமிழக எல்லை முகாமில் உள்ள கர்நாடக அதிரடிப் படையினர் தனது கணவரைத் தேவையின்றி பிடித்துச் சென்று சித்திரவதை செய்து கொன்றுவிட்டனர் என்று மேட்டூர் கோவிந்தப்பாடியைச் சேர்ந்த மாதம்மாள் புகார் கூறியுள்ளார்.

அதன் விவரம்:

கோவிந்தப்பாடியில் சின்னத்தாயி என்பவரது வீட்டில் கள்ளச் சாராயம் திருடுபோயுள்ளது.

இதற்காக எனது கணவர் சீரங்கன், உறவினர் செங்கோடன் ஆகியோர் மீது இவ்வூருக்கு அருகில் முகாமிட்டிருந்த அதிரடிப் படையினரிடம் சின்னத்தாயி புகார் செய்துள்ளார்.

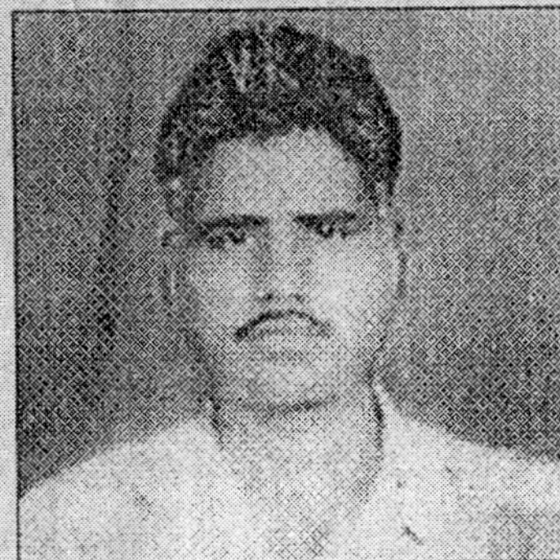

இதையொட்டி இருவரையும் கர்நாடக அதிரடிப் படையினர் பிடித்துச் சென்றனர்.

சில தினங்கள் கழித்து என் கணவர் சீரங்கனை விட்டுவிட்டதாக கர்நாடக அதிரடிப் படையினர் கூறினர்.

ஆனால் அவர் வீடு திரும்பவில்லை. எனது கணவரைக் கர்நாடக அதிரடிப் படையினர் சித்திரவதை செய்தபோது இறந்துவிட்டதாக, ஏறத்தாழ இரண்டு மாதங்கள் கழித்து எனது உறவினர் செங்கோடன் கூறினார்.

பின்னர் நான் கர்நாடக அதிரடிப் படையினரிடம் விசாரித்தபோது எனது கணவரை அழைத்துச் செல்லவில்லை என மறுத்தனர்.

இதுகுறித்து கொளத்தூர் போலீசில் புகார் கொடுத்தும் நடவடிக்கை இல்லை.

எனது கணவரைத் தமிழக போலீசார்தான் கண்டுபிடித்துக் கொடுக்க வேண்டும் என்று மாதம்மாள் அளித்த புகார் மனுவில் கூறியுள்ளார்.

தினமணி செய்தி

மத்தளத்துக்கு இரண்டு பக்கமும் இடி

சந்தனமர வீரப்பன், மக்கள் மீது தாக்குதல் நடத்திய கெத்தசால், புளிஞ்சூர், கோடிபுரம், காடகநல்லி, மொண்டிகை என்ற வரிசையில் அடுத்ததாக கல்மண்டிபுரமும் இடம்பெற்றால் அதிர்ச்சியுற வேண்டியதில்லை.

பெரியார் மாவட்டம் சத்தி வனப்பகுதியில் தாளவாடியிலிருந்து கெட்டவாடி செல்லும் வழியில் 17-வது கிலோமீட்டரில் இருக்கிறது கல்மண்டிபுரம். சாலையிலிருந்து சுமார் 1.5 கி.மீ. தொலைவில் கல்மண்டிபுரம், சோளகர் தொட்டி முழுவதும் மலை மக்கள் வாழும் குடியிருப்பு.

'வீரப்பனைத் தெரிந்தவர்கள் யார், யார்? அவன் எங்கிருக்கிறான்?' என்ற கேள்விகளுக்குப் பதிலளிக்க முடியாமல் தமிழக கர்நாடக அதிரடிப்படையினர் விசாரணைக்குள் சிக்கி இந்த மக்கள் படும் அவதி சொல்லி மாளவில்லை. அவ்வப்போது அதிரடிப்படையினர் வருவார்கள், விசாரிப்பார்கள். யாரையாவது பிடித்துச் சென்றுவிட்டு விட்டுவிடுவார்கள். சில நேரங்களில் கொத்துக் கொத்தாக கோழிகளும் பிடிபட்டுப் போய் திரும்பாது.

கடந்த சில வாரங்களாக இந்த கிராம மக்களுக்கு தொல்லை அதிகமானது. தங்களுக்குக் கிடைத்த ஏதோ தகவலின் அடிப்படையில் பிப்ரவரி 12-ஆம் தேதி கல்மண்டிபுர வீடுகளில் புகுந்து அடித்து உதைத்த தமிழக அதிரடிப்படையினர், சென்னஞ்சன், ராஜன், ஜடையன், பேதன், சென்னஞ்சன், மணி, சிவா, ஜவரன் என்ற எட்டு பேரையும், அருகிலுள்ள அல்லாபுரத் தொட்டிலிருந்து பத்து பேரையும் விசாரணைக்கு என்று பிடித்துச் சென்றுள்ளனர்.

மாதையன் என்பவர் அதிரடிப்படையினரின் அடிக்குப் பயந்து ஆசனூரில் உணவருந்தும்போது தப்பியோடி விட்டார். தமிழ்நாடு பழங்குடி மக்கள் சங்கத்தின் முயற்சியைத் தொடர்ந்து சிலர் நீதிமன்றக் காவலுக்குக் கொண்டு செல்லப்பட்டனர். எட்டு நாட்கள் வைத்திருந்து அதிரடிப்படையினர் விரட்டி விட்ட ஜவரையன் என்பவருக்கு வயது 70. இவரால் வேகமாக நடக்கக்கூட முடியாது. இந்த நாள்களைப் பற்றி விவரிக்கும்போது கண்ணீர் மல்குகிறது.

ஜடையன் என்கிற பத்துவயது சிறுவன் அழுது

மத்தளத்துக்கு இரண்டு பக்கமும் இடி

எம்.பாண்டியராஜன்

ஈரோடு, மார்ச் 21—

சந்தன மர வீரப்பன் மக்கள் மீது தாக்குதல் நடத்திய செத்தசால், புளிஞ்சூர், கோடிபுரம், காடகநல்லி, மொண்டிபுதிக்க என்ற வரிசையில் அடுத்ததாக கல்மண்டிபுரமும் இடம் பெற்றால் அதிர்ச்சியுற வேண்டியதில்லை.

பெரியார் மாவட்டம் சத்தி வனப் பகுதியில் தாளவாடியிலிருந்து கெட்டவாடி செல்லும் வழியில் 17-வது கி.மீ.யில் இருக்கிறது கல்மண்டிபுரம். சாலையிலிருந்து சுமார் 1.5 கி.மீ. தொலைவில் கல்மண்டிபுரம் சோளகர் தொட்டி. முழுவதும் மலைமக்கள் வாழும் குடியிருப்பு.

வீரப்பனைத் தெரிந்தவர்கள் யார் யார்? அவன் எங்கிருக்கிறான் என்ற கேள்விகளுக்குப் பதிலளிக்க முடியாமல் தமிழக, கர்நாடக அதிரடிப் படையினரின் விசாரணைக்குள் சிக்கி இந்த மக்கள் படும் அவதி சொல்லி மாளவில்லை.

அவ்வப்போது அதிரடிப் படையினர் வருவார்கள். விசாரிப்பார்கள். யாரையாவது பிடித்துச் சென்றுவிட்டு விட்டுவிடுவார்கள். சில நேரங்களில் கொத்துக்கொத்தாக கோழிகளும் பிடிபட்டுப் போய்த் திரும்

மாதையன் என்பவர் அதிரடிப் படையினரின் அடிக்குப் பயந்து ஆசனூரில் உணவருந்தும்போது தப்பியோடிவிட்டார்.

தமிழ்நாடு பழங்குடி மக்கள் சங்கத்தின் முயற்சியைத் தொடர்ந்து சிலர் நீதிமன்றக் காவலுக்குக் கொண்டு செல்லப்பட்டனர்.

எட்டு நாள்கள் வைத்திருந்து அதிரடிப் படையினர் விரட்டி

முறையும் உடன் ரத்தப்போக்கு. முகாமிலிருந்து வெளியே வந்த சில நாள்களாக தொடர்ந்து ரத்தம் கலந்த வாந்தியும் எடுத்திருக்கிறார். இன்னமும் கையில் கயிறு கட்டிவைத்திருந்த தழும்பு. காலில் காயங்கள். பூட்ஸ் காலால் மிதித்ததில் இன்னமும்கூட முழங்கால் மூட்டு வீங்கியுள்ளது.

அதிரடிப் படைப் பட்டியலில் உள்ள சித்தன் (ஒரு வருடம்

உதை விழுந்ததாகக் கூறுகிறார்.

சித்தனின் தாய் ஜடமாதம்மா, தங்கை நாகி, அக்கா சித்தி ஆகியோரை அழைத்த அதிரடிப் படையினர், சித்தனைப் பிடித்துக் கொடுக்காவிட்டால், வெள்ளைத்தாளில் கையெழுத்து வாங்கிக் கொண்டு காட்டுக்குள் கொண்டு சென்று சுட்டுப் போட்டு விடுவோம் என்று மிரட்டினார்களாம்.

கண்காணாமல் ஓடிவிட்ட

இதே ஊரைச் சேர்ந்த ரங்கசாமி, ஜடையன், சிக்க ஜாவண்ணா, பெரியசாமி, சிவண்ணா, ராஜு ஆகியோரை கர்நாடக அதிரடிப் படையினர் அழைத்துச் சென்றுள்ளனர். 25 நாள்களாகியும் எந்தத் தகவலும் இல்லை.

இத்தகைய சூழ்நிலையில், சந்தன வீரப்பனுக்கு எதிராக அதிரடிப் படை எந்த நடவடிக்கை எடுத்தாலும், அதன் பலனாக வீரப்பனின் கோபத்துக்கு ஆளாகி, கல்மண்டிபுரம் சோளகர் தொட்டி மக்கள் தாக்கப்படுவார்கள் என்று அஞ்சப்படுகிறது.

இதே நிகழ்ச்சிகளின் தொடர்ச்சியாக, 'கல்மண்டிபுரத் தொட்டியில் திருமணம் செய்தவர்கள்' என்ற காரணத்துக்காக ஆசனூரில் பங்களாத் தொட்டி குடியிருப்பிலிருந்து மார்ச் 1-ம் தேதி மாலை, பெரியசாமி, ராஜா என்ற இருவரை அதிரடிப் படையினர் அழைத்துச் சென்றுள்ளனர். இதுவரையிலும் அவர்கள் எங்கிருக்கிறார்கள், எப்படியிருக்கிறார்கள் என்பது பற்றி எவ்விதத் தகவலும் இல்லை

. பெரியசாமிக்காக 4 மாதக் கைக் குழந்தையுடன் அவருடைய மனைவி மாதேவியும் ராஜுவுக்காகச் சின்னப் பெண் குழந்தையுடன் மனைவி சரச

தினமணி செய்தி

கொண்டேதான் நடந்ததைச் சொல்கிறான். அந்த இளம் சிறுவனின் உடலெங்கும் காயம். தழும்பு, ஆங்காங்கே லட்டியின் கீறல்கள். தொடர்ந்து வயிற்றில் உதை வாங்கிய ஐம்பது வயது சென்னஞ்சனுக்கு ஒவ்வொரு நாளும் எண்ணற்ற முறை மலம் கழிக்க வேண்டியுள்ளது. ஒவ்வொரு முறையும் உடன் இரத்தப் போக்கு. முகாமிலிருந்து வெளியே வந்த சில நாள்களாக தொடர்ந்து இரத்தம் கலந்த வாந்தியும் எடுத்திருக்கிறார். அவரது கையில் கயிறுகட்டி வைத்திருந்த தழும்பு, காலில் காயங்கள், பூட்ஸ் காலால் மிதித்ததில் இன்னமும் கூட முழங்கால் மூட்டு வீங்கியுள்ளது.

அதிரடிப்படைப் பட்டியலில் உள்ள சித்தன் (ஒருவருடம் முன் அதிரடிப்படைக் காவலில் இருந்து தப்பியோடி வந்து விட்டவர்) என்பவரையும், தப்பிப்போன மாதையன் என்பவரையும் காணவில்லை. இப்போது நாள்தோறும் இரவு நேரங்களில் வரும் அதிரடிப்படையினர் அவர்களைத் தேடிப் பிடித்து ஒப்படைக்குமாறு கூறுகின்றனர்.

ஒருநாள் அதிகாலை மூன்று மணிக்கு வந்த அதிரடிப் படையினர் ஊரையே கூட்டி விசாரித்தபோது ஊர்த்தலைவரான (கொத்தாலி) ஐவனனுக்கு மட்டும் தொடர்ந்து ரெண்டு மணி நேரம் உதை விழுந்ததாகக் கூறுகிறார்.

சித்தனின் தாய் ஜட மாதம்மா, தங்கை நாகி, அக்கா சித்தி ஆகியோரை அழைத்த அதிரடிப்படையினர் சித்தனைப் பிடித்துக் கொடுக்காவிட்டால், வெள்ளைத்தாளில் கையெழுத்து வாங்கிக் கொண்டு காட்டுக்குள் கொண்டு சென்று சுட்டுப்போட்டு விடுவோம் என்று மிரட்டினார்களாம். கண்காணாமல் ஓடிவிட்ட இவ்விருவரும் சிலகாலம் முன் சந்தன வீரப்பனுக்குச் சுமை தூக்கி இருக்கலாம் என விசாரித்ததில் தெரிகிறது.

அதிரடிப்படையினரிடம் சிக்கினால், வீணாக அடித்தே கொன்று விடுவார்கள் என்று பயந்தே ஊணுறக்கமின்றி ஒளிந்து திரிகிறார்கள் என்று கூறுகின்றனர். இப்படிப்பட்ட சிலர் வீட்டைத் துறந்து கர்நாடகத்துப்பக்கம் பண்ணை வேலைக்குச் சென்றுவிடுவார்களாம்.

இதே ஊரைச் சேர்ந்த ரங்கசாமி, ஜடையன், சிக்கஜா வண்ணா, பெரியசாமி, சிவண்ணா, ராஜூ ஆகியோரை கர்நாடக அதிரடிப்படையினர் அழைத்துச் சென்றுள்ளனர். 25 நாள்களாகி யும் எந்தத் தகவலும் இல்லை. இத்தகைய சூழ்நிலையில் சந்தன வீரப்பனுக்கு எதிராக அதிரடிப்படை எந்த நடவடிக்கை எடுத்தாலும் அதன்பலனாக வீரப்பனின் கோபத்துக்கு ஆளாகி

கல்மண்டிபுரம், சோளகர் தொட்டி மக்கள் தாக்கப்படுவார்கள் என்று அஞ்சப்படுகிறது.

இதே நிகழ்ச்சிகளின் தொடர்ச்சியாக, கல்மண்டிபுரத் தொட்டியில் திருமணம் செய்தவர்கள் என்ற காரணத்துக்காக ஆசனூரில் பங்களாத்தொட்டி குடியிருப்பிலிருந்து மார்ச் 1 ஆம் தேதி மாலை பெரியசாமி, ராஜா என்ற இருவரை அதிரடிப் படையினர் அழைத்துச் சென்றுள்ளனர். இதுவரையிலும் அவர்கள் எங்கிருக்கிறார்கள், எப்படியிருக்கிறார்கள் என்பது பற்றி எந்தத் தகவலும் இல்லை.

பெரியசாமிக்காக நாலு மாதக் கைக்குழந்தையுடன் அவருடைய மனைவி மாதேவியும், ராஜூவுக்காக சின்னப் பெண்குழந்தையுடன் மனைவி சாராளும், தாய் தந்தையரும் சாப்பிடக்கூட முடியாமல் காத்திருக்கிறார்கள். இந்த மலை மக்களில் யாருக்கும் தங்களைச் சார்ந்தவர்களை அதிரடிப் படையினர் எந்தநாளில் பிடித்துச் சென்றனர் என்று குறிப்பிட்டுச் சொல்லக்கூடத் தெரியவில்லை. வெறும் கிழமை மட்டும்தான் கூறுகின்றனர். மத்தளத்துக்குத்தான் இரண்டு பக்கமும் இடி என்பார்கள். தற்போது சத்தி, தாளவாடி, பர்கூர், கடம்பூர் மலைப்பகுதிகளில் வாழும் மலைமக்களின் நிலையும் அதுதான்.

நன்றி: ஈரோடு தினமணி நிருபர் M. கோவிந்தராஜ்,
தினமணி மார்ச் 27 1996.

சித்ரவதைகள்

நக்கீரனின் வீடியோ பேட்டிகள்

நக்கீரன் நிருபர் குழு தமிழக கர்நாடக அரசுகளின் பல தடைகளைத் தாண்டி வனவாழ் மக்கள் அனுபவித்த சித்ரவதைகளை வெளிஉலகுக்கு வெளிப்படுத்திய வீடியோ + ஆடியோஆவணங்கள்...

நிருபர்: ஜெயப்பிரகாஷ் .

வீடியோ பதிவுநேரம், தேதி : *2.08, 12.9.97.*

தங்கவேல்:

"*93*-ஆம் ஆண்டு தடாவில் என்னை கைது செய்தார்கள் வீரப்பன் வழக்கில். அப்போது வீரப்பனால் பிரச்சனைகள். பலரை கைது செய்துகொண்டிருந்த நேரம். போலீஸ் மக்களைப் பிடித்துச் சென்று விசாரணை என்ற பெயரில் அடித்து, உதைத்து, சித்ரவதை செய்துகொண்டிருந்தார்கள். அப்போது முன்னாள் எம்.எல்.ஏ. சீரன் என்பவர் இங்கே வந்து பொதுக்கூட்டம் போட்டு அதைக் கண்டித்து பேசினார். அதனால், யார் மீட்டிங்குக்கு ஏற்பாடு செய்தது என்று விசாரிக்க என்னைக் கூட்டிச் சென்றார்கள். இரவு பதினொரு மணி. கர்நாடக போலீசார் என் வீட்டுக்கு வந்து, 'உன் மீது புகார் வந்திருக்கிறது. விசாரிக்க வேண்டும் வா...' என்றார்கள்.

மாதேஸ்வரன் மலைக்கு கூட்டிச் சென்றவர்கள், இருபத்தி மூன்று நாள் என்னை அங்கே வைத்திருந்தார்கள். கண்களையும் கைகளையும் கட்டிவிட்டார்கள். கால்களில் விலங்கு பூட்டினார்கள். தினமும் காலை எட்டு மணிக்கு விசாரணைக்காக

ஒர்க்ஷாப் பிற்கு கூட்டிச் செல்வார்கள்.

என்னையும் ஒர்க்ஷாப்புக்கு அழைத்துச் சென்று கரண்ட் கொடுத்தார்கள். ‘வீரப்பனைப் பார்த்தாயா? வீரப்பன் உன் வீட்டுக்கு வருவதுண்டா? வீரப்பனுக்கு நீ உதவி செய்தாயா?’ என்று கேட்டுத்தான் இந்த வதைகள் எல்லாமே. மற்றவர்கள் உயிர்நாடியிலும் கரண்டு கொடுத்தார்கள். வீரப்பனைப் பார்த்து நாம் உதவி செய்திருந்தால்தானே நாம் உடன்பட முடியும். ஆம் என்று சொல்ல முடியும். பார்க்கவில்லை, உதவி செய்யவில்லை என்று கூறிக்கொண்டிருக்கும்வரை இந்தச் சித்திரவதைகள்தான்.

கரண்டு வச்சவுடன ரொம்ப கொடூரமா இருக்கும். கொஞ்ச நேரத்திலே உணர்ச்சியே இல்லாமப் போயிடும். நாம எப்படி எந்த நிலையில இருக்கறோம்னு நமக்கே தெரியாது. எவ்வளவு கொடுமை. முதல் ஆறு நாட்கள் எனக்கு இந்த சித்திரவதைதான். என்னைப் பிடித்துக்கொண்டு போகும்போது எதற்காக எந்த முறையில் கைது செய்கிறோம் என்று கூறவே இல்லை. சட்ட விதிமுறைகளைப் பற்றி அவர்களுக்கு கவலையே இல்லை. நான் எங்கிருக்கிறேன் என்று என் வீட்டுக்கு தெரியாது. சிறைக்கு வந்த பிறகே 21.5.93-இல் என்னைப் பிடித்துக்கொண்டு போனார்கள். விவசாயம் செய்துகொண்டிருந்த என் மீது வீரப்பனுக்கு குண்டு மருந்து கொடுத்ததாக கேஸ் போட்டார்கள்.

தடாவில் போட்ட பிறகு ஆறு மாதத்தில் நாராயணன் என்ற நீதிபதி 20.6.94-இல் ஜாமீன் கொடுத்தார்கள். ஐம்பது பேரை அழைத்து நாங்கள் வெளியே வந்துவிட்டால், இந்த போலீஸ் செய்த கொடுமைகளை வெளியே கூறிவிடுவோம் என்று கர்நாடக போலீஸ் எங்கள் மீது மறுபடியும் ஒரு கேஸ் போட்டாங்க. எங்களை வெளியே வர விடமுடியாமல் தொடர்ந்து உள்ளே வைத்துவிட்டார்கள். மறுபடி இரண்டு வருடம் நாலு மாதம் அதே தடா. மொத்தம் மூன்று வருடம் பத்து மாதம்.

அந்தச் சமயம் வீரப்பன் ஆறு பேரை (போலீசார்) சுட்டுவிட்டார் என்பதற்காக என்னோடு சேர்த்து ஒன்பதுபேரை கொல்ல முடிவுசெய்தது போலீஸ். மாதேஸ்வர மலையில் இருந்து ஜீப்பில் கூட்டிச் சென்றார்கள். என்னையும் பழனிச்சாமியையும் நாங்கள் தி.மு.க.காரர்கள் என்பதால் கடைசி நேரத்தில் விட்டு விட்டார்கள். ஏனென்றால், அப்போதுதான் தமிழ்நாட்டில் இருந்து ஒரு எஸ்.பி. தகவல் கொடுத்திருந்தார். தமிழ்நாட்டில் இருந்து கொண்டுசென்ற யாரையும் சுட்டுவிடாதீர்கள். இங்கே உண்ணாவிரதத்துக்கு தயாராகிவிட்டார்கள் என்று. அதனால் என்னைச் சுட்டுக் கொல்லவில்லை. 24.5.93-இல் பலரை

சுட்டார்கள். ஆனால், இப்ப கலைஞர் ஆட்சி வந்த பிறகுதான் தெரியப்படுத்தி உள்ளார்கள். இன்று, இப்போதுதான் கோர்ட்டுக்கு வாய்தாவுக்கு கொண்டு வந்திருக்கிறார்கள்."

மாரிமுத்து (மூதாட்டி)

"நான் அய்யன்துரையோட அம்மா. என் மகன் வீரப்பனோட இருக்கிறான். வீட்டுக்கு வருகிறார், போகிறார் என்று எங்களை ஒன்றரை வருடமாக வைத்திருக்கிறார்கள். ஆறு வயது, ஒன்பது வயது, ஒன்றரை வயது பேரப்பிள்ளைகள் மூவர். நான், என் மகள், முத்துலட்சுமி ஐந்து பேரையும் ஒன்றரை வருஷமா சிறையில் வைத்திருந்தார்கள். கோயம்புத்தூரில் என் மகன் சரணடைந்த பிறகுதான், எங்களை விட்டார்கள். என் மருமகனை மட்டும் தடாவில் போட்டிருக்கிறார்கள்.

சிறையில் என்னை ராட்டையில் கட்டித் தூக்கினார்கள். கரண்டு கொடுத்தார்கள். 'உன் அப்பன் எப்படி, என்ன?' என்று கேட்டு அவர்களை ரொம்பக் கொடுமைப்படுத்திவிட்டார்கள். நாலு நாளைக்கு முன்னாடி, எட்டு நாளைக்கு முன்னாடி வந்தார்; அதைக் கொடுத்தார்; இதைக் கொடுத்தார்; என்று கூறிக் கொடுமை செய்தார்கள். மூணு மாசம் ரொம்பக் கொடுமை. நினைத்த போதேல்லாம் கரண்டு கொடுப்பாங்க. சாகிற நிலைக்கு வந்த பிறகுதான் அதைக் குறைச்சாங்க. காதுல, மூக்குல, உயிர்நாடியில கரண்டு கொடுப்பாங்க. அதை எப்படிச் சொல்றது. கொஞ்ச நேரத்துல மயக்கம் வந்துடும். அய்யன்துரை சரண்டராகி மூணுமாதம் கழித்துதான் விட்டாங்க. ஒன்றரை வருஷமும் மாதேஸ்வரன் மலையில்தான் வச்சுருந்தாங்க. ஓர்க்ஷாப்புக்கு கொண்டுபோயித்தான் இந்த சித்திரவதைகளைச் செஞ்சாங்க. பதிமூணு பெண்கள், ஒரு சிறிய பெண் (11 வயது மல்லிகா)."

சுப்பிரமணி:

விவசாயம். கூலிவேலை. செல்லிப்பாளையம். அப்பா: மாரிமுத்து. "30.4.93-இல் தோட்டத்தில் படுத்திருந்த என்னை பத்து போலீசார் வந்து கூட்டிச் சென்றார்கள். ராமபுரத்துக்கு பெரிய அதிகாரி வந்திருக்கிறார். முக்கியமான விசயம் பேசவேண்டும் என்று கூட்டிச் சென்றார்கள். ஊரிலேயே எங்கள் கையைக் கட்டிவிட்டார்கள். பதிமூணு பேரையும் ராமபுரம் ஸ்டேஷனுக்கு கொண்டுபோனார்கள். அங்கே எட்டு நாள் வைத்திருந்தார்கள். வெங்கடசாமி சர்க்கிள் இன்ஸ்பெக்டர். தினமும் காலை எட்டுமணிக்கு விசாரணை. என்ன அடி, உதை,

இதுபோன்ற
கேசட்டுகள் பல

ராட்டை கட்டி தூக்குவது, கரண்டு கொடுப்பது... இப்படி, நாங்கள் கொடுக்கும் வாக்குமூலத்தை தங்கள் பெரிய அதிகாரிகளுக்கு கொடுக்க மாட்டார்கள். பொய்யாக புனைந்து கூறுவார்கள். நாலு நாளைக்கு மாதேஸ்வரன் மலைக்குக் கூட்டி வந்தார்கள். ஒரே குடும்பத்தைச் சேர்ந்த பதிமூணு பேரை யார்தான் அடிப்பது என்று கணக்கில்லை. வர்றவன்லாம் அடிப்பான். மலைக்கு கொண்டு போயி அங்கும் அப்படித்தான். அடி, உதை, ராட்டை, கரண்ட், கையை கட்டி மேலே ராட்டையில் தூக்கி வைத்துக்கொண்டு கரண்ட் கொடுப்பார்கள். 'மார்பில் எப்படி கரண்ட் என்கிறீர்களா?' மார்பில் ஒரு கிளிப்பை மாட்டி, பிறகு ஒயர் கனெக்ஸன் கொடுப்பார்கள்.

மே மாசம் 12-ந் தேதி 93-ல் என்னைத் தடாவில் போட்டார்கள். தடாவில் எங்களைப் போட வைத்தது வெங்கடசாமி சர்க்கிள் இன்ஸ்பெக்டர். டைகர் அசோக்குமார் இருந்தார் அப்போது. தடாவில் இருந்து வெளியில் வர எத்தனையோ மனுக்கள் கொடுத்தேன். தேவேகவுடாவுக்கு, ஜெயலலிதாவுக்கு, கலைஞருக்கென்று. ஆனால், யாருமே கண்டுகொள்ளவில்லை. மூணு வருஷம் ஏழு மாதம் தடாவில் இருந்தேன். முதலில் ஐம்பத்தி மூணு பேருக்கு நாராயணன் நீதிபதி ஜாமீன் கொடுத்தார். ரெண்டு லட்சம் ரூபாய் செக்யூரிட்டி. தினமும் காலை, மாலை மைசூரில் போலீஸ் ஸ்டேசனில் கையெழுத்துன்னு ரொம்ப கண்டிஷன் போட்டிருந்தார்கள். ஆனால், ஒரு வாரத்துக்குள் எங்க எல்லோர் மீதும் மறுபடியும் ஒரு கேஸ் போட்டு, திரும்பி உள்ளே வச்சுட்டாங்க. ராமபுரம் ஸ்டேஷனில் துப்பாக்கியால் சுட்டதாக ஒரு வழக்கு. ஹரி கிருஷ்ணாவை சுட்டதாக ஒரு கேஸ். ரெண்டுமே மர்டர் கேஸ்தான். எங்களுக்கும் இதற்கும் சம்பந்தமில்லை."

மாதேஸ்:

"**அப்பா** குருநாதன். ஊர் லக்கம்பட்டி. மேட்டூர் தாலுகா. தடா கைதி. வீரப்பனுக்கு ஆதரவு கொடுத்ததாக வழக்கு. அரிசி பருப்பு கொடுத்ததாக ஊர்க்காரர்கள் ஏழு பேரோடு நானும் ஒருவன் என்று பிடித்துவந்தார்கள். 93 ஜூன் மாதம் தமிழ்நாட்டு போலீஸ் பிடித்து பதிமூணு நாள் வைத்திருந்தது. தேவாரம்தான். பதிமூணு நாளும் ஏகப்பட்ட சித்திரவதை. கரண்டு, ராட்டை, நிர்வாணமாக வைத்து ஒருவர் உறுப்பில் மற்றவர் வாய் வைத்து... அதெல்லாம் வெளியே சொல்ல முடியுமா? பிறகு மேட்டூரிலிருந்து திருநெல்வேலிக்கு கொண்டுசென்றார்கள். என்னையும்

அய்யண்ணன் என்பவரையும் அங்கே மூணுநாள். பிறகு மேட்டூருக்கு கொண்டு வந்து, அப்புறம் கர்நாடக போலீசிடம் ஒப்படைத்தார்கள்.

மாதேஸ்வரன் மலையில் ஒன்பதுநாள் ராட்டை, தண்ணீர் ஊற்றி அடிப்பது, தடா கேஸில் மூன்றரை வருஷம் இருந்தேன். இப்பதான் ஜாமீனில் விட்டார்கள். வழக்கில் ஆஜராகத்தான் கோர்ட்டுக்கு வந்திருக்கிறேன்."

பழனியம்மாள்:

"கணவர் சின்னப்பையன். ஊர் நல்லூர். வீரப்பனுக்கு உதவி செய்ததாக கர்நாடக போலீஸ் மூன்றரை ஆண்டுகளுக்கு முன்பு பிடித்தார்கள். மாதேஸ்வரன் மலையில் பத்து மாதம் வைத்திருந்தார்கள். மூணு வருடம் சிறையில். காதில் கொக்கி கொடுத்து கரண்ட் கொடுத்தார்கள். என்னையும் என் கணவரையும் கண்ணைக்கட்டி மலைக்கு கொண்டுவந்தார்கள். என் கணவரைத்தான் ரொம்ப அடிச்சாங்க. நிறைய பெண்கள் இருந்தாங்க. கரண்டு குடுக்கும்போது நாமளே செத்துப் போகலாம்னு நினைக்கிற அளவுக்கு கொடுமையா இருந்தது. நான் என்ன தப்பு செய்தேன்னு கேட்டதுக்கும் ரொம்ப தண்டனை. இப்ப கோர்ட்டுக்கு வந்திருக்கிறேன்."

அருள்தாஸ்:

"அப்பா அந்தோணிமுத்து. ஊர் சின்னப்பள்ளம். குவாரி மேனேஜர். பர்கூர் வில்லேஜில் 9.4.1993. இரண்டு மாநில போலீசும் குவாரியை காலி செய்யச் சொன்னாங்க. எந்திரங்களை எடுத்துக்கொண்டு வந்துவிட்டோம். 6.6.93 ஞாயிற்றுக்கிழமை அசோக்குமார் என்பவர், 'ஒரு என்கொயரி இருக்கு வா' என்று கூட்டிச் சென்றார். 'வீரப்பனுக்குப் பணம் கொடுத்தீர்கள், உதவி செய்தீர்கள்' என்று விசாரித்தார். ஆனால் அவர் ஒன்றும் அடித்து உதைத்து தொல்லை கொடுக்கவில்லை. மேட்டூரில் விசாரித்து விட்டு அனுப்பிவிட்டார்கள். நாப்பந்தைந்து நாள் கழித்து 21 ஜூலை, இதை எனது துணைவியார் தனது டைரியில் குறித்திருக்கிறார். இந்தநாள் ஒரு மறக்க முடியாத நாள். 'அப்பாவி யான என் கணவரை கர்நாடக போலீஸ் எப்படியெல்லாம் கொடுமைப் படுத்துகிறார்களோ... கடவுள்தான் காப்பாற்ற வேண்டும்' என்று டைரி எழுதி வைத்திருக்கிறார். (படிக்கிறார்) பின்னர் என்னைக் கூட்டிச் சென்று 'எந்தக் கட்சி?' என்று விசாரித்தார்கள். நான் வழக்கமாக தி.மு.க.வுக்கு வாக்களிப்பவர்.

சித்ரவதை செய்யத் தயாராக

கொலைகாரக் கூட்டம்

நான் தி.மு.க.காரன் என்றேன். சூழ்ச்சி தெரியாமல் கூறிவிட்டேன். 'இவனெல்லாம் எதிர்க்கட்சிக்காரன், வெளியே விட்டால் ஆபத்து' என்று பேசிக்கொண்டார்கள்.

ஏரோப்பிளேன் டார்ச்சர்: தோள் மூட்டுவைத் திருகிவிட்டு-காலையும் கையையும் கட்டிவிடுவார்கள். பிறகு மேலே ராட்டையில் தூக்கிவிட்டு, கரண்ட் கொடுப்பார்கள். மெட்டல் பாக்ஸ் பின்னை சொருகி கரண்ட் கொடுப்பார்கள். காதிலும் மூக்கிலும் கரண்ட் கொடுக்கும்போது காது, மூக்கு வழியாக ரத்தம் கொட்டும். கடுமையான வலி இருக்கும். அதனால் கண் அதிகம் பாதிப்பு ஏற்பட்டது.

ரொம்ப கொடுமைகள். மற்றவர்களுக்கு நடந்தது? என் எதிரிலேயே மற்றவர்களின் நகங்களைப் பிடுங்குவது, கை விரல்களை ஒடிப்பது இப்படி ஆண், பெண் குழந்தைகள் உட்பட என்னோடு ஐம்பது பேர் இருந்தோம். பெண்கள் பதிமூன்று. குழந்தைகள் இரண்டு மூன்று பேர்.

ஏழாம் தேதி மைசூருக்கு வந்த பிறகு ஆகஸ்ட் மாசம் பதினெட்டாம் தேதி பேப்பர் பார்த்த பிறகுதான் தெரிந்தது. என் கூட இருந்த பலர் என்கவுன்டரில் கொல்லப்பட்டார்கள் என்று. என் பக்கத்தில் இருந்து கொடுமைகளை அனுபவித்தவர்கள் எப்படி என்கவுன்டரில் சாக முடியும்? எனக்கு ரொம்ப ஆச்சரியமாக இருந்தது. மாரிமுத்து, முத்து, கங்காதரன், பழனிச்சாமி, இன்னொரு பெரியவர் முத்து. அவருக்கு டிசென்ட்ரி. ரத்தமாப் போச்சு. போலீஸ் கஸ்டடியில் அவர் 18.8.93-இல் பேப்பர் எடுத்துப் பார்த்தா அந்த தகவல் தெரியும்.

பதினொரு பேர் செத்ததா வந்தது. ஒன்பது பேர் போலீஸ் கஸ்டடியில் என்கூட இருந்தவங்க. அவங்க எப்படி போயி வீரப்பன்கூட சேர்ந்து சண்டையில செத்திருக்க முடியும். ஒரு நாளைக்கு ஒரு வேளை சாப்பாடுதான். என்னையும் ஷேவிங் செய்து, பிங்கர் பிரிண்ட் எடுத்து போட்டோவெல்லாம் எடுத்தாங்க. சரி... இனி கொல்லாத்தான் போகிறார்கள் என்று நினைத்தேன். அவர்களிடமே கேட்டேன். "என்னைச் சுட்டுக் கொல்லப் போகிறீர்களா" என்று கேட்டேன். "இல்லை. மைசூருக்கு கொண்டுபோகப் போகிறோம்" என்றார்கள். எனக்குக் கொஞ்சம் நிம்மதி வந்தது.

சர்க்கிள் இன்ஸ்பெக்டருடன் இருந்த குமாரசாமி என்பவர் ஏரோப்பிளேன் சித்திரவதை பாத்து ரொம்பவும் ரசிப்பார். சிகரெட் பிடித்துக்கொண்டே ரசிப்பார். இதெல்லாம் ஒர்க் ஷாப்பில்தான் நடக்கும். ஒர்க்ஷாப்பில் எந்திரங்களின்

பார்ட்டுகளை பார்ட் பார்ட்டாகப் பிரித்து எடுப்பார்களே அதைப் போலத்தான் இங்கே மனித உடல் உறுப்புகளை வதைப்பார்கள். அது ஆணாக இருந்தாலும், பெண்ணாக இருந்தாலும் தயவு தாட்சண்யமே கிடையாது . ஒர்க்ஷாப் போனாலே படு கொடுமைதான்.

முதலில் நிர்வாணப்படுத்துவார்கள். பிறகு உடம்பு முழுவதும் தண்ணீர் ஊற்றிவிட்டு, அக்குளில் மிளகாய்ப்பொடி அப்புவார்கள். தொப்புளில், பிறப்புறுப்பில் மிளகாய்ப்பொடியைத் திணிப்பார்கள். இரண்டு கால்களையும் நீட்ட வைத்து இரண்டு, மூன்றுபேர் சேர்ந்து உலக்கையால் உருட்டுவார்கள். நொறு நொறு என்று சத்தம் வரும். அப்படி எனக்கு செய்யவில்லை. ஆனால் மற்றவர்களுக்கு செய்ததை நான் பார்த்தேன். கால்கள் தண்ணி மாதிரி ஆகிவிடும். குட்டன் என்பவருக்கு அப்படி செய்து அவருடைய உடம்பே படுநாற்றமாக நாறியது, நடக்க முடியாமல் போய்விட்டது. என்கவுன்டரில் செத்தவர்களில் இவரும் ஒருவர்.

சல்லிப்பாளையத்தைச் சேர்ந்த சேகர் என்ற பையன் என் கூட இருந்தான். அவனை ஆபீசுக்கு கூட்டிச் சென்றார்கள். அங்கு போய் வந்து என்னிடம் அழ ஆரம்பித்தான். ஏன் அழுகிறாய் என்றேன். 'அண்ணே எனக்கு காக்கி டிரஸ்சுக்கு அளவெடுத்து விட்டார்கள்' என்று அழுதான். அதாவது வீரப்பன் ஆட்களைப் போல டிரஸ் அளவெடுத்து, காக்கி தைத்து, காட்டுக்குள் அழைத்துச்சென்று சுட்டுக் கொன்றுவிடுவார்கள். ஆனால், சேகர் எப்படியோ தப்பிவிட்டான். அவனைக் கொல்லவில்லை. இப்போது சிறையில் இருக்கிறான். நான் மைசூர் காலேஜில் பி.ஏ. படித்துள்ளேன். தடாவில் மூணு வருடம் நாலு மாதம். லவ் மேரேஜ். மனைவி இந்து. நான் கிறிஸ்தவன். உலகிலேயே மிக மோசமானது இந்த தடா சட்டம்தாங்க. தடா நீக்கப்படுவதற்கு முன்பு கைதானவர்கள் தடா கைதிகள்தான்.

நடிகர் சஞ்சய்தத்திடம் நிறைய ஆயுதங்கள் இருந்தன. தடாவில் பிடித்தார்கள். அப்படி ஏதாவது இருந்து எங்களைப் பிடித்திருந்தாலும் பரவாயில்லை. எந்தத் தவறும் செய்யாத எங்களை இப்படி வதைத்துவிட்டார்கள். சஞ்சய்தத் பெரிய ஆள். மம்தாபானர்ஜி உண்ணாவிரதம் இருந்தார்கள். எங்களைப் போன்றவர்களுக்கு யார் இருப்பார்கள். நாங்கள் அனாதைகள். அது ஜெயலலிதா அரசு. எங்களுக்கு உதவி செய்ய நியாயம் கேட்க அவர்களுக்கு நேரம் ஏது? சொத்து சேர்க்கவே அவர்களுக்கு நேரம் போதவில்லை.

நூத்தி இருபத்தி ஒரு பேர் வெளியே வந்திருக்க,

எஸ்.டி.எஃப்.பின்
சித்ரவதைக்குப் பயந்து
மலை கிராம மக்கள்
வீரப்பன் பாதுகாப்பில்

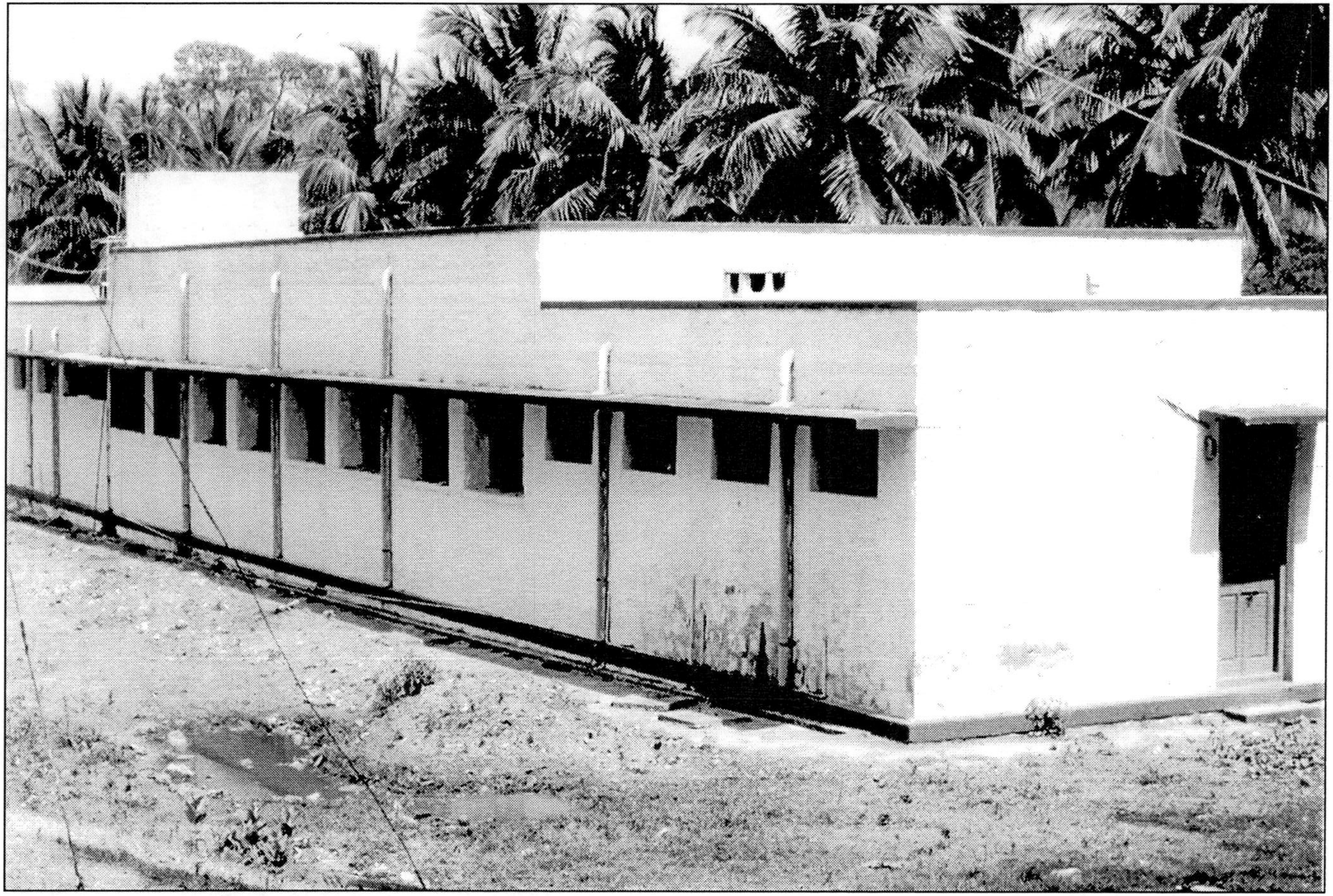

சித்ரவதை முகாம் (ஓர்க்ஷாப்)

நாப்பத்தியேழு பேர் உள்ள இருக்காங்க. இருபத்தெட்டு பேர் அதுக்கும் முன்னருந்தே சிறையில் இருக்கிறார்கள். அவர்களில் நாலுபேர் பெயிலில் வெளியே இருக்கிறார்கள். அவர்கள் 91-ல் பிடிக்கப்பட்டவர்கள். மிஸ்யூஸ் பண்ண போலீஸ்காரர்களுக்கு தடா சட்டம் நல்ல வாய்ப்பை உண்டாக்கிக் கொடுக்கிறது. தடாவில் இருப்பவர்களில் பெரும்பாலும் அப்பாவிகள் நிரபராதிகள்தான்.

இப்ப எங்களுக்கு பெயில் கொடுத்துருக்காங்க. ஆனா வீட்டுக்குப் போக முடியாது. அப்படி கண்டிஷன். தட்டில் சோற்றைப் போட்டுவிட்டு கைகள் இரண்டையும் பின்னால சேத்து கட்டிவிடுவது மாதிரிதான் இது. 11.12.96-இல் வெளியில் வந்தேன். ஒன்பது மாதங்களாக கையெழுத்துப் போட்டுகிட்டு இங்கேயேதான்... வீட்டுக்குப் போக முடியல. முப்பத்தோரு தமிழ்நாட்டுக் காரர்கள் தொல்லைப்பட்டுக் கொண்டிருக்கிறோம்."

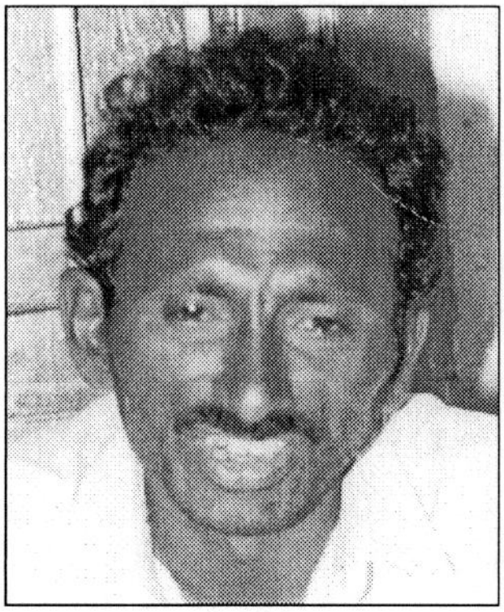

மாலு:

"கோபிநத்தம். அப்பா பேர் பொன்னுசாமி. வீரப்பன் என் பெரியய்யா மகன். ஆகையால் என் வீட்டிலிருந்து என்னையும் தம்பியையும் அப்பாவையும் இன்னொரு தம்பி சேத்து நாலுபேரையும் பிடித்துக்கொண்டு வந்துவிட்டார்கள். பத்தொன்பதாம் தேதி 93-இல் பிடித்து, மூணு நாள் ராமபுரம் ஸ்டேஷனில் வைத்திருந்து, பிறகு கோர்ட்டுக்கு கொண்டு வந்தார்கள். 'புதிதாக டி.ஐ.ஜி. வந்திருக்கிறார், உங்களைப் பார்க்க, பேச விரும்புகிறார்' என்றார் வெங்கடசாமி சர்க்கிள் இன்ஸ்பெக்டர்.

கறுப்புத் துணியால் கண்ணைக்கட்டி ராமபுரம் ஸ்டேஷனுக்கு கொண்டுவந்து உள்ளே வைத்துப் பூட்டினார்கள். பதினைந்து பேர் அந்த அறையில். எல்லோரும் நல்லூர், ஜல்லிப்பாளையம் ஊர்க்காரர்கள்.வீரப்பனை நாம் பார்த்துக் கொண்டிருக்க முடியுமா? அவரவர் தொழில் அவருக்கு. சொந்தக்காரர்கள் என்பதற்காகவே எங்களைக் கைது செய்தார்கள். அடித்துத் துன்புறுத்தினார்கள். கரண்ட்டெல்லாம் எங்களுக்கு வைக்கவில்லை. முதன்முதலில் எங்களைத்தான் கைது செய்தார்கள். மூன்று வருடம் எட்டு மாதம் சிறையில் இருந்தோம். பத்துமாதம்

கழிந்து ஜாமீன் கொடுத்தார்கள். மறுபடி ஜாமீனை கேன்ஸல் பண்ணி உள்ளே போட்டுட்டாங்க. என் தம்பி கோவிந்தன் இன்னும் உள்ளேதான் இருக்கிறான். எங்களை இப்ப வெளியே விட்டுட்டாங்க. இன்னும் நாப்பத்தியேழு பேர் நாலு வருஷத்துக்கு மேலா உள்ள இருக்காங்க."

கோவிந்தன்:

அப்பா பெயர் முத்துசாமிக் கவுண்டர். ஊர் செட்டிப்பட்டி. தமிழ்நாடுதான்; கர்நாடக பார்டரில் இருந்து ஐந்தாவது கி,மீட்டரில் உள்ள ஊர். விவசாயி. சயனைடால் கொல்லப்பட்ட அய்யன்துரை குடும்பம். எங்கள் தோட்டத்துக்குப் பக்கத்தில்தான் இருந்தார்கள். அய்யன்துரை வீரப்பனோடு சேர்ந்தபிறகு, அவன் குடும்பத்தார் எங்கள் நிலத்துக்கு வேலைக்கு வருவார்கள். எனக்கு வேண்டாதவங்க யாரோ என் பெயரில், இவனுக்கும் அய்யன் துரைக்கும் ரொம்ப பழக்கம் என்று பெட்டிஷன் போட்டு விட்டார்கள். நான் அய்யன்துரையிடம் பணம் வாங்கிக்கொண்டு அவன் குடும்பத்தைக் காப்பாற்றுவதாகப் பெட்டிஷன் போட்டிருக்கிறார்கள். உண்மையில் அய்யன்துரை எனக்கு ரொம்ப கெடுதல் செய்தவன். இதை மேட்டூர் இன்ஸ்பெக்டர் மணியிடம் சொல்லியிருக்கிறேன். அ.தி.மு.க. முன்னாள் எம்.எல்.ஏ. நாச்சிமுத்து அவரிடமும் சொன்னேன். என் மகளைக் கடத்திக் கொண்டுபோக, என் மகளுக்கே லெட்டர் கொடுத்திருந்தான் அய்யன்துரை. நான் கடலைகொல்லையில் இருந்தபோது இது நடந்திருக்கு. இதனால் பயந்து என்மனைவி மகளைக் கூட்டிக்கொண்டு மேட்டூர் போயிட்டாங்க. வீட்டுக்குத் திரும்பிய பிறகுதான் எனக்கு இந்த விஷயம் தெரிந்தது. மேட்டூர் சென்று மனைவியை மட்டும் அழைத்துக் கொண்டு திரும்பும் வழியில் எம்.எல்.ஏ.விடம் சொன்னேன். அவர்தான் சொன்னார், 'போலீசுக்குப் போனால் வீரப்பனால் தொல்லை வரும். ஆகவே, முடிந்தால் வீரப்பனிடமே இதைக் கூறு' என்றார்.

பத்துநாள் கழித்து நானும் எங்க அம்மாவும் வீரப்பனை சந்திக்கச் சென்றோம். தருமபுரி மாவட்டம் பெண்ணாகரம் தாலுக்கா, சிரமனூருக்கு அருகில் சிங்காபுரம் என்ற இடத்தில் வீரப்பன் இருந்தார். சந்தனக்கட்டை கடத்திக்கொண்டிருந்த சமயம் அது. வீரப்பன் விவகாரத்தை கர்நாடக, தமிழக போலீசார் அப்போ கண்டுகொள்ளவே இல்லை. இது நடந்த 92 இல் வீரப்பன் அங்கு நூறு இருநூறு பேருக்கு பஞ்சாயத்து செய்து கொண்டிருந்தார். அங்கு அவர் செய்வதுதான் பஞ்சாயத்து முடிவு.

அன்று சனிக்கிழமை. சீனியாரிட்டி. க்யூ வரிசைப் பிரகாரம்தான் பஞ்சாயத்து நடத்துவார் வீரப்பன். அப்ப நிறைய கேஸ் இருந்தது. பாரஸ்ட் உள்ளே பஞ்சாயத்து நடந்துகொண்டிருந்தது. குமார் என்ற எங்கஊர் பையன். அப்ப அவர் கூட இருந்தான். அந்தப் பையன்தான் வரிசையை ஒழுங்குபடுத்தி அனுப்பினான். ரெண்டு மணிக்குத்தான் வீரப்பனைப் பார்த்தோம்.

வீரப்பன் ஊருக்கு ரொம்ப நாளைக்கு முன்பு என் அம்மா வெண்ணெய் வியாபாரத்துக்கு போவாங்க. ஞாபகப்படுத்தியவுடன் எங்க அம்மாவை வீரப்பன் அடையாளம் தெரிந்துகொண்டார். பிறகு தகவலைச் சொன்னோம். வீரப்பனுக்கு கோபம் வந்துவிட்டது. 'ஏண்டா இப்படிச் செய்தான். என்னிடம் இருக்கிறான் என்பதினால்தானே என்னிடம் வந்து சொல்கிறார்கள். இல்லையென்றால் அங்கேயே தண்டித்திருப் பார்களே' என்று மற்றவர்களிடம் கூறினார் வீரப்பன். அப்போது அங்கே அய்யன்துரை இல்லை.

எங்களிடம் 'உங்கள் பெண்ணும் வேற இல்லை, என் பெண் வேறில்லை. மேட்டூரிலிருந்து அழைத்து வந்து வீட்டில் வைத்துக் கொள்ளுங்கள். எது நடந்தாலும் நான் பார்த்துக் கொள்கிறேன், ஒன்றும் நடக்காது' என்று கூறினார். நாங்களும் வந்து விட்டோம்.

அதற்குப் பிறகு அய்யன்துரையை தமிழ்நாடு போலீஸ் பிடித்துக்கொண்டு போய்விட்டது. அவன் மனைவி ரொம்ப கஷ்டப்பட்டது. அதனால என் காட்டில் வேலைசெய்யச் சொன்னோம். அதிலிருந்து அந்தக்குடும்பம் என் காட்டில் வேலை செய்தது. அய்யன்துரைக்கு இரண்டு பையன்கள். அவனுங்களுக்கு நாங்கள் சாப்பாடு போடுவதுண்டு. ஏன்னா ரொம்ப சின்னப்பசங்க. அய்யன்துரையின் பெயர் அய்யாதுரைதான். அப்பவே அய்யன் துரை வேற ஒரு பொண்ணை வச்சுக்கிட்டு இந்தக் குடும்பத்தைக் கவனிக்கிறது இல்ல. சிறையிலிருந்த அவன் தன் மனைவிக்கு கடிதம் எழுதி தன்னை வந்து பார்க்கச்சொல்லி இருந்தான்.

கோபாலகிருஷ்ணன் எஸ்.பி. இந்தப் பொண்ணை எச்சரித்திருந்தார். 'இனி அய்யன்துரையை பார்க்கக்கூடாது'ன்னு சொல்லியிருக்காரு. அப்புறம் அவள் துரையைப் பார்க்க என் மனைவியிடம் ஐம்பது ரூபாய் வாங்கிக்கொண்டு போயிருக்கிறாள். புருஷனுக்கு பீடி வாங்கிக் கொடுத்து காசும் கொடுத்திருக்கிறாள். அதன் பிறகு அய்யன்துரை போலீசிலிருந்து எஸ்கேப் ஆகி வெளியே வந்துவிட்டான். மூணு, நாலு மாசம் எங்கள் ஊர்ப் பக்கமே வரவில்லை. ஒருராத்திரி துப்பாக்கியோடு வந்தான். நான் ரொம்ப பயந்துட்டேன். 'பயப்படாதே! உன்னைப் பத்தி என்

மனைவி சொல்லியிருக்கிறா. பயப்படாதே... வீரப்பண்ணன் உன்னிடம் இருபதாயிரம் பணம் வாங்கிக்கொண்டு வரச் சொன்னார். ராமபுரம் ஸ்டேஷன்ல போலீசைச் சுட்டதால வெளிய போயி யானைத் தந்தங்களை விக்க முடியல. இருபதாயிரம் கொடு' என்றான்.

"என்னிடம் இப்போது வசதி இல்லை. மகளுக்கு கல்யாணம் வைத்திருக்கிறேன்" என்று கூறி அனுப்பி விட்டேன். இந்த விஷயம் என் சித்தப்பா மூலம் வெளியே தெரிந்து, மேட்டூர் இன்ஸ்பெக்டர் என்னைக் கூப்பிட்டு விசாரித்தார். நடந்த உண்மைகளைச் சொன்னேன். 'அய்யன்துரை பற்றி தகவல் தெரிந்தால் என்னிடம் கூறு' என்று அவர் அனுப்பி வைத்தார்.

இதற்குப் பிறகு இரண்டு மாதம் கழிந்துதான் யாரோ என்மீது மொட்டை பெட்டிஷன் போட, போலீஸ் வந்துவிட்டது. ராமலிங்கம் என்றொரு எஸ்,.ஐ. அவர் வந்து கூட்டிச் சென்றார். விசாரித்தார். பிறகு அனுப்பிவிட்டார்.

13.7.93 காலையில் கர்நாடக போலீஸ் என் வீட்டுக்கு வந்தது. பாவா என்றொரு இன்ஸ்பெக்டர். சரியாக 26.7.93. இல் என்னைக் கோர்ட்டுக்கு கொண்டு வந்தார்கள். பதிமூணு நாளில் பனிரெண்டு கிலோ எடை எனக்கு குறைந்து விட்டது. அவ்வளவு கொடுமை. மதலைமுத்து என்றொரு கைதி. அவனை அடித்து சித்திரவதை செய்தார்கள். கை.கால் எல்லாம் நொறுக்கிவிட்டார்கள். ஒரு நாயைப் போல நக்கிச் சாப்பிட முடிந்தது அவனால்.

என்மீது என்ன கேஸ் போட்டார்கள் என்றே எனக்குத் தெரியாது. எனக்கும் கரண்ட் கொடுத்தார்கள், அடித்தார்கள். ஒன்பது மாதம் கழித்து சூரிட்டி கட்டி, ஜாமீன் கிடைத்தது. ஆனால் மறுபடியும் ஒரு கேஸ் போட்டு மூன்றரை வருஷம் சிறையில் போட்டுவிட்டார்கள். பெங்களூரில், டில்லியில் வக்கீல்களிடம் பல ஆயிரம் பணம் கொடுத்தும் ஒன்றும் பயனில்லை. நாங்கள் தமிழர்கள் என்பதற்காக கர்நாடகாவில் எங்களை யாரும் கண்டு கொள்ளவில்லை.

கண்டிஷன் பெயிலில் 24.11.96-இல் வெளியே வந்தோம். மைசூரை விட்டு எங்கும் போகக்கூடாது. இன்றுவரை அப்படித்தான். இப்பவும் சிறையில் இருப்பது மாதிரிதான். என் மகனுக்கு டைடன் கம்பெனியில் வேலைக்கு இண்டர்வியூ வந்து நான் தடா கைதியாக இருப்பது தெரிந்து அவனுக்கு வேலை கிடைக்கவில்லை. குழந்தைகள் வாழ்க்கை கெட்டுப்போய் விட்டது. இன்றைக்கு வாய்தா! என்னசெய்ய... விசாரிக்காமல் மறுபடியும் ஒரு வாய்தா கொடுப்பார்கள். வீட்டுக்குப் போகமுடியாது.

9.9.97 அன்று சங்கர்பிதாரி ஒரு கூட்டத்தில் பேசி இருக்கிறார். 'பொதுமக்களுக்கு இதுவரை தொல்லை கொடுக்கவில்லை. எஸ்.டி.எஃப்.-ல் மூணு வருடமாக இருந்தேன். யாரையும் தொந்தரவு செய்ததில்லை'...என்று. 121 பேரை தடா கைதிகளாகப் போட்டிருந்தார்கள். அந்த 121 பேரையும் ஒரு இடத்தில் கொண்டுவந்து நிறுத்தி, சங்கர்பிதாரியை நிறுத்தி... நீதிபதிகளை விட்டு விசாரிக்கட்டும். சங்கர்பிதாரி தவறு செய்யவில்லை என்று நிரூபித்தால் எங்கள் 121 பேரையும் தூக்கிலிடட்டும். இல்லையென்றால் நாங்கள் அனுபவித்த தண்டனையை அவரும் அவரது அதிகாரிகளும் ஏற்றுக்கொள்ளட்டும்.

காட்டு ராசா வீரப்பன் சொல்வதைக் காட்டிலும் அதிகமாகக் கற்பழிப்புகளை, கொலைகளை செய்திருக்கிறது போலீஸ். கர்நாடக போலீஸ் எங்களை வெட்டிக் கூறு போட்டு சாப்பிட வில்லை. அதைத் தவிர அத்தனையும் செய்துவிட்டது. கொரட்டூர் பழனிச்சாமி (தி.மு.க.) பி.ஏ. படித்தவர். வீரப்பன் யாரென்றே தெரியாதவர். அவரை வீரப்பன் கேங்கை சேர்ந்தவர் என்று உள்ளே போட்டு விட்டார். ஏ கேட்டகிரியில் தடாவில் பெயிலே கிடையாது அவருக்கு. மொத்தம் 43 பேர் ஏ.பி. கேட்டகிரி.

கொளத்தூர் பூக்கடை சேகர், பா.ம.க. இளைஞரணி ஒன்றியச் செயலாளர். வீரப்பனையோ அவரது குழுவினரையோ பார்க்காத கேட்டறியாத ஒருவர். அவரையும் வீரப்பன் கேங் மெம்பர் என போட்டு தடாவில் உள்ளே வைத்திருக்கிறார்கள். எதற்காக? போலீஸ்காரர்கள் கோல்டு மெடல் வாங்குவதற்காக! கோடிக் கணக்கில் செலவு செய்துகிட்டு இருக்கு இந்தப் போலீஸ். வீரப்பனின் உண்மையான ஆட்களை இதுவரையில் பிடித்ததில்லை. கணக்குக் காட்ட, உழைப்பைக் காட்ட, திறமையை நிரூபிக்க அப்பாவிகளைப் பிடித்துக்கொண்டு போய் சித்ரவதை செய்துகொண்டிருக்கிறார்கள்.

என் காட்டுக்குப் பக்கத்து காட்டில் ஒரு பையன், பால் சொசைட்டியில் பால் ஊற்றி கையெழுத்துப் போட்டு பணம் வாங்கிக் கொண்டிருந்தவன். அவனைப் பிடித்துக்கொண்டு போய் **சுட்டுக்கொன்று விட்டார்கள்."**

பெருமாள்: 23.5.93.

"**க**ருணாநிதி முதலமைச்சராக வந்தபிறகுதான் தமிழ்நாட்டுக்கு கர்நாடக போலீஸ் வந்து யாரையும் பிடித்துக் கொண்டு போவதில்லை. ஜெயலலிதா காலத்தில்தான் கொடுமைகள் எல்லாம்."

1993–96-ல் வீரப்பனை கண்டுபிடிப்பதற்காக தமிழ்நாடு –கர்நாடக மாநில கூட்டு அதிரடிப்படை அமைக்கப்பட்டது. இந்த அதிரப்படையினர் வீரப்பனை தேடுகிறோம் என்ற பெயரில் மலைவாழ் மக்களை கொடுமைப்படுத்தியது. மாதேஸ்வரன் மலை, பண்ணாரி, மேட்டூர், ஆசனூர் கேம்ப், புரூடா பங்களா ஆகிய இடங்களில் சித்ரவதை முகாம்கள் அமைக்கப்பட்டது. இந்த சித்ரவதை முகாமில் பாதிக்கப்பட்டு இன்றுவரை உயிருடன் இருக்கும் மலைவாழ் பெண்களின் கண்ணீர் நேர்காணலை அவர்களின் படத்துடன் அவர்களின் அனுமதியுடன் வெளியிடுகிறோம்.

தங்களை எப்படி சித்ரவதை செய்தனர் என்பதை
கண்ணீருடன் தெரிவித்துள்ள
வீடியோ ஆதாரமும் நம்மிடம் உள்ளது.

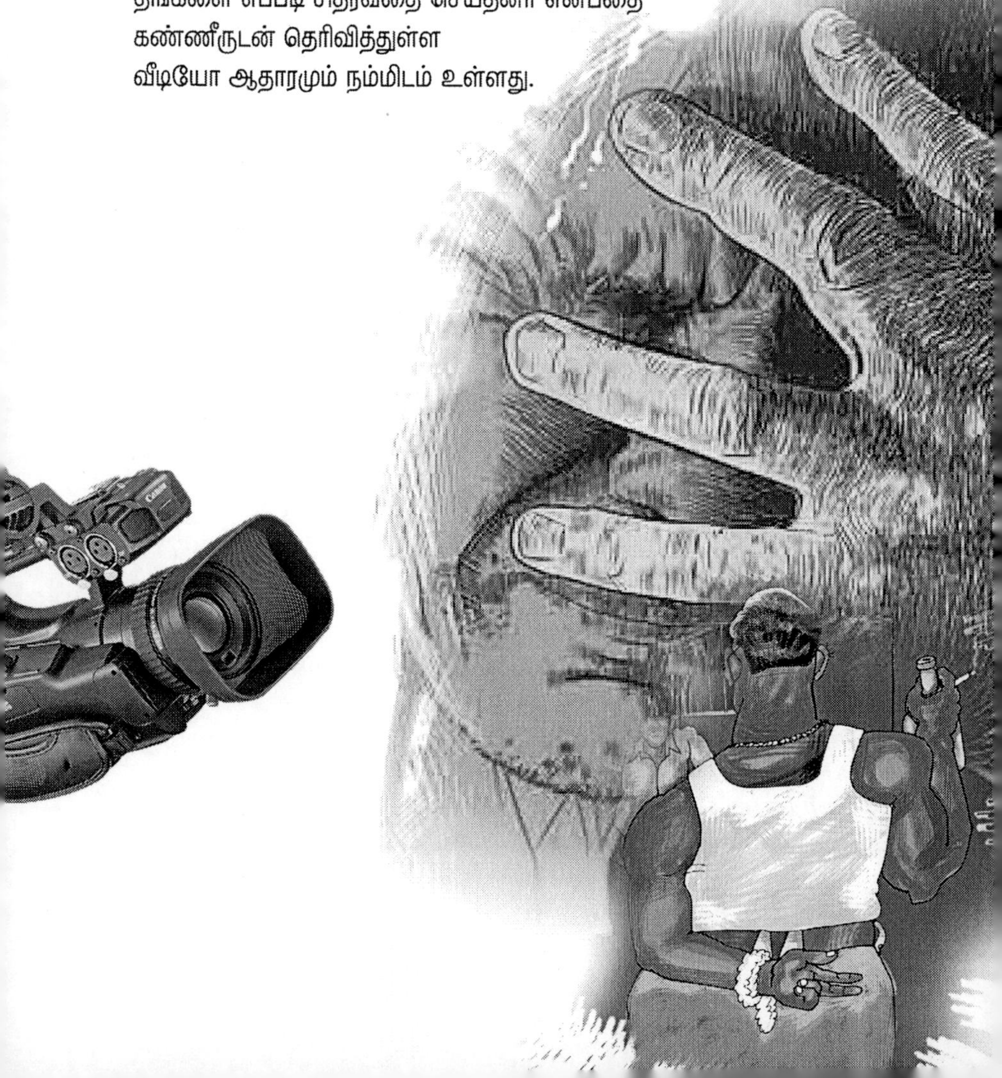

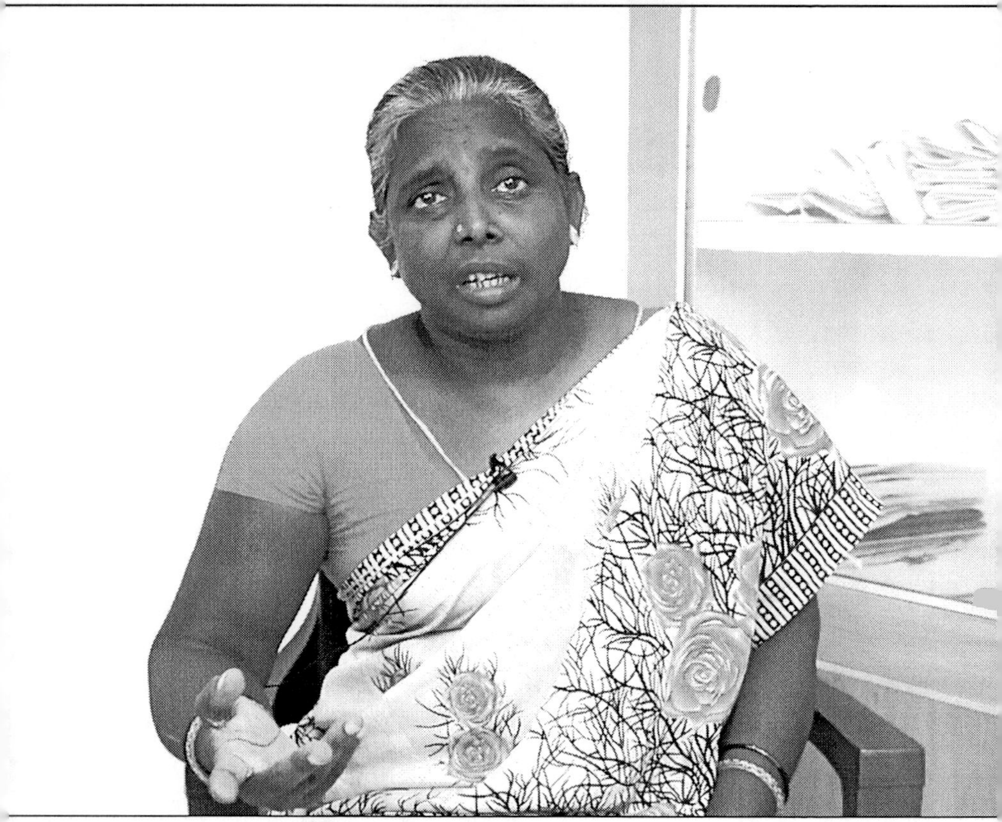

சின்னப்பொண்ணு

15 வயசுல எனக்கு கல்யாணம் ஆச்சு. எங்க வழக்கப்படி சின்ன வயசுலயே கலியாணம் செஞ்சுருவாங்க. அப்ப எனக்கு 16 வயசு இருக்கும். ஒரு பொண் கொழந்தை பெறந்து இறந்து பத்து நாள் கூட ஆகலை.

அதிரடிப்படைப் போலீசு திடீர்னு வந்தாங்க. ரெண்டு மாநிலப் போலீசும் சேந்து வந்தாங்க. அப்பா எங்க? ஐயா கூட்டிட்டு வரச் சொன்னாருன்னாங்க.

நாங்க திருப்பூர்லதான் இருந்தோம். பாலீஸ் பட்டறை வேலை செஞ்சுக் கிட்டுருந்தாரு. கர்நாடகாவுல அஞ்சு பாளையம் போலீஸ் முகாம்ல சித்ரவதை செய்றாங்கன்னுதான் திருப்பூர்ல வந்து கூலி வேலை செஞ்சுகிட்டிருந்தோம்.

இழுத்துட்டுப் போயிட்டாங்க.

ஆசனூர் கேம்ப்ல ரெண்டு மூணு நாள் வச்சுருந்து பண்ணாரி கேம்ப்புக்கு தூக்கிட்டுப் போய்ட்டாங்க.

பிள்ளை பெறந்து செத்து பத்து நாள்தான் ஆச்சு. முழு நிர்வாணமாக்கி, கரண்ட் ஷாக் குடுத்தாங்க. கண்ணுல, பிறப்புறுப்புல பச்ச மிளகாய் போடறது, பின்னாடிகூடிக் கையக் கட்டிப்புட்டு அசிங்கமா பண்ணுவாங்க. எங்க வூட்டுக்காரருக்கும் எனக்கும் ஒண்ணா கரண்டுபொட்டிய சேத்துவச்சி ஷாக் கொடுப்பாங்க. காதுல கொக்கிய மாட்டி கரண்டு கொடுத்தாங்க.

உனக்கும் வீரப்பனுக்கும் என்ன சம்பந்தம், அவனுக்கு சாப்பாடு கொடுத்தீங்கள்லன்னு கேட்டு மிதிப்பாங்க.

வெறகு வெட்டப் போவோம். நாங்க அவரை பாத்தது கூடக் கெடயாது.

சித்ரவதையோ சித்ரவதைங்க. அப்பிடிக் கொடுமை செஞ்சாங்க.

நைட்டு ஒரு எட்டு மணி இருக்கும். ஆறுமுகம்ங்கிற பேர்ல ரெண்டு பேரு, அண்டாகவலி, சண்முகம்னு நாலு பேரையும் கூப்பிட்டுப்போய் சுட்டுக் கொன்னுட்டாங்க.

இந்தாம்மா... தலைல பூ வச்சுக்க, ஒன் முடிதான் நீட்டமா இருக்குனு சொல்லி செவந்த ரோசா பூவெல்லாம் நெறைய கொண்டு வந்து இந்த தல நெறய்ய வச்சாங்க, குங்குமம் எல்லாம் வச்சி சாப்புட பிரியாணி கொடுத்தாங்க.

அங்க பேப்பர் இருந்துச்சு. எனக்குப் படிக்கத் தெரியாது.. யாராவது படிச்சு சொல்லுங்க சார்னு சொன்னேன்.

அதுல ஒரு போலீஸ்காரர் நல்ல மனுஷன்.

ஒன் வூட்டுக்காரரை எல்லாம் சுட்டுக் கொன்னுட்டாங்கம்மா. அதான் பேப்பர்ல வந்துருக்குன்னு சொல்லி, அதுக்குதான் ஒனக்கு பூ, பொட்டு கொடுத்தாங்கன்னு சொல்றாரு.

அந்தப் பூவெல்லாம் பிச்சு எறிஞ்சுபுட்டு, குங்குமத்த எல்லாம் அழிச்சுப்போட்டு பாத்ரூம்ல போயி ஏதாவது சிக்குனா செத்துப் போயிரலாம்னு போனேன். ஒண்ணுமே கெடைக்கல. பதினாறு வயசுலயே இப்பிடி புருசனக் கொன்னுப்புட்டாங்களே. எப்பிடியாவது செத்துப் போயிரலாம். புருசன் உசிரோட இருந்தப்பவே இத்தனை

சித்ரவதை செஞ்சாங்களே. இன்னும் என்னென்ன கொடுமை செய்வாங்களோ?

இங்க பாரு, ஒனக்கு ஒங்க அப்பா அம்மா செய்ய வேண்டிய சாவு மொறைமை எல்லாத்தையும் நாங்களே செஞ்சுட்டோம்னு சொல்லி தாலி, பொட்டு, தோடுகள எல்லாம் வாங்கி வச்சிக்கிட்டாங்க.

அப்புறம் என்னெல்லாம் கொடுமை பண்ணணுமோ எல்லாமே பண்ணுனாங்க..

பண்ணாரி கேம்ப்ல நாங்க இருக்கறது ஒரு அறை. சித்ரவதை பன்றது இன்னொரு அறை. நடுவுல பண்ணாரி அம்மன் கோவில் வீதி. அங்கருந்து என்னை மட்டும் தனி அறைக்கு கூட்டிட்டுப் போனாங்க. பாத்ரூம் சுத்தம் பண்ண, அது இதுன்னு எனக்கு நெறைய வேலை கொடுத்தாங்க. அப்பத்தான் கொழந்த பெறந்து இறந்ததுனால என் ஒடம்பு ரொம்ப மோசமா இருந்துச்சு. காச்சல் வந்துடுச்சி. பதினாறு வயசுதான் எனக்கு. பைத்தியக்காரி மாதிரி ஆக்கிட்டாங்க. எனக்கு எதுவுமே மண்டைல ஏறல. அவ்வளவுதான். நம்ம வாழ்க்க முடிஞ்சி போச்சுன்னு.

வீரப்பனைப் பத்தி எதுவுமே இவளுக்குத் தெரியாதான்னு சொல்லி நல்லா இத்தாம் பெரிய கட்டைய (கையால் அளவு காண்பிக்கிறார்) எடுத்து வந்து தொடை மேலயே அடிச்சாங்க.

அது ரெண்டா ஒடஞ்சி போச்சு. நல்ல வலி. நடக்க முடியாமப் போச்சி. தேவிடியானு சொல்லிக்கிட்டே என் காதுல கரண்டு கம்பி வச்சு ஷாக் குடுத்து இப்ப நட... நடன்னு சொல்லி அடிச்சாங்க. நட, நடன்னு மிதிச்சாங்க.. கரண்டு குடுத்த அதிர்ச்சில உதுரம் (ரத்தம்) அப்டியே காலோட போவுது. கொழந்த பெறந்த கொஞ்ச நாள்லயே கரண்ட் ஷாக் குடுத்ததும் அந்த அதிர்ச்சில ரொம்ப அதிகமா ரத்தம் போச்சு. அதப் பாத்த அவனுக நீயெல்லாம் ஒரு பொண்ணானு சொல்லிக்கிட்டே பின்பக்கமா காலால ஒதைச்சிட்டாங்க. கரண்டு மெஷினோட அப்படியே முன்னாடிபோய் விழுந்துட்டேன். கரண்டுனால காதுல வலி தாங்காம

கொக்கிகளப் பிச்சுப்போட்டேன். காது கிழிஞ்சு ரத்தமா ஊத்துச்சு.

அப்றமும் ஒன்ன விடப் போறதில்லைன்னு சொல்லி நாங்க ஏற்கெனவே இருந்த ரூமுக்கு கூட்டிட்டுப்போய் திரும்பவும் கரண்டு ஷாக் குடுத்து அடிச்சாங்க.

ஏங்கையா! ஒங்களுக்கெல்லாம் ஈவு இரக்கமே இல்லயா? வூட்டுக்காரரையும் கொன்னு போட்டீங்க.. அந்தப் பொணத்தக் கூட கண்ணுல காட்டல. நீங்களா பூவைக் கொடுத்து நீங்களா பொட்டக் கொடுத்து நீங்களாவே அதையும் அழிச்சிட்டீங்க. இப்பிடியெல்லாம் சித்ரவத பாவம் செய்றீங்களே. நாங்க என்ன பாவம் செஞ்சோம். கூலிவேலைதான செஞ்சோம்.

இல்ல நீங்க வீரப்பனுக்கு சாப்பாடு ஒதவி பண்ணிருக்கீங்க, கர்நாடகாவுல இருந்து ஓடி வந்துட்டீங்கன்னு சொல்லி அடிச்சாங்க.

அவர எனக்கெல்லாம் தெரியாதுங்க. கலியாணம் ஆகி ஒரு வருசம்தான் ஆச்சு. இப்பதான் இங்க வந்தோம். அவரப்பத்தி எல்லாம் எனக்குத் தெரியாதுன்னு சொன்னேன். வீரப்பரு யாரு என்னன்னு கூடத் தெரியாதுங்க.

நாங்க அப்படித்தான் கொடும பண்ணுவாம், நாங்க எதை சொன்னாலும் ஆமான்னு ஒத்துக்கணும்.

என்னத்தையா ஒத்துக்கறது. அதச்சொன்னாலும் அடி தாங்க முடியாம ஒத்துக்கலாம்னுதான் இருந்தோம். அதையும் சொல்ல மாட்டிங்க.

நாங்க அப்படித்தான் செய்வோம். தேவைப்பட்டா ஒன்னக் கெடுக்கக் கூடச் செய்வோம்னு சொல்லி அசிங்கமா நடந்துக்கிட்டாங்க. ஒன்னக் கெடுத்தா எவன் என்ன மயிரப் புடுங்குவான்னு சொல்லி அசிங்கம் அசிங்கமாத் திட்டுவாங்க. வாடி போடி, தேவிடியா, ஆயா, ங்கொம்மான்னுதான் திட்டுவாங்க.

தேவிடியாளுங்களே ஒங்களுக்கு வேற மாப்பிள்ளைக எதுவும் கெடைக்கலையா? நீங்கள்லாம் வீரப்பனத்தாண்டி புருஷனா வச்சுக்கிட்டு இருக்கீங்கன்னு திட்டுவானுங்க.

ரெண்டு மாசம் எவ்வளவு கொடுமை பண்ணுமோ

அவ்வளவும் பண்ணுனாங்க.

இவனுக சித்ரவத எல்லாம் முடிச்சி அப்புறம் கர்நாடகாக்காரங்க கிட்ட குடுத்துட்டாங்க.

அந்த எடத்துலயும் அவங்களும் இவங்களும் சேந்து சித்ரவத செஞ்சாங்க. மாதேஸ்வரன் மலைக்கு கூப்பிட்டுப் போயி அடிச்சாங்க. ஒரு வருஷம் ஆறு மாசம்னு செய்யாத சித்ரவத இல்ல.

ஒரே செட் உடைதான். உள்பாவாடை, சின்ன தாவணி, ஒரு பழைய ஜாக்கெட்டு. அந்த ஒரே செட்டு துணியோட எழுபது எம்பது ஆம்பளைங்களோட இருக்கணும். குளிக்கப் போகணும்னா பழைய துணிய பிழிஞ்சு போட்டுட்டு அந்த ஆம்பளைங்க வேட்டிய வாங்கி மூடிக்கிட்டு அப்பிடியே செவத்துப்பக்கமா குத்த வச்சி உக்காந்துக்குவோம். பின்னாடி கையையும் கட்டிடுவாங்க.

சாப்பாடு ரெண்டே ரெண்டு களித்துண்டு இத்துணூண்டு கொடுப்பாங்க. அதத் திங்கவே முடியாது. அந்த மாதிரி களி வேற எங்கயும் கெடைக்காது.

காலைல ஆறு மணிக்கு சுவத்துப் பக்கம் திரும்பி உக்காரணும். கையில பின்னாடி கூடி கட்டி வெலங்கு போட்டுடுவாங்க. கண்ணுல கருப்புக்கலர் துணியக் கட்டிடுவாங்க. எவன் எவன் தொடுறான். எங்கெங்க தொடுறான்னு தெரியாது. திரும்பிப் பாத்தா பின்னாடி வந்து கட்டைல அடிப்பாங்க.

டேட் ஆகிடும். கூட இருக்கிற அந்த ஆம்பளைங்ககிட்டதான் வேட்டியத் துண்டுதுண்டா ஆக்கி கட்டிக்குவோம். அத அலசிப் போடணும்னா வெளில போக முடியாது. அந்த ஆம்பளைங்களே அலசித் தருவாங்க. அந்த ஆம்பளைங்க மூஞ்சில முழிக்கிறதுக்கே ஒருமாதிரி பாவமா இருக்கும். அவங்களும் அடி, சித்ரவதைனு நொறுங்கிப் போயிக் கெடப்பாங்க.

எங்களுக்கு நடந்த கொடுமைக வேற எந்தப் பொண்ணுக்கும் நடக்கக்கூடாது.

போலீஸ்காரனுங்க பண்ணுன அநியாயத்துக்கும் அட்டூழியத்துக்கும் அளவே கெடயாது.

ஒண்ணுக்கு வந்து வயிறு உப்புனாக்கூட பின்னால திரும்பிப் பாக்காம கையால ஒரு வெரல காட்டணும். கைல வெலங்கு வேற போட்டுருக்கும். ஏண்டி மூதேவி என்ன வந்துருச்சு ஒனக்குன்னு சொல்லி அடிப்பாங்க. நல்லவனா இருந்தா சரி... போய்த் தொலைன்னு அடிச்சு அனுப்புவாங்க. மீதி ஆளுக பின்னாடியே வந்து அடிப்பாங்க. தின்னுப்புட்டு இதே வேலைன்னு அடிப்பாங்க.

ஒன்றரை வருசமும் எங்க பொழப்பு இப்படியேதான் போச்சு..

இப்ப ஒங்களைக் கொல்லணும்னு சொல்லி தலைல கட்டையாலயே அடிப்பாங்க. சவுண்டு விடாம இருந்தா ஒரு அடி.. ஐயோன்னு சத்தம் போட்டா ரெண்டு அடி. ஒரு நாள் கூட அடி வாங்காத நாளே கிடையாது. தெனம் ஒருமணிநேரம் அரைமணிநேரம் யாரையாவது கரண்டு சித்ரவதை பண்ணிக்கிட்டேதான் இருப்பாங்க.

வீரப்பனுக்கும் ஒங்களுக்கும் என்ன உறவு?

இதக் கேட்டுக்கேட்டு பைத்தியமே பிடிச்சுருச்சு எங்களுக்கு.

சார். நாங்க வீரப்பனுக்கு ஒதவி செஞ்சதாவே நெனைச்சு ஜெயில்ல கூடப் போடுங்க. சித்தரவத பண்ணாதீங்கன்னு கதறுவோம். இல்லைனா கொண்டு போயி கொன்னு போட்டுடுங்கன்னு கத்துவோம். அழுவோம். கதறுவோம். அப்புறந்தான் பிடிச்சு ஜெயில்ல போட்டான்ங்க,

ஒன்பது வருஷம் ஜெயில்ல இருந்தேன். வெளில வர்றப்ப 24 வயசு தாண்டிடுச்சு.

என் தாயே என்னை ஏத்துக்கலை. ஜெயில்ல இருந்தவதானன்னு அவ பேசுன வார்த்தைகள தாங்க முடியல. பெத்தவ பேசுற மாதிரி இல்ல. வேற யாரோ பேசுற மாதிரி பேசுனா.

எங்க அக்கா வீட்டுக்காரரு தம்பி. காதும் கேக்காது. வாய் பேசவும் முடியாது. அவருக்கு ஒரு மாதிரியா எழுதிக்காட்டி நான் எந்தத் தப்பும் பண்ணல. எல்லா சித்திரவதையும் செஞ்சாங்க. நான் நல்லவதான்னு சொல்லி

வாழ்க்கைப் பிச்சை கேட்டேன். அந்த மனுஷன் என்னைக் கலியாணம் பண்ணி ஏதோ பாடுபட்டு அரைக் கஞ்சியோ, காக்கஞ்சியோ குடிச்சுக்கிட்டு இருக்கோம்.

ஒண்ணுக்குப் போற எடத்துல, என் புருஷனுக்கு நான் கரண்டு கொடுக்கணும். அவரு எனக்குக் கொடுக்கணும். என் செருப்பால நான் அவர அடிக்கணும். இல்லைனா போலீஸ்காரன் எங்கள சேத்துவச்சி செருப்பாலயே அடிப்பான். போலீஸ்காரன் கட்டையால அடிச்சதுனால முட்டியெல்லாம் வீங்கிப்போயி நடக்கவே முடியல. கரண்ட் ஷாக் கொடுத்ததால எப்பவுமே தலை டென்ஷனாவே இருக்கும். கண்ணுல, ஒண்ணுக்குப் போற எடத்துல எல்லாம் மொளகா காரம் போட்டு பயங்கரமா அடிப்பாங்க. ஒடம்புல கரண்டு குடுக்கிற இடம் எல்லாம் அந்த இடம் இந்த எடம்னு கெடயாது. எல்லா எடத்துலயும் கொடுத்தாங்க. அதெல்லாம் எங்களால சொல்லவும் முடியல. தூக்கமே வர மாட்டேங்குது.

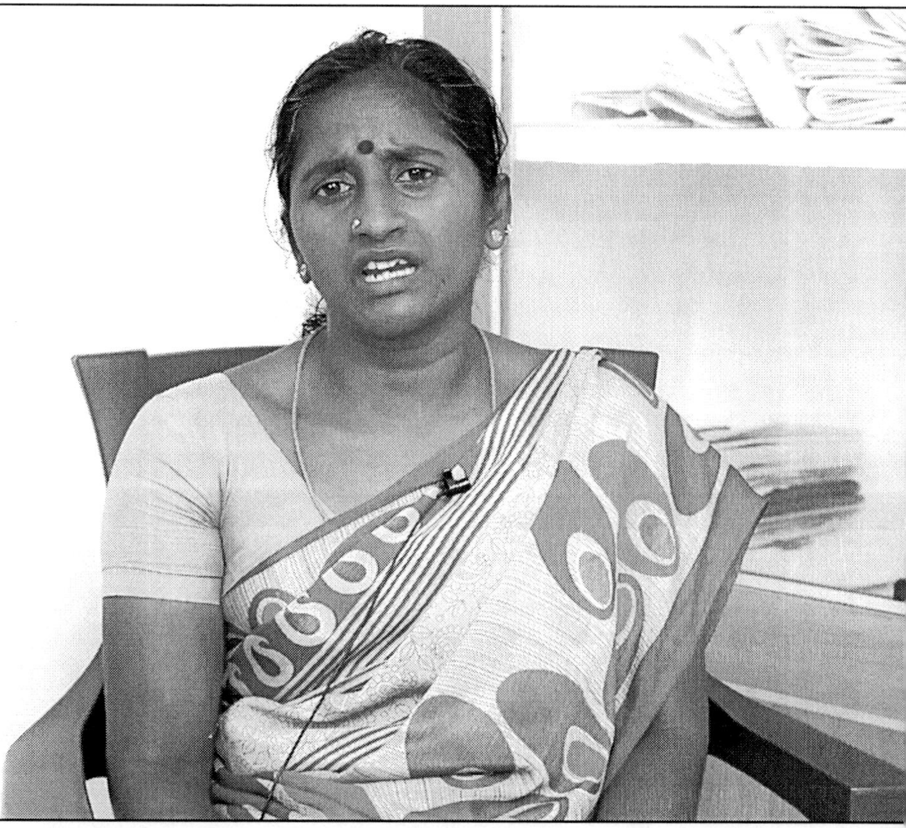

பெரியதாயி

அப்பா பொன்னுசாமி. அம்மா மினியம்மா. நாங்க நல்லூர் கிராமம். கர்நாடகால காட்டு வேலை செஞ்சிக்கிட்டிருந்தோம். கர்நாடகப் போலிசு நைட்ல ஒரு மணி இருக்கும். திபுர் திபுர் திபுர்னு வந்தாங்க. எங்க அம்மா அப்ப தமிழ்நாட்டுக்கு போயிருந்தாங்க.

எங்கப்பாவ செருப்புக் காலாலேயே உதைச்சாங்க. அப்ப எனக்கு பத்து வயசுதான் இருக்கும். ஏன் எங்கப்பாவ அடிக்கிறீங்கன்னு கேட்டேன். அப்பான்னு கத்திக்கிட்டே போயி அவரை சேத்துக் கட்டிக்கிட்டேன்.

என்னைய இடிச்சுத் தள்ளிட்டு அப்பாவ இழுத்துக்கிட்டுப் போயிட்டாங்க. எங்க அண்ணனையும் சந்தேகம்ங்கிற பேருல கூட்டிட்டுப் போயிட்டாங்க.

தம்பியையும் சேத்து இழுத்துட்டுப் போயிட்டாங்க.

எங்கம்மாவையும் பிடிச்சுட்டு வந்து ஒம்பதரை வருஷம் ஜெயில்ல போட்டுட்டாங்க.

ஒரு தம்பியையும் அண்ணனையும் எங்க வச்சிருக்காங்கன்னே தெரியலை.

சின்னவனுக்கு பத்து வயசுக்கு கீழ. பெரியவனுக்கு பன்னிரெண்டு வயசுதான். நான் நடுவு.

பண்ணாரி கேம்ப்லதான் வச்சிருந்தாங்க. எங்க அண்ணன அடிச்சி சித்ரவதை பண்ணி எங்க அம்மா முன்னாடியே நிர்வாணமா நிறுத்தி ஒன் பையனுக்கு உயிர் நிலைல கரண்டு வைடின்னு சொல்லி எங்கம்மாவ எட்டி உதைச்சாங்க.

ஐயோ நான் பெத்த பையனுக்கு நான் எப்படி கரண்டு கொடுப்பேன்னு அம்மா அழுதாங்க. அந்தக் கர்நாடகா இன்ஸ்பெக்டர் அசோக்குமார் எங்க அம்மாவ எட்டி உதைச்சி எங்க அண்ணனுக்கு உயிர்நிலைல கரண்டு வைக்கச் சொன்னாங்க. ஒரு பெத்த தாய்க்கு நடக்கக் கூடாத கொடுமை அது. தெனம் சித்ரவதை.

(அழுகிறார்)

எங்க குடும்பத்துல எட்டு பேரு செத்துட்டாங்க. எட்டு பேரையும் சுட்டுக் கொன்னுட்டாங்க. அப்பா, அண்ணன்மாரு ரெண்டு பேரு. எங்க தாய்மாமன் ரெண்டு பேரு. எங்க சித்தப்பா, பெரியப்பா.

எங்க பாட்டிக்கெல்லாம் கையே இல்லாமப் பண்ணிட்டாங்க. அந்தக் கிழவிக்கு அந்த வயசுல அப்படிக் கொடுமையெல்லாம் நடந்துருக்கக் கூடாது. பாட்டியோட மார்ல கரண்டு வச்சி ரொம்பக் கொடுமை பண்ணுனாங்க.

(அழுகிறார்)

என் அண்ணன், தம்பிய அடிச்சே மெண்டலாக்கிட்டாங்க. பத்து ரூபா காசக் கையில குடுத்தாக் கூட எண்ணத் தெரியாத அளவுக்கு ஆக்கிட்டாங்க.

பைத்தியக்காரப் பிள்ளைக ரெண்டுபேரப் பெத்துவிட்டுப் போயிட்டா மினியம்மான்னு பாக்குறவங்க பேசுனாங்க.

அவங்க எல்லாத்துக்கும் நல்லது கேட்டது எல்லாம் நானே பாத்து அவங்களுக்கு செய்றதெல்லாம் செய்றேன்.

(அழுகிறார்)

ஒம்பதரை வருஷம் கழிச்சு ஜெயில்லருந்து அம்மா வந்தா. அவளை அடிச்சு கரண்டு வச்சதுனால கிட்னி எல்லாம் போயிடுச்சு. ரெண்டு வருசத்துல அம்மாவும் செத்துட்டாங்க.

அப்ப எனக்கு பத்து வயசுதான். என் கண்ணு முன்னாடியே சித்ரவத செஞ்சாங்க. அடிச்சாங்க. கரண்டு குடுத்தாங்க. அவங்க பண்ணுன எல்லாக் கொடுமையும் எனக்குத் தெரியும்.

சின்னப் பிள்ளைகள இப்படியெல்லாம் அடிப்பாங்கன்னு எனக்குத் தெரியல. தம்பி முட்டியெல்லாம் பேத்துப் புண்ணாக்கிட்டாங்க. அண்ணனுக்கு முட்டி வழியா ரத்தமா ஊத்துது. ரத்தம் கீழே போய்க்கிட்டே இருக்கும். முகத்துலயே திருப்பித் திருப்பி அடிச்சே வெட்டுக்காயம் மாதிரி ஆக்கிட்டாங்க. புத்தி சுவாதீனம் இல்லாம ஆக்கிட்டாங்க.

(தன் கைகளால் கன்னப் பகுதியில் ஏற்பட்ட வீக்கத்தையும் வெட்டுக் காயங்களின் தன்மையையும் செய்து காண்பித்து அழுகிறார்)

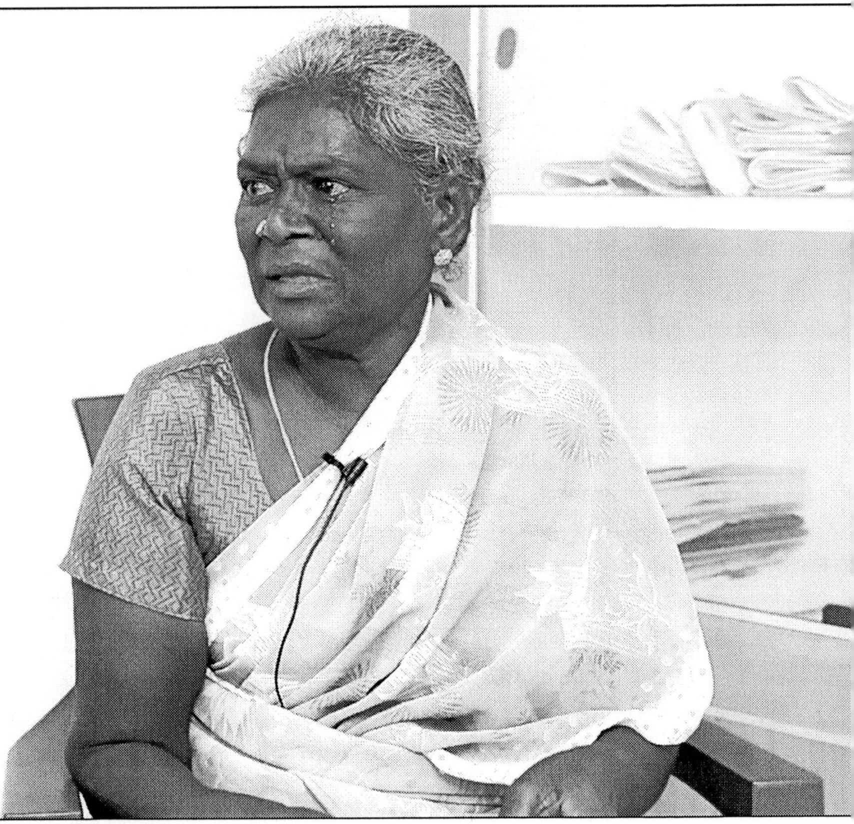

வெத்தலக்காரத் தங்கம்மா

என் ஊரு மேச்சேரி. தொண்ணூத்தி மூணுல கொளத்தூர் பஸ் ஸ்டாண்டுல வெத்தல வியாபாரம் பண்ணிக்கிட்டு இருந்தேன். அப்ப வீரப்பன் பெரியதண்டால இருந்தாராம். நாங்க அவரப் பாத்தது கூட இல்ல.

அப்ப மோகன் நிவாஸ் இன்ஸ்பெக்டர் பவுனு கலர்ல ஒரு பஸ்சுல வந்து, வயசான மூணு பேரு மீன் பிடிச்சுக்கிட்டு இருந்தவங்களப் பிடிச்சுத் தூக்கிப் போட்டாங்க. அவங்களோட என்னையும் தூக்கி வண்டில போட்டுக் கொண்டு போனாங்க. முருகன் போலீஸ். மோகன் நிவாஸ். மேட்டூரு கூப்பிட்டுப் போயி பன்னெண்டு மணிக்குள்ள விட்டுறோம். நீ திரும்பி

வந்துருவ, அப்டின்னு சொல்லித்தான் கூப்பிட்டுப் போனாரு. எனக்குப் பயமாகிப் போச்சு.

பஸ்சு நெறையப் போலீசா இருந்தாங்க. வேற எந்த ஆளுகளும் கிடையாது. போடியா கிழவன், வயசான கிழவனுக ரெண்டு பேரு.

மேட்டூர் ஸ்கூல்லதான். மே மாசம் லீவு. அதான் முகாம்.

இங்க பாரு. எட்டாயிரம் அதிரடிப் போலீஸ் இருக்கறோம். எட்டாயிரம் பேருக்கும் இவ தாங்குவா. ஒடம்பப் பாருன்னு சொல்லிக்கிட்டே அந்த மோகன் நிவாஸ் எட்டி என் வாயிலயே ஒதைச்சார் பாருங்க. என் வாயில உள்ள பல் எல்லாம் கத்திரிச்சுப் போயிருச்சு. ஒதடு கிழிஞ்சு ஒடஞ்சி போச்சு. தொற தொற தொறனு ரத்தம் ஊத்துச்சு.

(சிதிலமடைந்த வாய்ப்பகுதிகளைக் காண்பிக்கிறார்)

மேட்டூர்ல வச்சு மூணு மாசம் பயங்கரமான கொடுமைகள். விடவுமில்ல. ஒண்ணுமில்ல. பாத்ரூம் போகவிட மாட்டாங்க. பிளாஸ்டிக் கவரு இல்லைனா, கஞ்சி கொண்டு வந்து சுடச் சுடக் கையிலயே ஊத்துவாங்க. அதையும் வாங்கிக் குடிக்கணும்.

செங்கல், கட்டைகள கொண்டு வந்து தரைல போட்டு அதுல முட்டி போட வச்சு அடிப்பாங்க.

மோகன் நிவாஸ் இன்ஸ்பெக்டரும் தேவாரமும்தான் இந்தக் கொடுமைகளை செய்வாங்க. ரெண்டு பேரும் என்னை ரொம்பக் கொடுமை செஞ்சாங்க.

மேட்டூர் ஐ.பி.ல என்னை பத்து நாள் வச்சி ஒடம்புல ஒட்டுத்துணி கூட இல்லாம அஞ்சு நாலு கவுந்தே உக்காந்திருந்தேன். துணியப் பூராப் புடுங்கி மேலே எறிஞ்சிட்டாங்க.

பயங்கரக் கொடும பண்ணுவாங்க. மேலெல்லாம் சிகரெட்டால சூடு வைப்பாங்க. தொடை கிடைனு எல்லா எடத்துலையும் சூடு வைப்பாங்க.

என் ரெண்டு கால்களையும் ஒடைச்சி மதுரைக்கு கொண்டு போய்ட்டாங்க. பாதி ஜனங்கள இராமநாதபுரத்துக்கும், அவங்களுக்கு தேவைப்

படுறவங்கள திருநெல்வேலி செவந்திபட்டி கஸ்டடிக்கும் கூட்டிட்டுப் போயிட்டாங்க. எனக்கு நடக்க முடியலை. தரையில தவந்தே பாத்ரூம் போகணும். என்னோட இருந்த ரெண்டு பேரு என்னத் தூக்கிட்டுப்போயி வேலிச்சந்துல விட்டாங்கன்னாதான் ஆயி இருக்க முடியும்.

மறுபடி கோயமுத்தூர் ஜெயில்ல கொண்டு வச்சாங்க. பத்து நாள் சோறு எதுவும் சாப்பிடல. சட்டி பானைல என்னைச் சுத்தி பத்துப்பேரு ஆயி இருப்பாங்க. குமட்டிக்கிட்டே இருக்கும். பச்சத்தண்ணியக் குடிச்சுக்கிட்டே கெடந்தேன். முட்டிக்குக் கீழே கால் சீழ் பிடிச்சுப் போச்சு. இடுப்பெல்லாம் வீங்கிப் போச்சு. சூடு வைக்கிறது. பெரிய தொன்னைக் கட்டையால கால் பாதத்துலயே அடிப்பாங்க.

வீரப்பன் படையாச்சி. நீயும் படையாச்சி. கொன்னுடுவேன். வீரப்பனைப் பத்தி சொல்லு சொல்லுன்னு அடிப்பாங்க. ஈரோடு. மெட்ராஸ்னு கூட்டிட்டுப்போய் கடைசில தடா சட்டத்துல ஜெயில்ல போட்டாங்க. மூணு வருஷம் ஜெயில்ல இருந்தேன். சொந்த பந்தம் யாரும் பயந்துக்கிட்டு பாக்குறதுக்கு வரலை.

மனித உரிமைக் கமிஷன், லண்டன்ல இருந்தெல்லாம் வந்தாங்க. பேட்டி எடுத்தாங்க. சில மகராசிகளுக்கு மட்டும் அஞ்சுலட்சம் பணம் வந்துச்சு. எங்களுக்கெல்லாம் பணமும் வரலை.

என்னால முடியல. பையன் ஒரு பக்கம். பிள்ளை ஒரு பக்கம். நானு அனாதையா இருக்கேன்.

கேம்ப்ல ஒண்ணுக்குப் போகணும்னு சொன்னாக்கூட பாத்ரூம்ல தள்ளிக்கிட்டுப் போயி ரேப் பண்ணி வெளில கூட்டிட்டு வருவாங்க அதிரடிப்படை போலீசு. பாத்ரூம் போனாலே ரேப் பண்ணுவாங்க. அவங்களுக்குப் பயந்துக்கிட்டு பாத்ரூம் போகாம பிளாஸ்டிக் கவர்லயே போயி தூக்கிப் போட்டுடுவேன். வெத்தலைக் கடைதான் வச்சிருந்தேன். நல்லாத்தான் இருந்தேன். சுப்பனுக்குத் தெரியும். நக்கீரன் கோபாலுக்கும் தெரியும்.

புத்தகத்துல போட்டாங்க. இப்ப எந்த வேலையும் செய்ய முடியல. ஒடம்பே நாசமாப் போச்சு.

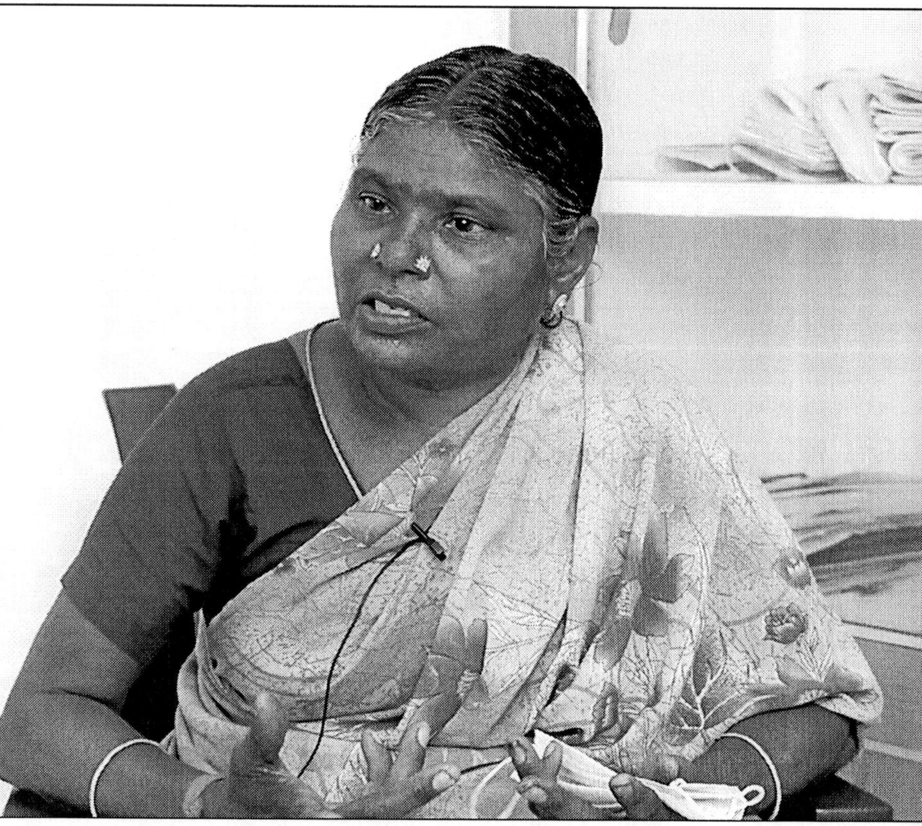

மணி, லக்கம்பட்டி

சேலம் மேட்டூர். கூடை பின்னுவது தொழில்.

எங்க வீட்டுக்காரரை தமிழ்நாடு போலீஸ் பிடிச்சது - கர்நாடகா அனுப்பிட்டாங்க.

எம் மாமன்காரரையும் மச்சான்காரரையும் கர்நாடகா போலிஸ் பிடிச்சது. அடிச்சுக் கண்ணைக்கட்டி கையைக்கட்டிக் கொண்டு போயிட்டாங்க.

மாதேஸ்வரன் மலைலதான் வச்சு சித்ரவதை செஞ்சாங்க. அவங்க விவசாயம்தான் பண்ணிக்கிட்டு இருந்தாங்க.

மூங்கில் பெரம்பு எடுக்கப் போகும்போது எங்க வீட்டுக்காரரைப் பிடிச்சுட்டுப் போயிட்டாங்க.

அன்னிக்கு தினத்தில நாலு பேரைப் பிடிச்சுட்டுப் போயிட்டாங்க.

எங்க வீட்டுக்காரரையும் இன்னொருத்தரையும் சுட்டுக் கொன்னுட்டாங்க.

ஒன்றரை வருஷம் கழிச்சுதான் என்கிட்ட சொன்னாங்க. ஒங்க சாதில என்ன பரிகாரமோ அதச் செஞ்சுடுங்கன்னு சொல்லிட்டுப் போயிட்டாங்க.

நாச்சிமுத்து எம்.எல்.ஏ. காட்டுலதான் மூங்கில்கூடை பின்னி நாங்க சந்தைல விப்போம். அன்னிக்கு ஏற்கெனவே உள்ள இருந்த போலீசு என் வீட்டுக்காரரைப் பிடிச்சுட்டுப் போயி சுட்டுக் கொன்னுட்டாங்க.

வீரப்பனுக்கு சப்போர்ட்டு பண்ணுறேன்னு சொல்லி கூப்பிட்டுப் போயி சுட்டுக் கொன்னாங்க. என் வீட்டுக்காரரு பொணத்தைக் கூடக் கண்ணுல காட்டலை.

அப்பப்ப ஒண்ணு ரெண்டு பேத்த வெளில விடுவாங்க. அவங்கதான் வந்து உன் மாமனார் பாத்தேன், மச்சானைப் பாத்தேன்னு தகவல் சொல்வாங்க.

எங்கப்பாவையும் பிடிச்சுட்டுப் போயி மைசூர் ஜெயில்ல போட்டுருந்தாங்க. அவர மைசூர் ஜெயில்ல பாத்தப்பதான் என் வீட்டுக்காரரை, மச்சான்காரரைக் கொன்னுட்டாங்கன்னு சொன்னாரு.

ஆனா ஒன்றரை வருஷம் கழிச்சுதான் போலீஸ் சொன்னாங்க. பிடிச்ச ஒடனே சுட்டுட்டாங்க.

மொத்தம் ஒம்பது பேரை சுடுறதுக்காகக் கூப்புட்டுப் போயி எட்டு பேரை சுட்டுக் கொன்னுட்டாங்க. ஒம்பதாவது ஆளை சுடுறதுக்கு முந்தி யாரையும் சுட வேண்டாம்னு போன் வந்ததால அவரை சுடலை. அந்த போனு மொதல்ல வந்துருந்தா அந்த எட்டு பேரும் தப்பிச்சுருப்பாங்க.

இது வரைக்கும். என் மாமனார் இருக்கறாரா? செத்துட்டாரான்னு எனக்குத் தெரியாது.

முருகேசன்

விடியல் பியூப்பிள் வெல்பேர் பவுண்டேஷன்
மேனேஜிங் டைரக்டர்.

விடியல் அமைப்பின் டைரக்டர் என்பதை விட வீரப்பன் தேடுதல் வேட்டை என்ற பெயரில் நடந்த அராஜகத்தில் என் ஒட்டுமொத்தக் குடும்பத்தை இழந்தவன் நான். கொடூரங்களைச் சந்தித்தவன். சித்ரவதைகளை அனுபவித்தவன்.

பதினாலு வயசில் அப்பாவை இழந்தவன். வனப்பகுதிகளைச் சார்ந்த என் மக்கள் அனுபவித்த கொடுமைகளைக் கண் கூடாகப் பார்த்தவன் நான்.

மாதேஸ்வரன் மலை சித்ரவதை முகாமில் நான்

பார்க்கக் கூடாததை எல்லாம் பார்த்தேன். அந்த வலிகள் நீண்டகாலம் இருந்தது.

பின்னர் மனித உரிமை அமைப்புக்களோடு என்னை இணைத்துக்கொண்டு மக்களுக்காகப் பாடுபட ஆரம்பித்தேன்.

ஒரு கால கட்டத்தில் எங்கள் பிரச்னை தேசிய மனித உரிமை ஆணையத்துக்குக் கொண்டு செல்லப்பட்டது. பல்வேறு அமைப்புக்கள், மனித உரிமை அமைப்புக்கள், அரசியல் கட்சிகள், தன்னார்வலர்கள், பத்திரிகைகள் மூலம் தேசிய மனித உரிமைக் கமிஷனுக்கு அனுப்பப்பட்ட புகாரின் அடிப்படையில் ஒரு கமிட்டி அமைக்கப்பட்டது.

அது சதாசிவா கமிட்டி.

ஆறு அமர்வுகளாக கோபி, மாதேஸ்வரன் மலை போன்ற இடங்களில் விசாரணை செய்தார்கள். 192 பேர் பாதிக்கப்பட்டவர்கள் சாட்சியம் சொல்கிறார்கள். அதிரடிப்படை சம்பந்தப்பட்டவர்கள் அதிகாரிகள் எல்லாம் சேர்ந்து முன்னூறு பேருக்கும் மேல்.

192 பேர் மட்டும்தான் பாதிக்கப்பட்டவர்கள் என்றால் அதெல்லாம் இல்லை. எண்ணற்ற மக்கள் பாதிக்கப்பட்டார்கள்.

அச்சுறுத்தல் காரணமாக நிறைய பேர் சாட்சி சொல்லவில்லை. சாட்சி சொல்லப் போனாலே சுட்டு விடுவேன் என்று மிரட்டினார்கள். சாட்சி சொல்ற அளவுக்கு தைரியம் வந்து விட்டதா என்று வழியிலேயே போலீசால் மிரட்டப்பட்டார்கள்.

அதுமாதிரி தடுக்கப்பட்ட மக்கள் நிறைய பேர் இருக்கிறார்கள். தன்னுடைய குடும்பத்தில் மீந்தவர்களாவது உயிரோடு இருக்கட்டுமே என்றும், கொளத்தூர் வரை சாட்சிசொல்ல வந்துவிட்டு போலீஸ் அச்சுறுத்தல் காரணமாக, போலீசின் தொடர் கண்காணிப்பு காரணமாக சாட்சி சொல்லாமல் திரும்பியவர்கள் நிறைய பேர்.

சதாசிவா கமிட்டியே அரி புரியா ஒரு கண்துடைப்பு மாதிரி வந்தாங்க... போனாங்க. ஆரம்பத்திலேயே அப்துல் கறீம்னு ஒருவர் ஸ்டே வாங்கி ஒரு அமர்வை ஸ்டாப்

பண்ணினார். அதனால் அஞ்சு முறைதான் அமர்வு கணக்கு ஆனது.

அதிரடிப்படை அதிகாரிகளைத் தப்பிக்க வைக்கத்தான் அன்று சதாசிவா கமிஷன் முயற்சித்தது என்று எனக்குத் தோன்றுகிறது.

எண்ணற்ற என்கவுன்ட்டர்களும், வெளியில் சொல்ல முடியாத சித்ரவதைகளும் உள்ளன.

பாலியல் வன்புணர்ச்சிக்கு உள்ளாக்கப்பட்ட பெண்கள் ஏராளமான பேர்.

நேரடி என்கவுன்ட்டர் கொலைகள் மட்டுமன்றி, போஸ்ட் மார்ட்டம் ரிப்போர்ட் இல்லாமல் அனாதைப் பிணமாக்கப்பட்டவர்களும் உண்டு. அதில் என் தாத்தனும் கூட உண்டு.

என் வீட்டில் ரெண்டு என்கவுன்ட்டர்கள் என்று கணக்கு காட்டினார்கள். தாத்தா கணக்கில் வரவில்லை.

எரிஞ்சு போய்ட்டாங்க என்கிறார்கள். பத்தியான், கிருஷ்ணன் போன்று எனக்குத் தெரிந்து அடையாளம் காணப்படாத பிணங்கள் என்று பெரிய கணக்கே உள்ளது.

காடு கரை இருக்கு. வீடு இருக்கு. மனைவி மக்களோட வாழ்ந்தவங்க. ஆனால் காணவில்லை என்றால் எப்படி?

சொத்துக்கள் பெயர் மாற்றம் செய்ய முடியவில்லை.

எப்படி இவர் சொத்துன்னு சொல்ற? இந்த தேதியில் அடையாளம் தெரியாத பொணத்தை எப்படிக் கணக்கில் எடுத்துக் கொள்வது? என்று திருப்பிக் கேட்கிறார்கள்.

பர்கூர் ஸ்டேஷன், ஜி.எச். எதிலும் ஆதாரங்கள் இல்லாமல் என்கவுன்ட்டர் சர்ட்டிபிகேட் கொடுக்கமாட்டேன் என்கிறார்கள்.

சதாசிவா கமிஷன் அறிக்கை கிடப்பில் போடப்பட்டது.

பல்வேறு தரப்பிலிருந்து போராடி அழுத்தம் கொடுத்து அந்த அறிக்கை நகல் வெளியிட வைக்கப்படுகின்றது.

அதை வெளியிட்டபோது 192 பேரும் சதாசிவா கமிட்டியால் ஐடென்டிபை செய்யப்படவில்லை. 89 பேர் மட்டும்தான் கணக்கில். முப்பத்தாறு என்கவுன்ட்டர்கள்,

9 வருசம் முழுமையாக ஜெயிலில் இருந்தவர்கள். அடித்து சித்ரவதைக்குள்ளாகி முடமாக்கப்பட்டவர்கள், ஒரே ஒரு ரேப் என்று கணக்குக் காட்டப்பட்டது.

ஏற்கெனவே வீரப்பன் இரு மாநில அரசுகளுக்கும் ஐந்து ஐந்து கோடிகள் என்று டிமாண்ட் பண்ணினார். ஒதுக்கப்பட்ட அந்தப் பணம் இருக்கிறது.

அந்தப்பணத்தில் இருந்துதான் இரண்டு கோடியே எண்பது லட்சம் பரிமாற்றம் செய்யப்படுகிறது. ஒரு லட்சத்திலிருந்து 5 லட்சம் வரைக்கும்.

பழங்குடி மக்கள் சங்கம், பியூப்பிள் வாட்ச், சோக்கோ அறக்கட்டளை, தந்தை பெரியார் திராவிட முன்னேற்றக் கழகம், பத்திரிகைகளில் நக்கீரன் போன்ற தொடர் போராட்டங்களின் மூலம்தான் சதாசிவா கமிட்டி அமைக்கப்பட்டு நிவாரணம் வழங்கப்பட்டது.

பின்னர் பாதிக்கப்பட்டவர்களின் துயரங்கள் மறைக்கப்பட்டன. மறக்கடிக்கப்பட்டது.

இரண்டு மாநில மக்கள் சம்பந்தப்பட்ட இதை அப்படியே விடமுடியாது என்பதனால்தான் விடியல் பியூப்பிள் பவுண்டேஷன் என்ற அமைப்பு உருவாக்கி நிவாரணம் பெற்ற 89 பேரையும் சந்தித்து அவர்களிடம் சிறிது தொகை கொஞ்சம் கொஞ்சம் கலெக்ட் செய்து நானே ஒரு வக்கீலை வைத்து வழக்குப் போட்டேன்.

2021 பிப்ரவரி அமைப்பு ஸ்டார்ட் செய்யப்பட்டு மார்ச்சில் வழக்கை பைல் செய்தேன்.

அப்துல் குத்தூஸ் 4 வார டைம் வைக்கிறார். கொரோனா வந்து விட்டது,

நீதியரசர் மகாதேவன் கடவுள் போல வந்து சேர்ந்தது எங்கள் பாக்கியம்.

2007-ல் பணம் கொடுக்கப்பட்டது. ஒரு கோடியே இருபது லட்சத்து ஐம்பதாயிரம் போக மீதமுள்ள மூணுகோடி எழுபத்தி ஒன்பது லட்சத்துக்கு என்ன கணக்கு? அதை எப்பொழுது தருவீர்கள் என்று பெட்டிஷன் போடுகிறோம். இத்தனை வருடங்கள் அந்தப் பணம் வைத்திருக்கிறீர்களே அதற்கு வட்டி ஏதாவது இருக்கிறதா என்ற கேள்விக்கு தமிழக அரசிடமிருந்து

வட்டியெல்லாம் கிடையாது என்றுதான் பதில் கிடைத்தது.

நீதிபதி மகாதேவன் அவர்கள் கேட்டபோது இறந்து போன வழக்கை உயிர்ப்பிப்பதற்கு நான்கு வாரம் கெடு கொடுக்கிறார்.

பணம் எப்ப கொடுப்ப? கொடுக்க மாட்டேன் என்றால் ஏன் கொடுக்க மாட்டேன் என்று காரணம் சொல்ல வேண்டும் என்ற ஆர்டர் விதிக்கப்படுகின்றது.

இந்தியக் கம்யூனிஸ்ட் கட்சி எம்.பி. து.ராஜா அவர்களின் மனைவியார் திருமதி.ஆனிராஜா அவர்களின் தைரியமும் நுணுக்கமும் நிறைந்த நடவடிக்கைகளால்தான் அந்த அறிக்கையைப் பெற முடிந்தது.

சந்திக்க அனுமதி கொடுக்காத தேசிய மனித உரிமைத் தலைவர்களைக் கெரோ செய்தோம்.

நாட்கள் கடந்தன.

சரத் மிஸ்ரா.

சில அமைப்புக்களின் கையெழுத்துக்கள் மட்டுமே வாங்கி வழக்கு முடிக்கப்பட்டதாக கணக்குக் காட்டியது தேசிய மனித உரிமைக் கமிஷன்.

சி.பி.ஐ. கட்சியின் இந்திய மாதர் சம்மேளனம் சார்ந்த ஆனிராஜா அம்மாவின் வாதம் இதுதான். பாதிக்கப்பட்ட மீதமுள்ள மலைவாழ் மக்களுக்காக ஒதுக்கப்பட்ட பணத்தை அரசுகள் வெளியில் எடுக்க வேண்டும்.

அந்த சமயத்தில் இந்தியக் கம்யூனிஸ்ட் கட்சியின் எம்.பி. து.ராஜாதான் சொன்னார். கலைஞர் மகன் திரு.மு.க.ஸ்டாலினைப் பாருங்கள். இது மாநில அரசின் அதிகாரத்துக்கு உட்பட்டதுதான். அவர் நல்ல மனிதர். போய்ச் சந்தியுங்கள் என்று சொன்னார்.

தமிழகஅரசு மார்ச் ஐந்தாம் தேதி வரை காலக்கெடு கேட்டுள்ளது. எங்களுக்கு நம்பிக்கை உள்ளது.

தமிழக அரசு மீதும் தமிழக முதல்வரின் மீதும் எங்களுக்கு நம்பிக்கை உள்ளது.

தமிழக முதல்வரின் தீர்ப்பை எதிர்பார்த்துக் கொண்டிருக்கிறேன்.

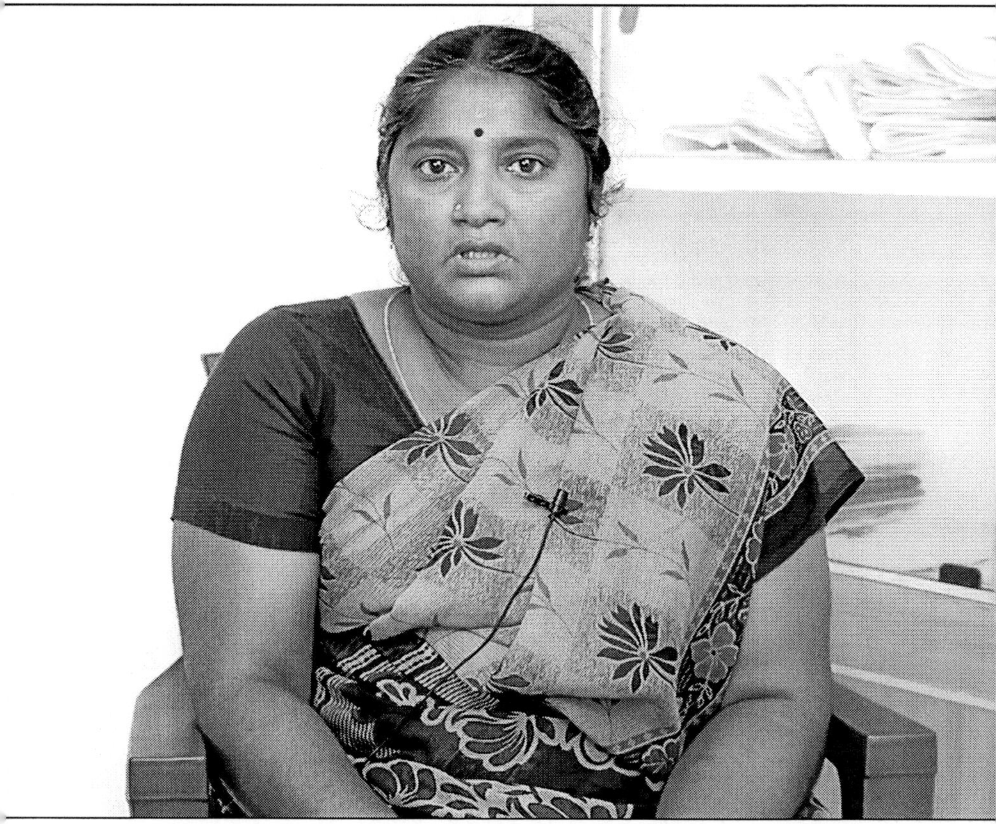

சரசு

என் பெயர் சரசு. எனக்கு ஏழு வயசு இருக்கும்போது, விடியக்காலம் ஆறு, ஏழு மணி வாக்கில் எங்க அம்மாவை போலீஸ் ரெண்டு கையிலும் கயிறைக் கட்டி, கண்ணில் கருப்புத் துணியைக் கட்டி இழுத்துச் சென்றனர். அப்ப நான் எங்கம்மாவை போலீஸ் பிடிக்குதுன்னு கதறி அழுதேன். அப்ப வீட்டுக்குள்ள வந்த போலீஸ், ரேசன் கார்டு, பட்டா எல்லாத்தையும் கிழித்து போட்டுட்டாங்க. என் தங்கச்சி பாட்டி வீட்டுல இருந்தா. நான் ஒருத்திதான் வீட்டுல இருந்தேன். நான் போயி எல்லார் காலிலும் விழுந்து கெஞ்சறேன். யாரும் கண்டுக்கல. ஒரு போலீஸ்காரர் காலில் விழுந்து கெஞ்சினேன். அப்ப ஒரு போலீஸ்காரரு என்னை பிடித்து தள்ளிவிட்டு, கட்டையால் அடிக்க வந்தாரு. சின்னக்குழந்தை

அடிக்காதன்னு ஒரு தமிழ் போலீஸ்காரரு அவரை தடுத்து, 200 ரூபாய் கொடுத்து உங்கம்மாவை அய்யா கூப்பிட்டிருக்கிறாரு, கொண்டாந்துவிட்டுடுவாங்க, அழுவாதன்னு சொன்னாரு.

23 நாள் கழிச்சி விடியங்காலம் 4 மணி இருக்கும் எங்கம்மாவை கொண்டாந்து விட்டாங்க. என்னென்ன சித்ரவதை பண்ணுனாங்களோ தெரியல. கொடுமைப் படுத்துனாங்கன்னு சொல்லி அழுதாங்க. கையை கிழிச்சி ரத்தமா இருந்தது. காதுல கரெண்ட் ஷாக் கொடுத்து பல கொடுமைப்படுத்தியிருக்காங்க. அப்ப எங்கம்மாக்கிட்ட போவ பயந்துக்கிட்டு இருந்தேன்.

ஒரு 15 நாள் இருக்கும். 5 மணி வாக்குல ஒரு வேன் வந்தது. அய்யா கூப்புடுறாருன்னு சொல்லி வேனில் ஏத்துவாங்க. மறுநாள் விடியங்காலம் 4 மணிக்கு கொண்டாந்து விடுவாங்க. இப்படியே பண்ணுவாங்க. எங்க பாட்டி இவுங்க வர்றதை பாத்து பயந்து எங்களை வீட்டுக்குள்ள போட்டு சாத்திடும். அடுப்பு எரிஞ்சாலும் தண்ணி ஊத்தி நெருப்பை அமிச்சிடும். எங்கம்மா அழுதுக்கிட்டே வரும். ஏம்மான்னு கேட்டா அழும். அப்புறம் ஒரு நாள் மேட்டூருக்கு அய்யா வரச் சொன்னாங்க வாங்கன்னு கூப்பிட்டு போனாங்க. 3 மாதம் எங்க கொண்டுபோய் வைச்சிருந்தாங்க, என்ன பண்ணுனாங்கன்னு தெரியல. பண்ணாத சித்ரவதை பண்ணி, கொடுமை செஞ்சி எங்கேயோ விட்டுட்டாங்க. எப்படியோ எங்கம்மா வந்துருச்சி. உடெம்பெல்லாம் காயம். துணியெல்லாம் ரத்தம். என்னென்னு கேட்டதுக்கு, பண்ணாரில வச்சிருந்தாங்க. தொட்டியில கஞ்சி ஊத்துனாங்க. குடிச்சிட்டு கெடந்தோமுன்னு சொல்லி அழும்.

எனக்கு கல்யாணம் பண்ணுறத்துக்கு முன்னாடிதான் என்ன கொடுமைப் படுத்துனாங்கன்னு தெரியும். சின்ன குழந்தையா இருந்ததால என்கிட்ட என்ன கொடுமைப்படுத்துனாங்க, சித்ரவதை பண்ணுனாங்கன்னு சொல்லல. போலீஸ் அடிச்சது, கொடுமைப்படுத்தியதை நினைச்சி நினைச்சி அழும். அழுது அழுது மனஉளைச்சல்

ஏற்பட்டு என்ன பேசுறோம் என்பதே அவுங்களுக்கு தெரியாது. அந்த அளவுக்கு ஆயிடுச்சி. ஈரோடு அரசு ஆஸ்பத்திரியில் சேத்தோம். அவுங்க ரொம்ப மனவேதனை அடைஞ்சிட்டாங்க. கூப்பிட்டு போயிடுங்க. ஒன்னும் பண்ண முடியாதுன்னு சொல்லிட்டாங்க. ஆஸ்பத்திரியில் அப்படி சொன்னதால வீட்டுக்கு அழைச்சிட்டு வந்தோம். உடம்பு முடியாம அவுங்க இறந்துட்டாங்க.

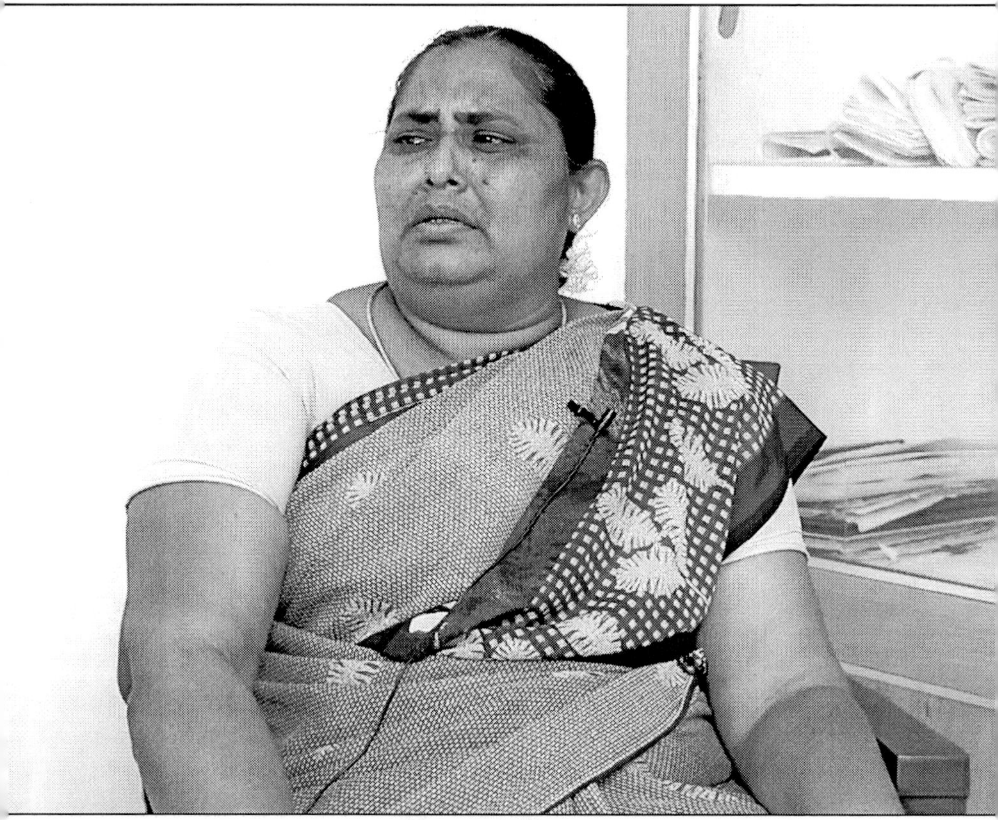

சிவகாமி

என் பெயர் சிவகாமி. என் வீட்டுக்காரர் பெயர் முருகன். எங்களுக்கு கல்யாணம் ஆனவுடனேயே எங்க வீட்டுக்காரருக்கு அம்மை போட்டதால் அவர்

வீட்டிலேயே இருந்தார். விடியக்காலம் ஐந்தரைமணி இருக்கும் வீட்டில் தூங்கிக்கொண்டிருந்தவரை திடீரென உள்ளே வந்த போலீஸ், தடாபுடான்னு இழுத்துட்டு போனாங்க. ஏன் எங்க வீட்டுக்காரரை இழுத்துட்டு போறீங்கன்னு நான் கேட்டேன். அதுக்கு அவுங்க கன்னடத்துல திட்டுனாங்க. எதுக்காக எங்க வீட்டுக்காரரை இழுத்துட்டு போறீங்க, என்ன தப்பு செஞ்சாருன்னு கேட்டுக்கிட்டே பின்னாடியே போனேன். அதோடு சரி. ஏழு மாசமா எங்க வைச்சிருந்தாங்கன்னு தெரியல.

போலீஸ்காரங்களை பாத்தாவே பயமா இருக்கும். ஓடி ஒளிஞ்சிக்குவோம். யாரையாவது எங்க வீட்டுக்காரர எங்க வைச்சிருக்கீங்க, அவுங்க எங்க இருக்காங்கன்னு கேட்டா பதிலே சொல்லமாட்டாங்க. வீரப்பனுக்கு உதவுனான்னு தகவல் வந்ததால இழுத்துக்கிட்டு போனாங்கன்னு சொன்னாங்க.

என் வீட்டுக்காரரு மாதேஸ்வரன் மலையில மேனேஜரா இருந்தாரு. கல்யாணத்துக்கு ஒரு மாசத்துக்கு முன்னாடிதான் லீவு போட்டுட்டு வந்தாரு. அவருக்கு வீரப்பன் கருப்பா, சிவப்பான்னு கூட தெரியாது. ஏழு மாசம் கழிச்சித்தான் அவரை சுட்டுக்கொன்னாங்கன்னு தெரிஞ்சிது. எட்டு பேத்த சுட்டுக்கொண்ணாங்கன்னு கொளத்தூர் போலீஸ் ஸ்டேஷனில் சுட்டுக்கொண்ண போட்டோவ காண்பிச்சாங்க. உங்க கணவரு இல்ல. செத்துப்போனாரு. உங்க சாதிப்படி, குலப்படி என்ன செய்யணுமோ செஞ்சிக்கோங்கன்னு சொன்னாங்க. அந்தப் போட்டோவ பாத்து அங்கேயே நான் மயக்கம் போட்டு விழுந்தேன். என் வீட்டுக்காரரு பிரேதத்தைக் கூட காண்பிக்கல.

அன்னையில இருந்து இன்னைக்கு வரைக்கும், எனக்கு 17 வயதுல கல்யாணம் ஆச்சி. இப்ப வரைக்கும் அந்த துக்கத்துல இருந்து என்னால மீள முடியல. இப்பவும் வெள்ளை வேனை, ஆம்புலன்ஸ் வேனை பார்த்தால் அதிர்ச்சியா இருக்கும். எங்க வீட்டுக்காரரை போலீஸ் பிடிச்சிட்டு போனது, சுட்டுக்கொண்றதா போட்டோ

காண்பிச்சது இதெல்லாம் நினைச்சா இப்பவும் தூக்கம் வரமாட்டேங்குது.

எங்கள இந்த நிலைமைக்கு ஆக்கினவங்களுக்கு கட்டாயம் தண்டனை கொடுக்கணும். நாங்க பட்ட வேதனையை அவுங்களும் படணும். எங்களுக்கு நியாயம், நீதி கிடைக்கணும்.

நக்கீரன் சிறையில் எடுத்த பேட்டிகள்

கர்நாடக தமிழ்ச்சங்கத் தலைவர் இரா.சு.மாறன். நக்கீரனுடனான பகிர்வுகள்.

கேஸட்-1

"வீரப்பன் சார்ந்த சம்பவங்களைப் பொறுத்தவரை, அவரால் பாதிக்கப்பட்ட கர்நாடக -தமிழக காவல்துறை, வனத்துறை யினரை விட, கர்நாடக -தமிழக காவல்துறையினரால் பாதிக்கப் பட்ட தமிழர்கள் நிறைய பேர் இருக்கிறார்கள்.

இப்போ வீரப்பனால் பாதிக்கப்பட்டு உயிர் இழந்தவர்களின் குடும்பங்களுக்கு கர்நாடக அரசும், தமிழக அரசும் நிறைய உதவியை செய்திருக்காங்க.

ஆனால், கர்நாடக, தமிழக காவல்துறையினரால் சுட்டுக் கொல்லப்பட்ட குடும்பங்களுக்கு இதுவரை ஒரு நயாபைசா கூட கொடுக்கவில்லை. இதனை யாரும் விசாரணை கூட நடத்த முன் வரவில்லை. இதற்கு காரணம் அவர்கள் தமிழர்களாக இருப்பதால் இருக்குமோன்னு சந்தேகப்படுகிறோம். இதனால் தமிழ்ச் சங்கம் போன்ற சில அமைப்புகளால் மனிதாபிமான அடிப்படையில் அவர்களுக்கு உதவ முன்வந்திருக்கிறோம். இது தொடர்பாக நாங்க கர்நாடக -தமிழக முதல்வர்களுக்கு நிறைய மனுக்கள் கொடுத்திருக்கிறோம்.

இப்போது என்ன நிலைமை என்றால் பாதிக்கப்பட்ட 119 பேரில் மூன்றரை ஆண்டுகள் கழித்து 72 பேர்

விடுவிக்கப்பட்டுள்ளனர். இதில் 31 பேர் தமிழ்நாட்டைச் சேர்ந்தவர்கள். இவர்களை தமிழ்நாட்டிலிருந்து பிடித்து வந்து கர்நாடக ஜெயிலில் வைத்திருந்தனர். இவர்கள் அனைவரும் மேலதிகாரிகள் அழைக்கிறார்கள் என்று கூறி இரவில் கதவைத் தட்டி வீட்டிலிருந்து போலீஸாரால் அழைத்து வரப்பட்டு ஜெயிலில் அடைக்கப்பட்டவர்கள். வீரப்பனிடமிருந்தோ, வீரப்பன் காட்டிலிருந்தோ கொண்டுவரப்பட்டவர்கள் அல்ல.

அவர்களுக்கு, நாங்கள் ஜாமீன் கொடுத்து வெளிவர ஏற்பாடு செய்தோம். எங்களுக்கு ஜாமீன் எப்படி கொடுக்கப்பட்டிருக்கிறது என்றால்... இவர்கள் யாரும் மைசூர் மாவட்டத்தை விட்டு வெளியே செல்லக்கூடாது என்பதாகும். இங்கு எந்த வசதியும் இல்லாததால் உண்ணவும், உடைக்கும் அல்லல்பட்டு வருகிறார்கள். அதனால் இவர்களை மீண்டும் தமிழ்நாட்டுக்கு அனுப்ப முயற்சி மேற்கொண்டு வருகிறோம். இதுதொடர்பாக கோர்ட்டில் மனு போடவும் ஏற்பாடுசெய்து வருகிறோம். இவர்களுக்கு முதலில் பெயில் கண்டிஷன் தளர்த்த வேண்டும் என்பதுதான் முக்கியம்.

இன்னும் 54 பேர் சிறைச்சாலையிலேயே வைக்கப் பட்டுள்ளனர். நான்கு ஆண்டுகளுக்கும் மேலாக சிறைச்சாலையில் உள்ளவர்களை ஜாமீனில் விடவேண்டும் என்றும் மனு போட இருக்கிறோம்.

இங்கு பாதிக்கப்பட்டவர்கள் பாமரர்கள். பெரும்பாலோர் படிப்பறிவு அற்றவர்கள். இவர்கள் மீது என்ன வழக்கு பதியப் பட்டுள்ளது என்பதைக் கூட அறிந்து கொள்ள முடியாதவர்கள். இதனால் இவர்கள் புரிந்துகொள்ளும் மொழியிலேயே வழக்கு நடந்தால் இன்னும் பல விசயங்களை அவர்களால் வெளியில் சொல்லமுடியும். அதனால் இந்த 119 பேருடைய வழக்குகளையும் தமிழ்நாட்டிற்கு மாற்றக்கோரி உச்சநீதிமன்றத்தில் வழக்குத் தொடர முயற்சி மேற்கொண்டு வருகிறோம்.

இதுவரை வீரப்பன் எப்படி செயல்பட்டார் என்றும், எப்படி யானைகளையும், பிறரையும் கொன்றார் என்றுதான் போலீசும் பத்திரிகை களும், பிறரும் சொல்கின்றார்களே தவிர, வீரப்பனுக்கு பின்புலமாக அரசியல்வாதிகளோ, போலீஸ் அதிகாரிகளோ யார் யார்? இருந்தார்கள் என்ற செய்தி இதுவரை வெளிவரவில்லை. அப்படி பின்புலமாக பலர் இருப்பார்கள் என்று எல்லோரும் நம்புகிறார்கள்.

ஏனெனில் வண்டி வண்டியாக சந்தன மரங்களை காட்டிலிருந்து வெளியில் கொண்டு வருவது அவ்வளவு சுலபம் அல்ல. ஆகவேதான் வீரப்பனுக்கு பின்னால் உள்ளவர்களை

கர்நாடக தமிழ்ச் சங்கத் தலைவர் இரா.சு.மாறன்

கண்டுபிடிக்க வேண்டுமானால் வீரப்பன் விஷயத்தை துவக்கத்திலிருந்து இதுவரை விசாரிக்க வேண்டும். அதற்கு சி.பி.ஐ. விசாரணை வேண்டும். சி.பி.ஐ. விசாரணை வந்தால்தான் குற்றவாளிகள் தண்டனை பெறுவார்கள். அதனால் அப்பாவிகள் விடுதலை பெறுவார்கள். அப்பாவிகள் என்று நான் சொல்லக் காரணம் எனக்குப் பல்வேறு கடிதங்கள் வந்துள்ளன. சிறைச்சாலையில் இருந்துதான்.

உதாரணத்திற்கு துரைச்சாமி செட்டியார் என்பவர், கைதி எண்:14588. இவர் போலீசின் இன்ஃபார்மராகத்தான் இருந்தார். கிராம முக்கியஸ்தரும் ஆவார். போலீஸார் கிராம மக்களில் யாரையாவது வரவழைக்க வேண்டும் என்றால் துரைசாமி செட்டியார் மூலமாக அழைப்பு விடுவர். அதுபோல் சண்முகம், தங்கவேல், பொன்னுசாமி என்பவர்களையும் விசாரணை செய்யவேண்டும் அழைத்து வாருங்கள்; அடுத்தநாள் விட்டு விடுகிறோம்: என்று ராமாபுரம் இன்ஸ்பெக்டர் வரவழைத்துக் கொண்டு துரைசாமியை திருப்பி அனுப்பிவிட்டார்.

அதன்பின் ஒரு வாரம் கழித்து அதாவது ஜூன் மாதம் 1992 -ம் ஆண்டு துரைசாமி அழைத்துப் போன நபர்களையும், வேறு ஒருவரையும் அதாவது தங்கவேலு, குழந்தை, வெங்கடாச்சலம் மற்றும் சண்முகம் ஆகியோரை என்கவுன்ட்டரில் சுட்டுக் கொன்றதாக போலீசில் தகவல் தெரிவித்துள்ளனர். இந்த சுட்டுக் கொல்லப்பட்ட நான்கு பேரும் கொல்லேகால் பகுதியைச் சேர்ந்த தமிழர்கள். இந்த துரைசாமி செட்டியார் ஒரு ஐ விட்னஸ். இவர்தான் சுட்டுக் கொல்லப்பட்டவர்களை, போலீஸ் ஸ்டேஷனுக்கு அழைத்துச் சென்றார் என்பதால் இவர் மீதும் மூன்று வழக்குகள் போட்டு தடாவில் தள்ளிவிட்டனர். அவரும் நான்கு வருடமாக உள்ளே இருக்கிறார். இது உதாரணத்திற்குதான். இதுபோல் நூற்றுக்கணக்கானோர் பாதிக்கப்பட்டுள்ளனர்.

இந்த அப்பாவிகள் மீது என்ன ஒரு பொய்யான வழக்கு போட்டுள்ளனர் என்றால், ராமாபுரம் காவல் நிலையத்தைத் தாக்கி அங்கிருந்த காவலர்களைக் கொன்றுவிட்டு செல்ல இவர்கள் உடந்தையாக இருந்தனர் என்பதுதான். மைசூர் சிறையில் 17 பெண்கள் உட்பட 119 பேர் இருக்கின்றனர். இந்த 17 பெண்களின் கணவன்மார்கள் கொல்லப்பட்டிருக்கின்றனர். தாய், தந்தைகளை கொன்றிருக்கின்றனர். மேலும் ஒரு வீட்டில் தந்தை மகனைக் கொன்றுவிட்டு தாயை நான்கு வருடமாக சிறையில் அடைத்து வைத்துள்ளனர். அவர் பெயர் லட்சுமி. அய்யன்துரையின் மனைவி. எத்தனையோ பெண்களின் அமைப்புக்கள் உள்ளன. இதுபோன்ற கொலை கற்பழிப்புகளை தட்டிக்கேட்க அந்த அமைப்புகள் முன்வர வேண்டும்.

மேலும், போலீசார் கைது செய்யப்பட்ட நபர்களை கோர்ட்டில் ஒப்படைக்காமல் ஒருவார காலத்திலிருந்து ஒன்றரை வருட காலம் வரை போலீஸ் கேம்ப்பில் வைத்து சித்ரவதை செய்துள்ளனர். இந்த கேம்ப்புகள் நால்ரோடு, மாதேஸ்வரன் மலை போன்ற இடங்களில் உள்ளன.

கைதான எல்லோரும் என்ன சொல்கிறார்கள் என்றால் ஆண்களையும் பெண்களையும் நிர்வாணமாக்கி அவர்களது உயிர்க்குறிகளில் மின்சாரம் பாய்ச்சியுள்ளனர். இதில் ஒரு பெரிய கொடுமை என்னவென்றால் ஒரு தாயையும், வயது வந்த அவரது மகனையும் நிர்வாணமாக்கி, தாய் கையில் மின்சாரம் கொடுத்து அவரது மகனின் உயிர்க்குறியில் பாய்ச்ச வைத்திருப்பதுதான். அதுமட்டுமின்றி அழைத்து வரப்பட்ட பெண்களில் இருந்த இளம் பெண்கள் பலரும் கற்பழிக்கப்பட்டார்கள். இதை பாதிக்கப் பட்டவர்கள் எல்லோரும் சொல்கிறார்கள்.

ஆகவே நான் என்ன சொல்கிறேன் என்றால் சி.பி.ஐ. போன்ற அமைப்பின் விசாரணை போட்டால்தான் எல்லா உண்மைகளும் வெளிவரும். ஓரிருவர் வீரப்பனுக்கு அரிசி கொடுத்திருக்கலாமே தவிர ஏனையோர் அப்பாவிகள். அவர்கள் வீரப்பனைப் பார்த்தேயிராதவர்கள் ஆவார்கள்."

ஜெயில் பேட்டி கேஸட் -2
முருகேசன் -தடா கைதி

"என்னை விசாரணைன்னு கூட்டி வந்தாங்க. இது அரசியல் சம்பந்தப்பட்ட விஷயம். ஜெயலலிதாவுக்கு எதிராக, நாச்சிமுத்து எம்.எல்.ஏ.வுக்கு எதிராக இருந்தவர்களை எல்லாம் வீரப்பனோடு சம்பந்தப்படுத்தி பொய் கேஸ் போட்டு தடாவில் உள்ளே போட்டுட்டாங்க. நாலு வருஷமாக உள்ளே நாங்க கஷ்டப்பட்டு கிட்டு இருக்கோம். நான் மட்டுமில்லாம இன்னும் எத்தனையோ தமிழருங்க இங்க உள்ள இருக்காங்க.

பத்திரிகை நிருபராகிய நீங்க சி.பி.ஐ. விசாரணை போட்டு உண்மை வெளியே வர உதவணும். ஏனென்றால், நாங்க எந்தத் தப்பும் செய்யாதவங்க. அதனால்தான் சி.பி.ஐ. விசாரணை கேக்குறோம். பல பெண்கள் கற்பழிக்கப்பட்டு இருக்காங்க. பல பெண்களை நிர்வாணப்படுத்தி இருக்காங்க. பல பெண்களை கொன்று போட்டுருக்காங்க. எத்தனையோ பேரை வீட்டிலிருந்தவர்களை எல்லாம் கூட்டிப்போய் சுட்டு கொன்றிருக்கங்க. அதனால சி.பி.ஐ. விசாரணை வேண்டும். அப்போதான் போலீசார் செய்த தப்பு வெளியே வரும். அதை இந்த நாடு அறிய ஒரு வாய்ப்பாகும்.

சங்கர்பிதாரி என்னென்ன தப்பு பண்ணார்ங்கறதும் வெளியே வரும். வருகிற பனிரெண்டாம் தேதி கோர்ட் இருக்கு. அதுக்கு

பின்னாடி சி.பி.ஐ. விசாரணை கேட்டு உண்ணாவிரதம் இருக்கப் போறோம். இதற்குண்டான ஏற்பாடுகளை நீங்க தயவு பண்ணி செய்யணும்."

டி.பி.கௌத்தி

"**எ**ன்னுடைய சொந்த ஊர் தேவர்பெட்டா. விவசாயம் பண்ணிக்கிட்டிருந்தேன். எனக்கு டி.பி. அல்சர் இருந்ததாலே பெருந்துறை ஹாஸ்பிட்டலில் சிகிச்சை பெற்று வந்தேன். அப்போ பணம் இல்லாததால் எனக்கு சொந்தமா இருந்த நிலத்தை அடமானம் வைத்து சிகிச்சை எடுத்துக்கிட்டிருந்தேன். எஸ்.கே.எஸ். ரைஸ்மில்லில் என் மகனும் மனைவியும் கூலி வேலை செய்து என்னைக் காப்பாற்றிவந்தனர். குண்டலுப்பேட்டையில் என் மகளை கொடுத்திருக்கேன். அங்க வீரப்பனை தேடுற பணியில இருந்த போலீஸ் வீரப்பனை உனக்கு தெரியும் வான்னு கூட்டி வந்து அவளைக் கெடுத்துட்டாங்க. இப்போ அவளுக்கு போலீஸ்காரங்க பண்ண தப்பால... ஒரு பெண்குழந்தை இருக்கு. எம் மக வாழ்க்கையே பாழாயிடுச்சு. நானும் என் மகனும் நாலரை வருஷமா இங்க ஜெயில்ல வாடிக்கிட்டு இருக்கோம்."

பெயர் தெரியாத நபர் :

"**நா**ங்க 23 பேர் டி.எப்.ஓ. சீனிவாசன் மூலமா மாரியம்மன் கோயில் கட்டும் பணியில் இருந்தோம். அப்போ வீரப்பன் தேடும் பணியில் இருந்த போலீசார் வீரப்பன் கிடைக்கலைங்கறதுக்காக எங்க 23 பேரையும் 11.4.91 இல் மைசூர் ஜெயிலில் அடைத்து விட்டனர். இதுவரை எங்களுக்கு ஜாமீனும் கொடுக்கவில்லை. கேசையும் முடிக்கவில்லை."

அத்துமீறப்பட்ட தடா! சிறைக்கடிதம்! களத்தில் நக்கீரன்

இந்த பாகத்தில் தடா கொடுமைகளை எதிர்த்த உறுதியான நக்கீரன் செயல்பாடுகள், மனவலி தரும் சிறைக் கொடுமைகள், ஹனூர் தமிழ்ச் சங்கம் மற்றும் வெங்கடாச்சலம், திரு. வேணுகோபால் வழக்கறிஞர் சிறைக் கடித ஆதாரம் இணைப்பு:

கர்நாடகத் தமிழ்ச்சங்கத் தலைவர் நக்கீரனிடம், "நக்கீரன் நிருபர்கள் இங்கே வந்திருப்பது எங்களுக்கு மகிழ்ச்சியூட்டுகிறது. வீரப்பனைப் பிடிப்பதாகக் கூறிக்கொண்டு ஐந்தாறு தாலுகாக்களில் அதிரடிப்படையினர் அட்டகாசம் செய்து கொண்டிருக்கிறார்கள். ஜெயலலிதா, வீரப்ப மொய்லி ஆட்சிக் காலத்திலேயே சரியான தகவல்கள்-ரிகார்டுகள் இல்லாமலேயே, ஆராய்ந்து பார்க்காமல் இந்த அதிரடிப்படையைப் போட்டதே தவறு. ஆயிரக்கணக்கான போலீசாரின் அட்டூழியங்கள் பொதுமக்களின் நிம்மதியான வாழ்க்கையை பாழாக்கி விட்டது. மத்தியப் புலனாய்வுப் பிரிவு விசாரணை செய்தால் சரியானவற்றைத் தெரிந்து கொள்ளலாம். எத்தனை கற்பழிப்புகள்? மகா கொடுமைகள். இந்த சிறைக்கடிதம் 1992-லிருந்து தொடர்ந்து மறுக்கப்பட்ட, மீறப்பட்ட சட்ட உரிமைகள். போலீசைக் கண்டாலே அப்போது எங்களுக்கெல்லாம் பயம். அப்படி அடிப்பார்கள். பத்திரிகைக்காரர்களுக்கு ஏதாவது செய்தி சொன்னால்கூட, கூப்பிட்டு எங்களை அடிப்பார்கள். அதனால்தான் அந்தச் சம்பவத்தை யாரிடமும் சொல்லவில்லை.

சிறைக்கடிதம்

28.2.97.

"வழக்கறிஞர் வேணுகோபால் அவர்களுக்கு! நெல்லூரில் அதிரடிப்படை போலீசார் சட்டத்தை தவறான முறையில் பயன் படுத்துவதைப்பற்றி தங்களுக்கு அறிவித்திருந்தோம். அதற்கு நீங்களும் பதில் கடிதம் அனுப்பியிருந்தீர்கள். ரொம்ப மகிழ்ச்சி. நன்றி. மற்றும் மைசூர் மித்திரா, கன்னட பத்திரிகைகளிலும் செய்தி வந்துள்ளது. மேற்கண்ட செய்தி விவரங்களை பத்திரிகைக்கு நீங்கள் கொடுத்திருப்பீர்கள் என்று நாங்கள் நினைக்கிறோம். அதற்கு ஹனூர் தமிழ்ச் சங்கத்தின் சார்பாக பாராட்டுகள் தெரிவித்துக் கொள்கிறோம்.

நெல்லூரில் போலீசாரால் பாதிக்கப்பட்ட இடத்திற்கு நகஆ நாகப்பாவை தமிழ்ச்சங்கம் சார்பாக அழைத்துச் சென்று, நேரில் அவரே விசாரித்து வந்துள்ளார்கள். மேற்கண்ட விசயமாக ஹனூர் தமிழ் சங்கமும், கர்நாடக பெங்களூர் தமிழ் சங்கமும் சேர்ந்து, முதல்வர், கவர்னர், ஹோம் மினிஸ்டர், DGP அவர்களையும் நேரில் சந்தித்து பேச ஆலோசனை செய்திருக்கிறோம். ஆகவே தங்களையும் சந்திக்க வேண்டும் என இருக்கிறோம்.

சந்திக்க வேண்டிய விஷயம், தங்களை தமிழ்ச்சங்க சட்ட ஆலோசகராக நியமிக்க வேண்டும் என்ற ஆலோசனையில் உள்ளது. இதற்கான தங்கள் பதிலை ஹனூர் தமிழ்ச் சங்கம் எதிர்பார்க்கிறது.

வழக்கறிஞர் வேணுகோபால்

வழக்கறிஞர் வேணுகோபாலுக்கு ஹனூர் தமிழ்ச் சங்க கடிதம்

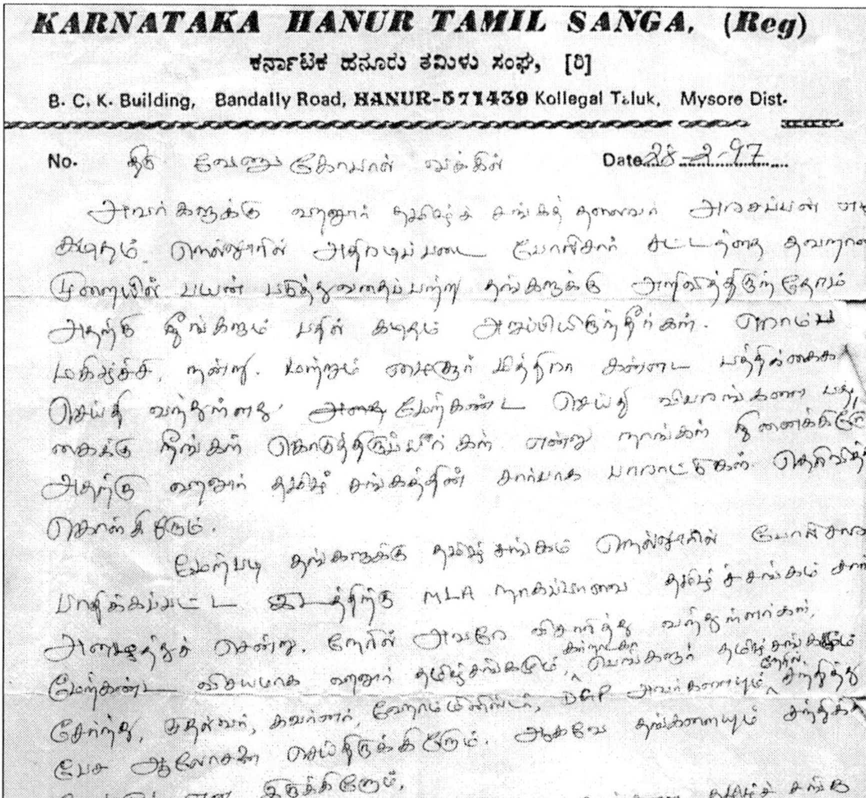

KARNATAKA HANUR TAMIL SANGA, (Reg)

ಕರ್ನಾಟಕ ಹನೂರು ತಮಿಳು ಸಂಘ, (ರಿ)

B. C. K. Building, Bandally Road, HANUR-571439 Kollegal Taluk, Mysore Dist.

No. திரு வேணுகோபால் வக்கீல் Date 28-2-97

அவர்களுக்கு ஹனூர் தமிழ்ச் சங்கத் தலைவர் அரசப்பன் எழுதும் கடிதம். நெல்சனின் அதிரடிப்படை போலீசார் சட்டத்தை தவறான முறையில் பயன்படுத்துவதைப்பற்றி தங்களுக்கு அறிவித்திருந்தோம் அதற்கு நீங்களும் பதில் கடிதம் அனுப்பியிருந்தீர்கள். எனக்கு மகிழ்ச்சி, நன்றி. மற்றும் மைசூர் மித்திரா கன்னட பத்திரிகையில் செய்தி வந்துள்ளது அதை மேற்கண்ட செய்தி விபரங்களை பத்திரிகைக்கு நீங்கள் கொடுத்திருப்பீர்கள் என்று நாங்கள் நினைக்கிறோம் அதற்கு ஹனூர் தமிழ் சங்கத்தின் சார்பாக பாராட்டுகள் தெரிவித்துக் கொள்கிறோம்.

மேற்படி தங்களுக்கு தமிழ் சங்கம் நெல்சனின் போலீசாரால் பாதிக்கப்பட்ட [illegible] MLA நாகப்பாவை தமிழ்ச் சங்கம் சார்பில் அழைத்துச் சென்று. நேரில் அவரே விசாரித்து வந்துள்ளார்கள், மேற்கண்ட விஷயமாக ஹனூர் தமிழ்ச் சங்கமும், கர்நாடக பெங்களூர் தமிழ்ச் சங்கமும் DGP அவர்களையும் நேரில் சந்தித்து சேர்ந்து, முதல்வர், கவர்னர், ஹோம் மினிஸ்டர், [illegible] ஆலோசனை செய்திருக்கிறோம். ஆகவே தங்களையும் சந்தித்து பேச ஆலோசனை [illegible] வேண்டும் என இருக்கிறோம்,

சந்திக்க வேண்டிய விஷயம், தங்களை தமிழ்ச் சங்க ஆலோசனையின் சட்ட ஆலோசகராக நியமிக்க வேண்டும் என ஹனூர் தமிழ்ச் சங்கம் எதிர் உள்ளது. இதற்கான தங்கள் பதிலை ஹனூர் தமிழ்ச் சங்கம் எதிர் பார்க்கிறது.

வீரப்பன் வழக்கு சம்பந்தமாக, தடா வழக்கில் இருந்து ஜாமீனில் [illegible] கொண்டு வந்துள்ள வழக்கைப் பற்றி இதை கோர்ட்டில் விசாரணைக்கு கொண்டு வந்து, வழக்கிலிருந்து விடுதலை ஆவதற்கு என்ன செய்ய வேண்டும் என்பதை பற்றி அறிய தங்களை நேரில் சந்திக்க வேண்டும். [illegible] பற்றியும், அதற்கு என்ன செய்ய வேண்டும் என்பது பற்றியும் [illegible] நேரில் வேண்டும், மற்றவை தங்கள் பதில் கண்டு நாங்கள் உங்களை நேரில் சந்திக்கிறோம்.

இப்படிக்கு
For Hanur Tamil Sangam
[signature]
President
28/2/97

HANUR TAMIL SANGAM

வீரப்பன் வழக்கு சம்பந்தமாக தடா வழக்கில் இருந்து ஜாமீனில் வந்துள்ள வழக்கைப் பற்றி இதை கோர்ட்டில் விசாரணைக்கு கொண்டு வந்து, வழக்கிலிருந்து விடுதலை ஆவதற்கு என்ன செய்ய வேண்டும் என்பதைப் பற்றி அறிய தங்களை நேரில் சந்திக்க வேண்டும். ஜாமீனில் விடாதவர்களைப் பற்றியும், அதற்கு என்ன செய்ய வேண்டும் என்பது பற்றியும் விசாரிக்க வேண்டும். மற்றவை தங்கள் பதில் கண்டு. நாங்கள் உங்களை நேரில் சந்திக்கிறோம்.

இப்படிக்கு,
president கையெழுத்து

வாழ்கதமிழ்! வளர்க தமிழினம்!

பயன்நூக்கார் செய்தவுதவி நயன்நூக்கி
நன்மை கடலிற் பெரிது

ஆ.வெங்கடாசலம் U.T.No.14570,
மத்திய சிறை, மைசூர் 7.

வணக்கத்துக்குரிய கர்நாடகத் தமிழ்ச்சங்கத் தலைவர் அண்ணன் உயர்திரு R.S.மாறன் அவர்களுக்கும் மற்றும் செயலர் அவர்களுக்கும் மிகவும் அன்போடு எழுதி கொள்வது.

இப்பவும் தங்களது கடிதம் கிடைக்கப்பெற்று பெரிதும் மகிழ்ச்சியுறுகிறேன். அனாதையாய் கிடந்த எங்களுக்கு, ஆதரவற்று கிடந்த எங்களுக்கு அன்புக்கரம் நீட்டிய தங்களுக்கும், தமிழுக்கும் என்றென்றும் நன்றிக்கடன் பட்டிருக்கின்றோம். தங்களுடைய கடிதத்தை நமது தமிழின சொந்தங்களனைவருக்கும் படித்துக் காட்டினேன். தங்களுடைய பணி வெற்றிகரமாக அமையும் விடுதலையாகிவிடுவோம், என்ற நம்பிக்கையில் பெரிதும் மகிழ்ச்சியடைந்துள்ளனர். கர்நாடகத் தமிழினத்தின் தலைமகனாக தாங்கள் தோன்றி கர்நாடகத் தமிழினத்தைக் காத்து இன்னல்களைத் தகர்த்து வரலாறு படைக்கப் போகும் அண்ணன் த.ந.மாறன் அவர்களுக்கு எங்களது நல்வாழ்த்துக்களை அன்போடு அனைவரின் சார்பாகத் தெரிவித்துக் கொள்கிறேன். குறளுக்கு நாயகனாம் வள்ளுவனின் சிலையை மாநகரத்தில் அமைக்க தாங்கள் மேற்கொண்டுள்ள பணி தங்களுக்கு வரலாற்றில்

அழியாப் புகழ் பெற்றுக் கொடுக்கும்.

கடந்த அக்டோபர் 25-ஆம் தேதி, தாங்கள் மைசூர் மத்தியச் சிறைக்கு வந்ததாகவும், அங்கு எங்களைப் பார்க்க அனுமதி மறுக்கப்பட்டதாகவும் தங்கள் கடிதத்தின் வாயிலாக அறிந்து பெரிதும் வேதனைப்பட்டோம். சிரமத்திற்கு மன்னிக்கவும். தாங்கள் கண்காணிப்பாளர் அவர்களிடம் நாங்கள் தமிழ்ச்சங்கத் தலைவர்கள் என்று கூறிய ஒரே காரணத்துக்காகத்தான் அனுமதி மறுக்கப்பட்டுள்ளது. ஏனென்றால், நாங்கள் தங்களை சந்தித்திருந்தால் ஏதாவது முக்கிய விசயங்களை சொல்லி விடுவோம், அதை வைத்துக்கொண்டு தாங்கள் அரசியல் ரீதியாக ஏதாவது நடவடிக்கைகள் மேற்கொள்ளக்கூடும், அதனால் இங்குள்ள அதிகாரிகளுக்கு ஏதாவது விபரீத பிரச்னைகள் வந்துவிடுமோ! என்று பயந்துகொண்டுதான் அனுமதிக்க மறுத்துவிட்டனர். இதை ஏன் சொல்லவருகிறேன் என்றால் தமிழ்நாட்டிலிருந்து வந்த அனைவரும் எங்களைப் பார்க்க அனுமதிக்கப்பட்டனர். இங்கு மைசூர் ங.க.ஆ.மாருதி பவார் எங்களைப் பார்க்க அனுமதிக்கப்பட்டார். தங்களை மட்டும் எங்களைப் பார்க்க அனுமதிக்காத காரணம் தாங்கள் தமிழ் இனப்பற்று மிகுந்தவர் என்ற ஒரே காரணம்தான்.

நான் என் உறவினர் ஒருவரை நேரிலோ அல்லது தொலைபேசியிலோ தங்களுடன் தொடர்பு கொள்ள கூடிய விரைவில் ஏற்பாடு செய்கிறேன். தாங்களும் மற்ற அமைப்புகளை சேர்ந்த நமது தமிழ் இன தோழர்களும் சேர்ந்து எங்களுடைய விடுதலைக்கு இயன்ற முயற்சிகளை எல்லாம் மேற்கொள்ளுமாறு அன்போடு கேட்டுக்கொள்கிறேன். நாங்கள் இவ்வளவு பெரிய உரிமையோடு தங்களைக் கேட்டுக் கொள்கிறோமென்றால் ஒரு புறம் எங்களின் துன்ப சூழ்நிலை என்றாலும் மறுபுறம் தாங்கள் எங்கள் இனத்தின் தலைமகன் என்பதுதான்.

காவேரிப் பிரச்சினையில் உருவான பழிவாங்கும் படலம் சந்தன கடத்தல் வீரப்பன் பிரச்சினையை மனதில்கொண்டு, அப்பாவி தமிழர்கள் மேல் பழிதீர்த்துக் கொண்டனர். அதற்கு விளக்கமாக ஒரு சின்ன கதையை மேற்கோள் காட்டுகிறேன்.

கருத்தப்பன் என்பவன் காட்டுக்கு வேட்டைக்குச் செல்கிறான். அங்கே ஒரு கருத்தபுலி யும் தென்படுகிறது. கருத்தப்பன் அதை வேட்டையாட முற்படுகிறான். ஆனால் புலியோ அவனை தாக்கி விட்டு மறைந்து விடுகிறது. ஆனால், கருத்தப்பனோ 'உன்னைப் பழிக்குப் பழி வாங்காமல் விடமாட்டேன்' என்று மார் தட்டுகிறான். ஊருக்கு வந்து இன்னும் நூற்றுக்கணக்கானவர்களை

A. வெங்கடாசலம் U.T. No. 14570,
மத்தியச் சிறை, மைசூர். 7.

வணக்கத்திற்குரிய கர்நாடகத் தமிழ்ச் சங்கத் தலைவர் அண்ணன் உயர்திரு R.S. மாறன் அவர்களுக்கும் மற்றும் செயலர் அவர்களுக்கும் மிகவும் அன்போடு எழுதி கொள்வது.

இப்பவும் தங்களது கடிதம் கிடைக்கப்பெற்று பெரிதும் மகிழ்ச்சியுறுகிறேன். அனாதையாய் கிடந்த எங்களுக்கு. ஆதரவற்று கிடந்த எங்களுக்கு அனுக்கிரகம் காட்டிய தங்களுக்கும், தமிழுக்கும் என்றென்றும் நன்றி கடன் பட்டிருக்கின்றோம். தங்களுடைய கடிதத்தை மேலும் தமிழின சொந்தங்களனைவருக்கும் படித்துக்காட்டினேன். தங்களுடைய பணி வெற்றிகரமாக அமையும் விடுதலையாகிவிடுவோம் என்ற நம்பிக்கையில் பெரிதும் மகிழ்ச்சியடைந்துள்ளனர். கர்நாடகத் தமிழினத்தின் தலைமகனாக தாங்கள் தோன்றி கர்நாடகத் தமிழினத்தைக் காத்து இன்னல்கள் தகர்த்து வரலாறு படைக்கப் போகும் அண்ணன் R.S. மாறன் அவர்களுக்கு எங்களது நல்வாழ்த்துக்கள் அன்போடு அவரின் சமூகத் தெரிவித்துக் கொள்கிறேன். குறளுக்கு நாயகனாம் வள்ளுவனின் சிலையை மாநகரத்தில் அமைக்க தாங்கள் மேற்கொண்டுள்ள பணி தங்களுக்கு வரலாற்றில் அழியாப் புகழ் பெற்றுக் கொடுக்கும்.

கடந்த அக்டோபர் 25ந்தேதி தாங்கள் மைசூர் மத்தியச் சிறைக்கு வந்ததாகவும், அங்கு எங்களை பார்க்க அனுமதி மறுக்கப்பட்டதாகவும் தங்கள் கடிதத்தின் வாயிலாக அறிந்து பெரிதும் வேதனைபட்டோம். சிரமத்திற்கு மன்னிக்கவும். தாங்கள் கண்காணிப்பாளர் அவர்களிடம் நாங்கள் தமிழ்ச்சங்கத் தலைவர்கள் என்று கூறிய ஒரே காரணத்திற்காகத்தான் அனுமதி மறுக்கப்பட்டுள்ளது. ஏனென்றால் நாங்கள் தங்களை சந்தித்திருந்தால் ஏதாவது முக்கிய விசயங்களை சொல்லிவிடுவோம், அதை வைத்துக் கொண்டு தாங்கள் அரசியல் ரீதியாக ஏதாவது நடவடிக்கைகள்

மேற்கண்ட காரணங்கள் எல்லாம் எங்களுக்கு சாதகமாக இருக்கும் இதுவரை ஜாமீன் கூட கொடுக்காமல் பாரபட்சம் காட்டுகிறார்கள். தமிழர்களுடைய நலம் விரும்பிகளாகிய தாங்கள் வழக்கறிஞர்களின் ஆலோசனை பெற்று எங்கள் விடுதலைக்கான ஏற்பாடுகளை செய்யுமாறு பணிவன்புடன் கேட்டுக் கொள்கிறோம்.

நாங்கள் சிறைக்கு வந்து 3½ வருடங்களுக்கு மேலாகிவிட்டதால் எங்கள் குடும்பங்கள் எல்லாம் மிகவும் பாதிக்கப்பட்டுள்ளது. வயதான தாய், தந்தையர், வயதிற்கு வந்த எங்களின் பெண்கள், படிக்க வைக்கமுடியாத எங்களின் மக்கள் இவர்கள் எல்லாம் காப்பாற்ற போதிய பண வசதியில்லாமல், ஒருவேளை சாப்பாட்டிற்கே கஷ்டபடும் நிலையில் உள்ளனர். இவற்றை எல்லாம் நினைக்கும் போது எங்களது மனம் படும் துயரை யாரிடம் சொல்லி அழுவது என்று ஏங்கிய நேரத்தில் தங்களின் புகலிடம் இடைத்தது. தங்களுடைய ஆறுதல் கடிதம் கண்டு பெரிதும் மகிழ்ச்சியடைகிறோம். தங்களுடைய முயற்சி எங்களுக்கு பெரிதும் திருவினையாக்கும். அந்தநாள் ஆவலோடு எதிர்பார்த்திக் கொண்டிருக்கிறோம்.

தாங்கள் தயவு செய்து இந்த ஏழை தமிழ் மக்களின் நலன் கருதி தங்களால் முடிந்த உதவிகளை செய்து எங்களையும் எங்களது குடும்பத்தாரையும் காப்பாற்றுமாறு இங்குள்ள அனைவரின் சார்பாக தங்களை அன்போடு கேட்டுக்கொள்கிறேன். தங்களுடைய கடிதத்தை ஆவலுடன் எதிர்பார்த்துக் கொண்டிருக்கிறேன்.

இப்படிக்கு,
தங்களன்புள்ள
A.வெங்கடாசலம்.

அழைத்துச்சென்று காடு முழுவதும் தேடுகின்றான். ஆனால், புலி மட்டும் கிடைத்தபாடில்லை. கிடைத்ததோ ஒரு பச்சைக்கிளி. அதைக் கொண்டுவந்து கூண்டிலே அடைத்து கோணி ஊசியால் குத்திக் குத்தி அது படும் வேதனையைப் பார்த்து பார்த்து ரசித்து மகிழ்ந்தான். இதனைக் கண்ட அவன் தங்கை, 'என்ன அண்ணா இந்த கிளியை இப்படி வதைக்கிறாய்?' என்று கேட்டதற்கு, 'இதுதாம்மா பழி வாங்கும் படலம்' என்கிறான் கருத்தப்பன்.

தமிழின அப்பாவிகள் பழிவாங்கப்பட்டுள்ளனர்

"**எ**ந்தெந்தப் பிரச்னைகளையோ மனதில் கொண்ட கன்னட இனத்தவர் தமிழின அப்பாவிகளை பழிவாங்கிவிட்டனர். இங்கு 119 பேர் சிறையில் மட்டும் உள்ளனர் என்றாலும் இன்னும் நூற்றுக்கணக்கானவர்கள் வெளியே தெரியாமல் சுட்டுக் கொல்லப்பட்டுள்ளனர். இன்னும் பலபேர் வீடு தோட்டங்களை எல்லாம் விட்டுவிட்டு, வேறு மாநிலங்களுக்குச் சென்று கூலிவேலை செய்து வருகின்றனர். வீரப்பனைப் பிடிக்க முடியாத கர்நாடக காவல்துறையினர் எத்தனை தமிழ்க் குடும்பங்களை நாசப்படுத்தி விட்டனர் என்று நான் உங்களுக்குச் சொல்ல வேண்டியதில்லை. இந்த வீரப்பனை வளர்த்துவிட்டது தமிழர்களா, அல்லது கர்நாடகக் காவல்துறையா, வனத்துறையா எதுவாயிருக்குமென்று தாங்களே முடிவு செய்து கொள்ளுங்கள். வீரப்பனை கடத்தல் தலைவனாக சித்தரித்துக் காட்டிய பெருமை திரு.சங்கர்பிதாரி D.I.G.யையே சாரும். வீரப்பனை பெரிய தலைவனாக்கி அவனை, தான் பிடித்துவிட்டால் ராஷ்ட்ரபதி விருதும் மற்றும் பல விருதுகளும் கிடைக்கும் என்ற பெரிய ஆசையைக் கொண்ட அவருக்கு கிடைத்ததோ ஏமாற்றம். ஆனால், திரு.சங்கர்பிதாரி D.I.G. அவர்கள் வீரப்பனைப் பிடித்துவிடுவார், எங்களுக்கெல்லாம் விடுதலை கிடைத்துவிடும், இனி தமிழ்நாடு கர்நாடக எல்லையில் வாழும் மக்களுக்கு எப்போதும் எந்தப் பிரச்னையும் வராது என்று நம்பி இருந்த எங்களுக்கு ஏமாற்றம் தான். மேலும் தமிழக அரசும், கர்நாடக அரசும் வீரப்பனை சரண்டர் செய்ய மேற்கொண்ட பேச்சு வார்த்தைகளும் காலதாமதம் ஆகிக் கொண்டுள்ளது. எங்களுக்கு ஜாமீனும்

கிடைக்கவில்லை. இதை எல்லாம் நினைத்து பெரிதும் விரக்தி அடைந்துள்ளோம். தற்போது தங்களின் பெரும் முயற்சியால் எங்களுக்கு விடிவுகாலம் வரும் என்ற முழு நம்பிக்கையில் இருக்கிறோம்.

எங்களில் சிலர், வசதிபடைத்த அண்ணன் திரு.முத்துராஜ், மற்றும் பெரியவர் திரு.ஒபுளி செட்டியார் அவர்களும் உச்சநீதிமன்றத்தில் 12.4.94-ல் ஜாமீன் கிடைக்கப்பெற்று வெளியில் சென்றுவிட்டார்கள். அதன்பிறகு இன்னும் சிலர் உச்ச நீதிமன்றத்தில் ஜாமீன்கேட்ட விண்ணப்பம் கீழ்கோர்ட்டில் ஜாமீன் கொடுப்பார்கள் என்ற காரணம்காட்டி ஜாமீன் மனுவைத் தள்ளுபடி செய்துவிட்டது. அதற்குப் பிறகு மைசூர் கோர்ட்டில் சம்பந்தப்பட்ட வக்கீல்கள் ஜாமீனுக்கான ஆர்க்யூமென்ட் செய்தும் ஆறு மாதங்களாக ஜட்ஜ்மென்ட் சொல்லாமல் நிறுத்தி வைக்கப்பட்டுள்ளது. இதற்கெல்லாம் காரணம் அரசாங்கத் தலையீடு என்று வழக்கறிஞர்கள் கூறுகிறார்கள். இதைத் தவிர நாங்கள் வேறு எந்த கோர்ட்டிலும் வழக்குத் தொடரவில்லை. ஏனென்றால், அந்தளவு எங்களுக்கு பொருளாதார சக்தியில்லை. கன்னடமும் பேச வருதில்லை. அதனால் நாங்கள் எதுவும் செய்ய முடியாமல் சிறையே கதி என்று வாழ்ந்து கொண்டிருக்கிறோம்.

எங்கள் மீது தடா வழக்கின் கீழ் 70/92, 41/92, 12/93, 9/93 ஆகிய பிரிவுகளில் வழக்குகள் போட்டுள்ளனர். முதலில் ஒவ்வொரு வழக்கு மட்டும் போட்டிருந்த காலகட்டத்தில் தடா சட்டத்தின் காலவரையறை 180 நாட்கள் முடிந்தவுடன் 2.2.94 அன்று ஜாமீன் கிடைத்தது. நாங்கள் எல்லாம் வெளியில் செல்லக்கூடாது என்று எண்ணி உயர்நீதிமன்றத்தில் இடைக்காலத் தடை உத்தரவு வாங்கியும், ஒவ்வொருவர் மீதும் இரண்டு மூன்று வழக்குகள் (பாடி வாரண்ட்) போட்டும் நிறுத்தி விட்டனர். அன்று முதல் இன்றுவரை எந்தவிதமான நல்லமுடிவும் கிடைக்காமல் தவித்துக்கொண்டு இருக்கிறோம். மேற்கொண்டு தாங்கள் எங்கள் விடுதலைக்கு என்ன நடவடிக்கை மேற்கொள்ள வேண்டுமோ அதனை மேற்கொள்ள வேண்டுமாய் அன்போடு கேட்டுக் கொள்கிறேன். நாங்கள் இப்போது கேட்பது ஜாமீன்தான். நாங்கள் நிரபராதிகளா குற்றவாளிகளா என்பதை விசாரணையில் வழக்கு மன்றம் தீர்மானிக்கட்டும். வழக்கு மன்றத்தின் முடிவுகளை நாங்க தேவரின்(கடவுளின்) முடிவாக எண்ணி ஏற்றுக் கொள்கிறோம்.

நாங்கள் உண்மையானவர்கள், நிரபராதிகள், அப்பாவிகள், பழிவாங்கப் பட்டவர்கள் இது சத்தியம் என்பதனை தமிழ்நாடு

மற்றும் கர்நாடகா முதலமைச்சர்களிடம் எடுத்துச் சொல்லுங்கள். இதில் அவர்களுக்கு ஏதாவது சந்தேகம் ஏற்பட்டால் ஈ.இ.ஒ. விசாரணையை ஏற்படுத்த வலியுறுத்துங்கள். அப்போதுதான் உண்மைநிலை வெளிவரும். தாங்கள் உயர்நீதிமன்றத்திலும், உச்சநீதிமன்றத்திலும் வழக்குத் தொடர்வதாக எழுதி இருந்தீர்கள். தொடருங்கள். அதற்குண்டான செலவில் ஒரு பங்கை நாங்களும் ஏற்றுக் கொள்கிறோம். ஏனென்றால் நாங்களும் ஏழைகள் என்பதும் தங்களுக்குத் தெரிந்ததே. தாங்கள் வழக்கறிஞர் ஃ.த. சுப்பு கிருஷ்ணன் அவர்களை (மைசூர்) வழக்குகளின் விபரங்களைக் கேட்டால் சொல்வார்.

மேலும் வழக்கறிஞர் வேணுகோபால் அவர்கள் தமிழினத்தை சேர்ந்தவர். அவரை தாங்கள் சந்தித்தால் இந்த வழக்கு சம்பந்தப்பட்ட எல்லா உதவிகளையும் செய்வார். தாங்கள் தயவுசெய்து எங்களுக்குத் தங்களால் முடிந்த உதவிகளையும் செய்ய வேண்டுமாய் அனைவரின் சார்பாக அன்புடன் கேட்டுக் கொள்கிறேன்.

தமிழ்நாடு மற்றும் கர்நாடகா மாநிலத்தில் எல்லையோரங் களில் உள்ள குக்கிராமங்களில் வாழும் ஏழை தமிழ் மக்களின் குறைகளை தங்களுக்கு பல முறை கடிதங்கள் மூலம் எடுத்துச் சொல்லியுள்ளோம். இருப்பினும் எங்களது தீராத வேட்கையை. உள்ளக்குமுறலை தங்களைத் தவிர வேறு யாரிடம் நாங்கள் சொல்ல முடியும்? கொடி படர்வதற்கு கொம்பு எவ்வளவு முக்கியமோ அது போன்று எங்களுக்கு விடுதலை கிடைக்க கொடி படருவதற்கு உதவும் கொம்புகள் போல தாங்கள் எங்களுக்கு உதவியாக இருக்க நாங்களனைவரும் பணிவன்புடன் கேட்டுக் கொள்கிறோம்.

நாங்கள் எல்லோரும் வீரப்பன் சம்பந்தப்பட்ட எந்த ஒரு பிரச்னைக்கும் தலையிடாமல் தங்கள்தங்கள் குடும்பத்தோடு அமைதியோடும், கௌரவத்தோடும் வாழ்ந்தவர்கள். பகை உணர்ச்சி காரணமாகவும், அரசியல் காழ்ப்புணர்ச்சி காரணமாகவும் சதிசெய்த சில கயவர்களின் பொய்யான குற்றச்சாட்டுகளை ஏற்றுக்கொண்ட காவல் துறையினர் எங்களனைவரையும் வீட்டிலிருந்தே அழைத்து வந்து எந்தவித விசாரணையுமின்றி தடா வழக்குப் புனைந்து மைசூர் மத்திய சிறையில் அடைத்துள்ளனர். உண்மைச் செய்திகளை எடுத்துரைக்கவோ ஒரு லட்டர் மூலம் தெரியப்படுத்தவோ வக்கில் லாமல் அடிமைகளைப் போல வாழ்ந்து வருகிறோம்.

காட்டுப்பன்றிகள் கழனியை அழிக்க, அதனைக் கண்டவர்கள்

ஊர்ப்பன்றிகளின் காதுகளை அறுத்தனராம். இது தமிழ் முது மொழிகளில் ஒன்று. காட்டுக்குள்ளிருக்கும் வீரப்பனைப் பிடிக்கிறேன் என்று இந்த அதிகாரிகள் செய்யும் அட்டூழியங்கள், அக்கிரமங்கள் காரணமாக உழைத்து வாழும் ஏழை அப்பாவிகள் சிறைப்படுத்தப்பட்டுள்ளனர். தாங்கள் தயவு செய்து சிந்தித்துப் பாருங்கள்.

பொய்க்கு மெருகூட்டி மேடை ஏற்றிய காவல் துறையினர் உண்மையின் தோற்றத்தை மறந்து விட்டனர். பொய்யின் மெருகு கலையும்போது உண்மை அங்கே தெளிந்து நிற்கும். அந்த நாள் வெகு தொலைவில் இல்லை. இதற்கு தங்களது பிரதான நடவடிக்கைதான் காரணம் என்றால் அதனால் நாங்கள் படும் மகிழ்ச்சிக்கு எல்லையே இருக்காது.

சாதாரணமாக ஒரு இந்திய குடிமகனை காவல்துறையினர் கைது செய்த 24 மணி நேரத்துக்குள் அவர்கள் குடும்பத்திற்கு தகவல் கொடுக்க வேண்டும். 24 மணி நேரத்துக்குள் அவனை நீதிமன்றத்தில் ஆஜர்படுத்த வேண்டும் என்பதெல்லாம் இந்திய நாட்டின் சட்டம். ஆனால், எங்களைப் பிடித்து மாதக்கணக்கில் மாதேஸ்வரன் மலையில் வைத்து உடம்பில் மின்சாரம் பாய்ச்சியும் உலக்கையைப் போட்டு உருட்டியும் ஆணையும் பெண்ணையும் நிர்வாணத்தில் இதற்குமேல் சொல்ல முடியாத நிலை. இதைப் போன்று எத்தனையோ சொல்லொணாச் சித்திரவதைகள். நாங்கள் பட்டபாடு பகவான் என்று ஒன்றிருந்திருந்தால் அந்த பகவானுக்குத்தான் தெரியும். இவ்வளவு கொடுமைகளுக்குப் பின்பும் கண் தெரியாமலும், காது கேட்காமலும், கால் எலும்புகள் முறிக்கப்பட்டும் சிறைக்கு வந்து சரி செய்து கொண்டவர்கள் பலர். அப்படி சிறைக்கு வந்த பின்னால்தான் எங்களுக்கெல்லாம் தடா வழக்குப் போட்டுள்ளார்கள் என்பது தெரிய வந்தது. இருப்பினும் ஆறு மாதம்தான் என்றிருந்த எங்களுக்கு மூன்றரை ஆண்டுகளுக்கு மேலாகியும் ஜாமீனே கொடுக்க மறுக்கும் இந்த நீதிமன்றம் வழக்கை முடிக்க எத்தனை ஆண்டுகள் ஆகும் என்பதை தாங்கள் சற்று சிந்தித்துப் பார்க்க வேண்டும்.

சாதாரணமாக எங்கள்மீது, வீரப்பனுக்கு அரிசி பருப்பு கொடுத்தான், மருந்து கொடுத்தான், வீரப்பனுக்குப் போலீசைப் பற்றிய தகவல்கள் கொடுத்தார்கள் என்ற காரணத்தைக் காட்டி வழக்குப் போட்டுள்ளார்கள். அதுவும் தடா வழக்கு. அதுவும் ஒன்றல்ல, இரண்டல்ல மூன்று நான்கு. இதை பார்க்கும்போது, தமிழர்களை எல்லாம் சிறையை விட்டு வெளியே விடக் கூடாது என்ற மிகப்பெரிய பழி உணர்வோடு செயல்பட்டு வருகிறது

இந்தக் கர்நாடக அரசாங்கம்.

வீரப்பன் பற்றிய செய்திகளையும் வீரப்பன் கூட்டாளிகள் என்று எங்களை வர்ணித்ததையும் பத்திரிகைகளின் வாயிலாக தாங்கள் கண்டு உண்மையாகத்தான் இருக்கும் என மக்கள் நம்பியிருக்கக் கூடும். எல்லோரும் அப்படித்தான் நினைத்திருப் பார்கள். இந்த செய்தி காவல்துறையினர் கொடுத்த செய்தி, முற்றிலும் உண்மைக்குப் புறம்பான செய்திகள். நாங்களனைவரும் அப்பாவிகள். பூரண நிரபராதிகள் என்பதை தங்களுக்கு நிரூபித்துக் காட்ட பெரிதும் ஆசைப்படுகிறோம். தங்களின் ஓழிந்த நேரங்களில் தமிழர் பகுதிகளில் சுற்றுப்பயணம் மேற்கொள்ளும் போது தயவுசெய்து மைசூர் மாவட்டம் கொள்ளேகாலம் வட்டம் ஜல்லிபாளையம், ஊக்கியம், கூடலூர், நல்லூர், மார்ட்டள்ளி, ஒடக்காப்பள்ளம், கோபிநத்தம் ஆகிய ஊர்களுக்கு சென்று கீழே கொடுக்கப்பட்டுள்ளவர்களின் விலாசத்தில் விசாரித்தீர்களே யானால் தங்களுக்கு உண்மை விளங்கும்.

அந்தப்பகுதி முழுவதுமே தமிழர்கள் வாழும் பகுதி. கொள்ளேகாலம் வட்டாரத்தில் மட்டும் சுமார் 40,000 தமிழர்களுக்கு மேல் வாழ்ந்து வருகிறார்கள். தற்போது வீரப்பன் பிரச்னை காரணமாக போலீசாரின் கெடுபிடியால் அந்தப் பகுதிகள் மயானமாகக் காட்சியளிக்கின்றது. ஒருபுறம் வீரப்பனுடைய பயம், இன்னொரு புறம் போலீசாரின் வன்முறைப் படலம். இருதலைக்கொள்ளி எறும்பாக வாழும் அந்த ஏழை மக்களின் குரல் தங்களுக்கு கேட்க வேண்டாமா? சென்று வாருங்கள். அப்பகுதி மக்களுக்கு ஆதரவைக் காட்டுங்கள் என்றும் தங்களை ஆவலோடு கேட்டுக் கொள்கிறேன்.

ஒரு கிராமவாசிக்கு தடாசட்டம் போடக்கூடாது என்பது தடா சட்டத்தின் கூறுபாடுகளில் ஒன்று. சந்தனமர வழக்கில் 62 பேரை தமிழகக் காவல்துறையினர் கைது செய்து இதே தடாவழக்கில் சிறைவைத்தன, ஆனால் 180 நாட்கள் ஆனவுடன் நீதிபதியின் சொந்த ஜாமீனில் அனைவரையும் விடுதலை செய்துள்ளனர்.

இதே சிறையில் தடா வழக்கில் எங்களுடன் இருந்த செல்வந்தர்களான திரு.ஒபுளி செட்டியார் என்பவரும் திரு முத்துராஜ் என்பவரும் உச்ச நீதிமன்றத்தின் வாயிலாக 9 மாதங்கள் முடிந்தவுடன் ஜாமீனில் வெளியே சென்றுவிட்டார்கள். 12.4.94 அன்று அவர்கள் விடுதலையானார்கள்.

எங்களுக்கும் எட்டு மாதங்கள் முடிந்தவுடன் 2.2.94 அன்று தடா வழக்கின் காலாவதி முடிந்தவுடன் ஜாமீன் கிடைக்கப்

பெற்றோம். ஆனால் காவல் துறையினர் உயர் நீதி மன்றத்தில் தடை உத்தரவு பெற்று விட்டதால் நாங்கள் வெளியே செல்ல முடியவில்லை. எங்களுக்கு தடா நீதிமன்றம் மைசூர் செசன்ஸ் நீதி மன்றம்தான். இதை விட்டு தடா வழக்கை விசாரிக்கவோ ஜாமீன் கொடுக்கவோ உயர்நீதிமன்றத்துக்கு அதிகாரம் இல்லை என்று கூறுகிறார்கள். நாங்கள் மேலும் மனு செய்ய வேண்டுமென்றால் உச்சநீதிமன்றம்தான் செல்ல வேண்டும் அப்படியிருக்க உயர் நீதிமன்றம் ஏன் எங்களுக்கு தடை உத்தரவு கொடுத்தது? அதனை எப்படி இந்த செசன்ஸ் தடா நீதிமன்றம் ஏற்றுக் கொண்டது? கர்நாடகத்தில் சட்டததுயக் கையாளும் முறை முன்னுக்குப்பின் முரணாக உள்ளது.

23.5.95 அன்றுடன் தடா சட்டம் புதுப்பிக்கப்படாமல் காலாவதி ஆகி விட்டது மேல் குறிப்பிட்ட தேதிக்குப் பின் இச்சட்டத்தின் கீழ் யார் மீதும் வழக்குப் பதியக் கூடாது, முடியாது. ஏழைகள் அப்பாவிகள் சிறுபான்மையினர் போன்றோ ருக்கு இச்சட்டத்தை மாநில அரசாங்கம் தவறாகப் பயன் படுத்துவது ஒன்றே இச்சட்டம் நீக்கப்பட்டதற்கு முக்கியக் காரணம்.

23.2.96 அன்று உச்ச நீதிமன்றத்தின் தலைமை நீதிபதி தடா வழக்கில் இரண்டு வருடம் மூன்று வருடமாக சிறையில் இருப்பவர்களை கேட்டகிரி வாரியாக உடனே அந்தந்த தடா நீதி மன்றங்கள் ஜாமீனில் விடுதலை செய்ய வேண்டும் என்று உத்தரவிட்டார்கள். நாங்கள் ஈ மற்றும் உ கேட்டகிரியைச் சேர்ந்த வர்கள் என்று உச்சநீதிமன்ற வழக்குரைஞர் திருவாளர் ஏ.ராமசாமி அவர்களும், மைசூர் வழக்கறிஞர்களும், சென்னை வழக்கறிஞர் ப.சிவஞானசம்பந்தம் அவர்களும் எங்களது ஜாமீன் மனு மீது வாதம் செய்துள்ளார்கள். வாதம் முடிந்து ஆறு மாதங்களுக்கும் மேலாகியும் ஜாமீனுக்கான தீர்ப்புச் சொல்லாமல் காலம் கடத்திக் கொண்டேயுள்ளது இந்த நீதிமன்றம். மேற்கண்ட காரணங்கள் எல்லாம் எங்களுக்கு சாதகமாக இருந்தும் இதுவரை ஜாமீன் கூட கொடுக்காமல் பாரபட்சம் காட்டுகிறார்கள். தமிழர்களுடைய நலம் விரும்பிகளான தங்கள் வழக்கறிஞர்களின் ஆலோசனை பெற்று எங்கள் விடுதலைக்கான ஏற்பாடுகளை செய்யுமாறு பணிவன்புடன் கேட்டுக் கொள்கிறோம்.

நாங்கள் சிறைக்கு வந்து மூன்றரை வருடங்களுக்கு மேலாகி விட்டதால் எங்கள் குடும்பங்கள் எல்லாம் மிகவும் பாதிக்கப் பட்டுள்ளது. வயதான தாய் தந்தையர், வயதுக்கு வந்த எங்களின் பெண்கள்,படிக்க வைக்க முடியாத எங்களின் மக்கள் இவர்களை

எல்லாம் காப்பாற்ற போதிய பண வசதி இல்லாமல், ஒருவேளை சாப்பாட்டுக்கே கஷ்டப்படும் நிலையில் உள்ளனர். இவற்றை எல்லாம் நினைக்கும்போது எங்களின் மனம் படும் துயரை யாரிடம் சொல்லி அழுவது என்று ஏங்கிய நேரத்தில் தங்களின் புகலிடம் கிடைத்தது. தங்களுடைய ஆறுதல் கடிதம் கண்டு பெரிதும் மகிழ்ச்சியடைகிறோம். தங்களுடைய முயற்சி எங்களுக்கு பெரிதும் திருவினையாக்கும். அந்த நாளை ஆவலோடு எதிர்பார்த்துக்கொண்டிருக்கிறோம்.

தாங்கள் தயவு செய்து இந்த ஏழை தமிழ் மக்களின் நலன் கருதி தங்களால் முடிந்த உதவிகளை செய்து எங்களையும் எங்களது குடும்பத்தாரையும் காப்பாற்றுமாறு இங்குள்ள அனைவரின் சார்பாக தங்களை அன்போடு கேட்டுக் கொள்கிறேன். தங்களுடைய கடிதத்தை ஆவலுடன் எதிர்பார்த்துக் கொண்டிருக்கிறேன்."

அதிரடிப்படை! சித்ரவதைகள்!

ஏப்ரல் 5- 1997. 9-56 29.3.97

***ச**ந்தன வீரப்பனைப் பிடிப்பதற்காக ஜெயலலிதா -வீரப்ப மொய்லி அரசுகளால் அனுப்பப்பட்ட அதிரடிப் போலீஸாரால் பெரும் பாதிப்புக்குள்ளாகிய பகுதிகளில் கர்நாடக நெல்லூர் கிராமச் சுற்றுப் புறங்களில், நக்கீரன் நிருபர் ஜெயப்பிரகாஷ், போலீஸ் அரணைத் தாண்டிச் சென்று, மக்களைச் சந்தித்த வீடியோ பேட்டிகளின் தொகுப்பு.*

ஒரு மூதாட்டி:

*“**எ**ன் பெயர் அம்மாசி. எனக்கு மூன்று மக்கள். ஒரு பொண். மூன்று ஆண்கள். ஐந்து ஆண்டுகளுக்கு முன் வீட்டருகே குழந்தை என் மகன் தூங்கிக் கொண்டிருந்தான். அவனைப் போலீஸ் பிடித்துக்கொண்டு போய் மலையில் வைத்துக் கொண்டார்கள். ராமாபுரத்தில் இருக்கும்போது, என் மகனைச் சுட்டுக்கொன்று, பிணத்தை என் வீட்டெதிரில் போட்டுவிட்டுப் போய்விட்டனர். போலீசாரிடம் எதுவும் கேட்க முடியாது. ‘நீ வீரப்பனுக்கு சாப்பாடு கொடுத்தாயா? உதவி செய்தாயா?’ என்று ஆண் என்றோ பொண் என்றோ பாராமல் உதைப்பார்களே... அதற்குப் பயந்து ஒன்றும் கேளாமல், என் மகனது சடலத்தைப் புதைத்தோம்.*

தங்கவேலு:

*“**மி**ளகாய் தோட்டத்துக்குப் போன நெல்லம்மா என்ற*

பெண்ணை எரடெத்தி என்ற போலீஸ்காரன் கடத்திக்கொண்டு போய் கெடுத்துவிட்டான். ஏதோ சத்தம் வருகிறதே என்று அந்தப்பக்கம் போன நான் கவனித்தேன். செல்லம்மாவைக் கொடுமைப்படுத்திக்கொண்டிருந்தான் அவன். என்னைக் கண்டதும் ஓடிவிட்டான் அவன்.''

மாணிக்கம்:

''**எ**ன் மகள் நெல்லம்மாவுக்குத்தான் அந்தக் கொடுமை நடந்தது. சனியன்றுதான் வெளியூரிலிருந்து திரும்பினேன். என் தம்பி என்னிடம் விசயத்தைச் சொன்னான். நாகராஜ் அன்றைய தினம் கேம்ப்பிற்கு வந்து சென்றான். மாணிக்கம் எங்கே என்று கேட்டுவிட்டுச் சென்றார்கள். 'நீ போனபின் இப்படி ஆகிவிட்டது' என்றனர் என்னிடம். தம்பியையும் பெண்ணையும் அழைத்துக் கொண்டு போய் கேம்ப்பில் விசாரித்தேன். இருவரும் எரடெத்தியை அடையாளம் காட்டினர். நான் இன்ஸ்பெக்டரிடம் நியாயம் கேட்டேன். அவர் எரடெத்தியை விசாரித்தார். 'எரடெத்தியை யாரும் தொடக்கூடாது' என்று கூறிவிட்டார். அதோடு நாங்கள் எரடெத்தியை அடித்துவிட்டதாக எங்கள் மீது அபாண்டமாகக் குற்றம்சாட்டினார். எங்களையெல்லாம் தள்ளிவிட்டுவிட்டு, அவனை ஜீப்பில் தூக்கிப் போட்டுக்கொண்டு கிளம்பினர். போலீசைக் கண்டாலே அப்போது எங்களுக் கெல்லாம் பயம். அப்படி அடிப்பார்கள் அவர்கள். பத்திரிகைக் காரர்களுக்கு ஏதாவது செய்தி சொன்னால்கூட,கூப்பிட்டு எங்களை அடிப்பார்கள். அதனால்தான் அந்தச் சம்பவத்தை யாரிடமும் சொல்லவில்லை.

பெண்:

''**ரா**த்திரி மூன்று மணியளவில் என் புருஷனை மலையிலிருந்து வந்த போலீஸ் பிடித்துக்கொண்டு போனது. மூணு மாத காலம் வைத்திருந்தார்கள். மூன்று மாதம் கழித்து சுட்டுக் கொன்று நான்கு பிணங்களை இங்கே கொண்டு வந்து போட்டுவிட்டுப் போனார்கள். பிணத்தைக் கொண்டுவந்து போடும்போது உங்களுக்கு ஐம்பதாயிரம் கிடைக்கும் என்று சொன்னார்கள் போலீஸார். ஆனால் ஒன்றும் தரவில்லை.''

மாதுமகன்:

''**போ**லீஸார் என் வீட்டுக்கு நெருப்பு வைத்து விட்டார்கள். எதுவுமே விசாரிக்காமல் திடீரென வந்து நெருப்பு வைத்துவிட்டுப் போனார்கள். என் அண்ணன் பழனிச்சாமியும் அப்போது வயலில் வேலை செய்துகொண்டிருந்தார். எரித்ததைப் பற்றி கேட்டார். மற்றவர்களை அடித்துக் கொண்டிருந்த போலீஸ்

அவர்களை விட்டுவிட்டு என் அண்ணனை அடிக்க ஆரம்பித்து விட்டது. பிறகு மற்ற வீடுகளுக்கும் நெருப்பு வைத்துவிட்டு என் அண்ணனை மட்டும் கூட்டிக் கொண்டு போனார்கள். என் அண்ணனைக் கூட்டிச்சென்று ஆறு வருஷமாச்சு. என்ன ஆனார் என்றே தெரியவில்லை. நான் நினைக்கிறேன், அதிரடிப்படையினர் என் அண்ணன் பழனிச்சாமியையும் சுட்டுக் கொன்றிருப்பார்கள்."

மல்லிமா:

"ஏழு ஆண்டாச்சு. போலீஸ் தடுத்ததால் விவசாயம் செய்ய வில்லை. அவ்வளவு நிலமிருந்தும் கூலிவேலைக்குத்தான் போய்க் கொண்டிருக்கிறோம்."

மாரக்கா:

"மகன் தங்கவேலுவை போலீஸ் கொன்னு போட்டாங்க."

கோவிந்தம்மாள்:

"அவரும் நானும் எங்கள் குழந்தைகளோடு தமிழ் நாட்டுக்குப் பஸ்ஸில் சென்று கொண்டிருக்கும்போது நடுவழியில் போலீஸ் மறித்து எங்களை இறக்கியது.என் குழந்தைகளை விட்டு விட்டு என் கணவரை மட்டும் போலீஸ்காரர்கள் லாரியில் ஏற்றினார்கள். நானும் ஓடிக் கெஞ்சினேன். என் கணவரைக் கொண்டு செல்லும் இடத்துக்கு என்னையும் கொண்டு செல்லுங்கள். அவரைக் கொல்ல நினைத்தால் என்னையும் கொல்லுங்கள். என் குழந்தைகளோடு நான் மட்டும் உயிரோடு இருந்து என்ன பயன்? என்று போலீஸிடம் கெஞ்சினேன். என்னையும் சுட்டுக்கொல்லுங்கள் என்று கெஞ்சினேன். ஆனால், என்னைப் பிடித்துக் கீழே தள்ளிவிட்டு லாரி புறப்பட்டுப் போனது. சரி, அந்தியூர் பக்கம் இறங்கலாம், லாரி முன்னால்தானே போகிறது என்று பஸ்ஸில் ஏறப்போனேன். பஸ்ஸில் ஏறவும் தடுத்துவிட்டார்கள். நீ....இங்கே இரு. வந்து உன்னைக் கொண்டு சென்று நாலு ரோட்டில் விடுவதாகச் சொன்னார்கள். நான் நடுக்காட்டில் நின்றேன். பிறகு மலைமேல் ஏறிப் பார்த்தேன். லாரி திரும்பி வந்து அந்த இடத்தைப் பார்த்துவிட்டு சென்றது. என் கணவரை மட்டும் கொண்டு போய்விட்டார்கள். பிறகு சுட்டுக் கொன்று வீட்டருகே வீசிவிட்டுப் போய்விட்டார்கள் போலீஸ் காரர்கள்."

ஊர்க்கவுண்டர்:

"எல்லோருக்கும் இங்க நிலம் இருக்குங்க. 200 ஏக்கர் இருக்கும். போலீஸார் அஞ்சு வருஷமா வேளாண்மை செய்யக் கூடாதுன்னு கூறி தடுத்துவிட்டார்கள். போலீஸ் எங்களை கொடுமைப்படுத்தி, பயமுறுத்தி கூலிக்காரர்களாக்கிவிட்டது.

கோவிந்தம்மாள்:

"என் கணவர் பத்து வருடம் முன்பு கிராம பஞ்சாயத்து உறுப்பினராக இருந்தவர். ஜி.பொன்னுசாமி என் கணவரின் பெயர். ஐந்து வருடம் கழித்து மண்டல பஞ்சாயத்து உறுப்பினராக சேவை செய்தவர். பொதுப் பிரச்னையில் முன்னிருப்பார். ஏப்ரல் 24-ஆம் தேதி 93-இல் தாசில்தார் உட்பட பல போலீஸார் இங்கே வந்தார்கள். காலை பதினொரு மணி. என் கணவரிடம் வந்து வாங்க, போய்விட்டு வருவோம் என்று அழைத்தார்கள். பொது விசயமாக இருக்கும் என்று இவரும் உடன் சென்றார். அதற்கு முன்னும் இப்படி பொது பிரச்சனைகளுக்காக அழைத்துச் செல்வதுண்டு. ராமபுரம் எஸ்.ஐ.தான் அழைத்தவர். போனார். தாசில்தார் ஜீப் முன்செல்ல போலீஸ் ஜீப் இரண்டும் பின்னே. திரும்பி வரும்போதும் அப்படியே வந்தன. இரண்டாவது வண்டியில் என் கணவர் இருந்தார். 'எங்கே போகிறீர்கள்?' என்றேன். நான்கு நாட்களாகியும் வரவில்லை. ஐந்தாம் நாள் கொள்ளேகால் சென்று விசாரித்த போதுதான் மைசூரில் கொண்டு சென்று அடைத்து விட்டார்கள் என்று தெரிந்தது. நான் தாசில்தாரிடம் நியாயம் கேட்டேன். என்ன செய்வது?"

வீரப்பன்:

"நாகராஜ் இன்ஸ்பெக்டர் வந்து எங்க கிராமத்தில 140 பேரை செலக்ட் செஞ்சாரு. வீரப்பனை பிடிப்பதற்காக தினமும் இருபது பேர் நாங்க சென்றே ஆக வேண்டும். போலீஸ் வந்தாலும் வராவிட்டாலும் நாங்கள் மலை ஏற வேண்டும். ஒருநாள் இரண்டு நாள் அல்ல. நாலு வருடங்களாக இந்தக் கொடுமை. போலீஸ் கேம்ப்பிலேயே இருக்கும். நாங்கதான் நாய் மாதிரி வீரப்பனைத் தேடி அலையனும். போலீஸ் சொல்கிற இடத்துல நாங்கள் காவலிருக்க வேண்டும். தவறினால் எங்களுக்கு மட்டுமல்ல. ஊரிலிருக்கும் எல்லோருக்குமே அடி உதை. அவனுங்க கேம்ப்பில் தூங்குவானுங்க. நாங்களும் அமைச்சர் வரை சென்றோம். கொடுமைகளைச் சொன்னோம். எனக்கு செவ்வாய்க்கிழமை ஷிப்ட், காலை ஆறு மணி முதல் மறுநாள் காலை ஆறு மணி வரை."

மாணிக்கம்:

"அஞ்சிப்பாளையம், பழைய நெல்லூர் ஆண்கள் 14? பேரைத் தேர்ந்தெடுத்தவர் நாகராஜ் இன்ஸ்பெக்டர். ஏழாகப் பிரித்து தினமும் இருபது பேராக டீம் போட்டார். 'வீரப்பனைப் பிடிக்கும்வரை நெல்லூர், அஞ்சிப்பாளையம் மக்களுக்கு இதுதான் தண்டனை' என்றார் நாகராஜ் இன்ஸ்பெக்டர். 'பொதுஜனம்தான்

பிடிக்கனும்' என்றார். வீரப்பன், போலீஸ்காரன் ஒருவனைச் சுட்டால், பழியாக ஐம்பது பொதுமக்களை சுட்டு கிணற்றில் வீசுவோம் என்கிறார் இன்ஸ்பெக்டர். ஒரு ஞாயிறு அன்று எனது ஷிப்ட். நான்தானே தலைவன்."

மணி:

"**வீ**ரப்பன் பற்றிய விசாரணை என்ற பெயரில் கர்நாடக மாநில எல்லைக் கிராமங்களில் குடும்பத்துக்கு குறைந்தது இரண்டு பேரையாவது இப்படி ஆயிரக்கணக்கான மக்களை சந்தேகம் என்ற பெயரில் மாதேஸ்வரன்மலைக்கு வண்டியில் கூட்டிப்போய், இல்லீகல் கஸ்டடியில் வைத்து கரண்ட் ஷாக் கொடுத்து கொடுமை செய்வதாக இருந்தது போலீஸ். ஊரில் வசதியுள்ள சிலர், போலீசுக்கு வசதி செய்து கொடுத்து, தங்களுக்கு வசப்படுத்தி வைத்துக்கொண்டு தங்களுக்கு வேண்டாதவர்களை அவர்கள் வீரப்பன் இன்ஃபார்மர்கள் என்ற போர்வையில் மாட்டி விடுவார்கள். அப்பாவிகளை அழைத்துச் சென்று கொடுமைப் படுத்தியது போலீஸ். அதிர்ச்சியைக் கொடுத்தது போலீஸ். நெல்லூரிலிருந்து ராமாபுரம் வரை உள்ள எல்லா கிராமங்களும் அதிரடிப்படையின் தாக்குதலுக்கு ஆளானது. நெல்லூர், அஞ்சிப் பாளையம், பெத்தனப்பாளையம், கூட்லூரு, செல்லிப்பாளையம், எர்ராம்பாடி கொப்பம், காஞ்சனூர், ஊக்கியம், சோளவந்தன், சத்திய மங்கலம், ராமபுரம், உடையார்பாளையம், சாம்ராஜ்ய நகரம் இங்கெல்லாமே போலீசாரால் ஏகப்பட்ட பிரச்னைகள்."

அஞ்சுபுலி:

"**வீ**ரப்பனுக்கு சம்பந்தமுள்ள ஒருவன் வந்துக்கிட்டிருந்தான். அவனைப் போலீசால் பிடிக்க முடியவில்லை. அதனால் இங்கே வந்து, 'பிடித்துக்கொடுக்கவில்லை என்றால் சும்மா விட மாட்டோம்' என்று மிரட்டியது போலீஸ். அந்த பொன்னன் என்ற ஆளை அவருடைய அண்ணன் தம்பிகளே சேர்ந்து பிடித்துக் கொடுத்தார்கள். பிடித்துக் கொடுத்தாலும் வேறு யாரிடமும் கூறக்கூடாது. நாகராஜனிடமோ அல்லது ராமனிடமோ மட்டும்தான் கூறவேண்டும். அதாவது அரசியல்வாதி களிடமோ, மேலதிகாரிகளிடமோ கூறக்கூடாது. அதாவது இந்த போலீஸ்காரனுங்க சென்று பிடித்த மாதிரி இருக்க வேண்டுமாம். அவர்களாக வீரப்பனைப் பிடிக்க முயற்சிக்க மாட்டார்கள். நாமும் கேட்க முடியாது. கேட்டால் குறித்துக் கொண்டு நம்மைத் தாக்குவார்கள். வீரப்பன் ஆட்கள நாங்களே பிடித்தாலும், அவர்கள் பிடித்துக் கொடுத்ததாக பதிவு செய்து கொள்வார்கள். பொன்னன் முனுசாமியைப் பிடித்துக்

கொடுத்ததையும் அப்படித்தான் செய்தார்கள். நாங்கள் என்ன நடந்தது என்று விசாரித்தோம். பாதிக்கப்பட்ட சிறுமியின் தந்தை நடந்ததை எங்களிடம் கூறியதோடு மனுவும் எழுதிக் கொடுத்தார். அதோடு அந்தப்பகுதி மக்கள் எல்லாம் வீரப்பன் தேடுதல் வேட்டை என்ற பெயரில் கடந்த ஐந்தாண்டு காலமாக அதிரடிப் படை போலீசால் ஏற்பட்ட அக்கிரமங்கள் கொடுமைகளைப் பற்றியெல்லாம் கூறினார்கள்."

அரசப்பன் -தமிழ்ச் சங்கத் தலைவர்:

"**நா**லு ரோட்டில் ஒரு கேம்ப். கூடலூர், அஞ்சுப்பாளையம், நல்லூர் போன்ற இடங்களிலும் கேம்புகள். ஒவ்வொரு கேம்ப்பிலும் இருபது போலீஸ்காரர்கள் இந்த கேம்புக்காரர்கள் தங்களைப் பாதுகாத்துக் கொள்வதற்காகவும், வீரப்பனைப் பிடிப்பதற்காகவும் பொதுமக்களை இருபது இருபது பேராக ஷிப்ட் முறையில் நியமித்திருக்கிறார்கள் என்று ஒரு வாக்குமூலம் கொடுத்தார்கள் மக்கள். ஒரு நாளைக்கு இருபது பேர் என்றால் வாரத்துக்கு 140 பேர். அப்படி எங்களை அடிமைப்படுத்தி வைத்திருந்தார்கள். இதன்மூலம் எங்களுக்கு அநேக இன்னல்கள் ஏற்பட்டிருக்கிறது. ஒரு நாளைக்கு ஷிப்டுக்கு வரவில்லையென் றாலும் அடி உதை. ஒரு சிறிய தனிக்குடும்பம். கணவனும் மனைவி யும் மட்டும். கணவன் அதிரடிப்படையிடம் கூறியிருக்கிறான், 'சார் நாங்கள் இருவர் மட்டுமே இருக்கிறோம். என் மனைவியை மட்டும் தனியாக விட்டுவிட்டு ஷிப்டுக்கு எப்படி வரமுடியும்?' என்று கெஞ்சியிருக்கிறான்.

அதற்கு போலீஸார், 'அதனாலென்ன உன் இளம் மனைவிக்கு ஒரு புருஷனைக் கலியாணம் செய்து கொடுத்துவிடு, அல்லது அவளோடு படுக்க ஒருவனை ஏற்பாடு செய்துகொள். அல்லது யாராவது ஒருவனிடம் கூட்டிக்கொண்டு போய் விட்டுவிட்டு வாடா' என்று சொன்னார்களாம்."

அதிரடிப்படை போலீசாரால்
பலவித சித்ரவதைக்குள்ளான
மலைவாழ் பழங்குடி மக்கள்

சுட்டுத் தள்ளச்
சொன்னாங்க
-நிருபர்
ஜெயப்பிரகாஷிடம்
கோவிந்தம்மாள்

கருங்கல்லூர்
ரங்கசாமி

விசாரணை செய்யும் சைலேந்திர பாபு

குளத்தூரில் விசாரணை

வண்டி வண்டியாக
அதிரடிப்படை

ஜானகி

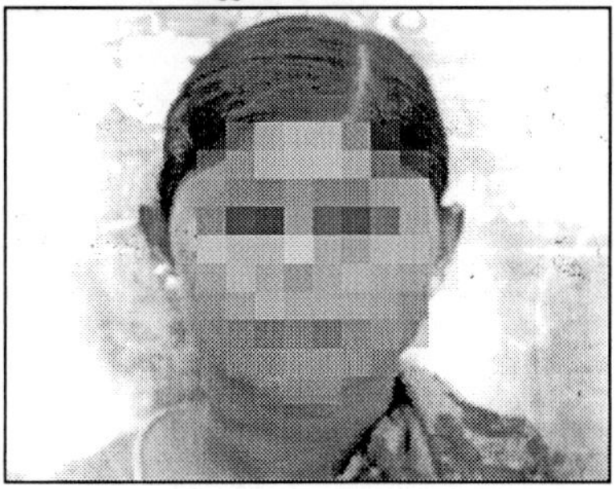

பாப்பாத்தி

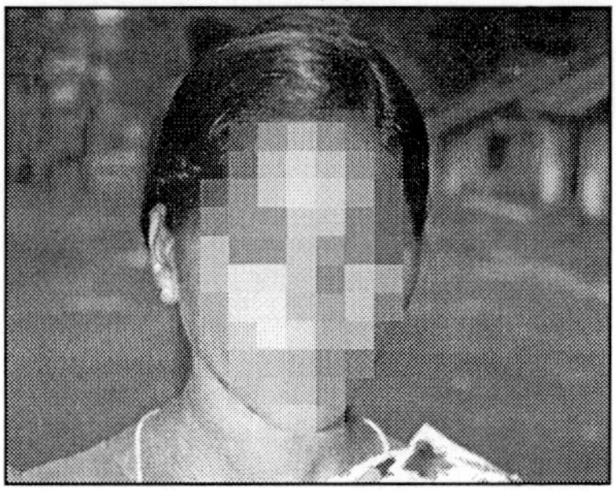

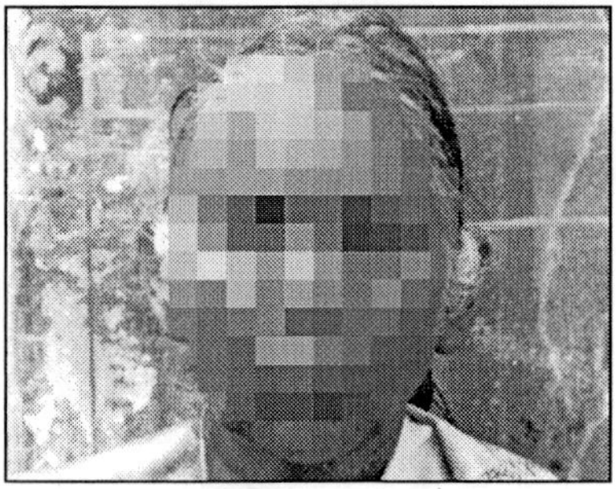

சின்னம்மாள்

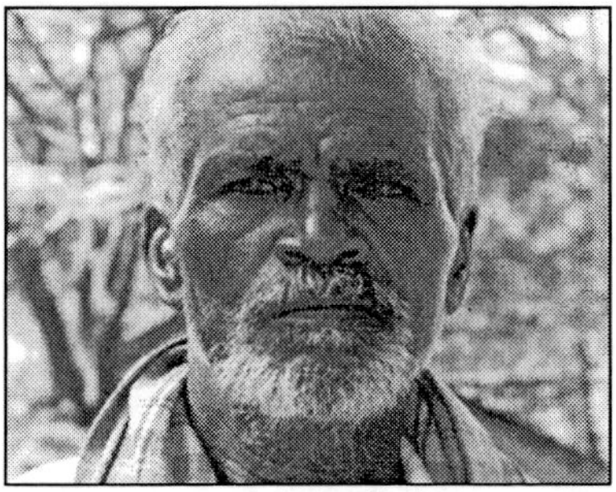

ராம நாயக்கர்

பிணத்தை கொண்டாந்து எறிஞ்சாங்க
– அம்மாசி

ராஜா

ராஜு

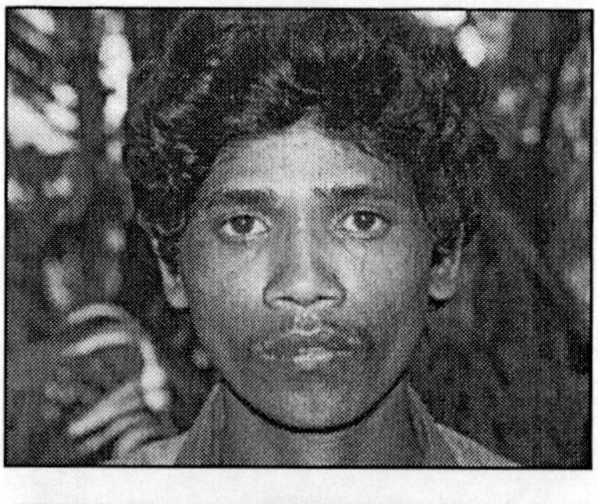

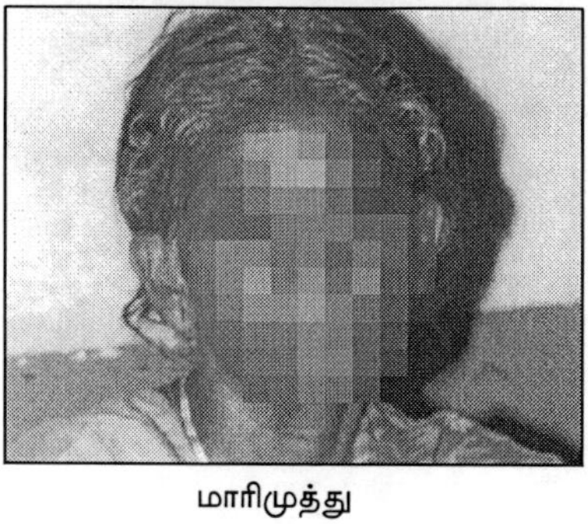

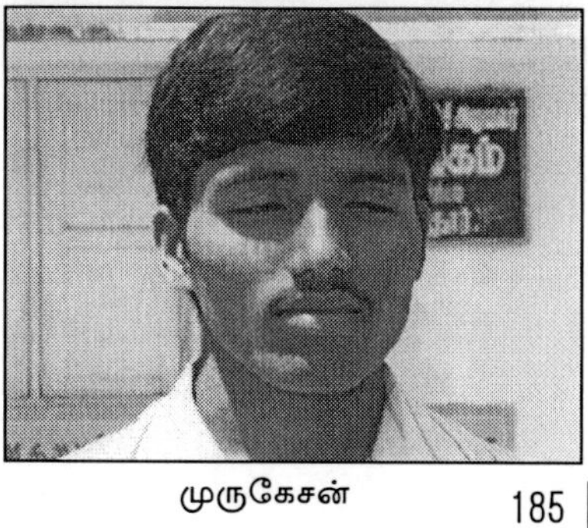

மாரிமுத்து

முருகேசன்

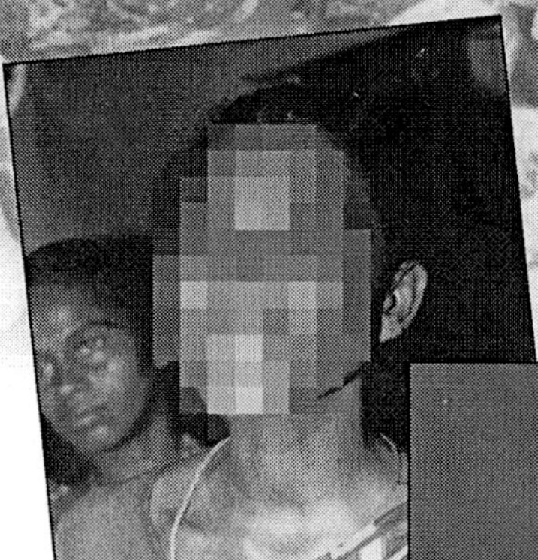

சிங்காரம்

சிவகாமி

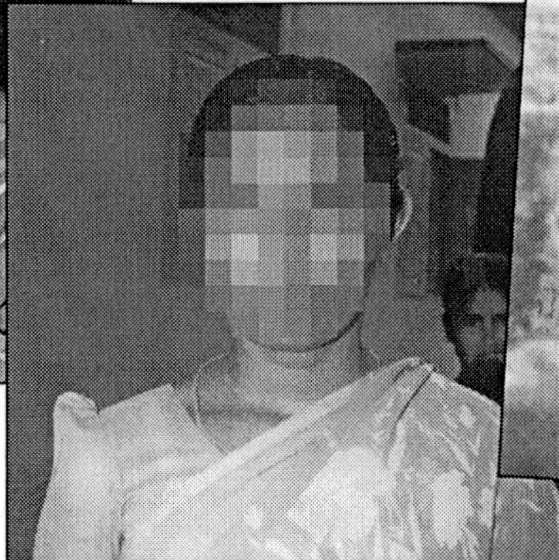

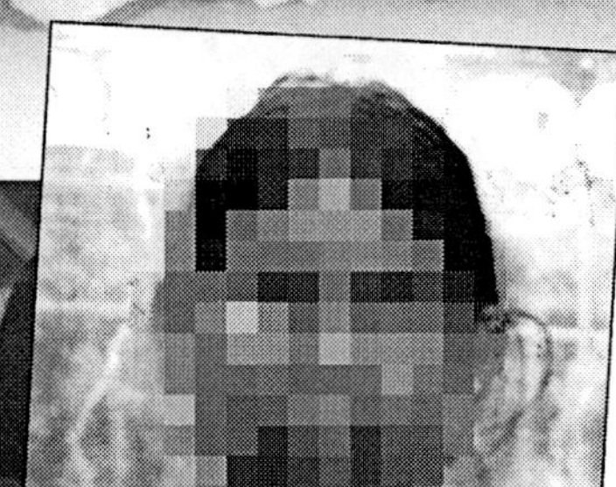

சின்னம்மாள்

பாதிக்கப்பட்ட
வன மக்கள்

சுப்பிரமணி–பெருமாளம்மா–நாராயணன்

சிறை வாசலில்...

வன மக்களை
வேட்டையாடிய
போலீஸ்

பாதிக்கப்பட்ட
வன மக்கள்

தாயம்மா

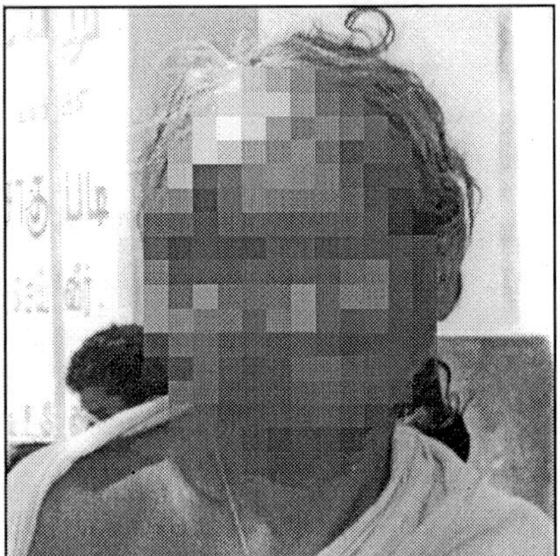

சின்னம்மாள்

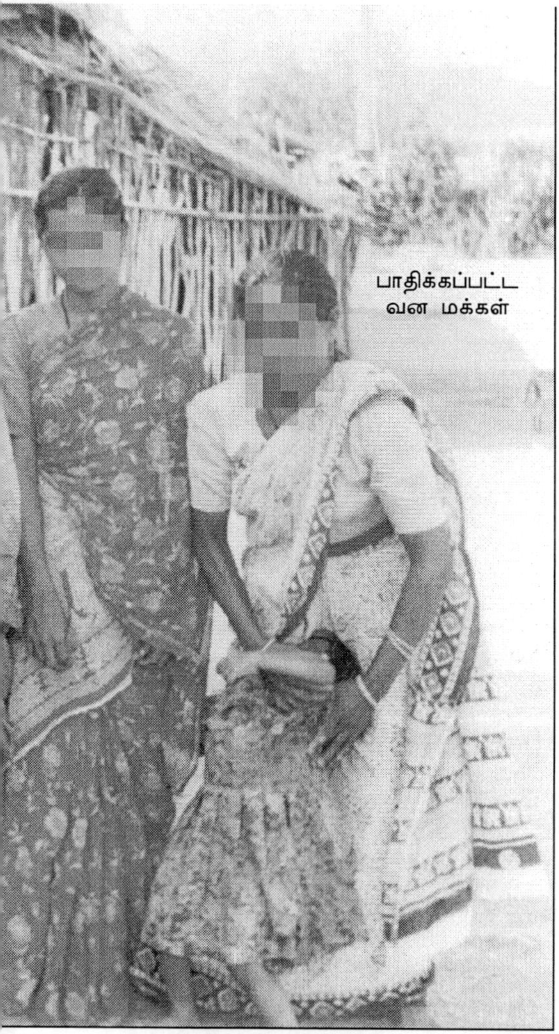

பாதிக்கப்பட்ட
வன மக்கள்

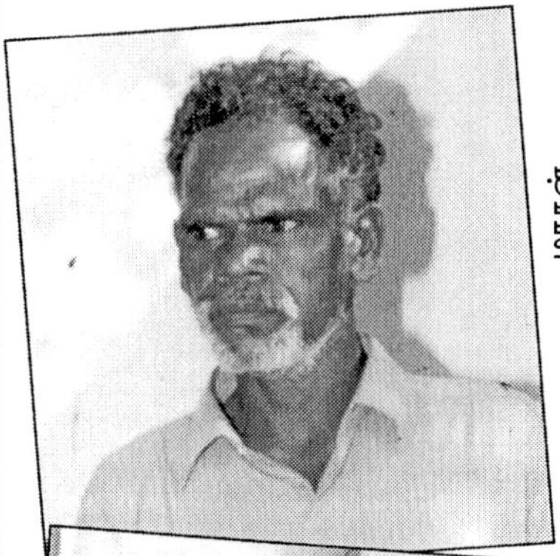

மாதன்

மாதையன்

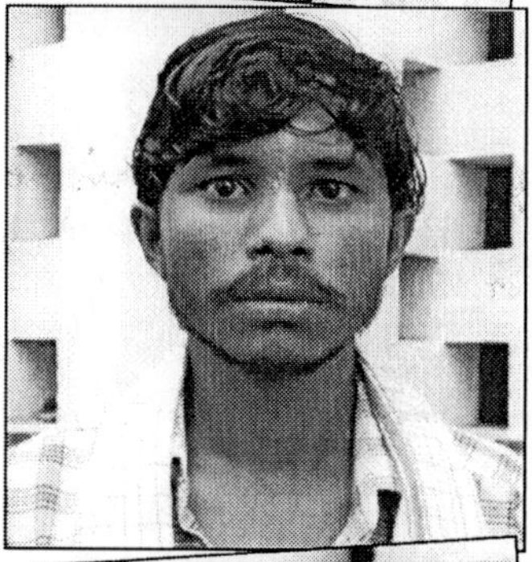

தனபால்

மாதையன்

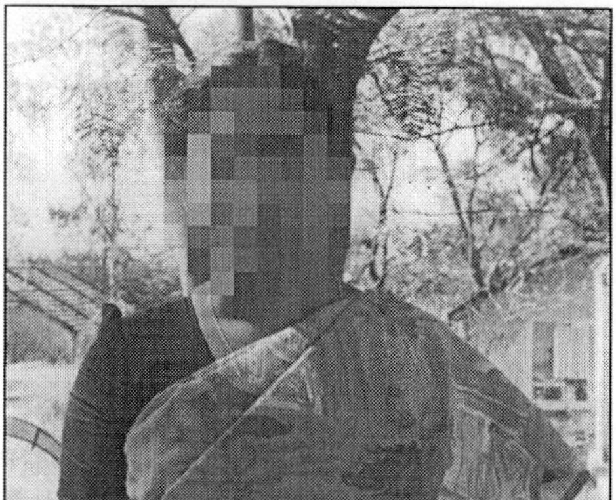

பாப்பா

கர்நாடக
அதிரடிப்படை
அதிகாரி
சங்கர் பிதாரி

தங்கம்மா

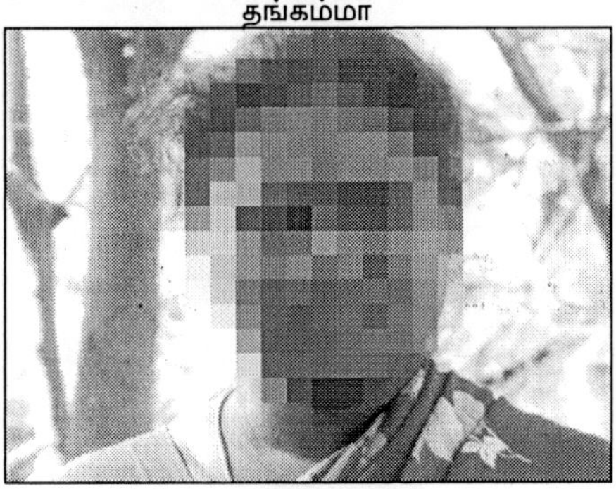

மாது

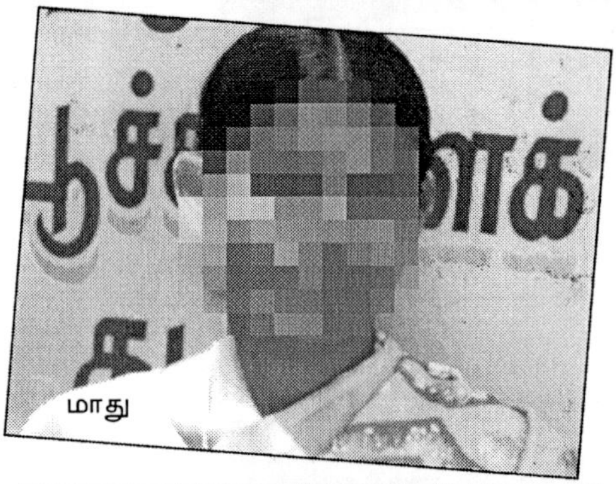

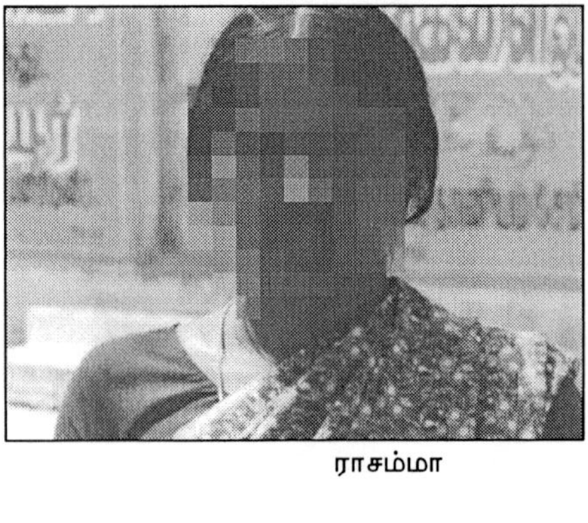

ராசம்மா

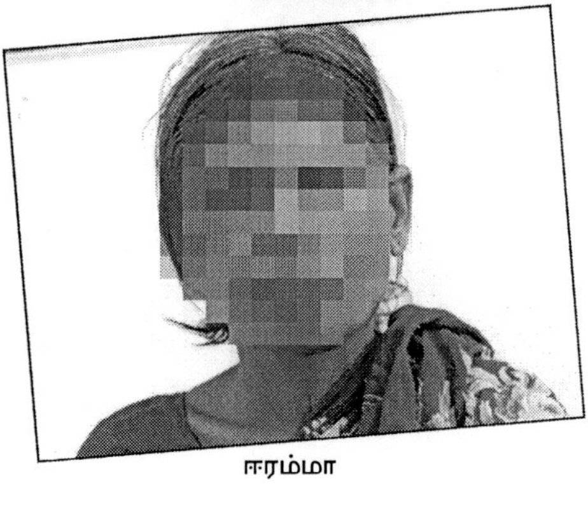

ஈரம்மா

சைலேந்திர
பாபு

எல்லம்மாள்

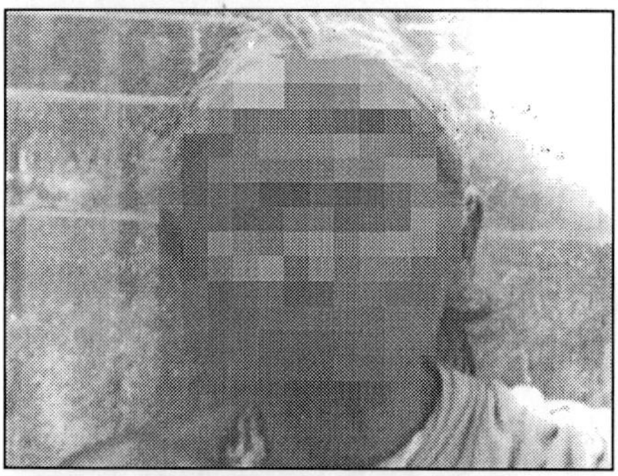

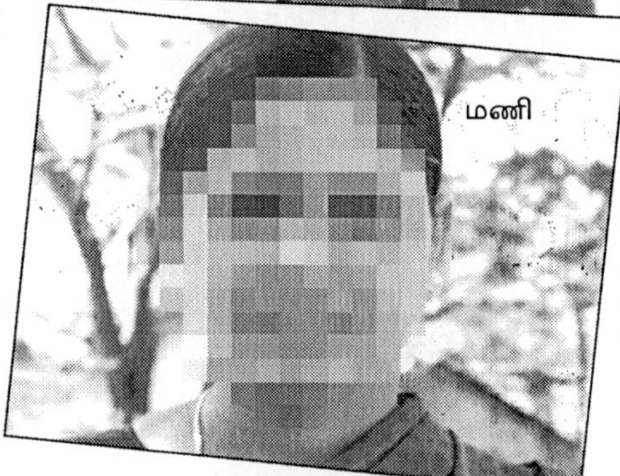

மணி

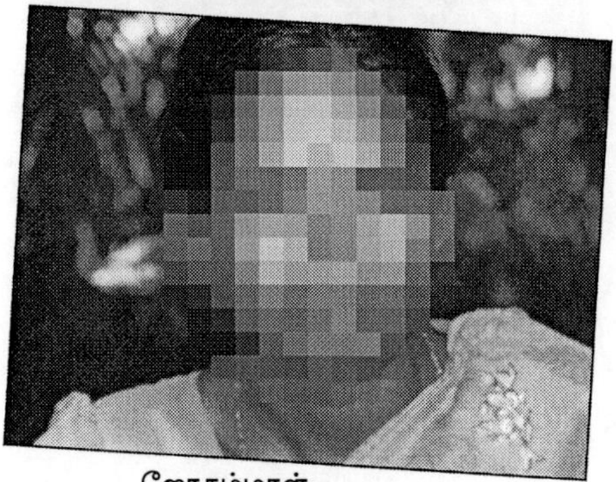

ஜோகம்மாள்

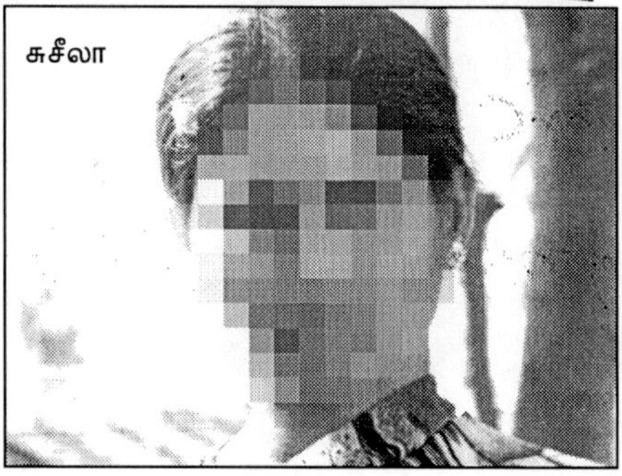

சுசீலா

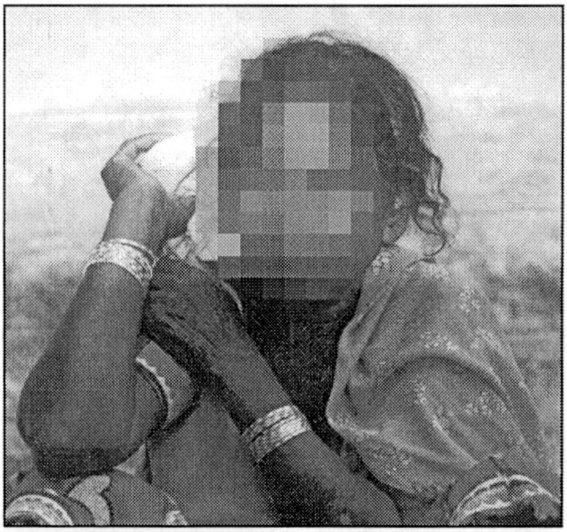

லம்பாடி
இனப்
பெண்மணி
சோமி

திப்பி,

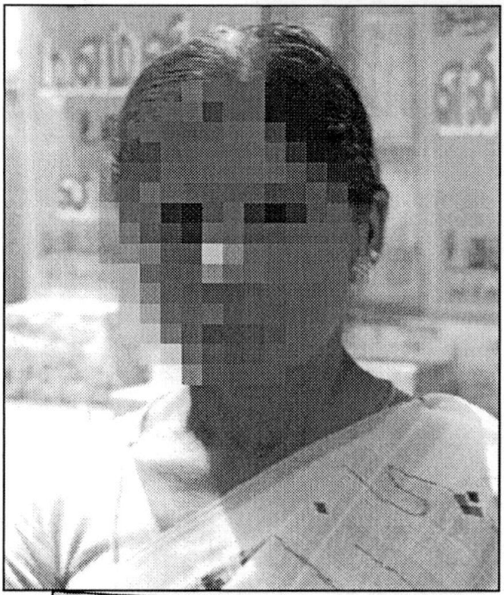

மல்லிகா

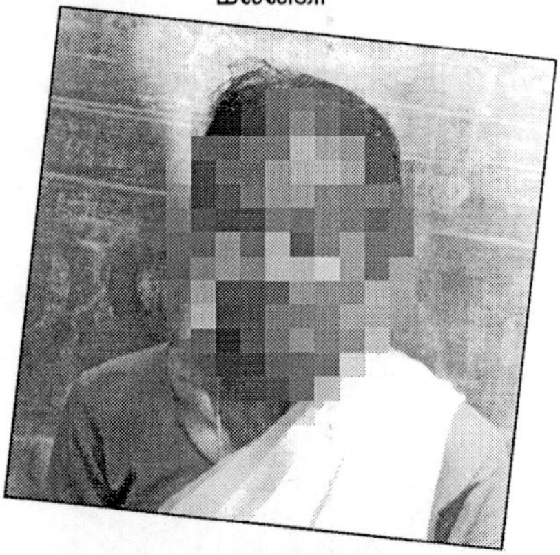

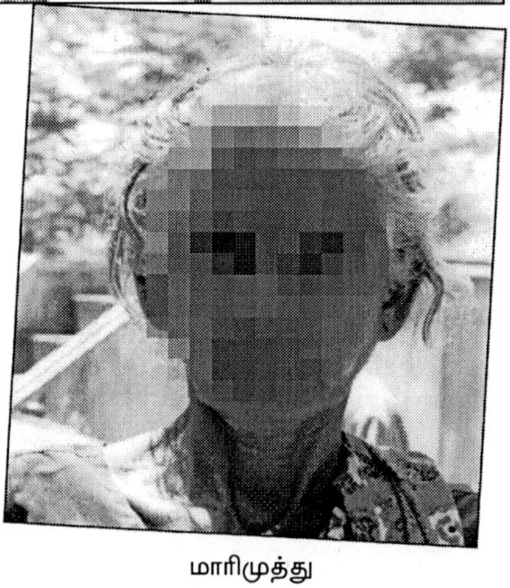

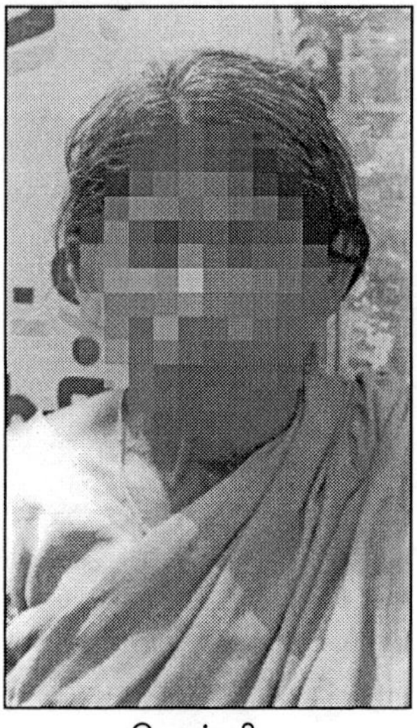

மாரிமுத்து

பொன்னி

வெளியே தடுப்புகள் - உள்ளே சித்ரவதை

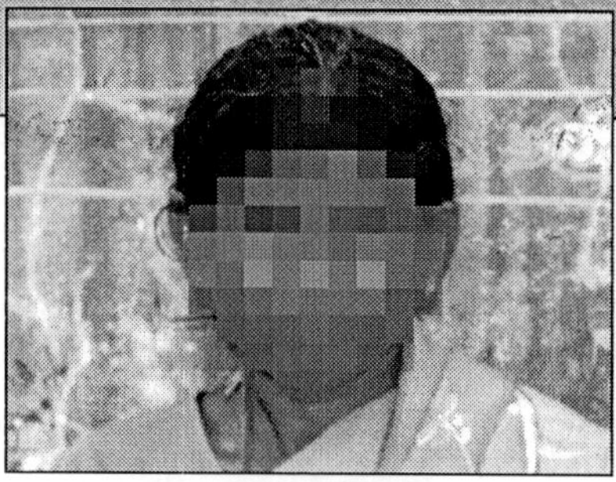

பாதிக்கப்பட்ட பெண்

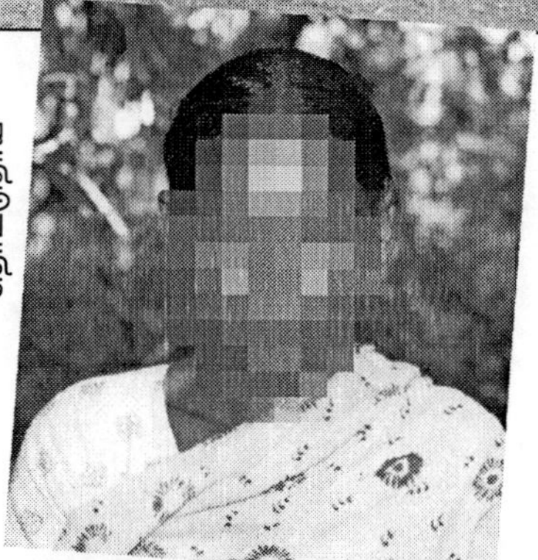

தொட்டுதாய்

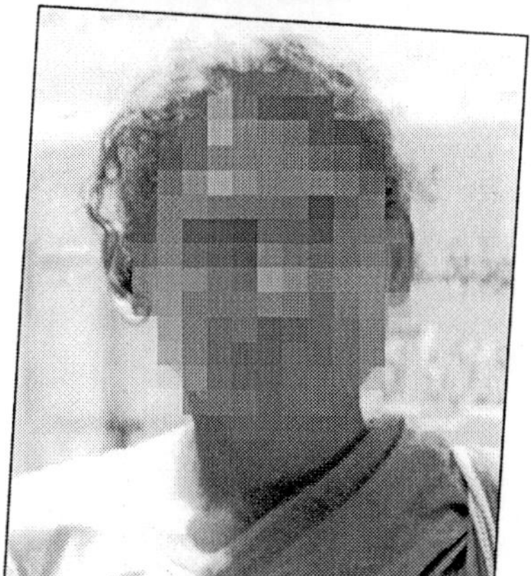

எல்லம்மாள்

பெருமாள்

ரத்தினம்

மயில்சாமி

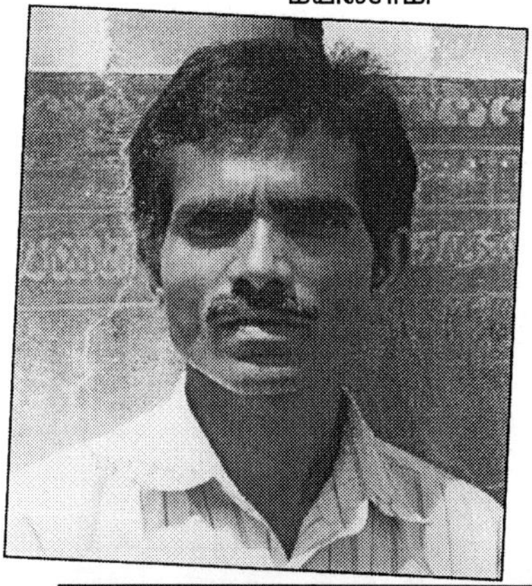

ரத்தினி

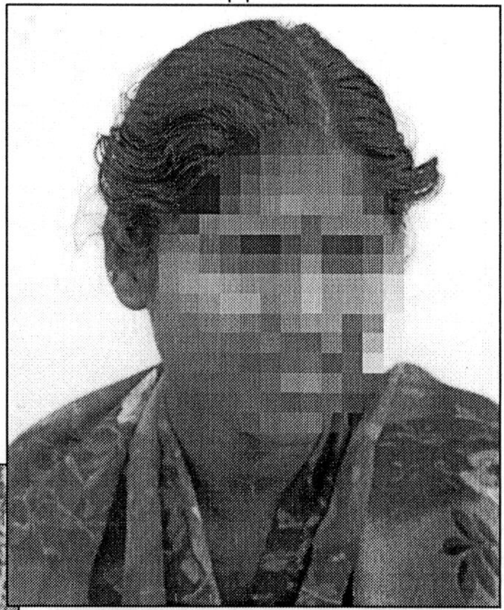

ஆதிவாசி பட்டி

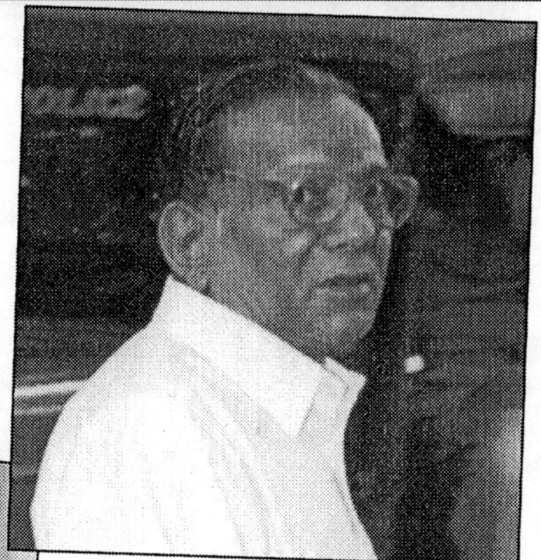

பணபலத்தால் தப்பித்த ஓபுளி செட்டியார்

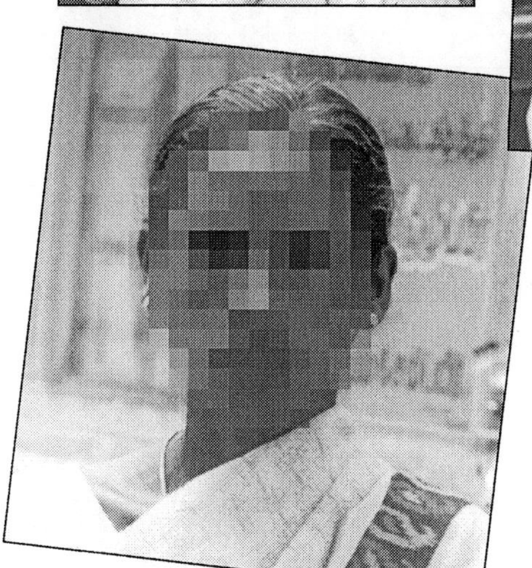

செல்லம்மாள்

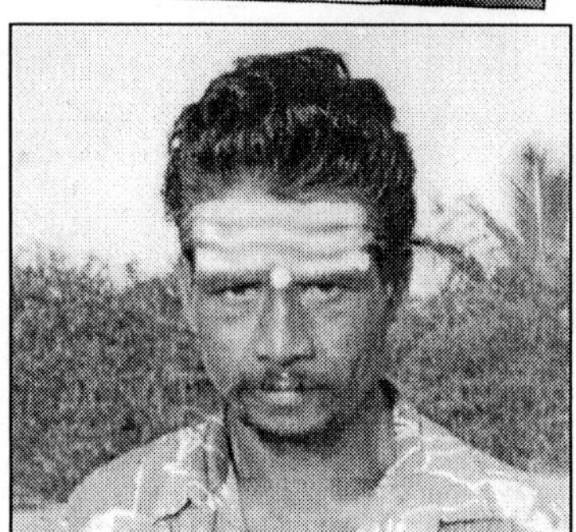

பாதிக்கப்பட்டவர்

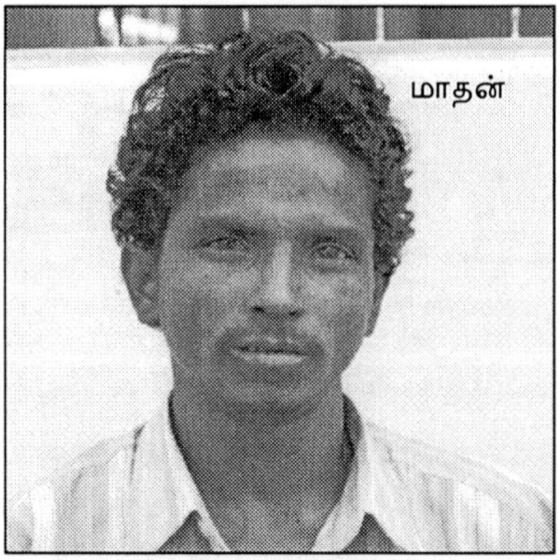

மாதன்

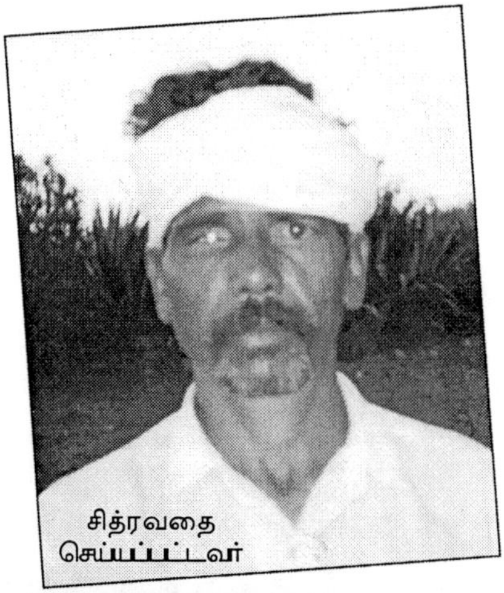

சித்ரவதை
செய்யப்பட்டவர்

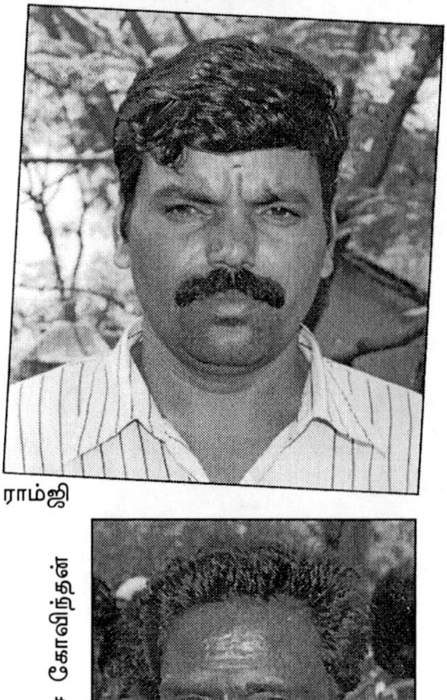

ராம்ஜி

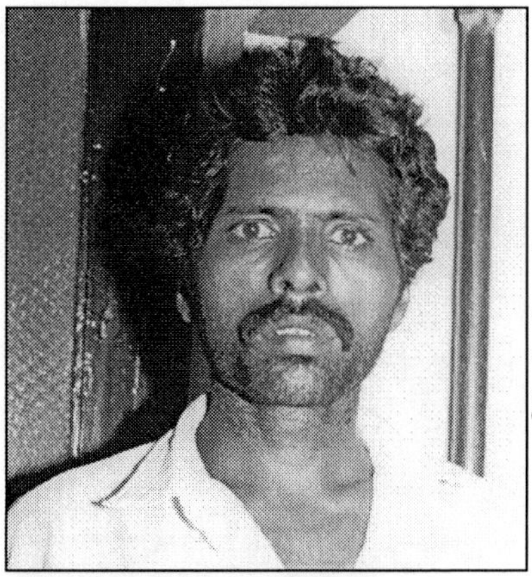

பாதிக்கப்பட்டவர்

கோவிந்தசாமி என்ற மீசை கோவிந்தன்

பாதிக்கப்பட்டவர்

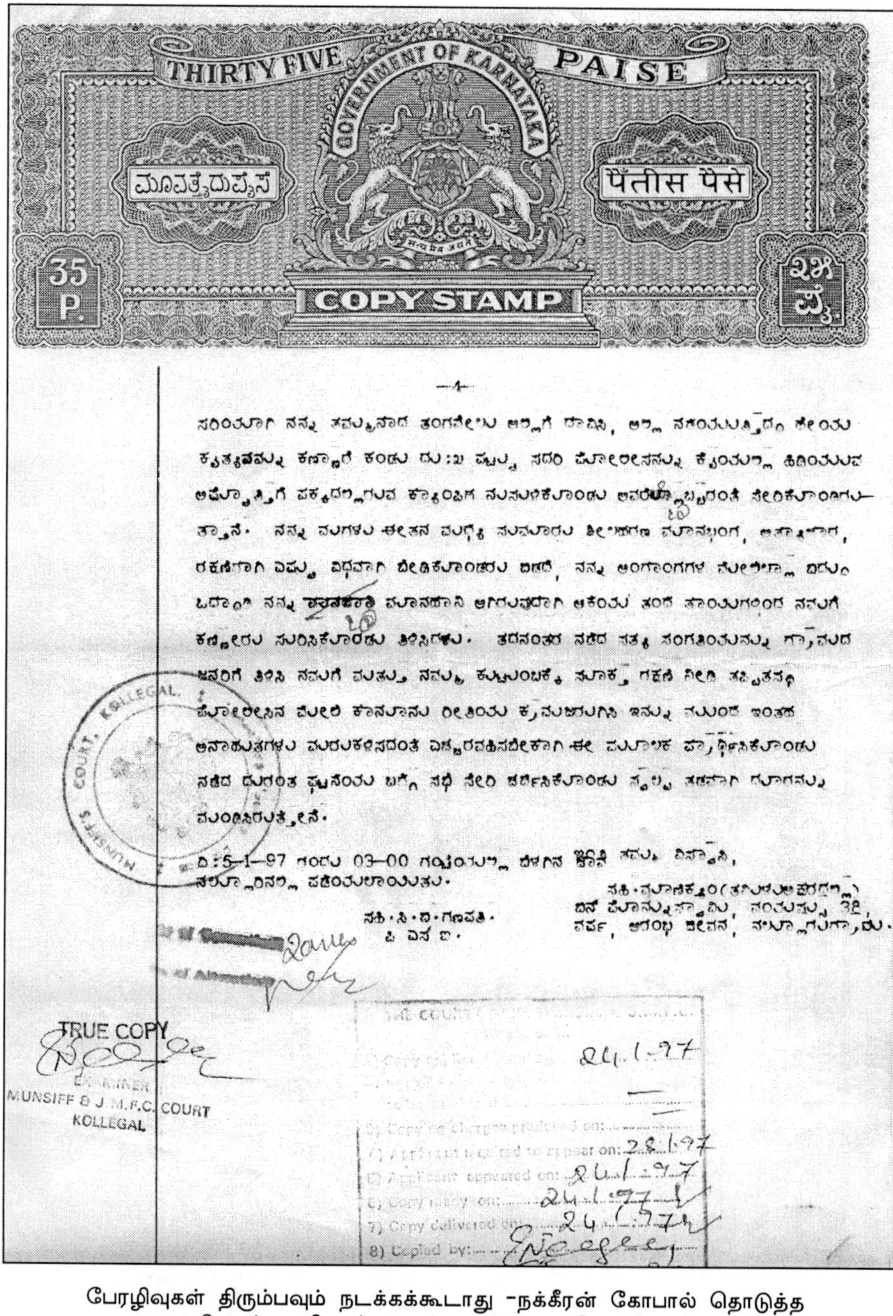

பேரழிவுகள் திரும்பவும் நடக்கக்கூடாது –நக்கீரன் கோபால் தொடுத்த மனுவினால் அதிரடிப்படைக்கு கர்நாடக கோர்ட் உத்தரவு

ஏப்ரல் 5 1997 நக்கீரன் பத்திரிக்கை வெளிவந்த கொல்லேகால் நெல்லூர் மலைக் கிராம மக்கள் பேட்டி அட்டைப் படமாக

வீரப்பனை தேடிய அதிரடிப்படையால் சீரழிந்த சின்னாம்பதி - மகரன்!

கோவை மாவட்டத்தில் தென்மேற்குத் திசையில் கேரள எல்லையான வாளையாற்றிலிருந்து 10 கி.மீ. தொலைவிலுள்ள சின்னாம்பதி, கூமாச்சி மலையின் அடிவாரத்தில், காட்டாற்றின் கரையில் கரடுமுரடான பாதைகளுக்குப் பின்னுள்ள ஆதிவாசிகள் கிராமம் இது.

வீரப்பனின் வேட்டைக்குப் போன அதிரடிப்படையினர் தனது உடல் இச்சையைத் தணிக்க காமவேட்டைக்குள்ளான கிராமம் இது.

சின்னாம்பதி மலைக் கிராமத்தில் நக்கீரன் நிருபர் மகரன் பேட்டி

உங்கள் பெயர்?

பெரியராயர்

இந்தக் கிராமத்தின் பெயர்?

சின்னாம்பதி

நீங்க?

கிராமத் தலைவர்

எத்தனைபேர் வசிக்கிறார்கள் இங்கே?

50 குடும்பங்கள்

வாழ்க்கை?

பூமிவேலைதான், அப்புறம் கூலிவேலைதான்!

ஊரில் எத்தனை குழந்தைகள்?

30 குழந்தைகள்

என்ன செய்கிறார்கள்?

படிக்கிறார்கள்

2. தரணியெங்கும் தமிழகத்தை அடையாளம் காட்டும் நம் தமிழகப் பெண்களின் கற்பை வீரப்பனைத் தேடிய அதிரடிப்படையினர் சூறையாடிய இடம் இது. சம்பவத்தை விளக்குகிறார் ஆதிவாசிக் கிராமத்தலைவர் பெரியராயர்.

"அதாவது போலீஸ் வந்திருந்தாங்க. மழைகாலம்; நல்ல மழைநாள். மூணரை மணி. பசங்களெல்லாம் ஓடிவிட்டார்கள். நான் இருந்தேன்.

பாரப்பட்டி போக வழியிருக்கா என்று கேட்டார்கள். அதற்கு நான் சொன்னேன். இந்த நேரத்தில் அங்கே போக முடியாது. யானைக்காடு; எங்குபார்த்தாலும் யானை. இப்ப யாரும் உங்களுடன் வரமுடியாது. விடிந்ததும் கூட்டிப்போகிறேன்.

யாரைக் கண்டாலும் எங்களுக்குப் பயம்தான். நீங்களே வந்தாலும் பயம்தான். வீரப்பனை எங்களுக்குத் தெரியாது.

விறகு கேட்பார்கள். பால் கேட்பார்கள். எங்களிடம் பால் கிடையாது. மாடுமில்லை; கன்றுமில்லை என்றேன்.

ஆறு பையன்களை போலீஸ் கடுமையாக அடித்தது. வீரப்பனைப் பற்றி விசாரித்து அடித்தார்கள். நீ தலையிடாதே என்று கூறிவிட்டதால் வீட்டைவிட்டு நான் வெளியே வரவில்லை. கற்பழிப்பு பற்றி அந்தப் பெண்களிடம்தான் நீங்க கேட்கவேண்டும்.

நக்கீரன் : பையன்கள் யார் யாரைக் கூட்டிப்போனார்கள்?

பெரியராயர் : மந்தை... மொத்தம் ஏழு பையன்கள்!

கற்பழிக்கப்பட்டவர்கள் இருவர்தானா?

ஆமாம்!

எட்டுபேர் என்றார்களே?

இல்லை! எட்டுபேர் இல்லை!

யார்? யார்?

மயிலா, பாப்பாத்தி

மற்றபடி கலாட்டா செய்தார்களா?

ஆமா...! வீடுகளுக்குள் புகுந்து ஸ்பெஷல் சாப்பாடு கிடைக்குமா என்று கேட்டிருக்கிறார்கள்.

போலீஸ் எதற்காக உங்கள் கிராமத்திற்கு வந்தது?

வீரப்பனைப் பிடிக்க?

சுற்றுவட்டார கவுண்டர்கள் எம்.எல்.ஏ. ராஜூ எல்லாம் என்ன சொன்னார்கள்?

ஒன்னும் நடக்கவில்லை என்று சொல்லுங்கள். யாரும் கேட்டால் இனிமேல் எதுவும் நடக்காமல் பார்த்துக்கொள்கிறோம் என்றார்கள்.

போலீசார் எங்கே தங்கினார்கள்?

பால்வாடியில்!

பெண்கள் கற்பழிக்கப்பட்ட சம்பவம் உங்களுக்கு எப்படித் தெரியும்?

மறுநாள் சொன்னார்கள். அதுகூட அந்தப்பெண்கள் சொல்லவில்லை. ஆளுக்கு ஆள் பேசி, அப்புறம்தான் தகவல் வெளியே வந்தது.

3. அதிரடிப்படையினரால் தாக்கப்பட்டவர்கள்மயிலாளின் கணவர் :

வீரப்பனைத் தேடி போலீசார் வந்திருந்தனர். இதனால் இங்கே படுத்திருந்தார்கள். நாங்கள் தினக்கூலிகள் வேலைக்குப் போய்விட்டோம். அன்று பயங்கர மழை. விளக்குமில்லை; இரண்டு மூன்று மாதமாய் விளக்குக் கிடையாது.

என் மனைவிதான் மயிலாள். அவள் கற்பழிக்கப்பட்ட பிறகுதான் தெரியும். நான் வீடுவந்தபோது என்வீட்டுக்காரி இல்லை.

நக்கீரன்: போலீஸ் ஏன் வந்தது?

வீரப்பனைத் தேடித்தான்.

எத்தனை போலீஸார்.

70 போலீஸார்

எந்த மாநிலம்

மூன்று பிரிவாகத் தெரிந்தது. தமிழ்நாடு, கர்நாடகா, டில்லி போலீஸ்...

எதில் வந்தார்கள்?

பஸ்ஸில். ஆற்றுப்பக்கமா நிறுத்திவிட்டு, நடந்து வந்தார்கள். இங்கே வந்து இரண்டுபேரை கூட்டிக்கொண்டு போயிருக்கிறார்கள். வீரப்பனைத்தேடியிருக்கிறார்கள். இங்குள்ள மாட்டுக்காரர்களையும் அடித்திருக்கிறார்கள். பிறகு திரும்பிவந்து இங்கே படுத்திருக்கிறார்கள். இந்த தொகுப்பு வீடுகள் எல்லாம் அப்போதுதான் கட்டிக்கொண்டிருந்தார்கள். சத்துணவிலும், இந்த வீடுகளிலும்தான் தங்கியிருந்தார்கள். அன்று இரவுதான் கற்பழிப்பு நடந்தது. இதெல்லாம் எனக்குத் தெரியாது. நான் வரும்போது என் பையன் மட்டும் இருந்தான். மனைவி இல்லை. இருட்டாக இருப்பதால் பயந்து அக்கம்பக்கத்தில் படுத்திருப்பாள் என்று நினைத்துக்கொண்டு, நான் அங்கேயே படுத்தேன். மறுநாள் ஞாயிற்றுக்கிழமை... மழை கடுமையாக இருந்தது. காலையில் தீ மூட்டி கூதல் காய்ந்துகொண்டிருந்தேன். போலீஸ் வந்தது.

பாரப்பட்டி செல்லவேண்டும். வழிகாட்டவேண்டும் என்றார்கள்.

நான் சொன்னேன். ஐயாநாங்கள் தினக்கூலிகள். உங்களோடு வந்தால் ராத்திரிக்கு சாப்பாடு இல்லாமல் பட்டினிதான் கிடக்கவேண்டும் என்றேன். அவர்களில் ஒருவர் இவன்களிடம் என்னடா கொஞ்சல் என்று கூறிக்கொண்டே பையன்களையெல்லாம் அடிக்க ஆரம்பித்தார்கள். என்னையும் அடித்தார்கள். 9 பேரை கடுமையாக அடித்தார்கள்.

பயங்கர மழை! அந்த மழையில்தான் எங்களை அடித்தார்கள். பிறகு எங்களை வரிசையாக நிறுத்தினார்கள். ஒரு அம்மா வந்து ஏன் அடிக்கிறீங்க என்று கேட்டதற்கு அசிங்கமாக... கிழித்துவிடுவோம் என்று திட்டினார்கள் போலீஸார். அதனால் நாங்கள் பயந்துவிட்டோம்.

நிருபர் ஜெயப்பிரா‌ஷின் வீடியோ பேட்டி விளக்கம்

நக்கீரன்
வாரமிருமுறை

நாள் : 29-03-97
சென்னை.

சந்தன வீரப்பனை பிடிப்பதற்காக ஜெயலலிதா- வீரப்பமொய்லி அரசுகளால் அனுப்பப்பட்ட அதிரடிப் போலீசாரால் பெரும் பாதிப்புக்குள்ளாகியிருக்கும் பகுதியில், கர்நாடக நெல்லூர் கிராமச் சுற்றுப்புறங்களில், நக்கீரன் நிருபர் ஜெயப்பிரகாஷ், போலீஸ் அரணைத் தாண்டிச் சென்று மக்களைச் சந்தித்த வீடியோ பேட்டிகளின் தொகுப்பு.

அதிரடிப் போலீசாரால் பாதிப்புக்குள்ளான கிராமங்கள்

★ **ஒரு மூதாட்டி** : என் பெயர் அம்மாசி. எனக்கு மூன்று மக்கள். ஒரு பொண், மூன்று ஆண்கள். ஐந்து ஆண்டுகளுக்கு முன் வீட்டருகே குழந்தை என் மகன் தூங்கிக்கொண்டிருந்தான். அவனை போலீஸ் பிடித்துக்கொண்டு போய் மலையில் வைத்துக் கொண்டார்கள். ராமாபுரத்தில் இருக்கும்போது, என் மகனைச் சுட்டுக்கொன்று, பிணத்தை என் வீட்டெதிரில் போட்டுவிட்டுப் போய்விட்டனர்.

போலீசாரிடம் எதுவும் கேட்கமுடியாது. நீ வீரப்பனுக்கு சாப்பாடு கொடுத்தாயா? உதவி செய்தாயா? என்று ஆண் என்றோ பொண் என்றோ பாராமல் உதைப்பார்களே... அதற்குப் பயந்து ஒன்றும் கேளாமல், என் மகனது சடலத்தை புதைத்தோம்.

★ **தங்கவேலு** : மிளகாய் தோட்டத்திற்குப் போன செல்லம்மா என்ற பெண்ணை எரடெத்தி என்ற போலீஸ்காரன் கடத்திக்கொண்டு போய் கெடுத்துவிட்டான். ஏதோ சத்தம் வருகிறதே என்று அந்தப் பக்கம் போன நான் கவனித்தேன். செல்லம்மாவைக் கொடுமைப்படுத்திக் கொண்டிருந்தான் அவன். என்னைக் கண்டதும் ஓடிவிட்டான் அவன்.

★ **மாணிக்கம்** : என் மகள் செல்லம்மாவுக்குத்தான் அந்தக் கொடுமை நடந்தது. சனியன்றுதான் வெளியூரிலிருந்து திரும்பினேன். என் தம்பி என்னிடம் விஷயத்தைச் சொன்னான். நாகராஜ் அன்றைய தினம் கேம்ப்பிற்கு வந்து சென்றான். மாணிக்கம் எங்கே என்று கேட்டுவிட்டுச் சென்றார்கள். நீ போன பின் இப்படி ஆகிவிட்டது என்றனர் என்னிடம். தம்பியையும், பெண்ணையும் அழைத்துக் கொண்டு சென்று, கேம்பில் விசாரித்தேன். இருவரும் எரடெத்தியை அடையாளம் காட்டினர். நான் இன்ஸ்பெக்டரிடம் நியாயம் கேட்டேன். அவர் எரடெத்தியை விசாரித்தார், எரடெத்தியை யாரும் தொடக்கூடாது என்று கூறிவிட்டார். அதோடு நாங்கள் எரடெத்தியை அடித்துவிட்டதாக எங்கள்மேல் அபாண்டமாக குற்றம்சாட்டினார். எங்களை எல்லாம் தள்ளிவிட்டுவிட்டு, அவனை ஜீப்பில் தூக்கிப்போட்டுக் கொண்டு கிளம்பினர்.

போலீஸைக் கண்டாலே எங்களுக்கு அப்போது பயம். அப்படி அடிப்பார்கள் அவர்கள். பத்திரிகைகாரர்களுக்கு ஏதாவது செய்தி சொன்னால்கூட, கூப்பிட்டு, எங்களை அடிப்பார்கள். அதனால்தான் அந்தச் சம்பவத்தை யாரிடமும் சொல்லவில்லை.

★ **பெண்** : ராத்திரி 3 மணியளவில், என்புருஷனை மலையிலிருந்து வந்த போலீஸ் பிடித்துக்கொண்டு போனது. மூணு மாதம் வைத்திருந்தார்கள். மூன்று மாதம் கழித்து சுட்டுக்கொன்று நான்கு பிணங்களை இங்கே கொண்டு வந்து போட்டுவிட்டுப் போனார்கள். பிணத்தைக் கொண்டு வந்து போடும் போது உங்களுக்கு 50 ஆயிரம் கிடைக்கும் என்று சொன்னார்கள் போலீசார். ஆனால் ஒன்றும் தரவில்லை.

★ **மாது மகன்** : போலீஸ்காரர்கள் என் வீட்டுக்கு நெருப்பு வைத்துவிட்டார்கள். எதுவுமே விசாரிக்காமல் திடீரென வந்து நெருப்பு வைத்துவிட்டுப் போனார்கள். என் அண்ணன் பழனிச்சாமியும் அப்போது வயலில் வேலை செய்தார். எரித்ததைப் பற்றி கேட்டார். மற்றவர்களை அடித்துக் கொண்டிருந்த போலீஸ் மற்றவர்களைவிட்டுவிட்டு என் அண்ணனை அடிக்க ஆரம்பித்துவிட்டது. பிறகு, மற்ற வீடுகளுக்கும் நெருப்பு வைத்துவிட்டு என் அண்ணனை மட்டும் கூட்டிக்கொண்டு போனார்கள்.

என் அண்ணனைக் கூட்டிச்சென்று, 6 வருடமாச்சு. என்ன ஆனார் என்றே தெரியவில்லை. நான் நினைக்கிறேன். அதிரடிப் படையினர் என் அண்ணன் பழனிச்சாமியையும் சுட்டுக் கொன்றிருப்பார்கள்.

★ **மல்லிமா** : ஏழு ஆண்டாக! போலீஸ் தடுத்ததால் விவசாயம் செய்யவில்லை. அவ்வளவு நிலமிருந்தும் கூலி வேலைக்குத்தான் சென்று கொண்டிருக்கிறோம்.

★ **மாரக்கா** : மகன் தங்கவேலுவை போலீஸ் கொன்னுபோட்டானுங்க.

★ **கோவிந்தம்மாள்** : அவரும் நானும் எங்கள் குழந்தைகளோடு தமிழ்நாட்டுக்குப் பஸ்ஸில் சென்று கொண்டிருக்கும்போது நடுவழியில் போலீஸ் மறித்து எங்களை இறக்கியது. என் குழந்தைகளை விட்டுவிட்டு என் கணவரை மட்டும் போலீஸ்காரர்கள் லாரியில் ஏற்றினார்கள். நானும் ஓடிக் கெஞ்சினேன். என் கணவரைக் கொண்டு செல்லும் இடத்திற்கு என்னையும் கொண்டு செல்லுங்கள். அவரை கொல்ல நினைத்தால் என்னையும் கொல்லுங்கள். என் குழந்தைகளோடு நான் மட்டும் உயிரோடிருந்து என்ன பயன்? என்று போலீசிடம் கெஞ்சினேன். என்னையும் சுட்டுக் கொல்லுங்கள் என்று கெஞ்சினேன். ஆனால் என்னைப் பிடித்துத் தள்ளிவிட்டு லாரி புறப்பட்டுப் போனது. சரி, அந்தியூர் பக்கம் இறங்கலாம். லாரி முன்னால்தானே போகிறது என்று பஸ்ஸில் ஏறிப் போனேன்.

பஸ்சில் ஏறவும் தடுத்துவிட்டார்கள். நீ இங்கே இரு. பிறகு வந்து உன்னைக் கொண்டு சென்று நாலு ரோட்டில் விடுவதாகச் சொன்னார்கள். நான் நடுக்காட்டில் நின்றேன். பிறகு மலைமேல் ஏறிப் பார்த்தேன். லாரி திரும்பிவந்து அந்த இடத்தைப் பார்த்துவிட்டுச் சென்றது. என் கணவரை மட்டும் கொண்டு போய் விட்டார்கள். பிறகு சுட்டுக்கொன்று வீட்டருகே வீசிவிட்டுப் போய்விட்டார்கள் போலீஸ்காரர்கள்.

★ **ஊர் கவுண்டர்** : எல்லாருக்கும் இங்கே நிலமிருக்குங்க. 200 ஏக்கர் இருக்கும். போலீசார் 5 வருஷமா வேளாண்மை செய்யக் கூடாதுன்னு கூறி தடுத்துவிட்டார்கள். போலீஸ் எங்களை கொடுமைப்படுத்தி, பயமுறுத்தி கூலிக்காரர்களாக்கி விட்டது.

★ **கோவிந்தம்மாள்** : என் கணவர் 10 வருடம் முன்பு கிராம பஞ்சாயத்து உறுப்பினராக இருந்தவர் ஜி.பொன்னுசாமி என் கணவரின் பெயர். ஐந்து வருடம் கழித்து மண்டல பஞ்சாயத்து உறுப்பினராக சேவை செய்தவர்.

பொதுப் பிரச்சனையில் முன்னிருப்பார். ஏப்ரல் 24ல்-93ல் தாசில்தார் உட்பட பலர் போலீசார் இங்கே வந்தார்கள். காலை 11 மணி என் கணவரிடம் வந்து வாங்க, போய்விட்டு வருவோம் என்று அழைத்தார்கள். பொது விஷயமாக இருக்குமென இவரும் சென்றார். அதற்கு முன்பும் பலமுறை இப்படி பொதுப்பிரச்சனைகளுக்காக அழைத்துச் செல்வதுண்டு. ராமபுரம் எஸ்.ஐ.தான் அழைத்தவர். போனார். தாசில்தார் ஜீப் முன்னே செல்ல, போலீஸ் ஜீப் 2ம் பின்னே! திரும்பி வரும்போதும் அப்படியே வந்தன. இரண்டாவது வண்டியில் என் கணவர் இருந்தார். எங்கே போகிறீர்கள் என்றேன். நான்கு நாட்களாகியும் வரவில்லை. ஐந்தாம் நாள் கொல்லேகால் சென்று விசாரித்தபோதுதான் மைசூரில் கொண்டு சென்று அடைத்துவிட்டார்கள் என்று. நான் தாசில்தாரிடம் நியாயம் கேட்டேன். என்ன செய்வது?

★ **வீரப்பன்** : நாகராஜ் இன்ஸ்பெக்டர் வந்து எங்க கிராமத்துல 140 பேரைச் செலக்ட் செய்தாரு. வீரப்பனைப் பிடிக்கிறதுக்காக தினமும் 20 பேர் நாங்க சென்றே ஆகவேண்டும்.

போலீஸ் வந்தாலும் வராவிட்டாலும் நாங்கள் மலை ஏற வேண்டும். ஒருநாள் இரண்டு நாள் அல்ல. 4 வருடமாக இந்தக் கொடுமை. போலீஸ் கேம்ப்பிலேயே இருக்கும். நாங்கதான் நாய் மாதிரி வீரப்பனைத் தேடி அலையணும். போலீஸ் சொல்கிற இடத்தில் நாங்கள் காவலிருக்க வேண்டும். தவறினால் எங்களுக்கு மட்டுமல்ல; ஊரிலிருக்கும் எல்லாருக்குமே அடி உதை. அவனுங்க கேம்ப்பில் தூங்குவானுங்க. நாங்களும் அமைச்சர் வரை சென்றோம். கொடுமைகளைச் சொன்னோம். எனக்கு செவ்வாய்க் கிழமை ஷிப்ட் காலை 6 மணி முதல் மறுநாள் காலை 6 மணிவரை.

★ **மாணிக்கம்** : அஞ்சிப்பாளையம், பழைய நெல்லூர் ஆண்கள் 140 பேரைத் தேர்ந்தெடுத்தவர் நாகராஜ் இன்ஸ்பெக்டர். ஏழாகப் பிரித்து தினமும் 20 பேராக டீம்போட்டார். வீரப்பனைப் பிடிக்கும்வரை நெல்லூர், அஞ்சிப்பாளையம் மக்களுக்கு இதுதான் தண்டனை

Continue... 2

Mr. R.R. Gopal. Nakkeeran Editor. 4:2:98.
Tamil Magazine.
CHENNAI. Tamil Nadu.
From
K.M. Govinda. s/o Mani.
U.T.P. No: 9355 , Central Prison Mysore.

~~May it please your ho~~
Most Respected sir.

With reference to above I the undersigned humbly beg to submit to your kindself. That its over 7 years since I am being arrested and languishing in Prison. I am already submit two petitions in seeking for release me on Bail. But the preceding are still pending, because, the only retion of we are all Tamilians. two times also the argument was held. But judge has not given the judgement. Being held of 8 hostage by forest brigand Veerappan. You have not bothered about your life. You had two rounds of talk's with Veerappan for release the 9 hostages like mechanic of Karnataka and Tamil Nadu Governments. All are bothered only for forest officials (hostages). But one can't bothered or not talk a singal word (Govt or Veerappan) in concern who are innocent's since since 7 years languishing in Prison without get Bail in false case charged by Police (Veerappan assosate). You write the letter's to Alms less Veerappan. But you have never talk or write the letter to who held proper adress Mr. J.H. Patel. for release who are innocent's in false charge by Police, Veerappan assosate) are languishing in Prison. Our perent's are come from Small farmer's family of fetile land in Karnataka and Tamil Nadu State Border Areas. through which we earned our daily livelyhood by the way of tilling the soil. Due to my prolonged judicial custody aged parents are facing financial difficults and suffering alot. Now they Extremely difficulty to meet daily livelyhood.

Hence, I request to you kindly take necessary steps for release the remaining eight hostage's by forest brigand Veerappan and please Published in your Magazine about who are innocent's (charged under Veerappan assosate) languishing in jail it will be Most helpful for at least release on Bail who are innocent's and ingnorent of the charges. in the interest of justice.

I shall be Extremely grateful of the action taken in this regard's at the earlist.

Thanking you in advance

மைசூர் மத்திய சிறையிலிருந்து நக்கீரன் ஆசிரியருக்கு
வந்த சிறைக்கொடுமைக் கடிதம்

Details about the TADA detenuses. Central prison, Mysore, Karnataka

ADDRESS	UT. NOS.	Cr. NO 44/94	Cr. NO 63/94	Cr. NO 66/94	Cr. NO 67/94	Arrested Date	Produced Date
..anaprakash S/o Joseph. Thomaiarpalayam. Kolleghal. T.K. chamrajnagar D.T.	14734	A.31	A.30	---	A.30	15.5.93	31.5.9
..eesakara Madhyan S/o Kolandaiappan. Sathiakal, Jagri. P.O. " "	14652	A.32	A.32	---	A.31	21.4.93	12.5.
..r Gounder Munusamy S/o chinnapaia gr. Gobinatham. P.O. " "	14567	A.49	A.65	---	A.100	22.4.93	26.4.
..yyavu S/o Govindapadian, Jalliapalayam. Hogiam. P.O. " "	14738	A.90	A.35	--	--	19.5.93	31.5.9
..alavendhan S/o Sandevu, Odakkapallam. Cowdalli. P.O " "	15253	A.115	A.37	--	--	22.7.93	7.8.9
..ippiri Chinnapaia S/o Miya gr. Nallur. Koodalur. P.O. " "	16720	A.155	A.155	A.17	A.41	6.8.93	17.2.
..aga (a) Naganna S/o Pappa thammadi, Kempula Anahola. M.M. Hills. P.O " "	14873	---	--	A.34	A.64	1.6.93	2.6.9
..amachari S/o Veerachari, Kalli thoddi, Sagiam. P.O. " "	14877	---	---	A.38	---	6.6.93	21.6.
..argasamy Achari S/o Ramasamy Achari. Koppam. " "	14878	...	...	A.39	...	10.6.93	21.6.
..utta Madhaiya S/o Madhegowda, Haleucoru. M.M. Hills. P.O. " "	14879	...	...	A.40	A.81	5.6.93	21.6.
..hikkudaka Achari S/o Subramaniachari. Srirangapattinam P.O Honekare. Mandya D.T.	14890	...	...	A.41	...	6.6.93	21.6.
..udde Madheva S/o Kudde Gowda, Doddane. M.M. Hills. P.O. Kolleghal. T.k. chamrajnagar DT	15256	...	...	A.44	...	19.6.93	7.8.
..eeran S/o Kandan. Kokkuvarai, M.M. Hills. P.O. " " "	15257	...	...	A.45	...	20.7.93	7.8.
..hinnathambi S/o Kaliappa gr. Thelunganur, Kaveripuram. P.O Mettur. T.K. Salem DT TAMILNADU	14556	A.38	A.112	---	A.43	21.2.93	26.4.
Palanisamy S/o Rathinam. Kottaiyur, " " "	14802	A.104	A.96	---	A.28	22.5.93	14.6.
Beema Madhaya S/o Basavaraj, Davarmalai, Thamarakarai. P.O. Bavani. T.K. Erode. DT TAMIL NADU	14953	A.142	--	--	A.47	12.6.93	28.6.
T. P Koladi S/o Pandhiya thammadi " " " "	17033	A.150	--	--	A.73	7.1.94	23.6
Murugan S/o Koladi " " " "	17034	A.152	--	--	A.76	7.1.94	23.6
Pookadai Sekar S/o Somasundaram. Kolathur P.O. Mettur. T.K. Salem D.T. T.N.	14868	--	--	A.28	--	14.6.93	21.6
Gunu Muthu S/o Andiappan Karungalur. P.O. " " "	14954	--	--	[illegible]	A.81	5.6.93	28.6

		44/94	63/94	66/94	67/94		
nt. Nallamma w/o Duraisamy. odakkapallam. Cowdally. P.O. Kolleghal T.K. chamarajanagar D.T.	19793	A.125	A.82	A.77	A.90	oct.93	16.8.95
nt. Salvi w/o Kullanur Sekar. Anichipalayam, Koodalur. P.O. " "	19247	A.129	A.79	A.86	A.133	oct.93	4.3.9
nt. Chinnaponnu w/o Arumugam. Nallur. " " "	19761	—	A.80	A.80	A.126	oct.93	4.3.9
nt. Perumai w/o Ramaru. Anichipalayam. " " "	15254	—	—	A.42	—	15.6.93	7.8.9
nt. Palaniamma w/o Mani. Jalliapalayam, Ilangiam. P.O " "	15255	—	—	A.43	—	15.6.93	7.8.9
nt. Lakhsmi w/o Ayyadurai, Unchakorai, Govindapadi. P.O. Mettur. T.K. Salem DT T.N.	19262	A.126	A.105	A.22	A.127	oct.93	4.3.9
nt. Muniamma w/o Saraya Ponnusamy, Karungalur. P.O. " "	19765	A.127	A.104	—	A.135	oct.93	4.3.9
nt. Valliammal w/o Samby. Mettupalayur " " "	19764	A.156	A.103	A.88	A.131	oct.93	4.3.9
nt. Ponnarasi w/o Kolandai, Athur. Gobinatham. P.O. Kolleghal T.K. chamarajnagar D.T.	19763	A.139	A.106	A.25	A.129	oct.93	4.8.9
nt. Chinnaponny w/o Veerasamy Nallur Coodalur. P.O. " " 11/97, 12/97, 13/97, 67/94	4755					30.1.97	1.2.9
Veerasamy s/o Veerannan, Nallur. Coodalur. P.O " " 11/97, 12/97, 13/97, 67/94	4746					29.1.97	31.1.9
Kaliappan s/o Kuppusamy, Nallur, Coodalur. P.O. " "	14552	A.25	A.24	—	—	17.2.93	25.4.9
Ammasi (Smt.) w/o Meko Rangasamy. Vellalapatti, Govindapadi. P.O. Mettur. T.K. Salem D.T. Tamil Nadu	19768	—	A.80	A.82	A.136	oct.93	4.3.9
Sadhu s/o Thillaigounder. Nallur, Coodalur. P.O. Kolleghal. T.K. chamrajnagar D.T.	19760	A.57	A.119	A.18	—	oct.93	4.3.9

"Supreme Court List"

மைசூர் சிறையில் சட்டத்தை மீறி
அடைத்துவைக்கப்பட்ட தடா கைதிகள் லிஸ்ட்

C-1

'VIDEO INTERVIEW'

with Persons released from mysore TADA & R.S.MARAN, PRESIDENT, KARANATAKA TAMIL SANGAM

Date : 12-9-97
Reporter : Jayaprakash

THANGAVEL

I was arrested by 1993, in connection with Veerappan case. Many people were arrested during that period in connection with the same case. The arrested people were subjected to severe harassment by the police in the name of interogation. Mr.Seeran Ex.M.L.A. came here and arranged a meeting to condemn the activities. Police swung into action to know the persons, arranged for the meeting. One day night by 11'0 clock, police came to my house and I was asked to accompany them. I was taken to Madheswaran hill, where I was kept for 23 days. My legs and hands were tied with chain and I used to be taken to workshop daily for enquiry.

Workshop here means, the place where attrocities were committed. They did attrocities like, current shock, high speed water spray and chilly power spray.

I was also given current-shock at the workshop, intially at ears, nose and then at the chest. I was asked questions like whether I have seen Veerappan, whether I have helped Veerappan. The attrocities were continued till I opened my mouth. When I was given current-shock, I lost my feeling within a short time. I was treated like this initially for six days. When I was arrested, I was never told by the police under which section, the arrest was being made. They never bothered about the legal aspects. My family members were not aware of my whereabout. I was accused of supplying Explosive materials to Veerappan.

After six months of TADA imprisonment Justice Narayanan released us, (50 persons) on bail. But the Karnataka police again framed a case against us, with the fear that we may reveal the truth. As a resuet of this, we could not come out. Again 2 years and 4 Months. In total 3 years and 10 Months. Police planned to kill 9 persons including myself, as Veerappan has killed 6 police personnel at that time. We were all taken by a police Jeep. As myself and palanisamy belonged to DMK party, we were left at the last moment. A, S.P. from T.Nadu has sent a message not to kill anybody, as people were get ready for hunger- strike.

They were all gunned down by the police on 24-5-93. During Kalaigar regime only, they revealed this. Now only we were all taken to court.

MARIMUTHU (OLD WOMAN)

I am, the mother of Iyyandurai. My son is staying with Veerappan. Because of this only, myself and my daughter and my 6 years and 6 years old grand-children are also arrested. We have been kept in the prison for one and half years.

Only when my daughter surrendered at Coimbatore, we were all released. But my son-in-law was arrested on TADA.

During imprisonment, we were all including the children given current shock.

They have been tortured a lot. Initially for three months, the torture way so heavy. Theyhave even given current shock at testicle. How can we express the cruel treatment. Only after Iyyandurai's surrender, we have been released.

All these attrocties were committed at workshop on us. (13 women, and One young child)

SUBRAMANI

Farmer-Sellipalayam-S/oMarimuthu.

I was taken on 30-4-93 by 10 policemen. We (13 persons) were all taken to Ramapuram police station, where they kept us for 8 days. Venkataswamy was the inspector there. The enquiry (current shock, severe beating) used to get started daily by 8'0 Clock, to get our statements. But they never used to give our statements to the higher authorities. They used to twist our statements according to their own wishes. We were all taken to Madheswaram hill for 4 days.

Inspector Venkatasamy put us on TADA. Tiger Ashokkumar was also there at that time. I have sent petitions to Deva Gowda, Jayalalitha, and Kalaigar. Nobody took any steps for us.

After 3 years and 7 months we were all released by Justice Narayanan on condition bail. But even after a week, we were all again put behind the bars, in connection with another case. Though we were charged with murder cases, we did not have any connection with that.

MADHES

S/o.Gurunathan, Lakkanpatti Village.

7

D-1

Video Interview with Chinnampathi Village people who have been sexually by S.T.F.

Chinnampathi, a tribal village situated at the bottom of Koomatchi hill, near by the Kerala border, in Coimbatore District.

Clhinnampathi Village has been subjected to severe Sexual-harassment by the STF who were all in search of Veerappan.

1. What is your Name?

Periya Rayar.

2. What is the name of the village?

Chinnaampathi

3. What are you?

Village president.

4. How many people are living here?

About 50 families.

5. What about your life-style?

Daily-Wages, mainly agriculture oriented.

6. How may children are living here?

About 30 Childrens.

7. What are they doing?

They are all studying

Chinnaampathi- 2 place where Tamil women have been gang-raped.

Periya Rayar, president of the tribal village explained the same in detail:

During the rainy season, police came here one day by 3.30 P.M. One seeing them, youngsters ran out. They asked me whether there was a way for parappatti. My reply was, "Now we can't go there, as the place is full of elephants. Nobody right now can accompany you. I will take you thereby the next morning.

We don not know anything about Veerappan. We are getting afraid of outsides including yourself.

They asked for fire-wood and milk we do not have milk, as we have no cow.

Six of our boys have been severely beaten-up, with the enquiry about Veerappan.

As I have been strictly warned by the police not to interfere, I did not come our of the house. Regarding rape, you have to ask the women concerned.

Nakkheeran : Who were all taken by the police?

Periya Rayar : Manthai... In total about 7 boys

Nakkheeran : Whether only two woman have been raped?

Periya Rayar : Yes

Nakkheeran : There was aversion that about 8 persons...

Periya Rayar : No, only two

Nakkheeran : Who are they?

Periya Rayar : Mayila and Pappathi

Nakkheeran : Any other attrocitices?

Periya Rayar : They have forcibily entered the house and asked for 'Special Meal'

Nakkheeran : What for the police have came to your village?

Periya Rayar : To nab Veerappan

Nakkheeran : What did the Goundars, and the W.L.A.Raju tell?

Periya Rayar : We have been asked by them to say 'Nothing happened'

Nakkheeran : Where did the police-man stay?

Periya Rayar : They stayed in the 'palvaadi'

Nakkheeran : How did you came to know about woman being raped?

Periya Rayar : I was told only by the next day. Tlhe message came out only from the people and not from the women concerned.

3.Mayilal's Husband

B-1

நக்கீரன்

வாரமிருமுறை

In the efforts to catch forest brigand sandalwood Veerappan, Police has been camping in the forest. Due to the police excess people in the border village suffered raping, looting, and killing. Nakkheeran reporter Mr. Jayaprakash visits one such grief-striken village, Nellore in Karnataka and talks to the affected poeple against tight vigilence of camping police. This is the latest challenging adventure of the Nakkheeran Team.

★ I am Ammasi, "5 years back one mid-night my son Kuzhanthai was taken into custody by the police. After ten days they were told my son Kuzhanthai has been taken to Anuvoor. I went to Anuvoor. Police told me I would be able to see my son next day. I trust the words of police. But they shot my son to death and threw his dead body in fornt of my house, in Nellore."

"Again they caught my elder son Ayyandurai. No news about him for the past four years. I don't know whether he is alive or dead".

★ A villager:-

"My name is Thangavelu.

young girl chellamma forcefully taken and raped by a police man. His name is Eradathi. He is from Nellore STF Camp. I was coming that way. Hearing her cries, I rushed to the spot. By that time she was completely spoiled. He ran away.

★ Manickam, the father of the rape-victim:-

"That horror happened to my daughter Chellamma. With my daughter and brother, I visited the camp. My daughter identified Eradathi. I pleaded for justice. No use.

"Village people wanted to beat Eradathi. But Inspector protected him. Our Village boycotted. DIG came. He promised to punish but no action.

"Inspector Nagaraj threatened us. He alleged, it is our tactics to make the authorities shift the camp from Nellore. As if we wanted to help Veerappan. Infact the camps are here for five years, we have been always helping police. Previously also another girl by name Malamma was raped by a STF policeman. That time when we agitated the Inspecter threatened made us silent.

★ "My husband Mr.Kuzhanthai was taken by police to camp in mid-night. He was kept there for 3 months. After 3 months he was shot dead. Along with my husband Venkatachalam, Thangavelu and Shanmugam were also shot dead. All the four dead bodies were thrown in the middle of our village. We reported to the police. They took our thumb impression in blank papers. So far no action."

★ "This is my house. Police set fire to it. My brother Palanisamy argued with police. He was beaten by police. Then police set fire to another houses in the village. More than 25 houses were gutted. My borther was taken to the camp. No news about him for the past 6 years. I think he is shot dead".

My father visited the camp to see my brother. Police promised to show my brother. Then my father was taken to Shankar Bidiri. I did not know what happened. But my father is put in jail under TADA. Also his four sons were short dead.

★ "This is my house. Police set fire to that house also. Because of Veerappan problem. The owner of this house Ponnusamy was taken to camp shot dead. His wife is put in Mysore Jail under TADA.

★ "My name is Mallima. Since police is camping here we can not cultivate our land. Police does not permit us to cultivate. For 7 years no income.

★ "My name is Marrakka. I am cooli. My son Thangavelu was shot dead by police.

★ "This is the plaice where Chellamma the minor daughter of Manickam was raped by the STF police man Eradathi.

★ I am Govindamma. My children, my husband and I were on the way to Tamilnadu by bus. Police stopped the bus. They took my husband and put him in police lorry. I cringed before police to take me along with my husband. I pleaded "How my children and I could live without my husband?" I asked them to shoot me too. Police pushed me aside and the lorry left with my husband. When I was about to board the bus passengers in the bus also pushed me and my childlren outside. We were left in the middle of the forest. After three days police shot him dead and threw his dead body near my house. The bullet mark was on the chest of my husband.

★ All of us have some land. Totally more than 200 acres. Police prevented us from cultivation, for the past 5 years. We never supported Veerappan. However police tortures us.

★ My name is Govindamma. I belong to Injipalayam. My husband Ponnuswamy was the Panchayat Member. Ten years back. On 24th April 1993 Tahsildar, Ramapuram S.I. and few policemen visited my house and took my husband along with them. Ramapuram S.I. Vasudevamurthi told me that he was taking my husband for a public meeting. My husband never returned. I enquired with the Tahsildar. My husband is put in jail under TADA. Without my husband I am suffering. My children lost their education. I am now elected as a Panchayat member.

★ "Because of police, for the past five years we lost our peace. No farm activities.

"Inspector Nagaraj visited our village and selected 140 adult men. He divided this 140 into seven groups. Each group of 20 was compeled to patrol with police every day to catch Veerappan. With police or without police every day we

4

MOST IMMEDIATE

~~M. C. Punatha~~ No. . 22/667/96-LD

Asst. Registrar (Law) NATIONAL HUMAN RIGHTS COMMISSION

Phone . 336 1764 (Law Division)

Fax (91 11) 334 0016 .....

Sardar Patel Bhawan,
New Delhi - 110 001.

Dated, the 3rd February ,1997

To,

THE CHIEF SECRETARY
GOVT. OF TAMIL NADU
SECTT. CHENNAI-600009

Sub . Complaint from SHRI R. RAJAGOPAL, EDITOR & PUBLISHER, NAKHEERAN

Sir,

The complaint,above-mentioned, was placed before the Commission on 27-01-1997. Upon perusing the complaint, the Commission directed as follows:-

> The Commission perused the petition from Shri R.R.Gopal, Editor, Nakkheeran, Tamil Weekly, Chennai, in regard to the reported proposal of Shri Veerappan, who is wanted by the police, to surrender. The Commission is of the view that the petition of Shri R.R.Gopal may be sent to the Chief Secretaries of Tamil Nadu and Karnataka for such action as they may deem fit.

2. Pursuant to the directions of the Commission, I am forwarding the complaint to you for its disposal at your end.

Yours faithfully,

sd/-

Asst. Registrar [Law]

cc for info. to SHRI R. RAJAGOPAL, EDITOR & PUBLISHER
NAKKHEERAN PUBLICATIONS
49, HARRINGTON ROAD, CHETPUT
MADRAS-600030, TAMIL NADU

Asst. Registrar [Law]

நக்கீரன் முயற்சியால் மனித உரிமைக் கமிஷன் தமிழக அரசின் தலைமைச் செயலாளருக்கு அனுப்பிய நோட்டீஸ்

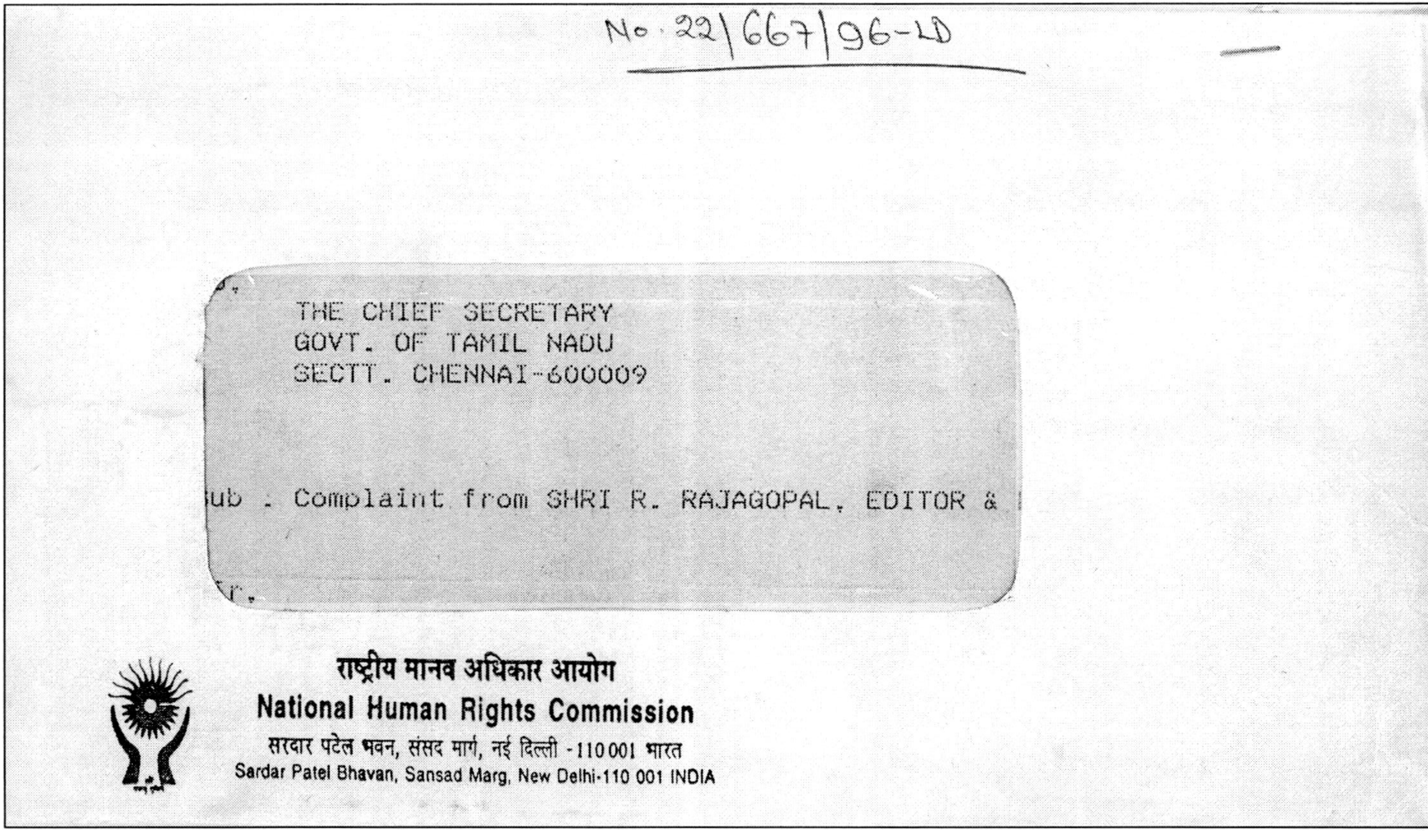

No. 22/667/96-LD
THE CHIEF SECRETARY
GOVT. OF TAMIL NADU
SECTT. CHENNAI-600009
Sub : Complaint from SHRI R. RAJAGOPAL, EDITOR &
राष्ट्रीय मानव अधिकार आयोग
National Human Rights Commission
सरदार पटेल भवन, संसद मार्ग, नई दिल्ली -110001 भारत
Sardar Patel Bhavan, Sansad Marg, New Delhi-110 001 INDIA

மனித உரிமை கமிஷன் தமிழ்நாடு தலைமைச் செயலாளருக்கு அனுப்பிய நோட்டீஸ்

NAKKHEERAN PUBLICATIONS

49, HARRINGTON ROAD,
CHENNAI - 600 030.
PHONE : 6413060, 6411274.

R. RAJAGOPAL
Editor

Date : 28.2.98.

TO,

THE HON'BLE JUSTICE P.B.SAWANT,
Chairman
Press Counsil Of India

Hon'ble your Lordship Justice P.B.Sawant,

We are a team of youngsters devoted to investigative journalism and our Nakkheeran, the leading tamil political bi-weekly, has been popularising several common causes.

Sandalwood Veerappan, the murderous forest brigand remaind a mystery to police and public. We ventured into the challenging task of uncovering the enigma of the Sandalwood smugler, who has so far killed 140 people, which includes police officials, forest officials, police informers and village peoples; carries a price of Rs.40 lakhs on he said; and the government, have fruitlessly have spend directly and indirectly about Rs.150 crores to cach him. We succeeded in interviewing him in video in his jungle, several times; We persuded him to surrender, which he his seriously considering now,we coaxed him and made him to realese the 9 hostages; we interviewed the forest villages, police personnel and other relevent people.

We are pained by the attrocities heaped upon the six lakhs village peoples living in about 175 villages in the 6,000 square K.M. forest area. Both the police (STF of Tamilnadu & Karnataka) and Veerappan's gang man are playing havoc with the lives of this poor village people. Murders, raps, looting, arsoning etc., are a common affair in those ill-sated area of the jungle. More than 40 innocent villages are booked under TADA and they are put in Mysore Jail for years together.

Veerappan may be delt with in any manner by the Government. But the suffering of the villages must be a greater concern and we humply request your lordship to do the needful to save the village people from their suffering.

We have enclused the English translation of the village peoples statement and other relevent meterials for your reference.

Thanking you in anticipation.

With great regards Yours faithfully

LIST OF ENCLOSERS :-

A. Translation of the Kolathur Village People Statement
B. Translation of the Nellore Village in Karnataka Peoples statement
C. Translation of the Mysore TADA prisioner and others Statment
D. Translation of the Chinnampathi Village people statement

பிரஸ் கவுன்சில் சேர்மன் நீதிபதி பி.பி. சாவந்த் அவர்களுக்கு நக்கீரன் ஆசிரியர் கடிதம்.

கொளத்தூர் மலை
மக்கள் நக்கீரன்
ஆசிரியருக்கு
அனுப்பிய கடிதம்

NAKKHEERAN
TAMIL BI-WEEKLY

49, Harrington Road,
Chennai - 600 030.
Telephone : 6413060, 6411274
Fax : 044-5325454

TRANSLATION OF THE REPRESENTATION SENT BY THE VILLAGE PEOPLE OF KOLATHUR. A BORDER VILLAGE OF SALEM DISTRICT.

From
Village Members,
Kulathur Post.
Mettur Taluk,
Salem District,
Karnataka, Tamilnadu Border.

To
Mr. R.Rajagopal Avl.,
& Sivasubramaniyam Avl.,
Nakkheeran Publications,
49, Harrington Road,
Chennai-600030.

This is the representation submitted to the editor of Nakkheeran Weekly who has achieved world attention by bold reporting of Veerappan's Interview in press media and T.V. media, by the suffering people of the border villages of Karnataka and Tamilnadu states. We request you as follows:

Sir,

We are living in the border villages of Karnataka and Tamilnadu. Our sufferings are many in the hands of Karnataka police engaged in capturing Veerappan, Karnataka police, STF forcefully takes our family members both men and women to their camps in M.M. Hills for enquiry. The kept such men and women in their custody for months together. The torture the men and women by giving electric shock in their genitals and brusts. STF forcefully takes their signature of our family members in the statements written by them in Karnataka language. Which is not known to us. Then using though statement they arrest people in TADA and put them in Mysore Central Jail. Hundreds of poor village people have been put in Mysore Jail for morethan 3 years in this manner. Several families are lost their family head, some lost the bread-winners. There children do not get education, aged girls are not getting married sick and aged people are not taken care of, life is on endless suffering to. Since we are tamilions. We get ho sympathy from the police and public of Mysore area.

Karnataka STF forcefully took our village people to their camps at M.M.Hills and declared that they have captured 120 Veerappan's men. It was false claim. Those 120 had to connection with Veerappan. Those 120 people, now in central jail are innocent village people. Kindly to something to release those 120 peoples. So that our families will be saved from ruin. Next time venue meet Veerappan, you can verify from him the false claim in the STF. In and enquiry is made by the truth will come out. If CBI is convinced that our village people are guilty, we are ready to accept any punishment.

Whenever police died in the encounter with Veerappan immediately, STF took poor village people backed-up in camps to that spot and shot them to death. This was the mockery of STF to cheat public and the Government if any us dare to tall his to entire world our fale will be sealed. So none of the communicate to outside world.

Hereunder we have given to list of persons who have been forcefully taken from their houses to STF camps for enquiry, tortured and killed in the camps by STF Police.

1. Mathayan, S/o. Thangavelu, Nellore, Cudaloor post, Kollekalam Taluk, Mysore District, Karnataka.
2. Shanmugam, S/o. Ayyandurai
3. Kulanthai, S/o.Ayyamperumal
4. Venkatachalam, S/o.Lingannan

The above fore were taken for enquiry and then brought back as dead bodies, Thrown away in the present of village people STF threatened village people and set fire to the houses of the following person.

a.Ponnusamy
b.Ayyanam S/o.Periya Coolayan
c.Konnammal W/o.Ammasi
d.Chinnammal W/o.Ramasamy
e.Mathayam S/o.Thillai Kounden
f.Nallammal W/o.Duraisamy
g.Mathu S/o.Thillai Kavondan
h.Ramasamy S/o.Thillai Kavondan
i.Maika Mathiyan S/o. Ramasamy
j.Meenukara Maythaiyan
k.Sippiri Chinnapaiyan
l.Veerappan S/o.Nanthappan

All the above belong to Nellore village. The police higher authorities have not taken any action against them.

5. STF took for enquiry Podayan Kozhanthai S/o.Muthusamy and Ayyandurai S/o.Ayyamperumal of the said Nellore Village, Podayan Kozhanthai returned safety. But Ayyamperumal was shot.

6. Palanisamy S/o.Madhu of the said Nellore Village of was take to STF camp kept in lock-up for months together. Then he was amputed finally shot to death.

NAKKHEERAN PUBLICATIONS

49, HARRINGTON ROAD,
CHETPUT, MADRAS - 600 030.
PHONE: 6413060, 6411274

NHRC : CASE NO: 22/667/96 L.T

R. RAJAGOPAL
Editor & Publisher

Date:

BEFORE THE HUMAN RIGHTS COMMISSION AT NEW DELHI.

R.R. Gopal @ R.Rajagopal, Editor Nakkheeran Tamil weekly,
49 Harrington Road,Chennai - 600 030.
Public interest Applicant.

Vs

1. Union of India : Represented by Chief Secretary. Central Secretariate. New Delhi.
2. Govt of Tamilnadu: Represented by Chief Secretary, fort St.George. Chennai-109.
3. Govt of Karnataka : Represented by Chief Secretary, Vidhana Sabha. Bangalore.

... Respondents

Public interest representation "Filed under section 12 & 13 of the prohibition of human rights act 1993.

The applicant is the Editor and Publisher of the leading Tamil Weekly Nakkheeran.

He and his reporter Sivasubramanian succeeded in interviewing with Sandalwood Veerappan in his jungle hideout. For the first time public came to know about veerappan only through Nakkheeran. Veerappan's interviews and photos were published in the face of the statement of Jayalalitha former Chief minister of Tamilnadu. In the assembly that "There is no person by name Veerappan". If he had been there he would havebeen killed by the STF by now. In the interview given to print media and T.V. Media Veerappan expressed his desire to surrender on 10 conditions. His message has been conveyed to the second and third respondents. But no response so far. Hence this applicant request this Hon'ble commission to look into the matter and do whatever lawful in this matter. In the context of the following submissions:

1. Sandalwood Veerappan born in a hunter family, took to pouching and sandalwood smuggling. He calls police as his enemies, because they forced him to turn a criminal. He claims, false cases were registered against him by police. He took to crime only to protect his life.

2. Both the second and third respondents set up special task force (STF) to catch him. But STF lost several police personal in the jungle in the encounters with Veerappan, Rs.150 Crores hasbeen spent upon catching Veerappan without acheiving anything. Veerappan has killed more than 170 people including police and forest officials. Some atheletics national champion in the police cadre were also killed.

3. Veerappan says, police only has killed village and put the blame on him, STF indulged more in mass rapping and free killing of un co-operating women and men there in catching him.

4. For the past three years the border village people are experiencing torture and nightmare in the hands of STF, in this criminate killing and rapping by police case terorised people. The village people in the forest border are craving for peace and security. Both Veerappan and police are nightmarish to them. Both score them.

மனித உரிமைக் கமிஷன் கதவைத் தட்டிய நக்கீரன்

NAKKHEERAN PUBLICATIONS

49, HARRINGTON ROAD,
CHETPUT, MADRAS - 600 030.
PHONE: 6413060, 6411274

R. RAJAGOPAL
Editor & Publisher

Date:

5. Veerappan now wants to surrender on ten conditions his video interview on surrender is submitted herewith, with English translation.

6. Veerappan doesn't trust police he alleges that his brother Arjunan and two others were forced by police to swallow cyanide and they died when in police custody after surrender. He is angry with police and so he expects states authorities to mediate.

7. I do not justify hardcore criminal nor I support his condition. He must be dealt with according to law. But police has failed to catch him. If his surrender is accepted the border village people would be freed from the terror. Till today they are experiencing the pre independent era hardship in the hands of police. By Veerappan's surrender they get the best relief.

8. It is upto the law and relevant authorities to take decision in Veerappan's surrender matter. But the life security of police, public, village folk must be given foremost concern.

In this context it is pride that this Hon'ble commission may be pleased to take appropriate steps in the matter and render justice.

Dated at Chennai on 13th day of January - 1997.

Applicant

List of Documents:

1. Veerappan video interview regarding surrender.
2. English translation of Video matter.
3. Audio cassette.
4. English Translation of Tamil Audio.

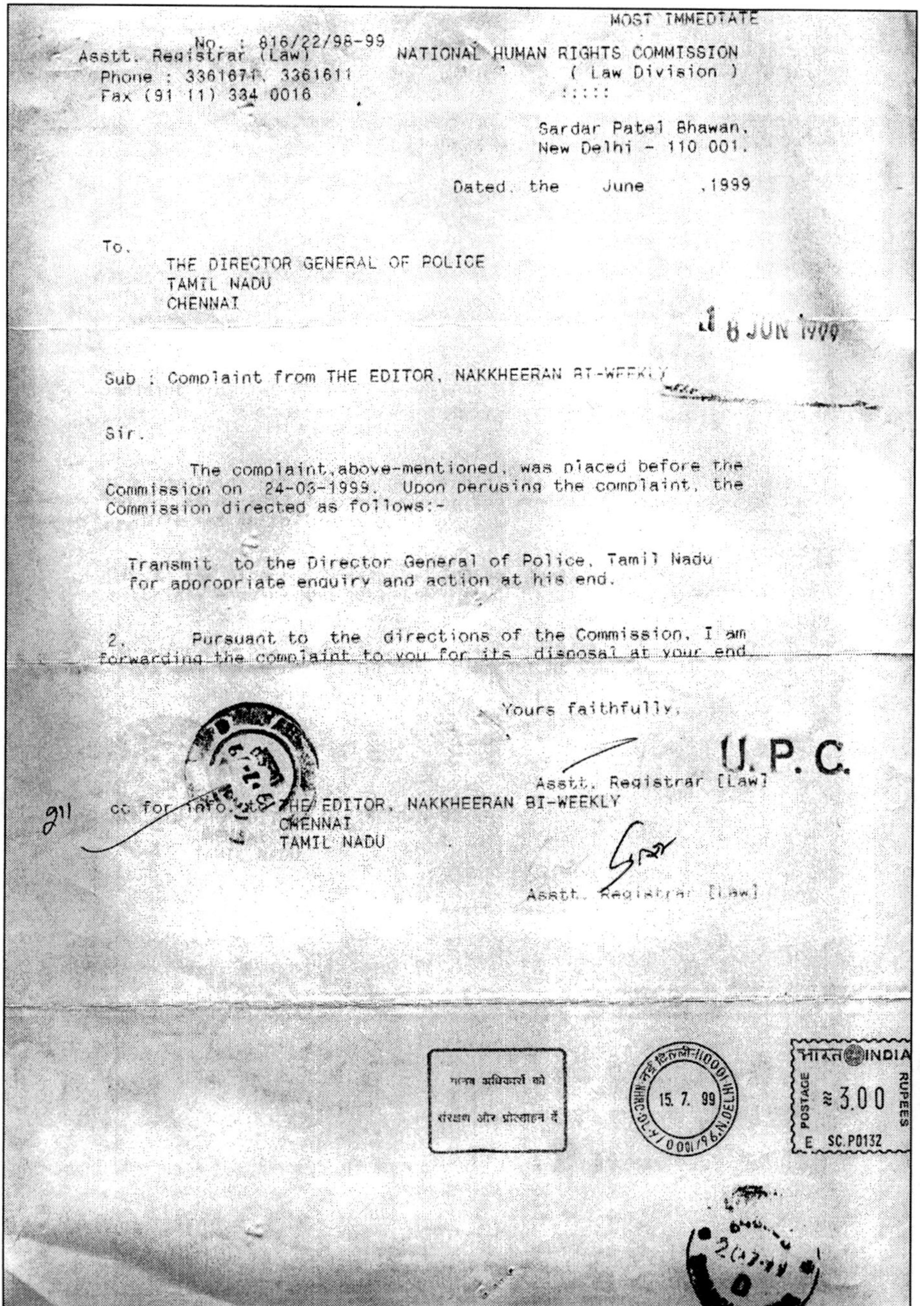

MOST IMMEDIATE

No. : 816/22/98-99

Asstt. Registrar (Law)
Phone : 3361671, 3361611
Fax (91 11) 334 0016

NATIONAL HUMAN RIGHTS COMMISSION
(Law Division)
:::::

Sardar Patel Bhawan,
New Delhi - 110 001.

Dated, the June ,1999

To,

THE DIRECTOR GENERAL OF POLICE
TAMIL NADU
CHENNAI

18 JUN 1999

Sub : Complaint from THE EDITOR, NAKKHEERAN BI-WEEKLY

Sir,

The complaint,above-mentioned, was placed before the Commission on 24-03-1999. Upon perusing the complaint, the Commission directed as follows:-

Transmit to the Director General of Police, Tamil Nadu for appropriate enquiry and action at his end.

2. Pursuant to the directions of the Commission, I am forwarding the complaint to you for its disposal at your end.

Yours faithfully,

U.P.C.

Asstt. Registrar [Law]

cc for info. to: THE EDITOR, NAKKHEERAN BI-WEEKLY
CHENNAI
TAMIL NADU

Asstt. Registrar [Law]

मानव अधिकारों को संरक्षण और प्रोत्साहन दें

15. 7. 99

भारत INDIA POSTAGE ₹ 3.00 RUPEES E SC.P0132

நக்கீரன் ஆசிரியர் புகாரினால் மனித உரிமைக் கமிஷன்
தமிழக டி.ஜி.பி.க்கு அனுப்பிய நோட்டீஸ்

NATIONAL HUMAN RIGHTS COMMISSION
SARDAR PATEL BHAVAN
NEW DELHI

....

Case No.	:	534/22/97-98
Name of the Complainant	:	Shri A. Mahboob Batcha
Date	:	6 March 1998
CORAM	:	

Justice Shri M.N. Venkatachaliah, Chairperson

Shri Virendra Dayal, Member

Justice Shri V.S. Malimath, Member

PROCEEDINGS

1. In his letter of 22 November 1997, Shri A. Mahaboob Batcha, Managing Trustee, Society for Community Organization Trust, drew the attention of the Commission to the apprehensions of residents of the villages in the jungles where a Joint Special Task Force of the States of Tamil Nadu and Karnataka is seeking to capture the dacoit Veerappan.

2. According to Shri Batcha, the villagers were living in perpetual fear of being "caught in a cleft" between Veerappan, on the one hand, and the

நீதிபதி வெங்கடாசலையா குழுவுக்கு திரு மகபூப் பாட்ஷா அவர்கள் அளித்த மனு

these acts must be scrupulously enquired into; further, when the results of enquiry so require, it must be ensured that appropriate compensation or other remedies are provided.

10. In concluding its deliberations on this matter, the Commission directs that copies of these Proceedings be sent, as would be the normal practice, to Shri Batcha and to Justice Krishna Iyer; they should, in addition, be sent to the Chief Secretaries of Karnataka and Tamil Nadu for appropriate action.

(Justice M.N. Venkatachaliah)
Chairperson

(Virendra Dayal)
Member

(Justice V.S. Malimath)
Member

மனுவை ஏற்றுக்கொண்டதாக
நீதிபதிகள் கையொப்பம்

கர்நாடகா மாநிலம் கொள்ளேகால் வட்டம் ராமாபுரம், காவல் நிலையத்தில் 5.1.97 அன்று பதிவு செய்யப்பட்ட F.I.R 4/97 (C.R.1-97)ன் உண்மை மொழிப் பெயர்ப்பு. (தமிழில்)

மொழிப் பெயர்ப்பு.

C.R. 26-97. வசதில் N.R.K. நாள் 24.1.97 அசல் நகல் 6வது விதி பி: 1.00 க்குள் பக்கம் பெறப்பட்டது.

இன்றைய தினம் J.M.F.C நீதிமன்றம் கொள்ளேகால்.

F.I.R. 4/97 (C.R. 1-97)

ராமாபுரம் போலீஸ்

எதிராக

புகார்தாரர் : சிவப்பா பசவப்பா ராமலெக்ஷ்மியர்.

நகல் : (1) கொள்ளேகால் J.M.F.C நீதிமன்றம்
(2) மாவட்ட காவல் கண்காணிப்பாளர் அவர்கள் மைசூர்
(3) மாவட்ட கூடுதல் காவல் கண்காணிப்பாளர், மைசூர்
(4) கொள்ளேகால் துணை கோட்ட D.S.P அவர்கள்

(8)

பாதுகாப்பு கமிஷ்னர் கோரியும், உயர்
மட்ட போலீஸ்காரர் மீது சட்டப்படியான
நடவடிக்கை எடுக்கக் கோரியும், இனிமேல்
இது போன்ற சம்பவங்கள் நடைபெறாமல்
இருக்க தக்க ஏற்பாடுகள் செய்யுமாறு
வேண்டுகோள் விடுத்தும் மனுவினைக் கொடுக்குமாறு
கேட்டுக்கொண்டோம். அதன் மேல் இதுவரை நடவடிக்கை
எதுவும் எடுக்கப்படவில்லை.

இப்படிக்கு
தங்கள் உண்மையுள்ள,

ஒப்.,
டாக்டர் மாணிக்கம் பிள்ளை
வயது 38, விநாயகர் தெரு,
கல்லூர் கிராமம்.

5.1.97 இரவு அதிகாலை 3 மணிக்கு
பெறப்பட்டது.

ஒப்பம். C.B. கணேசு
PSI.

அதிரடிப்படையின் அத்துமீறலுக்கு எதிரான முதல் எப்.ஐ.ஆர்.

NAKKHEERAN
TAMIL WEEKLY

R. RAJAGOPPAL
Editor & Publisher

Date:

KIND ATTN: MR. ASIS SYED - ASST. DIRECTOR OF PRODUCTOR.

BEFORE THE HUMAN RIGHTS COMMISSION AT NEW DELHI. VISITING MADRAS.

R.RAJAGOPAL,
Editor & Publisher,
Nakkheeran Publications .....Complainant.

- Vs -

1.State Government of Tamil Nadu.
2.A.I.A.D.M.K. -Ruling Party.
3.Director General of Police, Tamil Nadu. .....Respondents.

COMPLAINT

I, R.Rajagopal @ R.R.Gopal, S/o. Ramanaathan, aged about 36 years, the Editor, Printer and Publisher of Nakkheeran Publications having office at No.49,Harrington Road, Madras - 30, representing the office staff, field staff, sales agents and other workers collectively called here under as "Nakkheeran family" submit the following for your kind consideration and favorable action.

1. We are publishing a Tamil Political Weekly by name Nakkheeran which is devoted to investigative journalism.
2. We have been publishing verified reports and articles on the misdeeds of the officials, politicians and anti social elements.
3. Though the earlier State Governments could receive our criticisms as constructive, the present Government was not able to appreci ate it in the right perspective.
4. After the inception of this State Government we have been sur pressed, alliterated, and heaped up with sesvaral atrocities. The ruling party and the State Government have been adopting strong arm tactics and oppression against press people.They are stiflling the press freedom in all possible ways.

17) During the recent time attack on journalists in general. Nakkheeran in particular is increased. On 25-5-'95 our photographer's Mr.KATHIRAI DURAI AND MR.SP.SUNDAR and our city reporter Mr.PRAKASH were attacked in front of the Enforcement directorate office in Shastribhavan. When they were covering the appearance to the enquiry of Mr.T.T.V.DINAKARAN And V.BASKARAN close associates of the Chief Minister J.JAYALALITHA . This attacks were attracted wide spread condemnation through out the press.

18) We sent one of our reporters into the jungles to meet and interview Sandal Wood smuggler Veerappan. He succeeded and came out with a scoop. Police was after the reporter with the idea of incriminating him.

19) The state police machinery has neither morale nor discipline to catch Sandal wood Smuggler Veerappan . In turn Veerappan abducting police officials and killing local residents have become a phenomena. To expose this weakness of the police. Our reporter's used to go inside the dangerous jungles to meet him. This expeditions brought lot of light to the SO CALLED VEERAPPAN ISSUE. Every time our reporters were threatened with Shoot at sight orders by the police officers. On Nov.11 our reporter Mr.SIVASUBRAMANIAM AND Mr.JEEVA THANGAVEL met Mr.VEERAPPAN in jungles.They were surrounded by the police immediately after the meeting. Our reporters virtually escaped from the clutches of police.

20) Even now the Editor-Publisher is receiving lift threats from officials. politicians and police.

Hence we request you to take this complaint on file, make necessary enquiry and take appropriate action against the Respondents in respect of their oppressive tactics against the freedom of the press and human rights.

(R. RAJAGOPAL)
Editor & Publisher.

NAKKHEERAN PUBLICATIONS

49, HARRINGTON ROAD,
CHETPUT, MADRAS - 600 030.
PHONE : 6413060, 6411274

Ref :

Date : 27 · 1 · 97

English translation of F.I.R. No:4/97 (C.R.1-97) dated 5-1-97 on the file of Ramapuram Police Station. Kollegal Taluk. Karnataka. Before munsif cum J.M.F.C. Coury Kollegal

FIR 4/97 (C.R.1-97)
Ramapuram Police
Vs

Accused: Sivappa Pasappa Eradathinavar.

Copy to :
1. Kollegal M & J.M.F.C. court
2. S.P. of Mysore District.
3. Addl. S.P.of Mysore District.
4. D.S.P. Kollegal Sub Division.
5. OC & CC

2. F.I.R. relating to cognizable offence. Rornapuram circle, Ramapuram police station. received on 5-1-1997.

Rd F.I.R. with one enclosure at 9.00 a.m. on 5-1-97 through p.c. 1291 of Ramapura Police Station sd-JMFC 5/1.

1. Reports R.No.1-1997

2. Offence relating to Complaint - 376 IPC.
No of accused - 1
No of persons deceased or affected-1
Valuation of the property stolen

3. Date and place of occurance. Distance from the police station and direction. — date 3-1-1997 Nallore villag 30 Km from Ramapuram police station on south.

4. When was the first information received from which police station. Date and time of recording the FIR. — Received at Nallore on 5-1-97 at 3.00 a.m. Reached police station at 4.30 p.m. Recorded on 5..1.97 at 5.30 a.m.

5. Name and address of the person giving First Information. Date of Occurance of the alleged offence, Names of the accused..

Name of the Complainant : Manickam Bin Ponnusamy, Nallore, Kollegal (T.k)

Name of the occused : Policeman by name Eradeththi, Nallore Camp, Kollegal Taluk. In Nallore village within the Juridiction of Ramapuram police station on 3.1.97 arround 12 'O

NAKKHEERAN • RAJINII RASIGAN • INIYA UTHAIYYAM

Gopal ready to meet brigand

The Times of India News Service

MYSORE: *Nakkheeran* editor R.R. Gopal on Tuesday said he is ready to meet Veerappan again and negotiate his surrender in the interest of the six lakh people living in the forests of M.M.Hills.

At a press meet here he said the interest and safety of the villagers in this area was his top priority and he is ready to invite any risk if it is going to help the villagers "who have become the victim of police atrocities and suffering for the last ten years."

" I wanted to clear doubts in the peoples mind and this was the reason I took an initiative to meet Veerappan," he added.

'Attack on SI was act of revenge'

The Times of India News Service

MYSORE: *Nakkheeran* editor R.R. Gopal said on Tuesday that Veerappan had told him that his attack on the police party near Hogenkal in April 1990 was in retaliation for the killing of Allampady village temple priest by sub-inspector Dinesh and his men.

Deposing as a prosecution witness in the Hogenkal ambush incident, in which three sub-inspectors and a head constable of the Karnataka police were shot dead by Veerappan and his associates, Gopal admitted that during his interview with the bandit he questioned Veerappan on whether he saved the villagers who were harassed by the police? Replying to the question Veerappan said he was told by the villagers that Karnataka police descended on the Allampady village and killed the temple priest and his wife accusing them of assisting the gangsters, besides setting fire to the houses in the village.

"This provoked me and I waited at a hillock near Hogenkal for the police party led by Dinesh to arrive. As soon as the party approached us, I shot them dead with a muzzle loader used for poaching elephants," Veerappan disclosed to him, Gopal said, adding that Veerappan also claimed that he was a sharp shooter and he never misses his target.

Gopal said Veerappan also described the the police as "cowards" and accused them of harassing innocent villagers, instead of having an encounter with him and his men.

In reply to a question from the prosecutor, Gopal said he did not remember whether Veerappan admitted his guilt of killing three sub-inspectors. Gopal revealed to the court that he first met Veerappan in 1996 and he was unaware of Veerappan's movements prior to 1993.

ಶರಣಾಗಿಸಲು ವೀರಪ್ಪನ್‌ನೊಂದಿಗೆ ಮತ್ತೆ ಭೇಟಿ: ಗೋಪಾಲ್

ಮೈಸೂರು, ಮಾ. 24: ಕರ್ನಾಟಕ ತಮಿಳ್ನಾಡು ಪೊಲೀಸರಿಗೆ ತಲೆನೋವಾಗಿರುವ ಕಾಡುಗಳ್ಳ ಹಾಗೂ ನರಹಂತಕ ವೀರಪ್ಪನ್‌ನನ್ನು ಶರಣಾಗಿಸಲು ಆತನನ್ನು ಭೇಟಿಯಾಗುವುದಾಗಿ "ನಕ್ಕೀರನ್" ತಮಿಳು ಪತ್ರಿಕೆ ಸಂಪಾದಕ ಆರ್.ಆರ್. ಗೋಪಾಲ್ ತಿಳಿಸಿದ್ದಾರೆ.

ವೀರಪ್ಪನ್ ಬಂಧಿಸಲು ಕರ್ನಾಟಕ ಹಾಗೂ ತಮಿಳುನಾಡು ಪೊಲೀಸರು ಕಾರ್ಯಾಚರಣೆ ನಡೆಸುತ್ತಿರುವುದರಿಂದ ಈ ಕಾರ್ಯಾಚರಣೆ ವ್ಯಾಪ್ತಿಗೆ ಬರುವ 6 ಲಕ್ಷಕ್ಕೂ ಹೆಚ್ಚು ಕಾಡಿನ ಅಮಾಯಕ ಜನರಿಗೆ ತುಂಬಾ ತೊಂದರೆಯಾಗಿದೆ. ಆ ಜನರ ಹಿತದೃಷ್ಟಿಯಿಂದ ಆತನನ್ನು ಭೇಟಿಯಾಗಿ ಶರಣಾಗತಿಗೆ ಯತ್ನಿಸುವುದಾಗಿ ಹೇಳಿದರು.

ವೀರಪ್ಪನ್ [illegible] 8 ಮಂದಿ ಅರಣ್ಯ ಸಿಬ್ಬಂದಿ ಬಿಡುಗಡೆಗಾಗಿ [illegible] ಆತನನ್ನು ಭೇಟಿಯಾಗಿದ್ದ [illegible]. ಲೋಕಸಭಾ ಚುನಾವಣೆ ಹಿನ್ನೆಲೆಯಲ್ಲಿ ಸಂಧಾನ ಯತ್ನ ಸ್ಥಗಿತಗೊಂಡಿತ್ತು. ಈಗ ಮತ್ತೆ ಸಂಧಾನ [illegible] ಬಹುದೆಂದರು.

ಪ್ರತಿ ತಿಂಗಳು [illegible] 20 ಲಕ್ಷ ರೂ.ಗಳನ್ನು ವೀರಪ್ಪನ್ ಬಂಧನದ ಕಾರ್ಯಾಚರಣೆಗೆ [illegible]. ಅಲ್ಲದೆ ಇಲ್ಲಿ ಕಾರ್ಯಾಚರಣೆ [illegible] ಮೂಕ ಕಾಡು ಪ್ರಾಣಿಗಳು ಆತಂಕ್ಕೀಡಾಗಿ ತತ್ತರಿಸುತ್ತಿವೆ. ಈ ಜೀವ ಸಂಕುಲಗಳ ಜೊತೆಗೆ ಅಲ್ಲಿನ ಗಿರಿಜನರ ಬದುಕಿಗೂ ತೊಂದರೆ ಆಗುತ್ತಿದೆ. ಎಲ್ಲ ಸಮಸ್ಯೆಗಳನ್ನೂ ಪರಿಹರಿಸಲು ವೀರಪ್ಪನ್ ಶರಣಾಗತಿ ಅನಿವಾರ್ಯ ಎಂದು ಅವರು ಅಭಿಪ್ರಾಯಪಟ್ಟರು.

ನೂರಕ್ಕೂ ಹೆಚ್ಚು ಜನರನ್ನು ಅಸಂಖ್ಯಾತ ಆನೆ ಸೇರಿದಂತೆ ವನ್ಯ ಜೀವಿಗಳನ್ನು ಹತ್ಯೆಗೈದಿರುವ ಆತನಿಗೆ ಕ್ಷಮಾದಾನ ಅನಿವಾರ್ಯವೇ ಎಂಬ ಕಾನೂನು ಪ್ರಶ್ನೆ ಇಟ್ಟುಕೊಂಡು ವನ್ಯಜೀವಿಗಳ ಸಂಕಷ್ಟವನ್ನು ದೂರವಿಕ್ಕುವುದು ಸರಿಯಲ್ಲ ಎಂದ ಅವರು, ಭೇಟಿಯಾಗಲು ಆತನಿಂದ ಸೂಚನೆ ಬಂದ ತಕ್ಷಣ ತಾವು ಮತ್ತೆ ಹೋಗುವುದಾಗಿ ತಿಳಿಸಿದರು.

வீரப்பனை மீண்டும் சந்திப்போம் –கோபால்
(கர்நாடக மாநிலப் பத்திரிகைகளில்)

ನರಹಂತಕ ವೀರಪ್ಪನ್‌ನೊಂದಿಗೆ ಸಂಧಾನಕ್ಕೆ ಗೋಪಾಲ್ ಸಿದ್ಧ

ಮೈಸೂರು, ಮಾ.೨೫- ಕರ್ನಾಟಕ ...ತ್ತು ತಮಿಳುನಾಡು ಸರ್ಕಾರಗಳು ಮನವಿ ...ಡಿಕೊಂಡರೆ ಕುಖ್ಯಾತ ನರಹಂತಕ, ...ತಚೋರ ಹಾಗೂ ಶ್ರೀಗಂಧಕಳ್ಳ ...ರಪ್ಪನ್ ಜೊತೆ ಮತ್ತೆ ಸಂಧಾನಕ್ಕೆ ...ಳುವುದಾಗಿ 'ನಕ್ಕೀರನ್' ಪತ್ರಿಕೆ ...ಪಾದಕ ಆರ್.ಆರ್.ಗೋಪಾಲ್ ...ಳಿದ್ದಾರೆ.

ನಗರದಲ್ಲಿ ಮಂಗಳವಾರ ಸಂಜೆ ...ತ್ರಿಕಾಗೋಷ್ಠಿಯಲ್ಲಿ ಮಾತನಾಡುತ್ತಿದ್ದ ಅವರು, ವೀರಪ್ಪನ್ ಹಾವಳಿ ಇರುವ ಅರಣ್ಯ ಪ್ರದೇಶಗಳ ಆಸುಪಾಸಿನ ಗ್ರಾಮಗಳ ಜನರು ಅನುಭವಿಸುತ್ತಿರುವ ತೊಂದರೆ ತಪ್ಪಿಸಲು ತಾವು ಈ ನಿರ್ಧಾರಕ್ಕೆ ಬಂದಿರುವುದಾಗಿ ತಿಳಿಸಿದರು.

ಪ್ರಶ್ನೆಯೊಂದಕ್ಕೆ ಉತ್ತರಿಸಿದ ಅವರು, ವೀರಪ್ಪನ್ ಎಲ್ಲಿದ್ದಾನೆಂಬುದು ನನಗೇನು ಗೊತ್ತು ಎಂದರು. ಆತನಿರುವ ಸ್ಥಳವೇ ಗೊತ್ತಿಲ್ಲದ ಮೇಲೆ ಸಂಧಾನಕ್ಕೆ ಅವನ ಬಳಿ ಹೇಗೆ ಹೋಗುತ್ತೀರಾ ಎಂದಾಗ, 'ನಾನು ವೀರಪ್ಪನ್ ಬಳಿ ಹೋಗಬೇಕೆಂದು ಎರಡೂ ಸರ್ಕಾರಗಳು ಮನವಿ ಮಾಡಿಕೊಂಡರೆ ನಾನು ಬರುವ ವಿಷಯವನ್ನು ಎರಡು ರಾಜ್ಯಗಳ ಆಕಾಶವಾಣಿ ಮೂಲಕ ಪ್ರಕಟಣೆ ನೀಡುತ್ತೇನೆ' ಎಂದರು.

ವೀರಪ್ಪನ್ ತಂಡಕ್ಕೆ ನೆರವು ನೀಡಿದ ಆರೋಪದ ಮೇರೆಗೆ ಹಲವಾರು ಮಂದಿ ವಿರುದ್ಧ 'ಟಾಡಾ' ಕೇಸು ಹಾಕಲಾಗಿದೆ. ಅವುಗಳ ವಿಚಾರಣೆ ಸಹ ತ್ವರಿತಗತಿಯಲ್ಲಿ ನಡೆಯುತ್ತಿಲ್ಲ. ಅವರನ್ನು ಬಿಡುಗಡೆಗೊಳಿಸುತ್ತಿಲ್ಲ ಎಂದು ಗೋಪಾಲ್ ಹೇಳಿದರು.

ಈ ಬಗ್ಗೆ ಪತ್ರಿಕೆ ವತಿಯಿಂದ ಸುಪ್ರೀಂಕೋರ್ಟ್‌ಗೆ ಕಳೆದ ತಿಂಗಳು ಅರ್ಜಿ ಸಲ್ಲಿಸಲಾಗಿದೆ. ಮುಂದಿನ ವಾರ ನ್ಯಾಯಾಧೀಶರು ವಿಚಾರಣೆಗೆ ದಿನಾಂಕ ಗೊತ್ತು ಪಡಿಸಲಿದ್ದಾರೆ ಎಂದ ಗೋಪಾಲ್, ಮಾನವ ಹಕ್ಕುಗಳ ಆಯೋಗಕ್ಕೂ ಈ ಬಗ್ಗೆ ದೂರು ನೀಡಲಾಗಿದೆ ಎಂದರು.

ತಮಿಳನಾಡಿನಲ್ಲಿ 'ಟಾಡಾ' ಕಾಯ್ದೆಯನ್ನು ವಾಪಸ್ ಪಡೆಯಲಾಗಿದ್ದು, ಕರ್ನಾಟಕದಲ್ಲೂ ಹಿಂದೆ ಪಡೆಯಬೇಕೆಂಬುದು ತಮ್ಮ ಆಗ್ರಹ ಎಂದು ಗೋಪಾಲ್ ತಿಳಿಸಿದರು. (ಕೊನೆಯ ಪುಟಕ್ಕೆ)

ಮದ್ದು ಸ್ಫೋಟಗೊಂಡು ತೋಟದ ಮನೆ ಜಖಂ

ತುಮಕೂರು, ಮಾ.೨೫- ತೋಟದ ...ನೆಯಲ್ಲಿ ಪಟಾಕಿ ಮದ್ದು ತಯಾರಿ ...ತ್ತಿದ್ದಾಗ ನಡೆದ ಆಕಸ್ಮಿಕ ಸ್ಫೋಟದಲ್ಲಿ ...ನೆಯ ಮೇಲ್ಛಾವಣಿ ಹಾರಿ ಹೋದ ...ಟನೆ ಗುಬ್ಬಿಯಿಂದ ವರದಿಯಾಗಿದೆ.

ಈ ಆಕಸ್ಮಿಕದಲ್ಲಿ, ತಯಾರಿಕೆಯಲ್ಲಿ ...ಡಗಿದ್ದ ಇಬ್ಬರು ಆಶ್ಚರ್ಯಕರ ರೀತಿಯಲ್ಲಿ ...ಾದಾಗಿದ್ದಾರೆಂದು ಹೇಳಲಾಗಿದೆ.

ಗುಬ್ಬಿಯ ಬಸ್ ನಿಲ್ದಾಣದ ...ಮೀಪವಿರುವ ತೋಟದ ಮನೆಯಲ್ಲಿ ನಿನ್ನೆ ...ಂಭವಿಸಿದ ಈ ಸ್ಫೋಟ ನಾಗರೀಕರನ್ನು ...ಯಭೀತರಾಗುವಂತೆ ಮಾಡಿತೆಂದು ಹೇಳಲಾಗಿದೆ.

ಬಿಸಿಲಿನ ತಾಪಕ್ಕೆ ಪಟಾಕಿ ಮದ್ದು ಇದ್ದಕ್ಕಿದ್ದಂತೆ ಸ್ಫೋಟಗೊಂಡು ಮೇಲ್ಛಾವಣಿ ಹಾರಿಹೋಗಿ ಮರದ ತುಂಡುಗಳು ಬೆಂಕಿಗೆ ಆಹುತಿಯಾದವೆಂದು, ಇದರಿಂದ ...೫ ಸಾವಿರ ರೂ.ನಷ್ಟವಾಗಿದೆ ಎಂದು ಅಂದಾಜು ಮಾಡಲಾಗಿದೆ.

ಗುಬ್ಬಿ ಠಾಣೆಯ ಸಬ್ ಇನ್ಸ್‌ಪೆಕ್ಟರ್ ಅಬ್ದುಲ್ ಖಾದರ್ ಸ್ಥಳಕ್ಕೆ ಧಾವಿಸಿ ತೋಟದ ಬಾವಿಯ ನೀರಿನಿಂದ ಬೆಂಕಿ ನಂದಿಸಲು ಶ್ರಮಿಸಿದರೆಂದು ಹೇಳಲಾಗಿದೆ.

ಈ ಸಂಬಂಧ ಪ್ರಕರಣ ದಾಖಲಿಸಿಕೊಂಡಿರುವ ಪೊಲೀಸರು ಮುಂದಿನ ಕ್ರಮ ಜರುಗಿಸಿದ್ದಾರೆ.

ಮರಕ್ಕೆ ಕ್ಯಾಂಟರ್ ಡಿಕ್ಕಿ: ೧೦ ಜನರಿಗೆ ಗಾಯ

ತುಮಕೂರು, ಮಾ.೨೫- ಜನರನ್ನು ತುಂಬಿಕೊಂಡು ಬರುತ್ತಿದ್ದ ಕ್ಯಾಂಟರ್ ಲಾರಿಯೊಂದು ಹಿಡಿತ ತಪ್ಪಿ ರಸ್ತೆ ಬದಿಯ ಮರಕ್ಕೆ ಡಿಕ್ಕಿ ಹೊಡೆದ ಪರಿಣಾಮವಾಗಿ ಹತ್ತು ಜನರು ಗಾಯಗೊಂಡಿರುವ ಘಟನೆ ತಿಪಟೂರು ಸಮೀಪ ಜರುಗಿದೆ.

ಗಾಯಾಳುಗಳನ್ನು ಚಿಕ್ಕನಾಯಕನಹಳ್ಳಿ ಹಾಗೂ ತಿಪಟೂರು ಸರ್ಕಾರಿ ಆಸ್ಪತ್ರೆಗೆ ಸೇರಿಸಲಾಗಿದೆ.

ಕೊಯಮತ್ತೂರು ಬಾಂಬ್ ಸ್ಫೋಟ:

ಬಿಇಎಂಎಲ್ ನೌಕರರ ಸೆರೆ?

ಕೆ.ಜಿ.ಎಫ್, ಮಾ.೨೫- ಇತ್ತೀಚೆಗೆ ಕೊಯಮತ್ತೂರಿನಲ್ಲಿ ನಡೆದ ಸರಣಿ ಬಾಂಬ್ ಸ್ಫೋಟದ ಪ್ರಕರಣಕ್ಕೆ ಸಂಬಂಧಿಸಿದಂತೆ ಪಟ್ಟಣ ಬಿಇಎಂಎಲ್ ಕಾರ್ಖಾನೆಯ ಇಬ್ಬರನ್ನು ಬಂಧಿಸಲಾಗಿದೆ ಎಂಬ ದಟ್ಟ ವದಂತಿಗಳು ಹಬ್ಬಿವೆ.

ಬಿಇಎಂಎಲ್ ಕಾರ್ಖಾನೆಯ ಓಲ್ಡ್ ಮಿಷನ್ ಷಾಪ್‌ನಲ್ಲಿ ಪೊಲೀಸರು ಇಬ್ಬರನ್ನು ಬಂಧಿಸಿದರು ಎಂದು ಹೇಳಲಾಗುತ್ತಿದೆ.

ಪೊಲೀಸರು ಇದು ಶುದ್ಧ ಸುಳ್ಳು ಎಂದು ನಿರಾಕರಿಸಿದ್ದಾರೆ. ಕಾರ್ಖಾನೆಯ ವಿಜಿಲೆನ್ಸ್ ಅಧಿಕಾರಿ ಅವರನ್ನು ವಿಚಾರಿಸಿದಾಗ ಯಾವುದೇ ನೌಕರನ ಬಂಧನವಾಗಿಲ್ಲ ಎಂದು ಹೇಳುತ್ತಾರೆ.

ಆದರೆ ಕೆಲವು ಮಾಹಿತಿ ಪ್ರಕಾರ ಕೊಯಮತ್ತೂರಿನ ಎಸ್ಪಿ ಹಾಗೂ ಪೊಲೀಸರು ಕಾರ್ಖಾನೆಗೆ ಬಂದು ತನಿಖೆ ನಡೆಸಿದರೆಂದು ಹೇಳಲಾಗುತ್ತಿದೆ.

ತಮಿಳುನಾಡಿಗೆ ಸೇರಿದ ಪೊಲೀಸ್ ಜೀಪ್‌ವೊಂದು ಎರಡು ದಿನಗಳ ಕಾಲ ಕೆಜಿಎಫ್‌ನಲ್ಲಿ ಸುತ್ತಾಡಿತೆಂದೂ ತಿಳಿದು ಬಂದಿದೆ.

ಸಾರ್ವಜನಿಕರು ಈ ಬಗ್ಗೆಯೇ ಚರ್ಚೆ ನಡೆಸುತ್ತಿರುವುದು ಗಮನಾರ್ಹ ಸಂಗತಿಯಾಗಿದೆ.

வீரப்பனுடன் பேச்சுவார்த்தை நடத்தி வருகிறார் நக்கீரன் கோபால்
(கன்னடப் பத்திரிகையான 'உதயவாணி'யில்)

...ದೆ ಅಮಾನತ್ತು, ಬಂಧನ

...ಮಾತುಕತೆ

...ಮತ್ತು ಇಂದು ಪ್ರತಿಭಟನೆ
...ಸ್ಥರ ವಿರುದ್ಧ ವಿಶೇಷ ಪಡೆ
... ಮನೋಭಾವನೆಯಿಂದ
...ೀಡಿಕೊಳ್ಳಲಾಗುವುದೆಂಬ
...ಡಿದ ನಂತರವೇ ಗ್ರಾಮದಲ್ಲಿ
...ದ್ರಿಕ್ತ ಸ್ಥಿತಿ ಶಮನವಾಯಿತು.
...ನೆಯ ವಿವರ
...ಮದ ಸಾಮಾನ್ಯ ಕುಟುಂಬದ
...ಾಗಿ ಜನಿಸಿರುವ ಅತ್ಯಾಚಾರ
...ೆ ಕಳೆದ ವರ್ಷವಷ್ಟೇ ಒನೇ
...ಪಾಸು ಮಾಡಿಕೊಂಡು ಮನೆ
...ದ್ದಳು. ಮೊನ್ನೆ ಶುಕ್ರವಾರ
...ೆ ದಿನವಾದ್ದರಿಂದ ಬಾಲಕಿಯು
...ು ದಿನಸಿ ಪದಾರ್ಥ ಕೊಳ್ಳಲು
...ಿದ್ದರು.
...ೀ ಇದ್ದ ಬಾಲಕಿ ಮಧ್ಯಾಹ್ನ
...ಾಂಗೆ ಮಣಸಿನ ಮಾಳದಲ್ಲಿ

(ಐನೇ ಪುಟಕ್ಕೆ)

'ನಮಸ್ಕಾರ, ತೊಲಗಿ' : ಗ್ರಾಮದಲ್ಲಿ ಶುಕ್ರವಾರ ರಾತ್ರಿಮನೆಗೆ ತಂಗಿದ್ದ ವಿಶೇಷ ಪಡೆ ಪೋಲೀಸರ ತಂಡವನ್ನು ಬಯ್ಯುತ್ತ ಬೀಳ್ಕೊಟ್ಟ ನಲ್ಲೂರು ಗ್ರಾಮಸ್ಥರು. ಚಿತ್ರಗಳು : 'ನೇತ್ರ' ರಾಜು

...ಗಳಿಂದ ರಾಜಕಾರಣಿಗಳನ್ನು ದೂರವಿಡುವುದು ಸಾಯಲ್ಲ'

ಬೆಂಗಳೂರು ಮತ್ತು ಮಣಿಪಾಲದಿಂದ ಪ್ರಕಾಶಿತ

Published from Bangalore & Manipal

ಉದಯವಾಣಿ

UDAYAVANI – KANNADA DAILY – BANGALORE

ಪುಟಗಳು: 12 ★ ಬೆಂಗಳೂರು, ಬುಧವಾರ, ಮಾರ್ಚ್ 25, 1998 ಬೆಲೆ: ರೂ. 1-7...

...ಯಂ
...arees
...gns
...PA
...m
...053

...ಜಕೀಯ ತಂತ್ರಗಾರಿಕೆಯಲ್ಲಿ ಗೆದ್ದ ಭಾಜಪ, ಧ್ವನಿಮತದ ಆಯ್ಕೆ, ಪ್ರಧಾನಿ ಭ...

...ೋಕಸಭಾಧ್ಯಕ್ಷರಾಗಿ ತೆಲುಗುದೇಶಂನ ಬಾಲ...

...ೊಸದಿಲ್ಲಿ, ಮಾ. 24: ಶುಕ್ರವಾರದ ವಿಶ್ವಾಸಮತಕ್ಕೆ

ಒನಿಡಾ

ದಿನಪತ್ರಿ

ವಿಶೇಷ ಪಡೆ ಪೇದೆಯಿಂದ ಬಾ

ನಲ್ಲೂರಿನಲ್ಲಿ ಉದ್ರಿಕ್ತ ಸ್ಥಿತಿ ■ ಆರೋಪಿಯನ್ನು ಹಿ

ಷರತ್ತುಗಳಿಗೆ ಒಪ್ಪಿದರೆ ಮಾತ್ರ

'ನಕ್ಕೀರನ್' ಮೂಲಕ ಮತ್ತೊಂದು ವಿಡಿಯೋ ಕ್ಯಾಸೆಟ್

ಸುಂದರ ಹಾಗೂ ಶೀಘ್ರ ಮುದ್ರಣಕ್ಕಾಗಿ
ಇಂದೇ ಭೇಟಿ ಕೊಡಿ
ಪ್ರಗತಿ ಆಫ್‌ಸೆಟ್
ಮುದ್ರಣ
ಮೈಸೂರು
ದೂರವಾಣಿ

...ಲಕಿ ಮೇಲೆ ಅತ್ಯಾಚಾರ

...ಮ ಕಂಬಕ್ಕೆ ಕಟ್ಟಿ ಹಾಕಿದ ಗ್ರಾಮಸ್ಥರು

நீங்கள் நிபந்தனைகளுக்கு ஒப்புக்கொண்டால் மட்டுமே வீரப்பன் சரணடைவார் –நக்கீரன் கோபால் ('உதயவாணி'யில்)

...ಶರಣಾಗುವುದಾಗಿ ವೀರಪ್ಪನ್

'ನಕ್ಕೀರನ್' ಸಂಪಾದಕ ರಾಜ್‌ಗೋಪಾಲ್ ಜೊತೆ ನರ ಹಂತಕ ವೀರಪ್ಪನ್

ESTABLISHED 1838

THE TIMES OF INDIA

NO. 262. VOL. CLIX

A Thought for Today

The happy state of getting the victor's palm without the dust of racing.

- HORACE.

KARNATAKA

Rape by STF jawan was the last straw in Nallur

M.B. Maramkal

MYSORE: Again, the Special Task Force men are under a dark cloud. Atrocities on the villagers of M.M. Hills area by STF men seem to have become the order of the day, but this is the first time in the six and half years of STF history that villagers have unitedly revolted against the STF men's misdeeds.

Earlier, whenever these men in uniform committed atrocities on innocent villagers particularly women, they were neither reigned in by their bosses nor had the villagers mustered courage to expose the jawans. By chance, even if reports about their deeds were reported in the press, the STF came out with a swift denial. Their misconduct had reached the zenith when Shankar Bidari was the chief.

Then, the government did not bother to enquire into the reports, and supported Bidari to the hilt on the grounds that any interference in STF affairs might hinder operations and dishearten the jawans, uprooted and transplanted to nab Veerappan. The most glaring example of the government's apathy came to the fore when STF commandos allegedly raped three women from Goondapur village. Then, Mr Shankar Bidari termed the incident as "concocted by the Tamilians" who are Veerappan's sympathisers.

Under his stewardship, there was a spate of violence -- fake encounters, keeping innocent people in police custody, atrocities on village women. Even their belongings were stolen by STF men, who escaped the dragnet of the law.

Now, with Friday's rape, STF men have been caught red-handed and villagers have raised their voice. According to the girl's parents, the commando Yerdyethinavar allegedly raped the girl on Friday afternoon while she was working in a chilli field. As the parents of the girl were not in town, "we decided to protest only after their return", the girl's uncle Tangavelu said, adding that they nabbed the constable from the police camp.

However, the police disputed the claims of the villagers and denied all reports of rape, contending that the accused was just exchanging pleasantries with the girl as he knew her. The girl's uncle, who had a grouse against the police, has cooked up the story, they maintain. However, STF officials had a tough time convincing Nallur, whose people have often faced the wrath of the Karnataka police, following their reported closeness to Veerappan. At one point of time, all the residents had fled the village to stay out of the STF's reach.

On Saturday, the villagers who refused to release the constable, told Deputy Commissioner Ajay Seth that they were fed up with the atrocities. One of them stated that almost all women had fallen prey to STF jawans. Though exaggerated, it exposes the jawans' behaviour. Mr Ajay Seth deserves full marks for his aptness in handling this sensitive issue. He assured the villagers of a safe life in future. "I will persuade the government to provide relief to the affected girl's family," he has said. The villagers, who were militant till then, gave up and agreed to release the constable.

Meanwhile, the police have booked a case against him and taken it up under section 376 of the Indian Penal Code. The officials have also urged the parents of the girl to subject her to a medical test to confirm the rape. The situation at Nallur is peaceful and the STF has reorganised the camp with new cadre.

சித்ரவதை

நல்லூர் பலாத்காரமே கடைசியாக இருந்ததாம்
-கர்நாடக காவல்துறை

வீரப்பனை சரணடைய வைக்கும் முயற்சி! நக்கீரன் கோபால் பகிரங்க அறிக்கை! வீரப்பன் ஆடியோ கேசட் -கலைஞர் பதில்

நக்கீரன் வாரமிருமுறை
49. ஹாரிங்டன் ரோடு
போன்: 6413060, 6411274
சென்னை -600 030.

அன்பு நண்பர்களே!

"தமிழக கர்நாடக எல்லையில் உள்ள கோபிநத்தம் என்கிற கிராமத்தைச் சேர்ந்த வீரப்பன் சிறு வயது முதலே காட்டுப்பகுதியில் வேட்டைத் தொழில் நடத்தி வந்தவர். யானைகளைக் கொன்று தந்தங்களை கடத்தி வந்த வீரப்பனுக்கு அப்பகுதி அரசியல் பிரமுகர்களுடனும் பெரிய மனிதர்களுடனும் தொடர்பு ஏற்பட்டது. அந்த தொடர்புகளுக்குப் பிறகு சந்தனக் கட்டை கடத்துவதில் தீவிரமாக ஈடுபட்டார். அதனால் வனத்துறையினரும் காவல் துறையினரும் வீரப்பனைப் பிடிக்கும் நடவடிக்கையில் இறங்கினர். காட்டுக்குள் தேடுதல் வேட்டையில் ஈடுபட்ட வனத்துறையினரிடமும் காவல் துறையினரிடமும் வீரப்பன் மோதினார்.

1991-ம் ஆண்டு நவம்பர் பத்தாம் தேதி கர்நாடக டி.எப்.ஓ.சீனிவாஸ் என்பவர் கொல்லப்பட்டார். அதைத் தொடர்ந்து வீரப்பனைப் பிடிக்கும் பணி தீவிரமாக முடுக்கி விடப்பட்டது. 92-ம் ஆண்டு ஆகஸ்ட் 14-ம் தேதியன்று கர்நாடக எஸ்.பி. ஹரிகிருஷ்ணா, இன்ஸ்பெக்டர் ஷகில் அகமது உள்ளிட்ட

ஆறு பேரை வீரப்பன் சுட்டுக்கொன்ற செய்திகள் வெளியான போது, வீரப்பன் யார்? அவரது பின்புலம் என்ன? என்பது பற்றியெல்லாம் மக்களுக்குத் தெரியாது. காவல் துறையினரிடமும் வீரப்பனின் கருப்பு வெள்ளை படம் ஒன்று மட்டுமே இருந்தது. சஃபாரி உடையில் கை கட்டியபடி நிற்கும் அந்த ஒரே படத்தைத்தான் காவல்துறை திரும்பத் திரும்ப வெளியிட்டது. காவல்துறைக்கு வீரப்பன் மிகப்பெரிய சவாலாக விளங்கினார்.

அரசுக்கும் காவல்துறைக்கும் மிகப்பெரிய சவாலாக இருந்த வீரப்பன் பற்றிய விபரங்களையும் அவருடைய லேட்டஸ்ட் படங்களையும் மக்களிடம் கொண்டு சேர்க்க வேண்டியது ஒரு புலனாய்வுப் பத்திரிகையின் கடமை என்பதை அனைவரும் அறிவார்கள்.

நக்கீரன் அந்தக் கடமையைச் செய்யத் தயாரானது.

உண்மையில் வீரப்பன் என்பவர் இருக்கின்றாரா? அவருடைய தற்போதைய நிலைமை என்ன? என்பதை அறிய ஆறாயிரம் சதுர கிலோமீட்டர் பரப்பளவுள்ள காட்டுப்பகுதியில் நக்கீரன் டீம் தனது புலனாய்வுப் பணியைத் துவக்கியது. 93-ம் ஆண்டு ஏப்ரல் முதல் வாரத்தில் சட்டமன்றத்தில் பேசிய அப்போதைய முதல்வர் ஜெ.ஜெயலலிதா, வீரப்பன் என்றொருவன் இப்போது கிடையாது என்று அறிவித்தார். அப்போது வனத்துறை அமைச்சராக இருந்தவரோ, வீரப்பன் பம்பாய்க்கு ஓடிவிட்டதாகத் தெரிவித்தார். சட்டமன்றத்தில் முதல்வரும் அமைச்சரும் இப்படித் தகவல் தெரிவித்து ஒரு வாரம்கூட ஆகவில்லை. அதாவது 93-ஆம் வருடம், ஏப்ரல் 9-ம் தேதியன்று தொடர் மோதலின் விளைவாக கண்ணிவெடி மூலம் அதிரடிப்படையினர் 22 பேர் வீரப்பனால் கொல்லப்பட்டனர்.

சட்டமன்றத்தில் பேசிய முதல்வர் ஜெயலலிதா, 'வீரப்பன் என்றொருவன் இல்லை' என்று சொல்லி இருக்கும் நிலையில், இது எப்படி நடந்திருக்க முடியும்? ஜெயலலிதா சொன்னது பொய்யா? அல்லது வீரப்பன் இந்தக் கொலைகளைச் செய்தார் என்ற தகவல் பொய்யா? வீரப்பன் விசயத்தில் அரசும் காவல்துறையும் தொடர்ந்து பொய் சொல்லிக்கொண்டிருப்பது ஏன்? என்பதை மக்களுக்குத் தெளிவாக்க வேண்டியது நக்கீரனின் கடமையாக அமைந்தது.

காட்டுப்பகுதிக்கு அனுப்பி வைக்கப்பட்ட நக்கீரன் நிருபர் டீம், வீரப்பனை சந்திக்கும் முயற்சியில் இறங்கியது.

அதன்விளைவாக 93-ம் வருடம் ஏப்ரல் 21-ம் தேதி வெளியிட்ட நக்கீரன் இதழில், வீரப்பனின் அட்டைப் படத்துடன்

25-11-97

நக்கீரன்

வாரமிருமுறை

25.11.97

49, ஹாரிங்டன் ரோடு,
சென்னை - 600 030.
போன் : 641 3060, 641 1274

அன்பு நண்பர்களே,

தமிழக கர்நாடக எல்லையில் உள்ள கோபிநத்தம் என்கிற கிராமத்தைச் சேர்ந்தவனான வீரப்பன் சிறுவயது முதலே காட்டுப்பகுதியில் வேட்டைக்காரனாக வலம் வந்தான். யானையைக் கொன்று தந்தங்களை கடத்திவந்த வீரப்பனுக்கு அப்பகுதி அரசியல் பிரமுகர்களுடனும் பெரிய மனிதர்களுடனும் தொடர்பு ஏற்பட்டது. இந்த தொடர்புகளுக்குப் பிறகு சந்தனக் கட்டை கடத்துவதில் வீரப்பன் தீவிரமாக ஈடுபட்டான். அதனால் வனத்துறையினரும் காவல்துறையினரும் வீரப்பனை பிடிக்கும் நடவடிக்கையில் இறங்கினர். காட்டுக்குள் தேடுதல் வேட்டையில் ஈடுபட்ட வனத்துறையினருடனும் காவல்துறையினருடனும் வீரப்பன் மோதினான்.

1991-ம் ஆண்டு நவம்பர் 10-ந் தேதி கர்நாடக டி.எஃப்.ஓ. சீனிவாஸ் என்பவரை வீரப்பன் கொன்றான். இதைத் தொடர்ந்து வீரப்பனை பிடிக்கும் பணி தீவிரமாக முடுக்கிவிடப்பட்டது. 92-ம் ஆண்டு ஆகஸ்ட் 14-ந் தேதியன்று கர்நாடக எஸ்.பி.ஹரிகிருஷ்ணா, இன்ஸ்பெக்டர் ஷகீல் அகமது உள்ளிட்ட 6 பேரை வீரப்பன் சுட்டுக்கொன்றான். இந்த செய்திகள் வெளியானபோது வீரப்பன் யார், அவனது பின்பலம் என்ன என்பது பற்றியெல்லாம் பொதுமக்களுக்குத் தெரியாது. காவல்துறையினரிடம் வீரப்பன் கருப்பு வெள்ளை படம் ஒன்று மட்டுமே இருந்தது. சஃபாரி உடையில் கைகட்டியபடி நிற்கும் அந்த ஒரே படத்தைத்தான் காவல்துறை திரும்பத் திரும்ப வெளியிட்டது. காவல்துறைக்கு வீரப்பன் மிகப்பெரிய சவாலாக விளங்கினான்.

அரசுக்கும் காவல்துறைக்கும் சவாலாக உள்ள வீரப்பன் பற்றிய விவரங்களையும் அவனுடைய லேட்டஸ்ட் படங்களையும் மக்களிடம் கொண்டுசென்று சேர்க்க வேண்டியது ஒரு புலனாய்வு பத்திரிகையின் கடமை என்பதை அனைவரும் அறிவார்கள். நாம் அந்த கடமையை செய்யத் தயாரானோம்.

உண்மையில் வீரப்பன் என்பவன் இருக்கின்றானா அவனுடைய தற்போதைய நிலைமை என்ன என்பதை அறிய 6,000 சதுர கி.மீ. பரப்பளவுள்ள காட்டுப்பகுதியில் நக்கீரன் டீம் தனது புலனாய்வுப் பணியைத் தொடங்கியது. 93-ம் ஆண்டு ஏப்ரல் முதல்வாரத்தில் சட்டமன்றத்தில் பேசிய அப்போதைய முதல்வர் ஜெயலலிதா, வீரப்பன் என்றொருவன் இப்போது கிடையாது எனத் தெரிவித்தார். அப்போது வனத்துறை அமைச்சராக இருந்த செங்கோட்டையன், வீரப்பன் பம்பாய்க்கு ஓடிவிட்டான் எனத் தெரிவித்தார். சட்டமன்றத்தில் முதல்வரும் அமைச்சரும் இப்படித் தகவல் தெரிவித்து ஒருவாரம்கூட ஆகவில்லை, அதாவது, 93-ம் வருடம் ஏப்ரல் 9-ந் தேதியன்று கண்ணிவெடி மூலம், அதிரடிப்படையின் 22 பேரை வீரப்பன் கொன்று குவித்தான் (அப்பாவி கிராக மக்கள் உள்பட). இச்செய்தி பலத்த அதிர்ச்சியை ஏற்படுத்தியது.

சட்டமன்றத்தில் பேசிய முதல்வர் ஜெயலலிதா, வீரப்பன் என்றொருவன் இல்லை என்று சொல்லியுள்ள நிலையில் இது எப்படி நடந்திருக்க முடியும்?! ஜெயலலிதா சொன்னது பொய்யா அல்லது வீரப்பன் இந்தக் கொலைகளை செய்தான் என்ற தகவல் பொய்யா? வீரப்பன் விஷயத்தில் அரசும் காவல்துறையும் தொடர்ந்து பொய் சொல்லிக் கொண்டிருப்பது ஏன் என்பதை மக்களுக்குத் தெளிவாக்க வேண்டியது நமது கடமையாக அமைந்தது. காட்டுப்பகுதியில் இருந்த நக்கீரன் டீம், வீரப்பனை சந்திக்கும் முயற்சியில் இறங்கியது.

அதன்விளைவாக, 93-ம் வருடம் ஏப்ரல் 21-ந் தேதியிட்ட இதழில் வீரப்பனின் அட்டைப்படத்துடன் அவனது பேட்டியும் வெளியிடப்பட்டது. அதே சமயத்தில் வீரப்பன் தலைக்கு அரசு 40 லட்சம் விலை நிர்ணயித்தது. அவன் கூட்டாளிகளுக்கு தலைக்கு 20 லட்சம் என நிர்ணயிக்கப்பட்டது. இருமாநில அதிரடிப்படையினரும் தேடுதல் வேட்டையில் தீவிரமாக செயல்பட்டனர். எல்லை பாதுகாப்பு படையும், வீரப்பனை பிடிப்பதற்காக தேடுதல் வேட்டையில் இறங்கியது.

இந்த வேட்டையில் வீரப்பன் பிடிபடவில்லை. ஆனால், 6,000 சதுர கிலோமீட்டர் பரப்பளவு காட்டுப்பகுதியில் உள்ள 170 கிராமங்களை சேர்ந்த 6 லட்சம் மக்கள் பெரும் துன்பத்திற்குள்ளாயினர். தேடுதல் வேட்டை என்ற பெயரில் 6 லட்சம் மக்கள் மீது காட்டுதர்பார் நடந்தது. பெண்கள் கற்பழிக்கப்படுவதும், அவர்களின் பிறப்புறுப்பில் கரண்ட் ஷாக் கொடுத்து சித்ரவதை செய்வதும், ஆண்களை விசாரணை என்ற பெயரில் இழுத்துச் சென்று தடா கைதியாக சிறையில் அடைப்பதும் தொடர்ச்சியாக நடந்து வந்தது. வீரப்பனின் மனைவி முத்துலட்சுமி பண்ணாரி அதிரடிப்படை முகாமில் சிறைவைக்கப்பட்டு சித்ரவதைக்குள்ளானார்.

மலைமக்கள் இருவகையில் பாதிப்புக்குள்ளாயினர். வீரப்பனை பற்றிய தகவல் தராவிட்டால் அதிரடிப்படையினர் சித்ரவதை செய்தனர். ஏதாவது தகவல் கொடுத்தாலோ, 'துரோகிகள்' என்று சொல்லி வீரப்பன் அவர்களை சுட்டுக்கொன்றான். அதிரடிப்படையினரின் தேடுதல் வேட்டையில் மலைக்கிராம மக்கள் படும் அவதிகள் பற்றி நக்கீரன் சார்பில் புதுடில்லி மனித உரிமைக் கமிஷனிடம் மனு கொடுக்கப்பட்டுள்ளது குறிப்பிடத்தக்கது. (இணைப்பு: 37 மலைக்கிராம குடும்பங்கள் நக்கீரனுக்கு அனுப்பிய மனு. இது மனித உரிமை கமிஷனிடம் கொடுக்கப்பட்டுள்ளது.)

அதிரடிப்படையினருக்கு பதிலடி கொடுக்க வேண்டும் என்பதற்காக 94-ம் ஆண்டு டிசம்பர் 3-ந் தேதி டி.எஸ்.பி.சிதம்பரநாதன் உள்ளிட்ட மூன்றுபேரை வீரப்பன் கடத்தினான். அப்போது கோவை மாவட்ட கலெக்டர் சங்கர், வீரப்பனுக்கு தகவல் கொடுக்கும் பொறுப்பை ஏற்றிருந்தார். வீரப்பனின் தூதராக பேபி வீரப்பன் முதலில் வந்து சென்றான். அதன்பிறகு, வீரப்பனின் தம்பி அர்ஜுனன் தூதராக வந்தான். அவனை தமிழக போலீசார் தங்கள் கஸ்டடியில் எடுத்துக்கொண்டனர். சுமார் 25,000 போலீசார் அதிரடியாக காட்டுக்குள் புகுந்து தேடுதல் வேட்டை நடத்தினர். இந்த கடுமையான சூழலிலும் நக்கீரன் டீம் காட்டுக்குள் புகுந்து வீரப்பனை சந்தித்ததுடன், கடத்தப்பட்ட மூவரின் உயிருக்கு எந்த ஆபத்துமில்லை என்ற தகவலையும் மக்களிடம் கொண்டு சேர்த்தது.

தேடுதல் வேட்டையில் ஈடுபட்டிருந்த அதிரடிப்படையோ, டி.எஸ்.பி.சிதம்பரநாதன் இறந்தாலும் பரவாயில்லை, வீரப்பனை பிடித்துவிடவேண்டும் என்ற நோக்கத்தில் காட்டுக்குள் செயல்பட்டது. இதை அறிந்த டி.எஸ்.பி., வீரப்பன் அருகில் இல்லாத சமயத்தில் சாமர்த்தியமாக தப்பியதுடன், வீரப்பனின் கூட்டாளிகளான அய்யன்துரை, ரங்கசாமி ஆகியோரையும் கூட்டி வந்து சரணடையச் செய்தார்.

ஆனால் தமிழக அதிரடிப்படையின் தலைவர் தேவாரமோ நாங்கள்தான் டி.எஸ்.பி.யை காப்பாற்றினோம் என்றார். கர்நாடக அதிரடிப்படை தலைவர் சங்கர்பிதாரி தன் பங்கிற்கு, நாங்கள்தான் டி.எஸ்.பி.யை காப்பாற்றினோம் என்றார்.

உண்மையில் யார் காப்பாற்றியது என்பதை அறிய, நக்கீரன் நிருபர்கள் டி.எஸ்.பி.யையும் அவரது குடும்பத்தினரையும் சந்தித்தனர். அப்போது, "யாரும் எங்களை காப்பாற்றவில்லை; நாங்களாகத்தான் தப்பி வந்தோம்" என்ற உண்மையை சொன்னார். வீரப்பன் விவகாரத்தில் காவல்துறை திரும்பத்திரும்ப பொய் சொல்லி வந்தது என்பதற்கு இது ஒரு உதாரணம்.

இந்நிலையில் போலீஸ் கஸ்டடியில் இருந்த அர்ஜுனன், அய்யன்துரை, ரங்கசாமி ஆகிய மூவரும் தற்கொலை செய்துகொண்டதாக கர்நாடக அரசு தெரிவித்தது. இதனால் கோபமடைந்த வீரப்பன், 95-ம் ஆண்டு நவம்பர் 1-ந் தேதியன்று அந்தியூர் சரகத்தை சேர்ந்த வன ஊழியர்கள் மூவரை கடத்தினான். அவர்களை விடுவிக்கவேண்டுமென்றால் 3 கோடி ரூபாய் தரவேண்டும் என தெரிவித்தான்.

நக்கீரன் கோபால்

அவரது பேட்டியும் வெளியிடப்பட்டது. அதே சமயத்தில், வீரப்பன் தலைக்கு அரசு 40 லட்சம் விலை நிர்ணயித்தது. அவன் கூட்டாளிகளுக்கு 20 லட்சம் என நிர்ணயிக்கப்பட்டது. இரு மாநில அதிரடிப்படையினரும் தேடுதல் வேட்டையில் தீவிரமாக செயல்பட்டனர். எல்லைப் பாதுகாப்புப்படையும் வீரப்பனைப் பிடிப்பதற்காக தேடுதல் வேட்டையில் இறங்கியது.

இந்த வேட்டையில் வீரப்பன் பிடிபடவில்லை. ஆனால், ஆறாயிரம் சதுர கிலோமீட்டர் பரப்பளவு காட்டுப்பகுதியில் உள்ள 170 கிராமங்களைச் சேர்ந்த ஆறு லட்சம் மக்கள் பெரும் துன்பத்துக்கு உள்ளாகினர். தேடுதல் வேட்டை என்னும் பெயரில் ஆறு லட்சம் மக்கள் மீது காட்டுத் தர்பார் நடத்தப்பட்டது.

பெண்கள் கற்பழிக்கப்படுவதும், அவர்களின் பிறப்புறுப்பில் கரண்ட் ஷாக் கொடுத்து சித்ரவதை செய்வதும், ஆண்களை விசாரணை என்ற பெயரில் இழுத்துச்சென்று தடா கைதிகளாக சிறையில் அடைப்பதும், தொடர்ச்சியாக நடந்துவந்தது. வீரப்பனின் மனைவி முத்துலட்சுமி, பண்ணாரி ஆதிரடிப்படை முகாமில் சிறைவைக்கப்பட்டு சித்ரவதைக்கு உள்ளானார்.

மலைவாழ் மக்கள் இரு வகையில் பாதிப்புக்குள்ளாகினார்கள். வீரப்பனைப் பற்றிய தகவல் தராவிட்டால் அதிரடிப்படையினர் சித்ரவதை செய்தார்கள். ஏதாவது தகவல் கொடுத்தாலோ, துரோகிகள் என்று சொல்லி வீரப்பன் அவர்களைச் சுட்டுக்கொன்றார் .

அதிரடிப்படையின் தேடுதல் வேட்டையில் மலைக்கிராம மக்கள் படும் அவதிகள் பற்றி நக்கீரன் சார்பில் புது டில்லி மனித உரிமைக் கமிஷனிடம் மனு கொடுக்கப்பட்டது குறிப்பிடத்தக்கது. முப்பத்தியேழு மலைக்கிராமக் குடும்பங்கள் நக்கீரனுக்கு அனுப்பிய மனு மனித உரிமைக் கமிஷனிடம் கொடுக்கப்பட்டது.

அதிரடிப்படையினருக்கு பதிலடி கொடுக்க வேண்டும் என்பதற்காக, 94-ம் ஆண்டு டிசம்பர் மூன்றாம் தேதி, டி.எஸ்.பி. சிதம்பரநாதன் உள்ளிட்ட மூன்று பேரை வீரப்பன் கடத்தினார். அப்போது கோவை மாவட்ட கலெக்டர் சங்கர், வீரப்பனுக்கு தகவல் கொடுக்கும் பொறுப்பை ஏற்றிருந்தார். வீரப்பனின் தூதராக பேபி வீரப்பன் முதலில் வந்துசென்ற பிறகு, வீரப்பன் தம்பி அர்ஜூனன் தூதராக வந்தார். அவரை தமிழக போலீசார் தங்கள் கஸ்டடியில் எடுத்துக்கொண்டனர். சுமார் 25,000 போலீசார் அதிரடியாகக் காட்டுக்குள் புகுந்து தேடுதல் வேட்டை நடத்தினர். இந்த கடுமையான சூழலிலும் நக்கீரன் டீம் காட்டுக்குள் புகுந்து வீரப்பனைச் சந்தித்ததுடன், கடத்தப்பட்ட

வீரப்பன் சரண்டர் கலைஞர் அக்கறை
கேசட் பரிவர்த்தனை

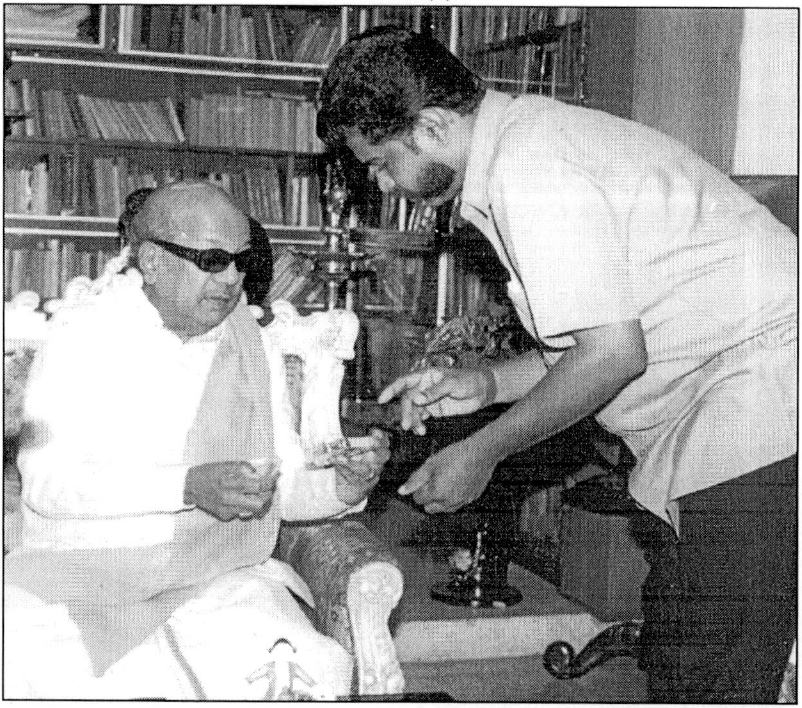

மூவரின் உயிருக்கு எந்த ஆபத்துமில்லை என்ற தகவலையும் மக்களிடம் கொண்டு சேர்த்தது.

தேடுதல் வேட்டையில் ஈடுபட்டிருந்த அதிரடிப்படையோ, 'டி.எஸ்.பி. சிதம்பரநாதன் இறந்தாலும் பரவாயில்லை, வீரப்பனைப் பிடித்துவிட வேண்டும்' என்ற நோக்கத்தில் செயல்பட்டது. இதை அறிந்த டி.எஸ்.பி., வீரப்பன் அருகில் இல்லாத சமயத்தில் சாமர்த்தியமாகத் தப்பியதுடன், வீரப்பனின் கூட்டாளிகளான அய்யன்துரை, ரங்கசாமி ஆகியோரையும் கூட்டி வந்து சரணடையச் செய்தார்.

ஆனால், தமிழக அதிரடிப்படையின் தலைவர் தேவாரமோ, 'நாங்கள்தான் டி.எஸ்.பி.யைக் காப்பாற்றினோம்' என்றார். கர்நாடக அதிரடிப்படைத் தலைவர் சங்கர்பிதாரி, தன் பங்கிற்கு, 'நாங்கள்தான் டி.எஸ்.பி.யைக் காப்பாற்றினோம்' என்றார்.

'உண்மையில் யார் காப்பாற்றியது?' என்பதை அறிய நக்கீரன் நிருபர்கள் டி.எஸ்.பி.யையும் அவரது குடும்பத்தினரையும் சந்தித்தனர். அப்போது, 'யாரும் எங்களைக் காப்பாற்றவில்லை; நாங்களாகத்தான் தப்பி வந்தோம்' என்ற உண்மையைச்

சொன்னார். வீரப்பன் விவகாரத்தில் காவல்துறை திரும்பத் திரும்ப பொய்சொல்லி வந்தது என்பதற்கு இது ஒரு உதாரணம்.

இந்நிலையில் போலீஸ் கஸ்டடியில் இருந்த அர்ஜூனன், அய்யன் துரை, ரங்கசாமி மூவரும் தற்கொலை செய்து கொண்டதாக கர்நாடக அரசு தெரிவித்தது. இதனால் கோபமடைந்த வீரப்பன், 95-ம் ஆண்டு நவம்பர் 1-ம் தேதியன்று அந்தியூர் சரகத்தைச் சேர்ந்த வன ஊழியர்கள் மூவரைக் கடத்திய தோடு இல்லாமல், 'அவர்களை விடுவிக்க வேண்டு மென்றால் மூன்று கோடி ரூபாய் தரவேண்டும்' எனத் தெரிவித் தார்.

வன ஊழியர்களை மீட்பதற்கான முயற்சிகளை ஈரோடு கலெக்டர் மேற்கொண்டார். வீரப்பன் கேட்ட தொகையில் ஓரளவு கொடுத்து மீட்பதற்காக தூதர் ஒருவரை அரசு அனுப்பியது. வீரப்பன் எந்தெந்த அடையாளங்களோடு தூதர் வர வேண்டுமென்று தெரிவித்திருந்தாரோ, அதேபோல் அனுப்பி வைக்கப்பட்டதை அனைத்து பத்திரிகைகளும் படத்துடன் வெளியிட்டன. பணம் கைமாறியது குறித்து எல்லாப் பத்திரிகைகளிலும் செய்தி வெளியிடப்பட்டது.

அதிரடிப்படையும் தேடுதல் வேட்டையில் இறங்கியது. இதை அறிந்த வீரப்பன், கடத்தப்பட்ட மூவரையும் ரோட்டோரமாகக் கொண்டு வந்து விட்டு, 'ஓடிப்போய் விடுங்கள்' என அனுப்பினான். ஆனால், கர்நாடக அதிரடிப்படைத் தலைவர் சங்கர்பிதாரியோ, We rescue the three persons என பேட்டியளித்து அந்த மூவரையும் தன் அருகில் நிற்கவைத்து படமெடுத்துக் கொண்டார். வீரப்பன் விவகாரத்தில் தொடர்ந்து பொய் மட்டுமே வெளியிடப்பட்டு வந்தது என்பதற்கு இதுவும் சான்று.

உண்மைகள் மறைக்கப்பட்டதால், அரசு தரப்பிலும் சரி, வீரப்பன் தரப்பிலும் சரி, என்ன நடக்கிறதென்பது வெளி யுலகிற்குத் தெரியவில்லை. வீரப்பன் விவகாரம் நீடித்துக் கொண்டே இருப்பதால் மலை மக்களுக்கு எப்போது விமோசனம் கிடைக்கும் என்பது கேள்விக்குறியாகிவிட்டது. வீரப்பன் விவகாரத்துக்கு முற்றுப்புள்ளி வைக்கப்பட்டால் ஆறு லட்சம் மலைவாழ் மக்களின் வாழ்வில் நிம்மதி பிறக்கும் என்பதால் நக்கீரன் இவ்விசயத்தில் தொடர்ந்து அக்கறை செலுத்தி வந்தது.

காவல்துறையினர் பல விசயங்களை மறைத்தும் திரித்தும் வெளியிடுகிற நிலையில் வீரப்பன் நிலை என்ன என்பதை அறிய நக்கீரன் நிருபர்கள் மீண்டும் அவனைச் சந்தித்து 96-ஆம் வருடம் மார்ச் 14-ஆம் தேதி முதல் 21-ஆம் தேதிவரை வீடியோ பேட்டி

எடுத்தனர். தான் செய்த கொலைகள் எத்தனை, ஏன் அவற்றை செய்தேன், சந்தனக் கடத்தல்காரனாக மாறியதன் பின்னணி என்ன! போன்ற விபரங்களை வீரப்பன் அந்த வீடியோ பேட்டியில் தெரிவித்திருந்தார். நக்கீரன் அதனை தனியார் தொலைக்காட்சி மூலம் ஒளிபரப்பி, மக்களிடம் சென்றடையச் செய்தோம். அந்த பேட்டியில் தான் சரணடையத் தயாராக இருப்பதாகவும் வீரப்பன் கோடிட்டுக் காட்டி இருந்தார்.

தமிழகத்தில் ஆட்சி மாற்றம் ஏற்பட்டிருந்த சூழ்நிலையில் 96-ம் வருடம் ஜூலை மாதத்தில் ஒரு பத்திரிகை ஆசிரியர் என்ற முறையில் நான் வீரப்பனை சந்தித்து அவரது சரணடைதல் குறித்துப் பேசினேன். அப்போது பத்து நிபந்தனைகளை தெரிவித்த வீரப்பன், ‘இவற்றை அரசாங்கம் நிறைவேற்றிக் கொடுத்தால் சரணடையத் தயார்’ என்றார். நான் வீரப்பனிடம், ‘சரண் குறித்து இரண்டு மாநில முதல்வர்களிடம் பேசுகிறோம். ஆனால், இது பற்றி அவர்கள் முடிவு தெரிவிக்கும் வரையில் போலீசாரையோ, பொதுமக்களையோ, இன்ஃபார்மர்களையோ, யானைகளையோ கொல்லக் கூடாது; ஆயுதம் ஏந்தக் கூடாது. இதற்கு ஒப்புக் கொண்டு நீங்கள் உறுதிமொழி தர வேண்டும்’ என்றேன். அதன்படியே -வீரப்பனும் உறுதிமொழி தந்தார்.

அடுத்த ஒன்றரை வருடங்களாக அவர் ஆயுதம் ஏந்தி போராடவில்லை என்பதும் யாரையும் கொலை செய்யவில்லை என்பதும் குறிப்பிடத்தக்கது. இதற்காக நாம் அவரை புத்தன் என்று சொல்லவில்லை. மிகக் கொடூரமானவரின் தொடர் நடவடிக்கைகளை ஒரு பத்திரிகையாளன் என்ற முறையில் நிறுத்தி வைத்திருப்பதையே குறிப்பிடுகிறோம்.

சரணடைவதற்காக வீரப்பன் தெரிவித்த நிபந்தனைகள் அடங்கிய வீடியோ கேசட்டை இரு மாநில முதல்வர்களிடமும் ஒப்டைத்தோம். இதுபற்றி இரு மாநில அரசுகளும் ஆறு முறை பேச்சு வார்த்தைகள் நடத்தினார்கள். அதே வேளையில் கர்நாடக அதிரடிப்படையின் தேடுதல் வேட்டையும் நடந்தது. அந்த சமயத்தில் வீரப்பன் நமக்கு ஒரு ஆடியோ கேசட் அனுப்பி இருந்தார். அதில், தன்னுடைய கோரிக்கை என்னவாயிற்று என்று கேட்டிருந்தார். அதைத் தொடர்ந்து மறுபடியும் நான் காட்டுக்குச் சென்று 97 பிப்ரவரி 24, 25, 26 தேதிகளில் அவரைச் சந்தித்து, இரு அரசுகளும் மேற்கொண்டுவரும் முயற்சிகள் பற்றி தெரிவித்ததுடன், எக்காரணம் கொண்டும் ஆயுதம் ஏந்தக் கூடாது என்பதை மீண்டும் வலியுறுத்திக் கூறி வீரப்பன் ஆயுதம் ஏந்தாதபடி செய்தேன். வீரப்பனின் நடவடிக்கைகளைக்

கட்டுப்படுத்துவதன் மூலம் இப்பிரச்னையில் அமைதி ஏற்பட்டு மலைவாழ் மக்களுக்கு நிஜமான சுதந்திரம் கிடைக்கும் என்பதே நமது நோக்கம்.

இந்நிலையில் 97-ம் ஆண்டு ஜூன் 11-ம் தேதியன்று, கர்நாடக வனத்துறை ஊழியர்கள் ஒன்பது பேரை வீரப்பன் கடத்தினார். அப்போது தமிழகம், கர்நாடகம் ஆகிய இரு மாநில அரசுகளும் என்னை அரசுத் தூதராக அங்கீகரித்து வீரப்பனிடம் இருந்து ஒன்பது பேரை மீட்கும் பொறுப்பை ஒப்படைத்து காட்டுக்கு அனுப்பி வைத்தன. மனிதாபிமான அடிப்படையில் நான் இந்தப் பொறுப்பை ஏற்றுச் செயல்பட்டேன். அப்போது எனது வேண்டுகோளை ஏற்று, காட்டுப்பகுதியில் முகாமிட்டிருந்த போலீஸ் படை வாபஸ் பெறப்பட்டது.

அரசுத் தூதராக முதன்முறை 97, ஜூலை 2?, 21 தேதிகளில் வீரப்பனைச் சந்தித்து அவருடைய கோரிக்கைகளைப் பெற்று வந்து அரசாங்கத்திடம் ஒப்படைத்தபோது இரு மாநில அரசுகளும் பாராட்டுகளை தெரிவித்தன. இரண்டாம் முறையாக ஆகஸ்டு 3. 4 தேதிகளில் பயணம் செய்தபோது அரசாங்கம் ஐந்து சலுகைகளைக் கொடுத்து, அதனை வீரப்பனிடம் தெரிவிக்கச் சொன்னது. அப்போது கடும்மழைக்கு நடுவில் சுமார் நாற்பது கிலோமீட்டர் பயணம் செய்து வீரப்பனைச் சந்தித்து அரசின் சலுகைகளை தெரிவித்ததுடன், ஒன்பது பணயக் கைதிகளில் ஒருவரான ராஜூ என்பவரை மீட்டு வந்து தமிழக முதல்வரிடம் ஒப்படைத்தேன். இதற்காக தமிழகம், கர்நாடகம் ஆகிய இரு மாநில முதல்வர்களும் என்னை அழைத்துப் பாராட்டினார் கள்.

அதனைத் தொடர்ந்து மூன்றாவது முறை அரசுத் தூதராக ஒன்பது நிபந்தனைகளை இரு மாநில அரசுகளும் எழுத்துப் பூர்வமாக என்னிடம் கொடுத்தன. அவற்றுடன் நான் 97, ஆகஸ்ட் 24-ம் தேதியன்று காட்டுக்குச் சென்று வீரப்பனைச் சந்தித்து நாற்பது மணி நேரம் அவருடன் இடைவிடாது பேசி, மீதமிருந்த எட்டு பணயக் கைதிகளையும் பத்திரமாக மீட்டு வந்தேன். இதற்காக இரு மாநில அரசுகளும் எனக்கு நன்றி கூறி, பாராட்டும் தெரிவித்தன. தமிழக முதல்வரும், கர்நாடக முதல்வரும் எழுத்துப்பூர்வமாக வாழ்த்துக்களைத் தெரி வித்தனர்.

அக்டோபர் 9-ம் தேதியன்று பந்திப்பூர் வனப்பகுதியிலிருந்து ஆறு பேரை வீரப்பன் கடத்தினார். அந்த செய்தி எனக்கு இடியாக

இருந்தது. 'இம்முறையும் நானே வந்து பேசவேண்டும்' என கர்நாடக முதல்வருக்கு கொடுத்தனுப்பிய ஆடியோ கேஸட் டில் தெரிவித்திருந்தார். ஆனால், நான் அவரைச் சந்திக்கச் செல்லவில்லை. காரணம், வீரப்பன் தொடர்ந்து ஆட்கடத்தலில் ஈடுபடுவது நமக்கு வருத்தத்தை அளித்தது. அத்தகைய செயலில் நமக்கு சிறிதும் உடன்பாடில்லாத நிலையில், மீண்டும் காட்டுக்குச் செல்வதை நாம் விரும்பவில்லை. அத்துடன், இன்னொரு முக்கியக் காரணமும் இருந்தது. கர்நாடக அதிரடிப்படையினரைப் பொறுத்தவரை ஆறுபேரின் உயிரைப் பற்றி கவலைப்படவில்லை. 'நான் காட்டுக்குச் சென்றால் அதைப் பின்தொடர்ந்து வீரப்பனை முற்றுகையிட்டுத் தாக்கி அழிக்க'த் திட்டமிட்டிருந்தனர். இதில் அந்த ஆறுபேரின் உயிர் பறிபோனாலும் பரவாயில்லை என்பதே கர்நாடக அதிரடிப்படையின் முடிவாக இருந்தது. இதற்காக, ராணுவம் மற்றும் செயற்கைக் கோள்களின் உதவியை கர்நாடக உள்துறை நாடியிருப்பது பற்றி எனக்கு அத்துறையில் இருந்தே தகவல் வந்தது.

இத்தகவலை உறுதி செய்யும் விதத்தில் நவம்பர் 5, 1997 தேதியிட்ட 'இந்தியா டுடே' இதழில் பின்வருமாறு செய்தி வெளியிடப்பட்டுள்ளது. இந்த முறை இரண்டில் ஒன்று பார்த்து விடுவோம். 'மத்திய அரசின் உதவியையும் கேட்டிருக்கிறோம். ராணுவமும் உஷார் படுத்தப்பட்டிருக்கிறது' என்று கர்நாடக உள்துறை அமைச்சர் ரோஷன்பெய்க் 'இந்தியா டுடே'விடம் கூறினார். வீரப்பன் இருக்குமிடத்தைக் கண்டுபிடிக்க செயற்கைக்கோள் உதவியை நாடுவது பற்றி இந்திய விண்வெளி ஆராய்ச்சி அமைப்பின் தலைவர் கே.கஸ்தூரிரங்கனுடன் ரோஷன்பெய்க் பேசியிருக்கிறார் என 'இந்தியா டுடே' இதழில் தெரிவிக்கப்பட்டுள்ளது.

வீரப்பனை சரணடைய வைப்பது தொடர்பாக இரு மாநில அரசுகளும் ஆலோசனை நடத்தின. இந்த சந்தர்ப்பத்தில் நவம்பர் 1-ம் தேதியன்று வீரப்பனிடமிருந்து ஒரு ஆடியோ கேஸட் எனக்கு வந்தது. அதனை தமிழக முதல்வரிடம் ஒப்படைத்தேன். இரண்டு ஆண்டுகள் மட்டுமே நான் சிறையில் இருப்பேன். அதற்கு இரு மாநில முதல்வர்களும் கையெழுத்திட்டு உறுதியளிக்க வேண்டும் என வீரப்பனால் தெரிவிக்கப்பட்டிருந்தது.

அந்த ஆடியோ கேஸட்டை கேட்ட அன்றைய முதல்வர் கலைஞர், நிருபர்களிடம் கூறியதாவது: நக்கீரன் கோபால் மூலம் கேஸட் கொடுத்து என்னிடம் தர வீரப்பன் அனுப்பியுள்ளார்.

அதை இப்போது போட்டுக் கேட்டேன். சில நிபந்தனைகளைக் கூறியிருக்கிறார். அது திருப்திகரமாக இல்லை. ஏற்கெனவே நானும் கர்நாடக முதல்வர் படேலும் அறிவித்துள்ளதற்கிணங்க வீரப்பன் சரணடைவதற்கான நாளும், நேரமும், இடமும் குறிப்பிடுவதுதான் வரவேற்கத்தக்கதாக இருக்கும். அடுத்த நடவடிக்கை குறித்து நானும், படேலும் பேசி ஒரு முடிவுக்கு வருவோம் என முதல்வர் தெரிவித்தார்.

இந்நிலையில் நவம்பர் பதினைந்தாம் தேதியன்று வீரப்பனிடமிருந்து மற்றொரு ஆடியோ கேஸட் எனக்கு வந்தது. இரண்டு நிமிடம் மட்டுமே வீரப்பன் பேசியிருந்த அந்த கேஸட்டை தமிழக முதல்வரிடம் ஒப்படைத்தேன்.

கேஸட்டின் முழு விபரம் வருமாறு:

“நக்கீரன் ஆசிரியர் கோபால் அவர்களுக்கு! சந்தனக் கடத்தல் வீரப்பன் பேசுகிறேன்!

உங்களுக்கும், தமிழக முதல்வர் கலைஞர் ஐயா அவர்களுக்கும் வெள்ளிக்கிழமை ஒரு கேஸட் கொடுத்து அனுப்பியிருந்தேன். அதைப்பற்றி ரேடியோ நியூஸில் நீங்கள் சொல்லவே இல்லை. அந்த கேஸட் உங்களுக்கு கிடைத்ததா இல்லையா? என்று எனக்குத் தெரியவில்லை.

வீரப்பன் சரண்டர் ஆக வேண்டும். சரண்டர் ஆகிறதா இருந்தால் நேரடியாகச் சென்று வீரப்பனிடம் பேச்சுவார்த்தை நடத்த தயாராக இருக்கிறேன் என்று நீங்கள் எனக்கு கடிதம் எழுதியிருப்பதாக ரேடியோ நியூஸில் சொன்னாங்க. அதை நான் கேட்டேன். நீங்கள் வாருங்கள்.

நான் சரண்டர் ஆக வேண்டும் என்றால்...சில விசயங்கள் இருக்கிறது. அதைப்பற்றி நாம் பேசுவோம்.

நான் சரண்டர் ஆக வேண்டுமென்றால் கலைஞர் ஐயாவும், கர்நாடக முதல்வரும் கையெழுத்துப் போட்டுத்தர வேண்டும் என்று கேட்டேன். சட்டத்தில் இடமில்லை என்று சொல்லி விட்டார்கள்.

வேறு சில உதவிகளை, சலுகைகளை அவர்களிடம் நான் கேட்க வேண்டும். அதற்காக நீங்கள் நேரடியாக வரவேண்டும். கலைஞர் ஐயாவிடம் இந்த கேஸட்டைக் காட்டுங்கள். டி.வி.கேமிராவை எடுத்துக்கொண்டு அர்ஜெண்டாக நீங்கள் இங்கே வர வேண்டும். பேசி ஒரு முடிவுக்கு வந்து கலைஞரிடம் நீங்கள் கலந்துபேசி, அப்புறம் எந்தவிதமான சரண்டர் ஆகவேண்டுமோ அப்படி வைத்துக் கொள்ளலாம். இதைப் பார்த்ததும் புறப்பட்டு வாருங்கள்.

நீங்கள் புறப்பட்டு வருவதென்றால், இந்த தேதியில் மீண்டும் வீரப்பனிடம் பேச்சு வார்த்தைக்குப் போகிறேன் என்று ரேடியோ நியூஸில் அறிவிப்பு செய்யுங்கள். மற்றவை நேரில். நன்றி வணக்கம்.”

ஆடியோ கேஸட்டைக் கேட்டபிறகு முதல்வர் கருணாநிதி ஒரு அறிக்கை வெளியிட்டார்.

அதில்... சந்தனக்கடத்தல் வீரப்பனிடமிருந்து நக்கீரன் கோபாலுக்கு சனிக்கிழமை, வீரப்பனின் பேச்சு பதிவு செய்யப்பட்ட கேஸட் அனுப்பி வைக்கப்பட்டுள்ளது. அதை கோபால் என்னிடம் தந்துள்ளார். இரண்டு நிமிடங்கள் மட்டுமே வீரப்பன் பேசியுள்ள அந்த கேஸட்டில் அவர் சரணடையத் தயாராக இருப்பதாகவும், ஏற்கெனவே கூறிய நிபந்தனைப்படி தமிழக, கர்நாடக முதல்வர்கள் கையெழுத்துப் போட்டுத்தர வேண்டியதில்லை என்றும், இதுகுறித்து நேரில் பேச நக்கீரன் கோபால் காட்டுக்கு வரவேண்டும் என்றும் கூறியுள்ளார். இப்போதுள்ள சூழ்நிலையில் வீரப்பன் தானே முன்வந்து சரணடைவது குறித்தும், நிபந்தனைகளில் ஒன்றைத் தளர்த்தி இருப்பது குறித்தும், இரு மாநில அரசுகளும் மகிழ்ச்சியுடன் வரவேற்கின்றன. இருப்பினும் சரணடையும் இடத்தையும், தேதியையும் குறிப்பிட்டு வீரப்பனே செய்தி அனுப்பி வைப்பாரே யானால் அத்தேதியில் போலீசார் அவருக்கு எந்த இடையூறும் அளிக்காமல் அவரை அழைத்துக்கொண்டு வர ஏற்பாடு செய்யப்படும். ஏற்கெனவே இரு அரசுகளின் சார்பில் வழங்கப் பட்டுள்ள உத்தரவாத உறுதிமொழிகளின்படி அனைத்தும் நடப்பதற்கு ஆவன செய்யப்படும் என்பதை கர்நாடக முதல்வர் பட்டேலை கலந்துகொண்டு அறிவிக்கிறேன் என்று முதல்வர் தெரிவித்திருந்தார்.

வீரப்பன் சரணடைவதன் மூலம் ஆறாயிரம் சதுர கி.மீ. காட்டுப் பகுதியில் வசிக்கும் ஆறு லட்சம் மக்களும், தடா கைதியாக சிறையில் வாடுபவர்களும், உண்மையான சுதந்திரத்தைப்

பெறுவார்கள் என்பதால்தான் நக்கீரன் இந்த விவகாரத்தில் ஆர்வம் செலுத்தியது.

இதனிடையே, கடந்த 18.11.97 தேதியில், தமிழக முதல்வர் ஜெய்ன் கமிஷன் அறிக்கை வெளியானது தொடர்பாக டெல்லியில் முகாமிட்டிருந்த நேரத்தில், வீரப்பன் ஒரு ஆடியோ கேஸட் மூலம் செய்தி அனுப்பி உடனடியாக தன்னை வந்து சந்திக்குமாறு அந்த கேஸட்டில் தெரிவித்திருந்தார். தமிழக கர்நாடக அதிரடிப்படையினர் காட்டுப் பகுதிக்குள் முடுக்கிவிடப்பட்ட நிலையில், காட்டுக்கு வருமாறு வீரப்பன் விடுத்த அழைப்பை, சரணாகதி அடைய வீரப்பன் தயாராகி விட்டார் என்றே கருதினேன். தனது சரணடைதல் பற்றி வெளிப் படையாகத் தெரிவிப்பதற்காகவே வீரப்பன் அழைத்துள்ளார் என்று நினைத்தேன். அவரைச் சரணடையச் சொல்லி வற்புறுத்துவதற்கு ஒரு வாய்ப்பு கிடைத்திருக்கிறது என்றும் கருதினேன். அதனால் காட்டுக்குள் சென்று வீரப்பனை சந்தித்தேன். நான் நினைத்தது போலவே அவர் சரணடையத் தயாராக இருப்பதையும் கண்டேன் .

வீரப்பனின் பழைய கருப்பு வெள்ளை படத்தை மட்டுமே வைத்திருந்த காவல்துறை இன்று வீரப்பனைப் பற்றி சில தகவல்களைத் தெரிவிக்கிறது என்றால் அவை அனைத்தும் நக்கீரன் டீம் மேற்கொண்ட பயணங்களின் மூலம் வெளியிடப் பட்ட தகவல்கள்தான். ஒளிவுமறைவின்றி நாம் எல்லாவற்றையும் நக்கீரனில் வெளியிட்டிருக்கிறோம். அது மட்டுமின்றி, வீரப்பன் விவகாரம் குறித்த செய்திகளை, வெளிப்படையாக நாங்கள் தந்ததன் காரணமாக அச்செய்திகள் மாநில மற்றும் தேசியப் பத்திரிகைகளில் மட்டுமல்லாது சர்வதேச பத்திரிகைகளிலும் வெளியாகின. வீடியோ பேட்டிகளை டி.வி.மூலம் ஒளிபரப்பி இருக்கிறோம். காவல்துறையும் அதிரடிப்படையும் இன்று பயன்படுத்தும் வீரப்பனின் போட்டோக்கள்கூட நக்கீரனால் எடுக்கப்பட்டவையே என்பது குறிப்பிடத்தக்கது.

செய்தி மட்டுமல்ல நடிப்பு வித்தையும்தான்!

(செயலாற்ற இயலாதவர்களின் சரியான காமெடி இது.)

நாள். 7.1.97.

'போலீஸ் நிலையம் சென்றால் நியாயம் கிடைக்கும் என்ற நம்பிக்கையை ஏற்படுத்துங்கள்' -போலீஸ் அதிகாரிகள் மாநாட்டில் ஜே.எச்.பட்டேல் பேச்சு.

பெங்களூர், ஜன. 7

'போலீஸ் நிலையம் சென்றால் நியாயம் கிடைக்கும் என்ற நம்பிக்கையை மக்களிடையே ஏற்படுத்த வேண்டும்' என்று கர்நாடக முதல்மந்திரி ஜே.எச்.பட்டேல் கூறினார்.

போலீஸ் அதிகாரிகள் மாநாடு

பெங்களூர் நிருபதுங்கா ரோட்டில் உள்ள போலீஸ் டைரக்டர் ஜெனரல் அலுவலகத்தில் உயர் போலீஸ் அதிகாரிகள் மாநாடு 3 நாட்கள் நடைபெறுகிறது. தொடக்கவிழா நேற்று நடந்தது. கர்நாடக முதல்மந்திரி ஜே.எச்.பட்டேல் மாநாட்டை தொடங்கி வைத்துப் பேசினார். அவர் கூறியதாவது;

நியாயம் கிடைக்கும்

"குற்றவாளிகளுக்கு கடுமையான தண்டனை கொடுக்க சட்டத்தை திருத்த வேண்டும் என்றால் அதற்கு அரசாங்கம் தயாராக இருக்கிறது. போலீஸ் நிலையம் சென்றால் நியாயமும், கவுரவமும் கிடைக்கும் என்ற நம்பிக்கை மனதில் ஏற்பட

போலீஸ் அதிகாரிகள் மாநாட்டில் முதல்-மந்திரி ஜே.எச். பட்டேல கலந்து கொண்டபோது எடுத்த படம். அருகில் போலீஸ் டைரக்டர் ஜெனரல் துரை, போலீஸ் மந்திரி ரோஷன்பெய்க் உள்ளனர்.

போலீஸ் நிலையம் சென்றால்

நியாயம் கிடைக்கும் என்ற நம்பிக்கையை ஏற்படுத்துங்கள்

போலீஸ் அதிகாரிகள் மாநாட்டில் ஜே.எச். பட்டேல் பேச்சு

பெங்களூர், ஜன. 7-

"போலீஸ் நிலையம் சென்றால் நியாயம் கிடைக்கும் என்ற நம்பிக்கையை மக்களிடையே ஏற்படுத்த வேண்டும்" என்று கர்நாடக முதல்-மந்திரி ஜே.எச்.

பெறுகிறது. தொடக்க விழா நேற்று நடந்தது.

கர்நாடக முதல்-மந்திரி ஜே.எச். பட்டேல் மாநாட்டை தொடங்கி வைத்து பேசினார். அவர் கூறியதாவது:-

நியாயம் கிடைக்கும்

அளவில் போலீசார் செயல்பட வேண்டும்.

முக்கியமான இலாகா

போலீஸ் இலாகா மற்ற எல்லா இலாகாவை விட மிகவும் முக்கியம் வாய்ந்தது. எல்லா இலாகாவுடனும் போலீஸ்

வேண்டும்.

வீரப்பன்

வீரப்பன் இந்த நிலைக்கு வளர காரணமே போலீஸ்காரர்கள் தான். ஆனாலும் வீரப்பனை பிடிப்பதில் தைரியமாக நீங்கள் உங்கள் பணியை தொடர்ந்து செய்யுங்கள்.

இவ்வாறு ஜே.எச். பட்டேல் கூறினார்.

ஏ.பி.துரை

கர்நாடக போலீஸ் டைரக்டர் ஜெனரல் ஏ.பி.துரை வரவேற்று பேசினார்.

போலீஸ் மந்திரி ரோசன் பெய்க், உள்துறை செயலாளர்

வேண்டும். அந்த அளவில் போலீசார் செயல்பட வேண்டும்.

முக்கியமான இலாகா

போலீஸ் இலாகா மற்ற எல்லா இலாகாவை விட மிகவும் முக்கியத்துவம் வாய்ந்தது. எல்லா இலாகாவுடனும் போலீஸ் தொடர்பு உள்ளது. போலீசார் நியாயமாகவும், நேர்மையாகவும் நடந்துகொள்ள வேண்டும்.

விசாரணை நடத்த வேண்டும்

மக்கள் கொடுக்கும் புகார்களை வாங்கிக் கொண்டால் மட்டும் போதாது. அதன் மீது போலீசார் விசாரணை நடத்த வேண்டும். அதிகாரிகள் நடவடிக்கை எடுக்க வேண்டும். மக்களின்

விசுவாசத்தை, நம்பிக்கையை போலீசார் பெற வேண்டும்.

வீரப்பன்

வீரப்பன் இந்த நிலைக்கு வளர காரணமே போலீஸ்காரர்கள் தான். ஆனாலும் வீரப்பனைப் பிடிப்பதில் தைரியமாக நீங்கள் உங்கள் பணியை தொடர்ந்து செய்யுங்கள்'' இவ்வாறு ஜே.எச்.பட்டேல் கூறினார்.

ஏ.பி.துரை

கர்நாடக போலீஸ் டைரக்டர் ஜெனரல் ஏ.பி.துரை வரவேற்று பேசினார். போலீஸ் மந்திரி ரோஷன் பெய்க், உள்துறைச் செயலாளர் முத்தண்ணா ஆகியோர் விழாவில் கலந்து கொண்டனர். மாநிலம் முழுவதும் உள்ள போலீஸ் சூப்பிரண்டுகள் மற்றும் உயர் போலீஸ் அதிகாரிகள் இந்த மாநாட்டில் கலந்து கொள்கிறார்கள்.

அணிவகுப்பு மரியாதை

மாநாட்டை தொடங்கி வைக்க வந்த முதல் மந்திரி ஜே.எச்.பட்டேலுக்கு போலீஸ் அணிவகுப்பு மரியாதை அளிக்கப்பட்டது.

நக்கீரன் தீவிர விசாரணை!
வெளிவந்தது கொலைப்பட்டியல்!

வீரப்பனையோ, வீரப்பன் கூட்டாளிகளையோ பிடிக்க முடியாமல் திணறும் அதிரடிப் படைபோலீஸ், அரசாங்கம் வாரியிறைக்கும் சலுகைகளைப் பெறவும், அதற்கு போதுமான கணக்குகளை அரசுக்கு காட்டவும், மலைப்பகுதிகளில் வாழும் கிராம மக்களை வீரப்பன் கூட்டாளிகள் என்று நூற்றுக்கணக்கில் கொன்று குவித்துள்ளனர். கொல்லப்பட்டவர்களில் பெரும்பான்மை யினர் வீட்டில் தூங்கிக்கொண்டும், பஸ்ஸில் பயணம் செய்துகொண்டும், நிலத்தில் விவசாயம் செய்து கொண்டும் இருந்தவர்களை தாய், தந்தை, மனைவி, மகன் என பலர் முன்னிலையில் பிடித்து சென்று, வீரப்பனை பிடிக்க சென்றபோது நடந்த துப்பாக்கி சண்டைகளில் இறந்ததாக பொய் தகவல்களை போலீஸார் கூறிவந்தனர்.

இதனை நம் கண்ணெதிரே நடந்த நிகழ்ச்சி என்று யாராவது பத்திரிகைகளுக்கும், பிறருக்கும் தகவல்களை அளித்து விடுவார்கள் என்று கருதும் போலீஸ், கொலை செய்யப்பட்ட நபர்களின் வீடுகளில் உள்ள பெண்கள், ஆண்கள் என பலரை கைது செய்து உண்மை தகவல்கள் வெளிவராமல் இருக்க தடாவில் நான்கு வருடத்துக்கு மேலாகியும் விடுதலை ஆகாதவாறு தடுத்து விடுவார்கள். இதனால் சம்பந்தப்பட்ட வீடுகளில் உள்ள பிள்ளைகள் படிக்க முடியாமலும், வயதுவந்த பெண்கள்

அதிரடிப் போலீஸ் செய்த கொலைப்பட்டியல்

வீரப்பனையோ வீரப்பன் கூட்டாளிகளையோ பிடிக்க முடியாமல் திணரும் அதிரடிப்படை போலீஸ், அரசாங்கம் வாரி இறைக்கும் சலுகைகளை பெறவும், அதற்கு போதுமான கணக்குகளை அரசுக்கு காட்டவும், மலைப்பகுதிகளில் வாழும் கிராம மக்களை வீரப்பன் கூட்டாளிகள் என்று நூற்றுக் கணக்கில் இதுவரை கொன்று குவித்துள்ளனர். கொல்லப்பட்டவர்களில் பெரும்பான்மையினர் வீட்டில் தூங்கி கொண்டும், பஸ்ஸில் பயணம் செய்து கொண்டும் நிலத்தில் விவசாயம் செய்து கொண்டும் இருந்தவர்களை தாய், தந்தை, மனைவி, மகன் என பலர் முன்னிலையில் பிடித்து சென்று, வீரப்பனை பிடிக்க சென்றபோது நடந்த துப்பாக்கி சண்டைகளில் இறந்ததாக பொய் தகவல்களை போலீஸார் கூறி வருகின்றனர்.

இதனை தன் கண்ணெதிரே நடந்த நிகழ்ச்சி என்று, யாராவது வெளியில் பத்திரிகைகளுக்கும், பிறருக்கும் தகவல்களை அளித்து விடுவார்கள் என்று கருதும் போலீஸ், கொலை செய்யப்பட்ட நபர்களின் வீடுகளில் உள்ள பெண்கள், ஆண்கள் என பலரை கைது செய்து உண்மை தகவல்கள் வெளி வராமல் இருக்க தடாவில் நான்கு வருடத்திற்கு மேலாகியும் விடுதலையாகாதவாறு தடுத்து வருகிறது.

இதனால் சம்பந்தப்பட்ட வீடுகளில் உள்ள பிள்ளைகள் படிக்க முடியாமலும், வயது வந்த பெண்கள் திருமணமாகாமலும், வயதானவர்களை கவனிக்க முடியாமலும், இவர்களின் வாழ்வில் இருள் கவ்வியுள்ளது. இது நிரந்தரமாகி விடுமோ என அஞ்சுகின்றனர்.

நாம் மூன்று நாட்கள் மேற்கொண்ட தீவிர விசாரணையில், தடாவில் கைதானவர்கள், போலீஸாரின் துப்பாக்கிகளுக்கு பலியானவர்கள் என ஒரு பகுதி விவரங்களை சேகரித்தோம்.

அவற்றை காணவும்

தமிழ்நாட்டைச் சேர்ந்த தடா கைதிகள்

வ.எண்.	பெயர்	தகப்பனார் கணவர்/பெயர்	ஊர்	அஞ்சல்	வட்டம்	மாவட்டம்
1.	இரா.பழனிசாமி	ரத்தினம்	கோட்டையூர்	காவேரிபுரம்	மேட்டூர்	சேலம்
2.	தங்கவேல்	மாரிமுத்து	செட்டிப்பட்டி	கோவிந்தப்பாடி	"	"
3.	எஸ்.எஸ்.ரங்கசாமி	புத்திரிகவுண்டர்	புதுவேளமங்கலம்	தூர்காடு	"	"
4.	தனபால்	சின்னசாமி	காளையனூர்	கருங்கல்லூர்	"	"
5.	கே.ஜி.ரங்கசாமி செட்டி	கோவிந்தசெட்டி	கருங்கல்லூர்	"	"	"

6.	கே.எஸ்.சேகர்	சோமசுந்தரம்	கொளத்தூர்	கொளத்தூர்	"	"
7.	எம்.கோவிந்தன்	முத்துசாமி கவுண்டர்	செட்டிப்பட்டி	கோவிந்தபாடி	"	"
8.	கே.எஸ்.கிருஷ்ணன்	சென்றயமுதலி	கொளத்தூர்	கொளத்தூர்	"	"
9.	கே.குமார்	கே.எஸ்.கிருஷ்ணன்	"	"	"	"
10.	பெருமாள்(எ)ராஜா	பச்சியண்ணன்	லக்கம்பட்டி	சின்னதண்டா	"	"
11.	மாதேசன்	குருநாதன்	"	"	"	"
12.	மணி	இருசப்பன்	"	"	"	"
13.	குதிரைக்காரசின்னன்	மொட்டையப்ப கவுண்டர்	"	"	"	"
14.	அய்யண்ணன்	சேவி கவுண்டர்	"	"	"	"
15.	கூறுமுத்து	ஆண்டியப்பன்	கருங்கல்லூர்	கருங்கல்லூர்	"	"
16.	அர்சுணன்	ராஜிநாயக்கன்	நாயக்கன் தண்டா	சின்னதண்டா	"	"
17.	கத்தேமணி	துவாரநாயக்கன்	"	"	"	"
18.	திம்மராயன்	கோவிந்தன்	ஏர்கோல்பட்டி	ஏர்கோல்பட்டி	பெண்ணாகரம்	தருமபுரி
19.	வீ.கணேசன்	வீராசாமி	கூர்காம்பட்டி	ஏரியூர்	"	"
20.	ஜி.நடராஜ முதலியார்	குருசாமி முதலியார்	கொளத்தூர்	கொளத்தூர்	மேட்டூர்	சேலம்
21.	சின்னதம்பி	காளியப்பன்	தெருஸ்கனூர்	காவேரிபுரம்	"	"
22.	வெங்கடாசலம்	வையாபுரி	லக்கம்பட்டி	சின்னதண்டா	"	"
23.	பி.பொன்னுசாமி	பழனியப்பன்	அந்தியூர்	அந்தியூர்	பவானி	பெரியார்
24.	முத்தையன்	நல்லதம்பி	காமராஜபேட்டை	தின்னபெல்லூர்	பெண்ணாகரம்	தருமபுரி
25.	பழனிசாமி	பெரியதம்பி கவுண்டர்	வட்டார வளர்ச்சி காலனி	தருமபுரி	தருமபுரி	தருமபுரி
26.	பொம்மையன்	கொலுபொம்மன்	பொஜ்ஜிபட்டி	தாமரைக்கரை	பவானி	பெரியார்
27.	மாதையன்	பசவேகவுடர்	தேவர்மலை	"	"	"
28.	தேவராஜ்	ஐவராய கவுண்டர்	பொஜ்ஜிபட்டி	"	"	"
29.	சின்னப்பி	"	"	"	"	"
30.	கெலத்தி	பந்தைய தம்பிடி	தேவர்மலை	"	"	"
31.	முருகன்	கெலத்தி	"	"	"	"
32.	சையத்செரீப்	அப்துல்லத்தீப்	அந்தியூர்	அந்தியூர்	"	"

33.	டாக்டர் மாதப்பன்	சோலைக்கவுண்டர்	வெங்கடரெட்டியூர்	பி.கே.புதூர்	"	"
34.	அருள்தாஸ்	அந்தோணிமுத்து	சின்னப்பள்ளம்	சின்னப்பள்ளம்	"	"
35.	ஆர்ராபர்ட்	ராயப்பன்	"	"	"	"
36.	பழனிசாமி	கிருஷ்ணரெட்டி	நங்கவள்ளி	நங்கவள்ளி	மேட்டூர்	சேலம்
37.	ஜெயவேல்ரெட்டி	திருவேங்கடசாமி	அந்தியூர்	அந்தியூர்	பவானி	பெரியார்
38.	எஸ்.மணி	செல்லப்ப கவுண்டர்	சின்னசாலட்டி	கல்கடம்பூர்	"	"
39.	மீசைமாதையன்	கொளந்தை	சந்திரியூர்	கருங்கல்லூர்	மேட்டூர்	சேலம்
40.	பொந்தி	தூர நாயக்கன்	பொஜ்ஜிபட்டி	தாமரைக்கரை	பவானி	பெரியார்
41.	வள்ளி	லேட் சம்பு	மேட்டுப்பனையூர்	கருங்கல்லூர்	மேட்டூர்	சேலம்
42.	லட்சுமி	லேட் அய்யன்துரை	ஊஞ்சக்குரை செட்டிப்பட்டி	கோவிந்தபாடி	"	"
43.	செல்வி	லேட் சேகர்	குள்ளனூர்	"	"	"

கர்நாடகத்தை சேர்ந்த தடா கைதிகள்

வ.எண்.	பெயர்	தகப்பனார் கணவர்/பெயர்	ஊர்	அஞ்சல்	வட்டம்	மாவட்டம்
1.	துரைசாமிசெட்டியார்	கந்தசாமிசெட்டியார்	ஊக்கியம்	ஊக்கியம்	கொள்ளேகால்	மைசூர்
2.	ரங்கசாமி ஆச்சாரி	ராமசாமி ஆச்சாரி	கொப்பம்	மின்னியம்	"	"
3.	எம்.ரங்கசாமி	முத்துசெட்டியார்	ஊக்கியம்	ஊக்கியம்	"	"
4.	கே.பொன்னப்பா	காவேரிசெட்டி	கூடலூர்	கூடலூர்	"	"
5.	சீனிவாசன்	ரங்கசாமி	கொப்பம்	மின்னியம்	"	"
6.	முத்து	ரங்கசாமி	கொப்பம்	"	"	"
7.	ஆர்.ஜெகன்னாதன்	ராமசாமிசெட்டியார்	ஊக்கியம்	ஊக்கியம்	"	"
8.	எம்.கோவிந்தசாமி	மாதுசெட்டி	கூடலூர்	கூடலூர்	"	"
9.	முத்து	ஊர்கவுண்டர்மாது	ஜல்லிபாளையம்	ஊக்கியம்	"	"

10.	சின்னதம்பி	சின்னபைய கவுண்டர்	ஜல்லிபாளையம்	"	"	"
11.	அய்யாதுரை	பொன்னுசாமி	கோபிநத்தம்	கோபிநத்தம்	"	"
12.	டிமாது	தில்லை கவுண்டர்	நெல்லூர்	கூடலூர்	"	"
13.	சேட் சுப்பிரமணி	மாரிமுத்து	ஜல்லிபாளையம்	ஊக்கியம்	"	"
14.	கோவிந்தன்	பொன்னுசாமி	கோபிநத்தம்	கோபிநத்தம்	"	"
15.	கணேசன்	குருசாமி	ஜல்லிபாளையம்	ஊக்கியம்	"	"
16.	ஜி.பொன்னுசாமி	குருநாத கவுண்டர்	அஞ்சிபாளையம்	கூடலூர்	"	"
17.	தர்மசெட்டி	ராஜிரெட்டி	உடையார்பாளையம்	உடையார்பாளையம்	"	"
18.	வீரப்பன்	வையாபுரி	அஞ்சிபாளையம்	கூடலூர்	"	"
19.	பொன்னுசாமி	முனிய கவுண்டர்	கோபிநத்தம்	கோபிநத்தம்	"	"
20.	ராமச்சாரி	வீராச்சாரி	சேக்கியம்	"	"	"
21.	சிப்பிரிசின்னபையன்	மிய கவுண்டர்	நெல்லூர்	கூடலூர்	"	"
22.	சக்திவேல்	முனியகவுண்டர்	கோபிநத்தம்	கோபிநத்தம்	"	"
23.	சேகர்	கோவிந்தசாமி	ஜல்லிபாளையம்	ஊக்கியம்	"	"
24.	முனிசாமி	சின்னப்பகவுண்டர்	நெல்லூர்	கூடலூர்	"	"
25.	சிக்குரு ஆசாரி	சுப்பிரமணி	சீரங்கபட்டணம்	"	"	"
26.	பசுவேகவுடா	காளேகவுடா	நெல்லூர்	"	"	"
27.	சின்ன கண்ணு	அய்யம்பெருமாள்	பொன்னாச்சி	கூடலூர்	"	"
28.	சோமன்	சோமஜ்ஜிகவுடா	நெக்குந்தி	மின்னியம்	"	"
29.	காளியப்பன்	குப்புசாமி	நெல்லூர்	கூடலூர்	"	"
30.	அய்யாவு	கோவிந்தபாடியான்	ஜல்லிபாளையம்	ஊக்கியம்	"	"
31.	ராமர்	தாசப்பகவுண்டர்	பெத்தனபாளையம்	ஊக்கியம்	"	"
32.	காமராஜ்	பசுவேகவுடா	நெல்லூர்	கூடலூர்	"	"
33.	சிக்கீரண்ணா	கொண்னே ஈரண்ணா	தொட்டனை	மார்ட்ஷள்ளி	"	"
34.	ஞானபிரகாசம்	ஜோசப்	சந்தனபாளையம்	மார்ட்ள்ளி	"	"
35.	வீரன்	கந்தன்	ஒட்டர்தொட்டி	"	"	"

36.	கொளந்தைராஜ்	தோமைகவுண்டர்	மார்ட்டள்ளி	"	"	"
37.	பிலவேந்திரன்	சந்தியாகு	வடக்காபள்ளம்	கவுதள்ளி	கொள்ளேகால்	மைசூர்
38	மாதையன்	கரிவீரகவுண்டர்	கோபிநத்தம்	கோபிநத்தம்	"	"
39.	வெங்கடாசலம்	அய்யன்துரை	கோபிநத்தம்	கோபிநத்தம்	"	"
40.	முத்து	மாதையன்	ஜல்லிபாளையம்	ஊக்கியம்	"	"
41.	சின்னகவுண்டர்	சின்னப்பகவுண்டர்	நெல்லூர்	கூடலூர்	"	"
42.	கரியே கவுடா	நிமகேகவுடா	கொப்பம்	மின்னியம்	"	"
43.	ஆண்டி	கிரியா	கொப்பம்	மின்னியம்	"	"
44.	குட்டேமாதேவ்	குட்டேகவுடா ஈரண்ணா	தொட்டனை	மார்ட்டள்ளி	"	"
45.	வெங்கட்ராமன்	பொன்னப்பன்	மார்ட்டள்ளி	மார்ட்டள்ளி	"	"
46.	பெரியநாயகம்	மதலைமுத்து	பாரிமேடு	மார்ட்டள்ளி	"	"
47.	மாது	பொன்னுசாமி	கோபிநத்தம்	கோபிநத்தம்	"	"
48.	கிருஷ்ணன்	வெங்கட்செட்டி	நெல்லூர்	கூடலூர்	"	"
49.	முனிசாமி	சின்னப்பன்	கோபிநத்தம்	கோபிநத்தம்	"	"
50.	பிலவேந்திரன்	மோரீஸ்கவுண்டர்	மார்ட்டள்ளி	மார்ட்டள்ளி	"	"
51.	கொள்ந்தைமணி	அருமைநாதன்	மார்ட்டள்ளி	மார்ட்டள்ளி	"	"
52.	லாசர்	ஆரோக்யசாமி	ஜல்லிபாளையம்	ஊக்கியம்	"	"
53.	பரசுநாயக்கன்	மீட்டுநாயக்கன்	ஒடையார்பாளையம்	கொள்ளேகால்	"	"
54.	தாவோஜிநாயக்	மீட்டுநாயக்கன்	ஒடையார்பாளையம்	கொள்ளேகால்	"	"
55.	மீட்டுநாயக்கன்	கமலநாயக்கன்	ஒடையார்பாளையம்	"	"	"
56.	பாப்பா	ஹெக்டே மாதையா	மாதேஸ்வரன்மலை	மாதேஸ்வரன்மலை	"	"
57.	புட்டமாதையா	மாதேகவுடா	"	"	"	"
58.	புட்டையா	புட்டுதம்பிடி	"	"	"	"
59.	அழகன்	பாபண்ணா	"	"	"	"
60.	நாகன்	பாபண்ணா	"	"	"	"
61.	சேவா	முனிசாமி	நெல்லூர்	கூடலூர்	"	"
62.	மெய்க்கா மாதையன்	வையாபுரி	"	"	"	"

63.	மாரியம்மாள்	அருளானந்த்	அள்ளுவாடி	மார்ட்டள்ளி	"	"
64.	கோவிந்தம்மாள்	சின்னுசெட்டி	ஜல்லிபாளையம்	ஊக்கியம்	"	"
65.	கோவிந்தம்மாள்	பொன்னுசாமி	ஒட்டர்செட்டி	மார்ட்டள்ளி	"	"
66.	பழனியம்மாள்	சிப்பிரி சின்னபையன்	நெல்லூர்	கூடலூர்	"	"
67.	பொன்னரசி	லேட்கௌந்தான்	ஆத்தூர்	கோபிநத்தம்	"	"
68.	முனியம்மாள்	லேட்சாராய்பொன்னுசாமி	நெல்லூர்	கூடலூர்	"	"
69.	அம்மாசி	மேய்காரங்கசாமி	நெல்லூர்	கூடலூர்	"	"
70.	நல்லம்மாள்	லேட் துரைசாமி	ஒடக்காபள்ளம்	கௌதள்ளி	"	"
71.	மாரியம்மாள்	குசைமாதையன்	கோபிநத்தம்	கோபிநத்தம்	"	"
72.	பெருமாள்	லேட்ராமர்	நெல்லூர்	கூடலூர்	"	"
73.	பழனியம்மாள்	லேட்மணி	நெல்லூர்	கூடலூர்	"	"
74.	சின்னபொண்ணு	லேட்ஆறுமுகம்	நெல்லூர்	கூடலூர்	"	"
75.	மீனுக்காரகுப்புசாமி	மாதையன்	கோபிநத்தம்	கோபிநத்தம்	"	"
76.	ராவணன்	ராமசாமி	பாலிமேடு	மார்ட்ள்ளி	"	"

விடுகளில் இருந்தவர்களை தூக்கிச்சென்று போலீஸார் சுட்டுக்கொன்றவர்களின் பட்டியல்

வரிசை	பெயர்	தகப்பனார்/கணவர் பெயர்	ஊர்	அஞ்சல்	தாலுக்கா	மாவட்டம்
1.	கங்காதுரை	பெரமாத்தான் (க)	நெல்லூர்	கூடலூர்	கொள்ளேகால்	மைசூர்
2.	தங்கவேல்	மாதையன்	நெல்லூர்	"	"	"
3.	சண்முகம்	அய்யன்துரை	கூடலூர்	"	"	"
4.	கொளந்தை	அய்யம்பெருமாள்	நெல்லூர்	"	"	"
5.	வெங்கடாசலம்	லிங்கண்ணன்	கூடலூர்	"	"	"
6.	குஞ்சப்பன்	அங்கம்மாள் (க)	"	"	"	"

7.	தங்கவேல்	பானுமதி (க)	கூடலூர்	"	"	"
8.	மணி	குப்பு	"	"	"	"
9.	பழனிசாமி	டிமாது	நெல்லூர்	"	"	"
10.	சாராய் பொன்னுசாமி	கொளந்தைகவுண்டர்	அஞ்சிபாளையம்	"	"	"
11.	மதலைமுத்து	பெருமாள்	ஒட்டர்தொட்டி	மார்ட்ஹள்ளி	"	"
12.	பழனி	அய்யன்துரை	மார்ட்ஹள்ளி	"	"	"
13.	அய்யன்துரை	அய்யம்பெருமாள்	நெல்லூர்	கூடலூர்	"	"
14.	கோவிந்தன்	கொளந்தைகவுண்டர்	அஞ்சிபாளையம்	"	"	"
15.	புட்டன்	"	நெல்லூர்	"	"	"
16.	மீசை மாதேவ்	புட்டதம்பிடி	பொடுசல்நத்தம்	"	"	"
17.	புட்டய்யா	மாதய்யா	அனையோலை	மாதேஸ்வரன்மலை	கொள்ளேகால்	மைசூர்
18.	பொன்னுசாமி	மாரிமுத்து	ஒட்டர்தொட்டி		"	"
19.	துரைசாமி	நல்லம்மாள் (க)	ஒடக்காபள்ளம்	கௌதள்ளி	"	"
20	ஆனையம்மாள்	கூலைமணியக்காரன் (ம)	"	"	"	
21.	சேலைக்காரராமர்	சின்னதம்பிகவுண்டர்	செட்டிப்பட்டி	கோவிந்தப்பாடி	மேட்டூர்	சேலம்
22.	அம்முனி	கோவிந்தன் (ம)	அஞ்சிபாளையம்	கூடலூர்	கொள்ளேகால்	மைசூர்
23.	பெருமாள்	பொன்னப்பன்	செட்டிப்பட்டி	கோவிந்தப்பாடி	மேட்டூர்	சேலம்
24.	ஆண்டியப்பன்	முத்து	லக்கம்பட்டி	சின்னதண்டா	"	"
25.	மணி	முத்து	"	"	"	"
26.	முத்துக்கிழவன்	"	"	"	"	"
27.	அம்மாசி	தில்லைகவுண்டர்	காவேரிபுரம்	காவேரிபுரம்	மேட்டூர்	சேலம்
28.	அர்ஜீனன்	குண்டன்னாவதன்	லக்கம்பட்டி	சின்னதண்டா	"	"
29.	முருகன்	மாது	நாயக்கன்தண்டா	"	"	"
30.	கிச்சான்ராஜா	சின்னநாயக்கன்	லக்கம்பட்டி	"	"	"
31.	செல்வராஜ்	பெரமாத்தா	திருப்பூர்	திருப்பூர்	"	கோவை
32.	ஆறுமுகம்	ராமர்	"	"		"

33.	அண்டான்வெள்ளையன்	கொளந்தை	அந்திரியூர்	அருங்கல்லூர்	மேட்டூர்	சேலம்
34.	அம்பு	வள்ளி	மேட்டுபனையூர்	கருங்கல்லூர்	"	சேலம்
35.	ராமர்	வாழபபூத்தான்	சந்திரியூர்	"	"	"
36.	காமராஜ்	கோவிந்தன்	காளையனூர்	"	"	"
37.	சேகர்	செல்வி	குள்ளனூர்		"	"
38.	ராமசாமி	ராசம்மாள்	மேட்டுப்பனையூர்	"	"	"
39.	மாரிமுத்து	பச்சியன்னாள்	கோட்டையூர்	காவேரிபுரம்	"	"
40.	தப்பைக்காரன்	மாதையன்	ஊஞ்சகுரை	கோவிந்தப்பாடி	"	"
41.	சீரங்கன்	கொத்தாபளத்தான்	கோரபள்ளம்	கோவிந்தப்பாடி	"	"
42.	சின்ராஜ்	சேத்துகூழியான்	கோவிந்தப்பாடி		"	"
43.	பத்தியான்	தாவரநாயக்கன்	நாயக்கன்தண்டா	சின்னதண்டா	"	"
44.	கரியன்	ராமச்சந்திர நாயக்கன்	"	"	"	"
45.	கருப்பண்ணன்	கந்தகவுண்டர்	கோட்டையூர்	காவேரிபுரம்	"	"
46.	மணி	கெம்பநாயக்கன்	"	"	"	"
47.	ஆறுமுகம்	சின்னப்பகவுண்டர்	மாமரத்தூர்	"	"	"
48.	மினியன்	கொளந்தைஅப்பன்	சந்திரியூர்	கருங்கல்லூர்	"	"
49.	முத்து	கமலா	ஊட்டமலை	ஒகேனக்கல்	பொன்னாகரம்	தருமபுரி
50.	அர்ஜீனன்	பொன்னப்பன்	நாட்றாம்பாளையம்	தேன்கனிகேட்டை		"
51.	பொன்னுசாமி	மாரிமுத்து	ஒட்டர்தொட்டி	மார்ட்டள்ளி	கொள்ளேகால்	மைசூர்
52.	கிருஷ்ணன்	பந்தையதம்பிடி	புட்டப்பனூர்	தாமரைக்கரை	பவானி	பெரியார்
53.	பெருமாள்செட்டி	பாப்பம்மாள்	எளச்சிபாளையம்	தேவர்மலை	"	"
54.	சுப்ரமணிஆச்சாரி	அங்கப்பாச்சாரி	தேவர்மலை	"	"	"
55.	அர்த்தநாரி	கிட்டான்நாவிதன்	"	"	"	"
56.	முருகன்	பீம மாதையன்	தேவர்மலை கோயிலூர்	"	"	"
57.	மாதையகவுடா	மாதையகவுடா	காளப்பனார் தேவர்மலை	"	"	"

திருமணம் ஆகாமலும், வயதானவர்களைக் கவனிக்க முடியாமலும், இவர்களின் வாழ்வில் இருள் கவ்வியது. இது நிரந்தரமானதாகிவிடுமோ என மலைமக்கள் அஞ்சினார்கள். நக்கீரன் மூன்று நாட்கள் மேற்கொண்ட தீவிர விசாரணையில், தடாவில் கைதானவர்கள், போலீசாரின் துப்பாக்கிகளுக்கு பலியானவர்கள் என ஒரு பகுதி விவரங்களை சேகரித்தது.

நக்கீரன் தம்பிகளின் சாகச காட்டுப் பயணங்கள்

நக்கீரனில் வெளிவந்த கட்டுரைகள் சில. மிகச் சுருக்கமாக. என் தம்பிகளான சுப்பு, சிவசுப்ரமணியம், மகரன், ஜெயப்பிரகாஷ், ஜீவா தங்கவேல் போன்றவர்களின் சாகசம் நிறைந்த வீரப்பன் காட்டுப் பயணங்கள். கடந்த காலத்தின் சில அனுபவங்கள் இப்பக்கங்களை வாசிப்பவர்களையும் காட்டுக்குள் அழைத்துச் செல்லும்.

வீரப்பன் காட்டுக்குள் நக்கீரன்

உயிருக்கே ஆபத்தான முயற்சி. 'கண்டிப்பாக போய்த்தான் தீர வேண்டுமா?' என்ற அட்வைஸ்களை எல்லாம் புறக்கணித்து விட்டு சந்தனக்கடத்தல் வீரப்பனின் கோட்டையான மாக்கம்பாளையம் பகுதிக்கு புறப்பட்டது நக்கீரன்.

சத்தியமங்கலத்தில் இருந்து பங்களாப்புதூர் மார்க்கத்தில் அரைமணி நேரம் பயணித்தாலே மலைப்பாதை துவங்கி விடும். ஜில்லென்ற காற்றில் காதுகள் ஜிவ்வென்று அடித்துக் கொள்கிறது. மலை முகடுகளாகட்டும். இல்லை சரேலென்று சரிந்திருக்கும் பள்ளத்தாக்குகள் ஆகட்டும். எங்கும் மஞ்சள் கம்பளம் விரித்தாற்போல் பூத்துக் குலுங்கும் கொச்ச எள்ளு மலர்கள்!. ஹோவென உயர்ந்து நிற்கும் மரங்கள். மலைக்கு வகிடு எடுத்தாற்போல் வளைந்து கிடக்கும் சாலை. பஞ்சாய் மிதக்கும் மேகங்கள். வழி நடுவில் திடீரென குறுக்கிடும் காட்டாறுகள். அலட்சியநடை போடும் யானைக் கூட்டங்கள். குதியாட்டம்

போடுகிற மான்கள் என்று வழிநெடுக எத்தனை இமயங்கள்! ஆனால் அந்த இயற்கை அழகில் லயிக்க முடியாதபடி எந்தநேரமும் எதிர்பார்க்கப்படுகிற வீரப்பன் கோஷ்டியினரின் அதிரடி தாக்குதல்!

மெல்லிய பயம்

உயிரோடு திரும்புவதற்கான எவ்வித உத்தரவாதமும் இல்லாத திகிலான 2 மணி நேர பயணத்துக்கு பின் கடம்பூர். கடம்பூரை சுற்றி இருபது கிலோமீட்டர் சுற்றளவுக்குள் மாக்கம்பாளையம், அருங்கியம், ஜல்லிபாளையம், கோட்டமாலம், அணைக்கரை, தட்டக்கரை, குன்றி, குரும்பூர் என்று சின்ன சின்னதாய் இருபத்தைந்து கிராமங்கள். ஒரு காலத்தில் கர்நாடகாவில் உள்ள கொள்ளேகால் தாலுகாவைச் சேர்ந்ததாய் இருந்த இந்த குட்டி கிராமங்கள் எல்லாம் மொழிவாரி மாநில பிரிவின்போது தமிழ்நாட்டுடன் சேர்ந்துகொண்டிருக்கின்றன. ஆனாலும், பாவம் தேர்தலை தவிர நாம் வாங்கிய சுதந்திரத்தின் எந்த ஒரு பலனும் இங்குள்ள மக்களிடம் சேரவே இல்லை.

வீரப்பன் இந்த பகுதிக்குள் நுழைந்த 1989-ஆம் ஆண்டின் ஜூலை மாதம். அன்றிலிருந்து காட்டுலாகா, போலீசார் என்றுதான் இல்லாமல் எந்த ஒரு அன்னியருமே லேசில் நுழைய முடியாத அளவுக்கு இந்த பகுதிகள் வீரப்பனின் அசைக்கமுடியாத கோட்டையாக ஆயிற்று.

இந்தக் குறிப்பிட்ட காட்டின் சிறப்பே மிக உயர்ந்தரக சந்தன மரங்கள்தான். வீரப்பனின் வருகைக்கு காரணமும் இந்த சந்தன மரங்களே. மருந்துக்குகூட சந்தனமரங்கள் இன்றி சுத்தமாக காலி செய்யப்பட்ட சூழ்நிலையில் கடந்த ஜனவரி மாதம் தொடங்கி இதுநாள் வரை வீரப்பன் கோஷ்டியுடன் தொடர்ந்து மல்லுக் கட்டி ஓரளவுக்கு ஜெயித்தும் விட்ட காவல்துறை இந்த பகுதிகளை மீண்டும் தன் பிடிக்குள் கொண்டு வந்தது. ஆனாலும், எந்த நிமிடமும் வீரப்பன் கோஷ்டி தாக்கலாம் என்ற பயம் மட்டும் போலீஸ் முகாமில் கூட நிரந்தரமாய் தங்கியிருந்தது .

சத்தியமங்கலத்தில் இருந்து மாக்கம்பாளையம் வரை தினசரி நான்கு டிரிப்புகள் மட்டுமே வந்துவிட்டுப் போகும் ஜீவா போக்குவரத்து கழக பஸ்கள் தான், இந்த மலைப்பகுதி மக்களை வெளி உலகத்தாருடன் தொடர்புகொள்ள வைக்கும் ஒரே பலம். அதுவும் வீரப்பன் தாக்குதலுக்கு பின் அருங்கியத்தோடு சரி. மாக்கம்பாளையத்துக்காரர்களுக்கு நடராஜா சர்வீஸ்தான்.

எஸ்.ஐ. சுந்தரவடிவேலு தலைமையில் இருபது கான்ஸ்டபிள் கள் சகிதம் கடம்பூரில் போலீஸ் ஸ்டேசன்கூட இருக்கிறது.

வீரப்பனுடன் நிருபர் சிவசுப்ரமணியம்

வீரப்பனுடன் நிருபர் சுப்பு

இருந்தும் போலீஸ் ஸ்டேசனை சுற்றி நின்றுஇருந்த சந்தன மரங்களை கூட வெட்டி முடித்துவிட்டான் வீரப்பன். தட்டிக் கேட்க முடியாதபடி போலீசுக்கும் வீரப்ப பயம்.

அடர்ந்த காட்டுப்பாதையில் மாக்கம்பாளையத்தை நோக்கிய நக்கீரன் பயணத்தில் வழியில் இருந்த இரண்டு காட்டு இலாகாவின் அரசு கெஸ்ட்ஹவுசுமே வீரப்பன் கோஷ்டியினரால் நாசப்படுத்தப் பட்டன. இதில் ஒரு கெஸ்ட்ஹவுஸ் உள்ளிருந்து திருடப்பட்ட ஃபோல்டிங் சேரில் அமர்ந்துதான் வீரப்பன் கோஷ்டியின் பணப்பட்டுவாடா நடக்குமாம். கிலி ஏற்படுத்தும் அமானுஷ்ய அமைதி. சந்தன மரங்களின் குருத்து பகுதிகளுக்கே விலை அதிகம். அதை மட்டும் தனியாய் எடுக்க சந்தனமரங்களை சீவியதில் பாதை எங்கும் சந்தன மரத்துகள்கள், பட்டைகள்.

போலீஸ் வாகனங்கள் வருவதைத் தடுக்க வழி நடுவில் ஆங்காங்கே பாறாங்கற்கள். ஏற்கெனவே நாலாபுறமும் ஆழமாய் வெட்டப்பட்டு எந்த நேரமும் ரோட்டின் குறுக்கே சாய்த்துவிட தயாராய் ராட்சத மரங்கள். மலை உச்சியில் திடீரென தோன்றிமறையும் மர்மமனிதர்கள். பகீரென்று "நெஞ்சைக் கவ்வும் திகில் சடசடவென உடலெங்கும் வியாபித்து வியர்த்துக் கொட்டி உடைகள் தொப்பமாய் நனைந்து விடுகிறது.

மாக்கம்பாளையம்

ஊர் எல்லையிலேயே ஆரம்பப்பள்ளி. நீண்ட நாட்களாய் திறக்கப்படாமல் இருப்பதால் நினைவுச் சின்னம்போல் பாழடைந்து போன நிலையில் கல்விக்கூடம். சத்தியமங்கலம் நால்ரோடு பகுதியில் இருந்து வந்துகொண்டிருந்த இரு ஆசிரியர்களுக்குமே வீரப்ப கிலி பிடித்துக்கொள்ள... மாணவர்களுக்கு நீண்ட விடுமுறை. கல்வி மறுக்கப்பட்ட மாணவ மாணவிகள். பள்ளியை அடுத்து சற்று பிரம்மாண்டமாய் பத்ரகாளி அம்மன் கோவில்.

மாக்கம்பாளையத்துக்குள் நுழைந்து மரம் வெட்டத் துவங்கிய முதல் நாள் வீரப்பன் கோஷ்டி பூஜை போட்டது இங்குதான். ஆனால், பூஜைக்கு வராமல் வீரப்பன் காட்டிலேயே நின்றுகொள்ள கோவிலில் பூஜை துவங்கி விட்டதை வீரப்பனுக்கு தெரிவிக்கும் அறிகுறியாக வீரப்பன் கோஷ்டியின் மாரியப்பன் துப்பாக்கியால் வானத்தை நோக்கி சுட, காட்டுக்குள் இருக்கும் வீரப்பன் பூஜை ஆரம்பித்துவிட்டதை உணர்ந்து நின்ற இடத்திலேயே நின்று தெய்வத்திடம் மனசார வேண்டிக்கொண்டு

வேண்டுதல் முடிந்ததன் அறிகுறியாக தானும் மேல்நோக்கி சுட.... துவக்கநாளிலேயே மாக்கம்பாளைய மக்கள் வெலவெலத்துப் போய்விட்டார்களாம்.

ஊருக்குள் எண்ணி முன்னூறு வீடுகள். செட்டியார், ஒக்கலிகர், லிங்காயத்து, படையாச்சி என்று பல இனத்தைச் சேர்ந்த மக்கள். விவசாயம்தான் தொழில். ஊரில் சிறிய மளிகைக்கடையும் பெட்டிக்கடையும் இருக்கிறது. டீக்கடையில் உள்ளூர்வாசிகளே அமர்ந்து பாய்லரை வேடிக்கை பார்த்துக் கொண்டு இருந்தனர்.

ஊரையொட்டி ஓடும் ஆற்றைக் கடந்தால்

கர்நாடகம்

வாசுதேவன், சிவகுமார் என்ற சப்-இன்ஸ்பெக்டர்கள் தலைமையில் தமிழ்நாடு சிறப்பு காவல்படையின் இருபது கான்ஸ்டபிள்கள் படு டென்ஷனுடன் ஊர்நடுவில் உள்ள சமுதாயக்கூடத்தில் முகாமிட்டு இருந்தனர். திடீர் திடீரென வீரப்பனின் ஆட்கள் போலீஸ் முகாமை பார்த்து துப்பாக்கி சூடு நடத்தி தாக்குவதால் எந்த நேரமும் உயிரைக் கையில்பிடித்தபடி நாளை ஒட்டுகிற பரிதாப நிலையில் மக்கள். நாம் சந்தித்த அனைவரின் கண்களிலுமே நிரந்தரமாக இனம்புரியாத ஒரு சோக பயம் இருந்தது. நீங்களாவது காப்பாற்றமாட்டீர்களா என்ற ஆதங்கம்.

சின்ன டீக்கடைக்குள் நுழைந்து அங்கிருந்த முதியவர் வெங்கடராம செட்டியாரிடம் மெல்ல பேச்சுக்கொடுத்த நக்கீரனிடம், “இங்குள்ள யாருக்குமே வீரப்பனைத் தெரியாது. வீரப்பன் இங்கு வருவதுமில்லை. சின்ன மாரியப்பன்தான் தன் ஆட்களோடு வருவதை குறிப்பிட்ட அவர், வீரப்பன் கோஷ்டி பற்றி ஏதாவது பேசினாலே நாங்கள் தொலைந்தோம்” என்றார்.

''வீரப்பனின் ஆட்கள் ஊரை அடுத்த பள்ளத்தில்தான் இருந்தார்கள். அவ்வப்போது லாரி வந்து சந்தனமரங்களை ஏற்றிக்கொண்டு போகும். மற்றபடி எங்களுக்கு எந்த பிரச்னையுமில்லை. ஆனால், போலீஸ் ஜீவா பஸ்ஸில் ஊருக்கு வந்து விட்டு போனபின் எரிச்சலாகிவிட்டனர். யாரடா போலீசுக்கு தகவல் கொடுத்தது என்று எங்கள் எல்லோரையும் மிரட்டினர். அதுவரை மாக்கம்பாளையம் வரை வந்து போன ஜீவா பஸ் அதன்பின் அருங்கியத்தை தாண்டுவதில்லை. வீரப்பன் ஆட்கள் நடுரோட்டில் உட்கார்ந்து மரம் சீவ ஆரம்பித்து

விட்டனர். "ஏன் பஸ் வருவதை தடுக்கறீங்கப்பா?" என்று நாங்கள் கேட்டோம்.

"போலீஸ் வந்ததால 50 லட்ச ரூபா நஷ்டம், நீ கொடுப்பியா? என்று வீரப்பன் ஆட்கள் சொல்லி விட்டார்கள்" என்றார் வெங்கட்ராம செட்டியார்.

ஜீவா பஸ் போக்குவரத்து நின்றுபோனதில் மாக்கம் பாளையம் மக்களுக்கு அதிக வருத்தம். திடீரென யாருக்காவது உடம்புக்கு ஏதாவது என்றாலும் டாக்டரை பார்க்க சத்தியமங்கலம்தான் போயாக வேண்டும். வீரப்பன் அட்டகாசத் தால் அந்தப் பகுதிக்கு வந்து சென்று கொண்டிருந்த ஒரே பஸ் வசதியும் இல்லையென்று ஆகிவிட்ட சூழ்நிலையில், உடம்புக்கு முடியாதவர்களை கட்டிலில் படுக்கவைத்து பொடிநடையாக அருங்கியம் என்ற ஊர் வரை நடந்துதான் தூக்கிக்கொண்டு போனார்கள். அதிலும் மழைக்கால சமயங்களில் காட்டுப்பகுதி முழுக்க பூமி சேறாகிவிடுவதால் பாதங்கள் சேற்றில் புதைந்து நடக்கவே முடியாது. ஏற்ற இறக்கங்களில் வழுக்கும். போதாக்குறைக்கு வழியெல்லாம் காட்டு யானைகளின் தொல்லைகளும் அதிகம். ரேஷன் கடைக்கு கூட 22 கி.மீ. தொலைவில் உள்ள கடம்பூர்தான் போயாக வேண்டும். ரேஷன் கடைக்காரர்களும் நிலைமை தெரியாமல் இழுத்தடிப்பதாக புலம்பினர் மாக்கம்பாளைய மக்கள்.

மாக்கம்பாளையத்தில் மளிகைக்கடைகாரர் வெங்கிடாசலம் ஒரு ரிட்டையர்ட் கான்ஸ்டபிள். சொந்த ஊர் சேலம் தாரமங்கலம். அவர் நக்கீரனிடம் பேசும்போது "மாரியப்பன்தான் அடிக்கடி கடைக்குவந்து ஆயிரம் ரூபாய்க்கு மளிகை சாமான் வாங்கிட்டு போவான். லாரியில் சந்தன லோடு ஏற்றியதுமே பணம் கரெக்டா வந்து சேர்ந்துடும். துப்பாக்கியும் கையுமா அவங்க அலையிறதால பயமா இருக்கும். நான் எஸ்.பி., டி.எப்.ஓ. எல்லார்கிட்டயும் வீரப்பன் கும்பலை பற்றி புகார் பண்ணினேன். எந்த புண்ணியமும் இல்லை" என்றார்.

ஒருகாலத்தில் 'காட்டுராகி' மலைமலையாக விளைந்த பகுதி இது. இப்போது அதே ராகியை கிலோ இரண்டரை ரூபாய்க்கு வாங்கி கால் வயிறையாவது நிரப்பிக் கொள்கிறோம் என்றார்கள் பலரும்.

மின்சாரத் தொடர்பு இருந்தாலும் இங்கு மின் சப்ளையே கிடையாது. "இது என்ன நக்கீரன் சார்... கடம்பூர் போலீஸ் ஸ்டேசனுக்கே பவர் சப்ளை இல்லியே" என்று அங்கலாய்த்தார் எஸ்.ஐ. சுந்தரவடிவேல்.

திணறும் பேருந்து

மாக்கம்பாளையத்துக்கு உடனடி தேவை போலீஸ் ஸ்டேசன், ரேஷன்கடை, பஸ், மருத்துவமனை. அதிலும் போலீஸ் ஸ்டேஷன் மிக அவசர அவசியம். சிறப்புக் காவல்படை விலக்கப்பட்டு விட்டால், வீரப்பன் கோஷ்டியினர் தங்களைத் தாக்குவார்கள் என்ற அச்சத்தில், வருகிற அதிகாரிகளிடம் எல்லாம் காலில் விழாத குறையாக போலீஸ் நிலையம் வேண்டும் என்று கெஞ்சுகின்றனர்.

இந்த ஊரின் இன்னொரு சோகக்கதை பாப்பா என்ற பெண். பெட்டிக்கடை வைத்திருக்கும் அந்த இளம்பெண்ணை வீரப்பன் கோஷ்டியில் உள்ள கோவிந்தராஜன் என்பவன் அடிக்கடி சீண்டிக்கொண்டிருந்தவன், ஒரு கட்டத்தில் பாப்பாவை தூக்கிப்போய் விடுவதாக மிரட்டி இருக்கிறான். ஊரில் உள்ள சில பெரியவர்கள் ஓரளவு தைரியத்தை வரவழைத்துக்கொண்டு கோவிந்தராஜை கண்டித்ததோடு ஊர் முன்னிலையில் அந்த பெண்ணிடம் கோவிந்தராஜன் உனக்கு சிநேகிதமா? என கேட்க, அந்தப் பெண் பாப்பா, இல்லை என்று மறுத்து, ஓ... வெனப் பெருங்குரலெடுத்து அழுதிருக்கிறாள். ''இந்த விஷயம் வீரப்பனுக்குத் தெரியாது. தெரிந்தால் கோவிந்தராஜனை உண்டு இல்லை என்று ஆக்கிவிடுவார்'' என்று மாக்கம்பாளையத்து மக்கள் நம்பிக்கை தொனிக்க கூறினர்.

“எங்க ஊரார் வீரப்பனிடம் கூலி வாங்கியதாக பல பேரு எழுதுறாங்க, நிஜமாகவே வீரப்பன் குடுத்திருப்பார். ஆனா இடைத்தரகர்கள் பல பேரு அமுக்குவதால் எங்க யாருக்குமே கூலி கிடைக்கல” என்கிறார் ஒரு முதியவர். அந்தப் பகுதியெங்கும் உள்ள அனைவருமே, ”அதிகாரி ஐயா தயவுலதாங்க உசிரோட இருக்கோமுங்க” என்று அன்றைய கோபிச்செட்டிப்பாளையம் ஏ.எஸ்.பி.யும் இன்றைய தமிழக டி.ஜி.பி.யான சைலேந்திரபாபுவைப் புகழ்ந்தனர்.

பொதுவாக யாரைக் கேட்டாலும் வீரப்பன் பெயர் சொல்லி பல பேரு ஆட்டம் போட்டதாக சொல்கின்றனரே தவிர, யாரும் வீரப்பனை பற்றி ஒரு வார்த்தை தப்பாக பேசவில்லை. வீரப்பனைப் பற்றி பேசும்போதுகூட அவனிவன் என்றில்லாமல் அவர்...இவர் என்று வெகு மரியாதையாக கூறுவதையே கேட்க முடிகிறது. லோக்கல் போலீஸாரும் கூட அதற்கு விதிவிலக்கல்ல! மாக்கம்பாளையப்பகுதியில் அந்த அளவுக்கு வியாபித்துள்ளது வீரப்பன் புகழ்.

வீரப்பனுடன்
நிருபர்
ஜீவா தங்கவேல்

ஆசிரியர் மற்றும் வீரப்பனுடன்
நிருபர் பாலு

சந்தனக்காட்டுக்குள் காக்கிகள் வாசனை

காவல்துறை மற்றும் காட்டு இலாகாவினரின் கண்களில் விரலை விட்டு ஆட்டி வந்த வீரப்பன், சேலம் மாவட்டம் குளத்தூர் அருகேயுள்ள கூசமுத்து படையாச்சியின் மகனாக பிறப்பெடுத்தவர். வீரப்பனின் நிஜப்பெயர் மொழுக்கன். சாதாரண இந்திய குடிமகனாக வாழ்க்கையை துவங்கிய வீரப்பன் என்கிற மொழுக்கனை வறுமைதான் குளத்தூர் சாந்தப்பிள்ளை குடும்பத்திடம் கொண்டுபோய் சேர்த்தது. யானைத் தந்த திருடரான சாந்தப்பிள்ளையின் தந்தை, யானைத் தந்தத்தை 'மார்க்கெட்டிங்' செய்யும் பொறுப்பை வீரப்பனிடம் ஒப்படைக்க, அப்போது கிடைத்த சில வருட ட்ரெய்னிங்கின் இறுதியில் தனியாக தொழில் நடத்தும் அளவு வளர்ந்துவிட்டார் வீரப்பன்.

முதுமலைக் காட்டில் (தமிழ்நாடு கேரள கர்நாடகா பகுதிகளில்) மட்டும் 100-க்கும் மேற்பட்ட யானைகள் கொல்லப்பட்டன. காட்டு இலாகாவினரின் கெடுபிடிகளால் வீரப்பன்மேல் பல வழக்குகளும் வந்து சேர்ந்தன. இந்த நிலையில் உலகம் முழுவதும் யானைத் தந்தத்தால் செய்யப்படும் பொருட்களுக்கு தடை விதிக்கப்பட, வீரப்பனின் தொழிலும் சேர்ந்தவாறு முடங்கிப்போனதால்... வீரப்பனின் அடுத்த இலக்கு சந்தனமரக் கடத்தல்.

சந்தனமரக் கடத்தல் வியாபாரத்தில் ஏற்கெனவே ஜாம்பவான் ஆன மேட்டூர் மாஜி எம்.எல்.ஏ. நாச்சிமுத்துவிடம் அசிஸ்டென்ட் ஆன வீரப்பன், தன் சாதுர்யத்தால் முன்னேற, வெகு விரைவில் தனி ஆவர்த்தனம் ஜோராகத் துவங்கியது. ஏகப்பட்ட அரசியல் நட்புகள் காரணமாக போலீசுக்கு டிமிக்கி கொடுத்து வந்த வீரப்பன், வெகுசாதுவாக சந்தனமரக் கடத்தலை மட்டும் செய்துவர, கொலை விவகாரங்களில் சிக்கிக்கொள்ள காரணமே சந்தர்ப்பவசம்தான்.

கர்நாடகாவில் தன்னைப் பிடிக்க வந்த வனத்துறை கார்ட் + வாட்சர் ஆகிய இருவரையும் கொலை செய்தார். கர்நாடக போலீஸ் கடுப்பாகி வீரப்பனை விரட்ட ஆரம்பித்தது.

மேட்டூரில் இருந்து சத்தியமங்கலம் வரையிலான மேற்குத் தொடர்ச்சி மலையின் அடர்ந்த காடுகளில் மாதையன் என்ற உறவினர் உதவியோடு வீரப்பனின் ராஜாங்கம் துவங்கி இருந்தது. தன்னை காட்டிக்கொடுக்க முயன்றவர்களை எமலோகம் அனுப்புவதை வழக்கமாக்கிக் கொண்டான். சிதம்பரம் என்ற

வனத்துறை
காவல்துறையின்
சந்தனமர வேட்டை

சத்தியமங்கலம் ரேஞ்சரை மலைப்பகுதி பொதுமக்கள் முன்னிலையிலேயே சுட்டுக்கொன்றபோது போலீஸ் துறையே திடுக்கிட்டுப் போனது.

அடுத்ததாக சிக்கியவர்கள், அதே சத்தியமங்கலத்தை சேர்ந்த துரைசாமி, சுப்பிரமணியம் என்ற இரு காட்டிலாகா ஊழியர்கள். 1.12.88. அன்று காணாமல் போன இவர்களின் முடிவு வீரப்பனால்தான் என்று பொதுமக்கள் கொந்தளிக்க, ஐ.ஜி., டி.ஐ.ஜி.களின் விசிட் எல்லாம் அமர்க்களமாக நடந்தேறிய பின் கொலைப்பழி லோக்கல் சாராயக்காரர்கள் மேல் போடப்பட்டு ஃபைலும் கூட மூடப்பட்டது.

அடுத்த மாதமே தன்னைப் பற்றி துப்புக் கொடுத்ததாக எண்ணி, தன் உறவினர்கள் 7 பேர்களை நைசாக பஞ்சாயத்துக்கு வரவழைத்து சரமாரியாக சுட்டுத்தள்ள, அதில் இருவர் தப்பி ஓட, மீதி ஐந்து பேர்களும் செத்துப்போனார்கள். பிணங்களை தேடிய காவல்துறைக்கு ஆற்றில் அனாதையாக மிதந்து வந்த ஒரே ஒரு கால் மட்டுமே கிடைத்தது. பொதுவாக, தான் கொன்று விடுபவர்களை துண்டு துண்டாக வெட்டி ஆற்று மீன்களுக்கு இரையாகக் கொடுப்பது வீரப்பனின் அப்போதைய ஸ்டைல்.

வீரப்பனின் அடுத்த கைவரிசை 89 ஆகஸ்ட் 1-ல் கர்னாடகா காட்டிலாகா அதிகாரி மோகனய்யா கொல்லப்பட்டார். எண்ணி ஐந்து நாட்கள் கழித்து, பெரியார் மாவட்டம் அந்தியூர் பகுதி பர்கூரில் பழனிச்சாமி, சுப்பிரமணியம் என்ற இரு காட்டிலாகா ஊழியர்களோடு மாஸ்தி என்ற அந்தப் பகுதிவாசி அப்பாவி ஒருவரும் வீரப்பனால் கொல்லப்பட்டனர். சற்றேறக்குறைய மர்மத் தொடர்கதை போல நீண்டுகொண்டே போகும் வீரப்பனின் அதிரடி ஆபரேசன்களால் பொதுமக்களை காட்டிலும் லோக்கல் காவல்துறைக்கு அதிக கிலி ஏற்பட்டுள்ளது என்பது உண்மைதான்.

இந்த டென்ஷனான சூழ்நிலையில் உயர் போலீஸ் அதிகாரிகளிடம் நீண்ட டிஸ்கஷன் நடத்திவிட்டு வீரப்பனை பிடிக்க தேதியும் குறித்த பெரியார் எஸ்.பி.கோபாலகிருஷ்ணா, டி.ஐ.ஜி. பிரமோஷன் கொடுத்து மாற்றப்பட, பிரச்னையின் இன்னொரு பரிமாணம் வெளிச்சத்துக்கு வந்தது.

புதிதாக வந்த எஸ்.பி.பாஸ்கர் க்ரைம் விசயத்தில் கில்லாடி. மீண்டும் காவல்துறை முஷ்டியை மடக்கிக்கொண்டு களத்தில் இறங்க அக்டோபர் 15-ல் ரேஞ்சர் பத்ரசாமி, வீரப்பனின் லேட்டஸ்ட் 'கேம்ப்' ஆன மாக்கம்பாளையம் சென்றபோது குண்டு மழையால் துரத்தப்பட பத்ரசாமியும் தன் பங்குக்கு சுட்டுவிட்டு

தப்பி விட்டார்.

பத்ரசாமியின் துப்பாக்கி உமிழ்ந்த குண்டுகளுக்கான விசாரணை சடங்குகளுக்காக போன சப்-கலெக்டர் மோகன்ராஜ் குரூப் மீது வீரப்பன் கோஷ்டி குண்டுமழை பொழிய சட்டை இல்லாமல் சப்கலெக்டர் ஓடிவர மாக்கம்பாளயத்தில் பாராளுமன்ற தேர்தல் நின்றுவிடுகிற சூழ்நிலை. வேறு வழி இல்லாமல் வெள்ளைக்கொடி பிடித்த அதிகாரிகளின் சார்பில் மாக்கம்பாளைய பஞ்சாயத்து தலைவர் பத்ரையன்+ கிராமஅதிகாரி+ ஆர்.ஐ., போன்றவர்கள் வீரப்பனின் பிரதிநிதி சித்தப்பா மகன் மாரியப்பனுடன் பேச்சு நடத்தி தேர்தலை 'அப்பாடா' என நடத்தி முடித்தனர்.

இதற்கிடையில் தலைமறைவு வாழ்க்கை நடத்திய வீரப்பனின் எலெக்சன் கேன்வாசிங் துவங்கியது. தனது சொந்த ஊரான குளத்தூரை சுற்றிய கோமுந்தபாடி, கத்திரிப்பட்டி, தார்க்காடு பகுதிகளில் பாட்டாளி மக்கள் கட்சிக்கு டோர் கேன்வாசிங் செய்ததோடு, அங்கிருந்த உதயசூரியன், இரட்டை இலை சின்னங்களையும் வீரப்பன் அழித்துவிட விசயத்தை கேள்விப் பட்ட மேட்டூர் டி.எஸ்.பி. ராமசுப்ரமணி 2 லாரி 2 ஜீப் சகிதம் 17.11.89 அன்று அதிரடிப்படையோடு சென்று விசாரித்துவிட்டு திரும்பும்போது, கத்தரிமலை உச்சியில் இருந்து வீரப்பன் கோஷ்டியினர் துப்பாக்கி சூடு நடத்த எல்லா வாகனங்களும் குண்டுத் துளையோடு தலைதெறிக்க பறந்தன.

காவிரி ஆறு சூழ்ந்த தீபகற்பமான ஓமலூரில் பிற கட்சிகளுக்கு 'பூத்' ஏஜென்டுகளே இல்லாமல் தேர்தல் நடந்திருக்கிறது. சேலம் மாவட்ட கலெக்டரும் சரி, தருமபுரி மாவட்ட கலெக்டரான தேர்தல் அதிகாரியும் சரி, அந்தப் பக்கமே தலை வைத்தும் படுக்கவில்லை. காரணம் வீரப்பன் பயம்.

இதே ஸ்டைலில் 5.12.89 அன்று லோக்கல் ஜீவா பஸ்ஸில் சிறப்புப் போலீசாரை அள்ளிப்போட்டு வீரப்பனைப் பிடிக்க மாக்கம்பாளையம் சென்ற கோபிச்செட்டிப்பாளையம் டி.எஸ்.பி. சைலேந்திரபாபு, வீரப்பன் தாக்குதலால் குண்டு துளைத்த ஜீவா பஸ்ஸில், குண்டடிபட்ட மூன்று போலீசாரை தூக்கிப் போட்டுக்கொண்டு திரும்பியதும் உண்டு.

மேட்டூர் மாஜி எம்.எல்.ஏ. நாச்சிமுத்துவை வீரப்பன் கடத்த முயன்றதாக நாளிதழ்களில் ஒரு செய்தி வந்திருந்தது. அதன் பின்னணியில் த்ரில்லிங்கான சம்பவம் ஒன்றுண்டு.

17.7.89 அன்று அதிகாலை 2 மணிக்கு சேலம் குளத்தூர் செக் போஸ்ட்டை அதிரடியாகத் தாண்டிச்சென்ற வீரப்பனின் 2 சந்தன

மரக் கடத்தல் லாரிகளில் ஒன்று, கரடிப்பட்டி பிரிவு அருகே பிரேக்டவுனாகி நின்றுவிட, அதேநேரம் செக் போஸ்ட் அருகே வந்த கே.பி.என். (குளத்தூர்-கண்ணாமூச்சி ரூட்) டவுன் பஸ்ஸில், காட்டிலாகாவினர் ஏறி கரடிப்பட்டி பிரிவை நெருங்க, பஸ்ஸில் இருந்த பயணிகளும் ஆக்ரோசமாய் கூச்சலிட, பிரேக் டவுனாகி இருந்த கடத்தல் லாரியில் இருந்த இருவர் தப்பித்துவிட, லாரியைப் பிடித்த போலீசிடம் 10 டன் சந்தன மரம், ரெண்டு நாட்டு துப்பாக்கிகள், 16 குண்டுகள், காட்டிலாகா யூனிபார்ம் இரண்டும் பிடிபட்டன. அதிகாரிகளை ஏற்றிவந்த கே.பி.என். பஸ், மாஜி எம்.எல்.ஏ. நாச்சிமுத்துவுக்கு சொந்தமானது. எனவே வீரப்பன் தன் முன்னாள் முதலாளியான நாச்சிமுத்துவிடம் 6 லட்ச ரூபாய் நஷ்டஈடு கேட்டான். வீரப்பனின் நண்பராகிய கர்நாடகா கொள்ளேகால் தொகுதி காங்கிரஸ் எம்.எல்.ஏ.ராஜகௌடா முன்னிலையில் நடந்த பஞ்சாயத்தின் இறுதியில் நாச்சிமுத்துவும் 6 லட்சம் தருவதாக ஒப்புக் கொண்டுவிட்டு பணம் தராமல் இழுத்தடிக்கவே கடுப்பான வீரப்பனின் விஸ்வரூபம்தான் நாச்சிமுத்து கடத்தல் முயற்சி.

கத்திரிப்பட்டியில் தனது தோட்டத்தில் இருந்த நாச்சிமுத்துவை 'கிட்நாப்' செய்யவந்த மூவர், நாச்சிமுத்து சென்னைக்கே நிரந்தரமாக ஓடிவிட்டதால், அங்கிருந்த வீரபத்திரன், ரங்கராஜன் என்ற இருவரை உதைத்த உதையில், அவர்கள் இருவரும் மேட்டூர் ஜி.எச்.இல் வந்து விழுந்தனர்.

ஏற்கெனவே பர்கூர் பகுதியில் உள்ள சந்தன மரங்களை ஸ்வாகா செய்துவிட்ட வீரப்பனின் ஆட்கள், அதன்பின்னர் சத்தியமங்கலத்தில் மும்முரமாக சந்தன ஸ்வாகா யாகத்தை நடத்த

மலை கிராமத்துக்குள் போலீஸ்

ஆரம்பித்தனர்.

ஆனால், சந்தன மரங்களை டெலிவரி ட்ரான்ஸ்போர்ட் செய்ய முடியாதபடி வனத்துறை பாதுகாப்பு பலப்படுத்தப்படவே, பல கோடி மதிப்புள்ள சந்தன மரங்கள் மாக்கம்பாளையத்தில் ஸ்டாக் ஆகிவிட்டது.

பாதுகாப்புக்கு வந்த எல்லை காவல் படையினர் உதவியோடு வீரப்பனின் ஸ்டாக் சரக்கில் 27 லட்சம் மதிப்புள்ள கொஞ்சூண்டு மரங்களை காட்டிலாகா அரும்பாடுபட்டு மீட்டு விட்டது. இதனால் லோக்கல் போலீசுக்கு காட்டிலாகாவினர் மீது மனக்கசப்பு.

பஸ்ஸில் யாராவது புதுமுகம் தென்பட்டாலே வீரப்பனுக்கு விசயம் போய்விடும். அந்த பகுதி மக்களே தங்கள் மாட்டு வண்டிகளில் பச்சைக்கொடி (சிம்பல்) கட்டிதான் நடமாடுகின்றனர். ஜீவா பஸ் தாக்குதலுக்கு பின் சத்தியமங்கலம் ஜீவா போக்குவரத்து கழக பிராஞ்ச் மேனேஜருக்கு 'கண்டக்டரும், டிரைவரும் உயிரோடு திரும்ப முடியாது' என்று வீரப்பனின் சிறப்பு மெசேஜ் வந்ததால் மாக்கம்பாளையத்துக்கு பஸ் போக்குவரத்து அடியோடு நிறுத்தப்பட்டது.

பகீரத பிரயத்தனத்துடன் வீரப்பனுக்கு வலைவிரித்து தேடிவரும் போலீஸ், வீரப்பன் முன்பு ஒருமுறை கர்னாடக போலீசிடம் மாட்டியபோது எடுத்த போட்டோவை அடையாளம் வைத்தே தேடுகிறது. உண்மையில் தற்போது வீரப்பனின் கெட்டப் வேறுவிதமானது. சில மாதங்களுக்கு முன்பு குளத்தூரில் பிடிபட்ட ஒரு கடத்தல் லாரியில் இருந்த வட நாட்டு டிரைவரை போலீஸ் அடித்தபோது, "என்னை ஏன் அடிக்கிறீங்க? வீரப்பன் இரண்டு நாள் சேலம் ஆஸ்பத்திரியில்தான் இருந்தார். அப்ப மட்டும் பிடிக்காம விட்டுட்டீங்களே'' என்றதும்தான் போலீசுக்கு தவறு புரிந்தது.

தமிழ்நாடு காவல்துறை வீரப்பனிடம் சிக்கி விழிபிதுங்கக் காரணமே, வீரப்பன் வசம் இருக்கிற ஆயுதங்கள்தான். இந்திராகாந்தி காலத்தில் மேட்டூர் பகுதி லக்கம்பட்டியில் போர்ப்பயிற்சி அளிக்கப்பட்ட இலங்கைப் போராளிகள் மூலமாக வீரப்பனுக்கு ஆயுதங்கள் கிடைத்திருக்கிறது. இதற்கிடையில், புதிதாக பொறுப்பேற்றுக்கொண்ட டி.ஜி.பி. துரையும் தனது கவனத்தை வீரப்பன் பக்கம் திருப்ப, அதிரடித் திட்டம் தயாரானது. 'ஆபரேஷன் ஸ்நாப்' என்ற பெயரில் உயர் அதிகாரிகளுக்கு தகவல் கொடுக்கப்பட்டு ஈரோட்டில் குவிக்கப்பட்டனர்.

காட்டிலாகா ஐ.ஜி. சர்மா, டி.ஐ.ஜி. காளிமுத்து, கோபாலன்,

எஸ்.பி.க்கள் ராஜேந்திரன், பாஸ்கர், தர்மராஜன், சண்முகநாதன் ஆகியோர் தலைமையில் ஸ்ட்ரைக்கிங் ஃபோர்ஸ் தயார்படுத்தப் பட்டது. கூடவே ஆயுதப்படை காவலர்கள் 500 பேர்களும், கைகளில் ஆயுதங்களுடன் தோள்தட்டி நிற்க சத்தியமங்கலம், பர்கூர், மாக்கம்பாளைய பகுதி எங்கும் ஒரே காக்கிகள் மயம்.

சற்றேறக்குறைய வீரப்பனுடன் போர் நடத்த காவல்துறை தயாராகி களம் புகுந்துவிட்ட செய்தி எப்படியோ வீரப்பனுக்கு கசிந்து செல்ல, முதல்கட்டமாக தனது படையை தயார்ப்படுத்திய தோடு, மலைப்பகுதியில் ஸ்டாக் வைத்திருந்த சந்தன மரக் குவியல்களை அப்புறப்படுத்த தொடங்கிவிட்டார்.

பர்கூர் பகுதியில் உள்ள சிங்காபுரத்தில் ட்ராக்டரில் கடத்தப்பட்ட சந்தன மரங்களை போலீஸ் படை சுற்றி வளைக்க, அரைமணி நேர டமால் டுமீலுக்கு பின் வீரப்பன் தரப்பில் 2 பேர் மரணம். இந்த சம்பவம் நடந்த அதேநேரம், கீர்கைகண்டியிலும் வீரப்பனின் கடத்தல் லாரி ஒன்று அனல் பறந்த துப்பாக்கி சண்டைக்குப் பின்பு போலீஸ் வசமானது.

காட்டின் ஒவ்வொரு அங்குலமும் வீரப்பனுக்கு பரிச்சயம் என்பதால், திக்குத்தெரியாத காட்டில் திணறும் காவல்துறைக்கு வீரப்பன் டிமிக்கி கொடுத்துவிட்டு தப்பி விடுகிறான். ஆனால், போலீசும் எதற்கும் துணிந்துவிட்ட நிலையில் காடுகளில் ஆக்ரோசமாக தொடர்ந்து முன்னேறுவதன் காரணத்தால் மேற்குத்தொடர்ச்சி மலைப்பிரதேச மக்களின் மனங்கள் பயத்தில் உறைந்துபோய் உள்ளனர்.

ஆயுத வணிகத்தில் ஏமாற்றப்பட்ட வீரப்பன்

குளத்தூர் செக்-போஸ்ட்டில் இருக்கும் 'பாரெஸ்ட்' சுந்தரராஜனும்; 'கார்டு' கிருஷ்ணனும் வீரப்பனிடம் ஒரு ஆளை அனுப்பி, 'ஐந்து ரைபிள்களை விலைக்கு கொடுக்கிறோம்; ரூ.75 ஆயிரம் கொடுத்துவிடுங்கள்' என்று சொல்லி அனுப்பினார்கள். வீரப்பனும் தொகை 75 ஆயிரம் கொடுத்து அனுப்பினான். பத்து நாட்கள் கழித்து இரண்டு ரைபிள்களை மட்டும் அனுப்பி வைத்தார்கள். மீதி மூன்று ரைபிள்களையும் தரவேண்டும் என்று வீரப்பன் கேட்டதற்கு அவர்கள் கொடுக்க மறுத்துவிட்டார்கள்.

கார்த்திகை மாதம் 5-ம் தேதி குளத்தூர் காவல் நிலைய அதிகாரிகள் வீரப்பனிடம் ஒரு ஆளை அனுப்பி, தோட்டா விலைக்கு கொடுப்பதாக ஆசை காட்டினார்கள். இதற்காக, ரூ.37 ஆயிரம் வாங்கிக்கொண்டார்கள். 15 நாட்கள் கழித்து துப்பாக்கி தோட்டாவும், ரைபிள் தோட்டாவும் கொண்டுவந்து கொடுத்தார் கள். இவற்றின் விலை ரூ.15 ஆயிரம்தான் இருக்கும். ஆனால், ரூ.20 ஆயிரம் என்றார்கள். 'சரி... அதுதான் போகட்டும்; மீதிப்பணம் ரூ.17 ஆயிரத்தை திருப்பி தாருங்கள்' என்று கேட்டதற்கு அதைக் கொடுக்க மறுத்துவிட்டார்கள். கார்த்திகை 15-ம் தேதி ராஜேந்திரன் என்ற காட்டு இலாகா அதிகாரி 'ஐந்து ரவுண்ட் ரைபிள் தருகிறேன்' என்று சொல்லி ரூ.27 ஆயிரம் வாங்கி கொண்டு போனார். ரைபிளும் தரவில்லை. பணமும் தரவில்லை. இரண்டு மாதங்களாக ஆளையும் காணவில்லை.

இப்படிப்பட்ட அதிகாரிகள் சிலர் பெரும் புள்ளிகளை வைத்து சாமி சிலைகளை திருடுவதும், தங்கக்கட்டிகளை கடத்துவதும், வெள்ளிக் கட்டிகளை கடத்துவதும், கள்ளநோட்டு அடிப்பதும், கொள்ளையடிப்பதும், கொலை செய்வதும், கொலை செய்பவருக்கு துணை போவதும், யானைகளைக் கொன்று தந்தங்களை கழட்டி விற்பதும், சந்தனமரங்களையும், தேக்கு மரங்களையும், மூங்கில்களையும் லோடுலோடாகக் கடத்தி விற்பதும், கள்ளச்சாராயம் காய்ச்சச் சொல்வதும், ஒவ்வொரு

வரிடமும் மாதம் ரூ.1500 வீதம் தமிழ்நாடு முழுவதும் வாங்கி பணம் சேர்ப்பதும், முகமூடிக் கொள்ளை அடிப்பதும், கண்ணில் கண்ட பெண்களை கற்பழிப்பதும், இரவு நேரங்களில் கிராமங் களில் புகுந்து ஆண்களை எல்லாம் விரட்டி அடித்துவிட்டு பெண்களை கற்பழிப்பதும், பட்டிகளில் ஆடுகளை பிடித்துக் கொண்டு போய் அறுத்து தின்பதும், அப்பாவி மக்கள் மீது பொய் வழக்கு போடுவதுமாய் அக்கிரமங்களை செய்துவிட்டு, எல்லாம் வீரப்பன்தான் செய்கிறான் என்று பழிசுமத்தி விடுகிறார்கள்.

நான் அரசு அதிகாரிகளைப் போலவோ, அவர்களின் கூட்டுக்கடத்தல் வியாபாரி கே.பி.நாச்சிமுத்து (முன்னாள் எம்.எல்.ஏ.) போல வேறு ஆட்களை வைத்து அதிகாரிகளை சுட்டுக்கொன்று, கொள்ளையடித்து, கடத்தி, சம்பாதித்துக் கொண்டிருக்கவில்லை. அப்படி நான் சம்பாதித்து இருந்தால் அவர்களுக்கு இருப்பதுபோல எனக்கும் நான்கு பஸ்கள், ஏழு லாரிகள், இரண்டு பேக்டரிகள். இரண்டு கார்கள், 5 குதிரைகள், ஒரு குதிரைவண்டி இருந்திருக்கும்.

என் குடும்பத்தில் சில இன்னல்கள் ஏற்பட்டன. சிலர் என்னை கொல்ல நினைத்தார்கள். என் உயிரை காப்பாற்றிக் கொள்ள நான் சில தவறுகளை செய்துவிட்டு, அதிகாரிகளுக்கு பயந்து காட்டுக்குள் தலைமறைவாகிவிட்டேன். இதுவரை நான் அரசாங்கத்துக்கு விரோதமாகவோ, அரசியல் வாதிகளுக்கும், நாட்டுமக்களுக்கும், ஏழை எளிய விவசாயிகளுக்கும் விரோத மாகவோ, சமூக விரோதியாகவோ நடந்து கொள்ளவில்லை. கொலை, கொள்ளை, கடத்தல், கள்ளத்தனம் செய்யும் அரசியல் வாதிகள் நாட்டில் நலமாக இருக்கிறார்கள்;

நாம் ஏன் காட்டில் மறைந்திருக்க வேண்டும்? நாமே நேரில் சென்று கோர்ட்டில் சரணடைந்து, இவ்வளவு நாளும் நடந்த உண்மைகளை வெளியிட வேண்டும்; என் பெயரை சொல்லி கடத்திய கடத்தல்காரர்களையும், அதிகாரிகளை சுட்டுக்கொன்ற கொலைகாரர்களையும் நானே பிடித்துக் கொடுக்க வேண்டும் என்று முடிவு செய்திருந்தேன். ஆனால், காவல்துறையினரும், காட்டு இலாகாவினரும் என்னைத் துப்பாக்கியால் சுட்டு விட்டார்கள். எனக்கு பலத்த அடிபட்டுவிட்டது. மேட்டூர் ஆஸ்பத்திரியில் ஒன்பது நாட்கள் சிகிச்சை பெற்றேன். பலன் அளிக்கவில்லை.

இப்போது சேலம் ஆஸ்பத்திரியில் சிகிச்சை பெற்று வருகிறேன். நீங்கள் என்னை தேடி கண்டு பிடிப்பது கஷ்டம். உடல் நலமாகிவிட்டால் நேரில் வருகிறேன்.

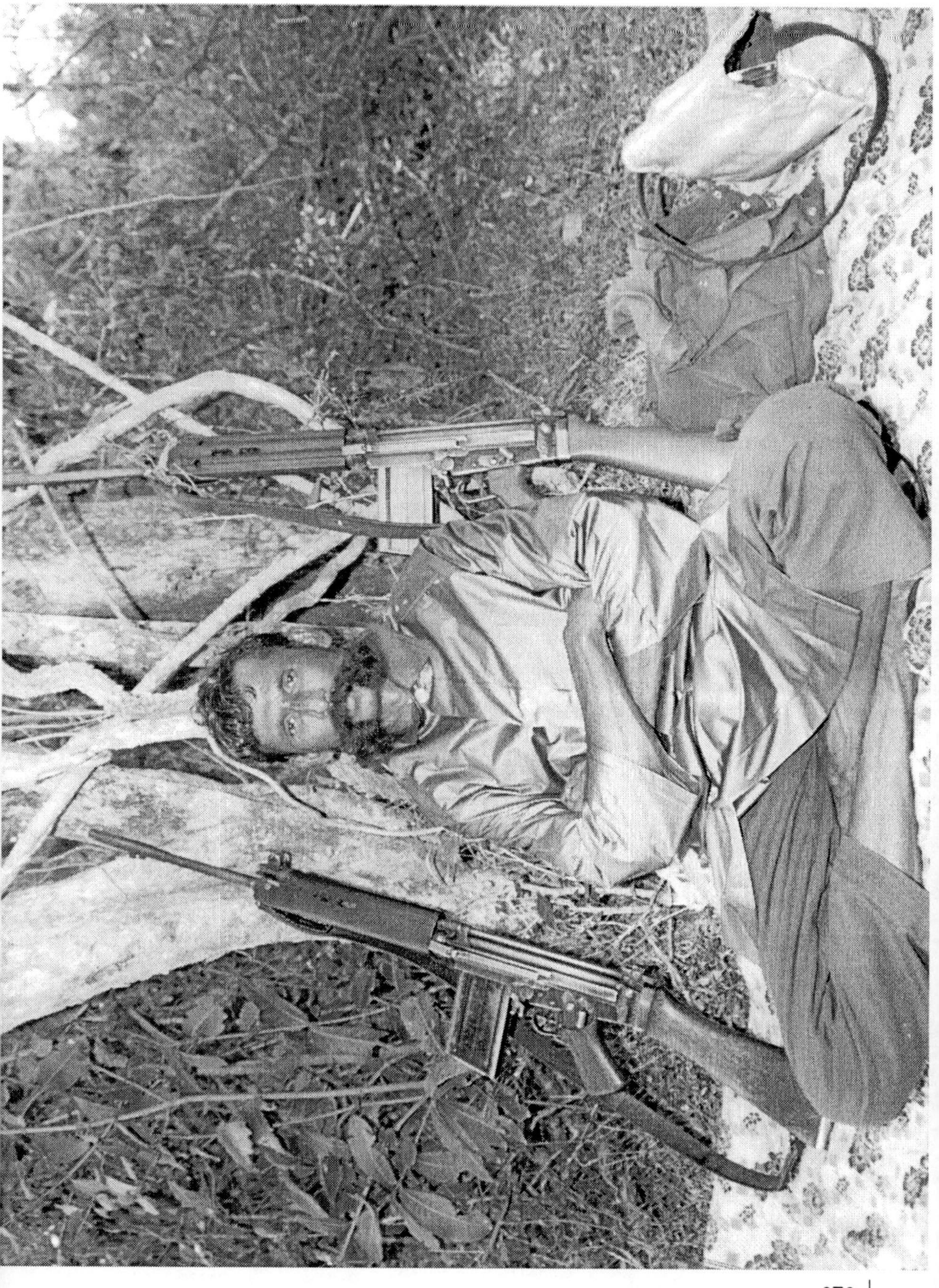

ஹீரோ வீரப்பன்!

'ஆபரேஷன் ஸ்நாப்' என்ற பெயரில் 'சந்தனக் கடத்தல் மன்னன்' வீரப்பனை பிடிக்க தமிழக காவல் துறையினர் சத்தியமங்கலம் காட்டுக்குள் காலடி எடுத்துவைத்த அதே நேரம், காவல்துறையினர் காட்டுக்குள் அங்குல அங்குலமாக முன்னேறி வருகிற செய்தி முன்னதாகவே கசிந்து வீரப்பனுக்கு தெரிந்துவிட வீரப்பன் வகையறாக்கள் படு உஷாரானார்கள்.

மாக்கம்பாளையத்துக்கு ஐயன்துரை, செங்கபாடிக்கு மாரியப்பன், ஜல்லிபாளையத்தில் மாதையன், கூடலூருக்கு ஆண்டியப்பன் + கோணந்தான் என ஏரியா பாதுகாப்பாளர்கள் அவசரஅவசரமாக வீரப்பனால் நியமிக்கப்பட்டனர்.

யானை போல் பிளிறினால் 'போலீஸ் வருகிறது' என்பதற்கான சிக்னலாம். ஒருவேளை ஏதாவது ஒரு பகுதி போலீசின் பிடிக்குள் வந்தால் 'மூச்' விடக்கூடாது என்று பகுதிவாழ் பொதுமக்கள் வீரப்பனால் கேட்டுக்கொள்ளப்பட, ஏற்கெனவே கோவில்கட்டி கும்பிடாத குறையாய் வீரப்பனை வழிபட்டு வந்த மக்களில் சிலர் "அப்படியெல்லாம் சொல்லிப்புட மாட்டோமுங்க, காட்டு ராசாவே" என்று கூறிவிட்டு தங்கள் வாய்களுக்கு டபுள் பிளாஸ்திரி போட்டுக்கொள்ள, "வீரப்பனை இரண்டே நாளில் ஊதித் தள்ளிப்புட மாட்டோம்" என்று ஓவர் கான்பிடண்டில் வந்த காவல்துறை, உருப்படியான

இன்ஃபர்மேஷன்கள் எதுவும் பெயராத சூழ்நிலையில் திணறிப் போனது.

இதற்கிடையில் போலீஸ் வரவை எதிர்பார்த்த வீரப்பன் கோஷ்டி பழைய நினைப்பில் துப்பாக்கி விசையை தட்ட, உடனே காவல்துறையும் தங்களிடம் இருந்த ஒன்றிரெண்டு 'ஸ்டென் கன்'களோடு, சாதா 'கன்'களையும் எதிர்த்துப் பிடிக்க, அதன்பின் நடந்த அனல் பறந்த டமால்... டுமீல் சண்டையில் வீரப்பன் தரப்பில் இரண்டு உயிர்சேதம் + ஒரு லாரி எரிப்பு.

வீரப்பனின் பிடியில் இருக்கும் மாக்கம்பாளையம், ஜல்லிபாளையம் ஏரியாக்களை தன் பிடியில் கொண்டுவர முடியாமல் சோகமயமாய் பின் வாங்கியது காவல்துறை. ஏற்கனவே, வீரப்பனைப் பிடிக்க போராடிக்கொண்டிருந்த கர்நாடக காவல்துறை, வீரப்பனைப் பிடித்துக் கொடுத்தால் பரிசு ரூ.3 லட்சம் என அறிவித்த கையோடு, ஜனவரி 23 அன்று தங்கள் பகுதியான சிலுவைக்கல் அருகில் உள்ள வீரப்பனின் மறைவிடத்தை சுற்றிவளைக்க, கொஞ்சநஞ்ச சந்தன மர ஸ்டாக்கு களையும் வீரப்பனின் ஆட்கள் பெட்ரோல் ஊற்றி எரித்துவிட்டு 'பெப்பே' காட்டிவிட்டனர்.

துவக்கத்தில் இருந்தே வீரப்பனைப் பற்றிய 'ராங்' எஸ்டிமேஷனில் இருந்த தமிழக காவல்துறை, வனத்துறை ஐ.ஜி. சர்மா தலைமையில் கூடி அடுத்தகட்ட நடவடிக்கைகளைப் பற்றி உருப்படியாக விரிவான ப்ளான்களைப் போட்டதோடு, தகவல்களை பரிமாறிக் கொள்வதற்கு என்றே தனி வயர்லெஸ் சேனல் அமைத்தனர்.

கர்நாடக காவல்துறையும் கைகோர்த்துகொண்டது. பிப்ரவரி 2-ம் தேதி காவல்துறையின் அதிரடி அதிகாரி தேவாரம் ஒரு படையை அழைத்துக் கொண்டு வீரப்பனைத் தேடி காட்டுக்குள் புகுந்துகொள்ள, அவர் கொடுத்த தகவல்கள் அடிப்படையில், ஐ.ஜி. சர்மா, டி.ஐ.ஜி. காளிமுத்து, எஸ்.பி. பாஸ்கர், தர்மராஜ், பஞ்சாபகேசன் என்ற தமிழக போலீஸ் படையோடு, டி.ஐ.ஜி. சிங் தலைமையில் கர்நாடகப் படையும் சேர்ந்துகொண்டு சிலுவைக்கல் என்ற இடத்தை முற்றுகை இட்டனர். அங்கு பதுக்கி வைக்கப் பட்டிருந்த ரூ. 1 கோடி மதிப்புள்ள சந்தனமரக் குவியல்களைக் கைப்பற்றிவிட்டு மேலும் முன்னேறிய போலீஸ் படையை, அங்குள்ள வீரப்பனின் கெஸ்ட் ஹவுஸ் குகை முன்பாக தொங்கிய எச்சரிக்கை போர்டு வரவேற்றது.

"எங்கள் ஆட்கள் இரண்டுபேரை கொன்றதுடன் எங்கள் தொழிலையும் நாசப்படுத்திய போலீஸ் நாய்களே! உங்களைப்

பழிவாங்காமல் விடமாட்டோம்"

விடாமல் முன்னேறிய போலீசின் பிடிக்குள் மாக்கம் பாளையம், கடம்பூர், கோட்டைபாளையம் போன்ற வீரப்பனின் ஏரியாக்கள் வந்துவிட்டதோடு ஸ்பெசல் போலீஸ் கேம்ப் கூட அமைக்கப்பட்டிருக்கிறது. காவல்துறையின் இந்த செயல்கள் உள்ளூர் மக்கள் சிலருக்கு போலீஸ் மீது நம்பிக்கையை ஏற்படுத்திவிட, இன்ஃபர்மேஷன்கள் கிடைக்கத் துவங்கின.

ஆந்திராவில் உள்ள 'பீப்பிள்ஸ் வார் குரூப்' என்ற மக்கள் யுத்தக் குழுவுடன் வீரப்பனுக்கு பரிச்சயம் உண்டு என்பது இன்பர்மேஷன்களில் ஒன்று. சாமானியமாக யாரையும் எளிதில் நம்பிவிடாத வீரப்பன் தனக்கு தரப்படும் உணவில் விஷம் உள்ளதா? என்று நாய், குரங்கு போன்ற சிறு விலங்குகளுக்கு சாப்பிடக் கொடுத்து டெஸ்ட் செய்த பிறகே சாப்பிடுவது வழக்கம்.

தன்னை மக்கள் கோடீஸ்வரன் என்று அழைக்க வேண்டும் என்ற ஆசையில் போகும் இடமெல்லாம் குறைந்தது பல லட்சம் ரூபாய் 'கேஷ் பேக்' எடுத்து செல்லும் வீரப்பன் தன்னை 'காட்டுராசா, கோடீஸ்வர தர்ம ராசா' என்று அழைப்பவர்களுக்கு பண்டைய மன்னர்கள் ஸ்டைலில் இனாம் கொடுப்பதும் உண்டு.

இப்படியாக வீரப்பனை பற்றிய விபரங்கள் உண்மையும் பொய்யும் கலந்து போலீஸ் டைரிக்குள் ஏற ஏற... வீரப்பன் வகையறாக்களின் உஷ்ணமும் அதே விகிதத்தில் ஏறியதன் விளைவாக, 13.2.89 அன்று ஈரோடில் இருந்து மலைப்பாதை வழியாக பெங்களூர் சென்று கொண்டிருந்த ஜீவா போக்குவரத்து கழக பஸ்ஸும் அதே பாதையில் வந்த கர்நாடக மாநில பஸ்ஸும் வீரப்பனின் ஆட்களால் வழிமறித்து எரிக்கப்பட.... பயணிகளும் பணப்பையை பறி கொடுத்த கண்டக்டர் டிரைவர்களுடன் பொடிநடையாக திரும்பி வந்தனர். "இனிமே இந்த ரூட்டுல பஸ்ஸே ஓட்டமாட்டேம்பா" என்று சம்பந்தப்பட்ட கண்டக்டர் டிரைவர்கள் சபதமே எடுத்துவிட, தற்போது மப்டி போலீஸ்+ஸ்டென்கன்னோடு போக்குவரத்து தொடர்கிறது.

வீரப்பன் தற்போது மலையில் இல்லை என்பதும் பெண்ணாறு மேட்டூர் பகுதிகளில் ஒளிந்துகொண்டிருக்கலாம் என்று காவல்துறை நம்பினாலும் மேற்படி காட்டுப் பகுதிகளை தன்னுடைய பிடிக்குள் கொண்டுவரவே போலீஸ் தொடர்ந்து போராடுகிறது. ரெண்டுமாத காலமாக எக்கச்சக்கமாக போலீஸ் போர்ஸ் இறக்கப்பட்டும் வீரப்பனை போலீஸ் பிடிக்க முடியவில்லை என்பது இப்பகுதிகளில் வீரப்பனுக்கு ஒரு விதமான 'ஹீரோ' டைப் இமேஜை ஏற்படுத்தி இருக்கிறது.

மயிரே போச்சு, ஆச்சுங்களா!
- வீரப்பன்

உலகத்திலேயே அடர்ந்த உயர்ரக சந்தன மரங்கள் சத்தியமங்கலம் மலைக் காட்டில்தான் உள்ளன. சந்தன கடத்தல் மன்னன் வீரப்பனை பிடிக்க தமிழ்நாடு மற்றும் கர்நாடக காவல்துறை இணைந்து களத்தில் இறங்கி பல மாதங்கள் ஆனதுதான் மிச்சம். துவக்கத்தில் சற்று அசட்டையாக இருந்த இரு மாநில போலீசாருமே ஒகனேக்கல் அருகே கர்நாடகாவை சேர்ந்த மூன்று சப்-இன்ஸ்பெக்டர்கள் ஒரு கான்ஸ்டபிள் வீரப்பன் கோஷ்டியினரால் சுட்டுக் கொல்லப்பட்ட பின் படுஉஷாராகி கமாண்டோ படை, ஹெலிகாப்டர் தேடல் என்று தீவிரமானார்கள்.

வீரப்பன் மற்றும் அவனது உறவினர்கள் மாரியப்பன், பாப்பையன், சிவனையன், கெம்பன், ஐயன்துரை, மணி, தங்கவேல் ஆகியோர் மாக்கம்பாளையத்தில் வந்திறங்கி துவக்க நாளில் தடபுடலாக பூஜையும் போட்ட பின்னே சந்தன மரங்களை வெட்ட தொடங்கி இருக்கின்றனர். வெட்டப்படுகிற மரங்களை தலை சுமையாக நால்ரோடுவரை தூக்கிவந்து தரும் கிராம வாசிகளுக்கு கூலியாக கிலோவுக்கு 20 ரூ. தரப்பட்டிருக்கிறது.

இந்த நேரத்தில் வீரப்பனோடு நேருக்கு நேர் மோதி நாட்டின் கவனத்தை திருப்பியவர் சத்தியமங்கலம் காட்டிலாகா ஆதிகாரி பத்ரசாமி. அதை தொடர்ந்து கோபி ஏ.எஸ்.பி. சைலேந்திரபாபுவும் தன் பரிவாரங்களோடு அடிக்கடி வீரப்பனோடு மோத,வேட்டை துவங்கியது. ஜனவரிமாத துவக்கத்தில் கோவை ரேஞ்ச் டி.ஐ.ஜி. காளிமுத்து, பெரியார் மாவட்ட எஸ்.பி.பாஸ்கரன் சகிதம் மாக்கம்பாளையத்தை நோக்கி முன்னேற மாக்கம்பாளைய மலைக்காடுகளில் இருந்து போலீஸ் படையை நோக்கி துப்பாக்கி குண்டு மழை பொழிய இங்குதான் வீரப்பன் கோஷ்டி இருப்பதாக எண்ணிய போலீஸ் மேலும் மும்முரமாய் முன்னேற ஒரு கட்டத்தில் வீரப்பன் பதுக்கிவைத்து இருக்கிற 2 கோடி மதிப்புள்ள சந்தன கட்டைகள் பிடிபட்டன. நாளுக்கு நாள் போலீஸ் தாக்குதல் வலுக்கவே மாதையன், ஐயன்துரை உள்ளிட்ட 6 தளபதிகளையும் களத்தில் இருக்க செய்துவிட்டு வீரப்பன் தலைமறைவாகி விட்டார். அடுத்து கோவிந்தன் தலைமையிலான கொரில்லா படையுடன் மோதி வென்ற போலீசார் வீரப்பன்

பிடியில் இருந்த மாக்கம்பாளையம், ஜல்லிபாளையம் உள்ளிட்ட பல பகுதிகளை மீட்டதை ஓரளவுக்கு போலீஸ் வெற்றி என்றே கூறலாம்.

பர்கூரில் இருந்து 25 கி.மீ. தொலைவில் உள்ள செங்குளத்தில் திருப்பூரை சேர்ந்த ஒருவர் கல்குவாரி வைத்திருக்கிறார். ஐயன்துரை இவரை மிரட்டி ரூ.25 ஆயிரம் வாங்கிக் கொண்டதோடு மீண்டும் பணம் வாங்க அடுத்த மாதம் வருவதாக கூறிவிட்டு போய் விட்டானாம்.

இதை மோப்பம் பிடித்த சப்-இன்ஸ்பெக்டர் ஒருவர் இரண்டு கான்ஸ்டபிள்களுடன் சென்று கல்குவாரியில் 20 நாட்கள் சாதாரண கூலி தொழிலாளிகள் போல வேலை செய்து கொண்டு காத்திருக்க, அவர் எதிர்பார்த்தது போலவே ஐயன்துரை குவாரிக்கு சற்று தள்ளி இருந்துகொண்டு தனது அசிஸ்டண்ட்ஸ் இருவரை பணம் வாங்கி வர அனுப்பி இருக்கிறான். சப் இன்ஸ்பெக்டர் துப்பாக்கியுடன் இருளில் பூனைபோல சென்று ஐயன்துரையை நெருங்க, அவனுடன் இருந்த நாய் இவரை கண்டவுடன் குலைத்திருக்கிறது. உஷாரான ஐயன்துரை திரும்புவதற்குள் எஸ்.ஐ. துப்பாக்கியால் சுட... இருளில் காயத்தோடு மறைந்துவிட்ட ஐயன்துரை மறுநாள் இரவு மலைப்பாதை வழியாக அந்தியூருக்கு நடந்தே வந்து டாக்சி ஒன்றில் ஏறி தருமபுரி நோக்கி சென்றிருக்கிறான். இந்தூர் அருகே இரவு சோதனை நடத்திக் கொண்டிருந்த தருமபுரி போலீசார் காருக்குள்ளிருந்த ஐயன்துரையை யார் என்று தெரியாமல் சந்தேகத்துடன் அவன் போர்த்தி இருந்த பெட் சீட்டை விலக்கி பார்க்க குண்டு காயம். தற்போது ஐயன்துரை தருமபுரி போலீஸ் வசம்.

ஆனால், போலீசாரால் கொல்லப்பட்ட மாதையனோ அல்லது பிடிபட்ட ஐயன்துரையோ வீரப்பன் கோஷ்டி சகாக்களே தவிர போலீஸ் நினைத்தது போல வீரப்பனின் தளபதிகளே இல்லை. தளபதிகளான மாதையனும் சரி ஐயன்துரையும் சரி இதுவரை பிடிபடவே இல்லை. இதில் ஐயன்துரை சற்று கொடூர ஆசாமி. யானை தந்த திருட்டு வழக்கில் வன அதிகாரி பத்ரசாமி இந்த ஐயன்துரையை தீவிரமாக தேடவே தனக்கு பாதுகாப்பு தேடி வீரப்பனிடம் தஞ்சம் புகுந்தவன்.

இந்த பகுதியில் ஆயுதப்படை கேம்ப் வேறு அமைக்கப்பட்டு விட்டதால் மெல்லியதான துணிவில் வீரப்பன் கோஷ்டியை பற்றிய தகவல்களும் போலீசுக்கு கிடைக்க துவங்கிவிட்டன. இந்த தகவல்கள் மூலம்தான் வீரப்பன் கோஷ்டியின் தங்கவேல் மற்றும் பாப்பையனை கோபிச் செட்டிப்பாளையம் ஏ.எஸ்.பி.

சைலேந்திரபாபு பிடித்திருக்கிறார்.

இதேபோல் ஒரு இரவு குட்டையூர் மலையில் தளபதி ஐயன்துரையும், சிவனையனும் அமர்ந்து இட்லி சாப்பிடும் செய்திகேட்டு ஏ.எஸ்.பி. சைலேந்திரபாபு நைசாக சென்று கோழியைப் போல அமுக்க ஐயன்துரை மட்டும் தப்பியிருக்கிறான். சிவனையன் சிக்கிக் கொண்டான்.

வீரப்பன் 'பணத்துக்காக கொள்ளையோ கொலையோ செய்வதில்லை' என்று அந்த பகுதி மக்கள் தலையிலடித்து சத்தியம் செய்கின்றனர். ஆனால்,வீரப்பன் பெயரை சொல்லி பல கோஷ்டிகள் அட்டூழியம் செய்து வந்துள்ளனர் என்பதும் நிஜமென தெரிகிறது.

வீரப்பன் படைக்கு பெரிசு எனப்படும் குருநாதன்தான் கேப்டன். முன்னாள் ராணுவ வீரனான குருநாதன் குறி தவறாமல் சுடுவதில் கில்லாடி. வீரப்பனின் ஆட்களுக்கு துப்பாக்கி பயிற்சி அளித்ததே இவன்தான். போலீஸ் படையெடுப்பை முன்கூட்டியே தெரிந்து வைத்துக்கொண்ட வீரப்பன் படுஉஷாராக ஒரு லாரியில் அரிசிமூட்டை மற்றும் பருப்பில் இருந்து தீப்பெட்டி வரை மளிகை சாமான்கள் வாங்கி ஸ்டாக் வைத்திருப்பதால் சாப்பாட்டுக்கு பஞ்சம் இல்லை.

ஆனால், வீரப்பனின் மனைவி முத்துலட்சுமியின் பிரசவ காலம் நெருங்குவதால் தனது உறவுக்கார கிழவிகள் இருவரை பிரசவத்துக்கு என்றே வீரப்பன் தன்னோடு தங்க வைத்திருக்கிறார். சாதாரணமாக சரஸ்வதி பூஜை அன்றுகூட தனது துப்பாக்கி, கோடரி, வீச்சரிவாள் போன்ற ஆயுதங்களை சாமி படத்துக்கு முன்வைத்து பூஜைபோடும் அளவுக்கு தெய்வபக்தி மிக்க வீரப்பன் "கடவுளே! எனக்கு பிள்ளை பிறக்குற வரைக்குமாவது ஆபத்து வராம காப்பாத்தப்பா" என்று கடவுளிடம் வேண்டிவருகிறாராம்..

பல மாதங்களாக தமிழ்நாடு போலீஸ் மட்டும் சுமார் 15 லட்சம் வரை பல வகைகளில் செலவழித்து தேடியும் வீரப்பனை பிடிக்கவே முடியாததால் அவர்களின் எரிச்சல் வீரப்பனுக்கு ஆதரவு தந்துவந்த கிராமத்து மக்கள் மீதும் திரும்பி இருக்கிறது. "வீரப்பன் எங்கடா?" என்று கேட்டுக்கொண்டு பல அப்பாவி பொதுமக்களை சித்திரவதைக்கு உள்ளாக்கி இருக்கின்றனர் போலீசார். வீரப்பன் சொந்த ஊரான கோபிநத்தத்திலும் கர்நாடக காவல்துறை கேம்ப் அமைத்து பொதுமக்களை மிரட்டி வருகிறது.

பேசும்போது அடிக்கடி இடையிடையே "ஆச்சுங்களா?" என்பது வீரப்பனின் மேனரிஸம். "பாம்பு வாலைப் பிடிக்கறவரை உங்களை ஒன்றும் செய்யாது. சீண்டினால்தான் கொத்தும். நானும்

அதுபோலதான், ஆச்சுங்களா!" இது, வீரப்பன் தனது ஆதரவு கிராமவாசிகளிடம் அடிக்கடி கூறும் வாசகம்.

போலீசார் ஏற்பாட்டில் வீரப்பன் ஆதரவு பிரமுகர் ஒருவர் காட்டுக்குள் வீரப்பனை சந்தித்து, "நீங்கள் சரண் அடைந்தால் பிரச்னை இல்லாமல் பார்த்துக்கொள்வது என் பொறுப்பு" என்று கூற, 'டக்' என்று வீரப்பனிடம் இருந்து வந்த பதில், "என் ஜாதகப்படி 12 வருசத்துக்கு என்னை யாரும் அசைக்க முடியாது. அதனால் சரண் அடைவது என்ற பேச்சுக்கே இடம் இல்லை. எனக்கு இப்போ வயசு நாப்பது. எல்லாத்தையும் இஷ்டம்போல் அனுபவிச்சு முடிச்சு 52 வயதில் என்னை போலீஸ் வந்து பிடிச்சா மயிரே போச்சு, ஆச்சுங்களா" என்பது வீரப்பன் தில்.

சீனிவாஸ் பிரசாத் ஐ.எப்.எஸ். படுகொலை

வீரப்பனைப் பிடிக்க தமிழக போலீசால் எஸ்.பி. கோபாலகிருஷ்ணன் தலைமையில் அமைக்கப்பட்ட குழுவில் வீரப்பனை எப்படியும் பிடிக்க வேண்டும் என்ற துடிப்புடன் செயல்பட்ட வனத்துறை அதிகாரி. நாற்பத்திரெண்டு வயதான இவர் ஆந்திர மாநிலம் ராஜமுந்திரியைச் சேர்ந்தவர். முயற்சியில் மனம் தளராது வீரப்பனைப் பிடிக்க அதிரடி நடவடிக்கைகளைத் தவிர்த்து அன்புவழியைப் பின்பற்றியவர். கடந்த மூன்று மாதங்களுக்கு முன்பு சந்தனக்கட்டை கடத்தல் கேஸில் தண்டனை பெற்று மைசூர் சிறையில் இருந்து விடுதலையான வீரப்பனின் தம்பி அர்ச்சுனன் கோபிநத்தத்துக்கு வந்து அதிகாரி சீனிவாசஸிடம், தான் திருந்தி விட்டதாகவும் தன் பிழைப்புக்கு ஏதாவது வழி செய்யுமாறும் கேட்க சீனிவாசும் வேலை வாய்ப்பை ஏற்படுத்தித் தந்து தனது 'ஸ்பை'யாக வைத்துக்கொண்டார்.

திடீரென ஒன்றரை மாதங்களுக்கு முன் தலைமறைவான அர்ச்சுனன் அண்ணன் வீரப்பனுடன் சேர்ந்துவிட்டான். அதற்குப் பிறகு கோபிநத்தம் வந்திருக்கிறான். கொள்ளேகாலில் இருந்து ஜீப்பில் விரைந்து வந்த சீனிவாஸ் அர்ச்சுனனை தனது ரூமுக்கு அழைத்துச் சென்று விபரம் கேட்டபோது, "இப்ப தொழில் பண்ண ரொம்ப கெடுபிடி இருக்கறதினால அண்ணன் வீரப்பன் சரணடைய விரும்புறாரு. போலீஸ்ல சரணடைஞ்சா அவரை உயிரோட விடமாட்டாங்க. உங்க நல்ல உள்ளத்தைப் பத்தி சொல்லி இருக்கறேன். அண்ணன் உங்களை தனியா பாக்க விரும்பறார். நீங்க மட்டும் வந்தா அண்ணன் உங்ககிட்ட

சரணடைய தயாரா இருக்கார். எங்ககிட்ட இப்ப கையில ரெண்டு லட்ச ரூபா இருக்குது. அத வச்சு எங்களை நீங்களே ஜாமீன்ல எடுத்துடுங்க. வெளியே வந்து நாங்க நல்லபடியா பொழைச்சுக்கிறோம்"னு சொல்லியிருக்கிறான்.

கோபிநத்தம் கிராமத்தைச் சேர்ந்த பெருமாள் நக்கீரனிடம் கூறியதாவது, "ராத்திரி பத்தரைமணி இருக்கும். ஆபீசர் எங்களைக் கூப்பிட்டார். நானும் வீரப்பனோட மாமா பொன்னுசாமி, ஊர் கவுண்டர் முனுசாமி, முன்னால் வீரப்பன் குரூப்பில் இருந்த கிருஷ்ணன், அவரது அண்ணன் மாரியப்பன் மாதையன் எல்லோரும் போனோம்.

அப்ப ஆபீசரு, "இப்ப வீரப்பன் சரணடைய விரும்பறான். நாம எல்லோரும் போயி பேசிட்டு வருவோம். நீங்க எல்லாம் வீரப்பனுக்கு சொந்தக்காரங்க. உடனே போலாம் வாங்க"ன்னு சொன்னாரு.

நான் உடனே, "நாம போனோம்னா உயிரோட திரும்பி வரமாட்டோம். அப்படி போறதுனா அம்பது அறுபது போலீசோட போலாம்" என்றேன்.

"போலீஸ் வந்தா பிரச்னைனு வீரப்பன் பயப்படுறாபோல இருக்கு. நாம் தனியாவே போலாம். ஒன்றும் ஆகாது. சாவு வந்தா சாவோம். பயப்படாம வாங்க"ன்னாரு. காலைல ஆறு மணிக்கு நாங்க நடந்தே பாரஸ்டுக்குள்ள ஏழு கிலோமீட்டர் தூரத்தில் உள்ள எரக்கியம் பள்ளத்தாக்கு போனோம்.

சீனிவாஸுடன் சென்ற கிருஷ்ணன், "நானும் ஆபீசருடன் தான் போனேன். பாதிதூரம் போனதும் அங்க ஓடிக்கிட்டிருந்த நீரோடையில தண்ணி குடிக்கலாம்னு ஆபீசரு சொன்னாரு. அப்ப எங்களைச் சுத்தி வீரப்பனும் அவனோட வலது கையான கொளந்தை, இன்னும் பத்துப் பேரும் திடீர்னு நின்னாங்க. கொளந்தைதான் முதல்ல ஆபீசரைச் சுட்டான். ஆபீசரு கீழே விழுந்தாரு. நான் பயந்து ஓட்டம் எடுத்து மாதேஸ்வரன் மலைக்கு வந்து போலீஸ்காரங்ககிட்ட சொன்னேன். அப்புறம்தான் எல்லா ஆபீசருங்களும் அங்க போனாங்க" என்றார்.

சம்பவம் கேள்விப்பட்டு வனத்துறை போலீஸ் அதிகாரிகள் சம்பவ இடத்துக்குச் சென்றபோது, அங்கே சீனிவாஸின் தலை இல்லாத உடல் மட்டுமே கிடந்திருக்கிறது.

தலையை வெட்டி எடுக்க அந்த சமயத்தில் கத்தி எதுவும் இல்லாததால் வீரப்பன் குரூப் கூரான கற்களால் அவரது கழுத்தை அறுத்து தலையைத் தனியாக எடுத்துச் சென்றிருக்கிறது. அவரது பத்து விரல்களையும் துண்டித்து எடுத்துச் சென்றிருக்கின்றனர்.

மேலும் அவரது கை கால்களில் ஓடும் ரத்த நாளங்களைத் துண்டித்து ரத்தத்தையும் பிடித்துச் சென்றிருக்கின்றனர்.

சீனிவாஸின் உடலைக் கொளுத்தி அடையாளம் தெரியாத படி செய்ய மண்ணெண்ணெய் ஊற்றி எரிக்கவும் முயற்சி செய்திருக்கின்றனர். அவரது வலது காலில் தீக்காயம் இருந்ததை யும் உடலின் மீது மண்ணெண்ணெய் வாசம் அடித்ததையும் வைத்து போஸ்ட் மார்ட்டம் ரிப்போர்ட் கூறுகிறது. சீனிவாஸின் உடல் கோபிநத்தத்துக்கு கொண்டுவரப்பட்டபோது ஊர் மக்கள் ஒன்று கூடி கதறி அழுதனர்.

சீனிவாஸ் அணிந்திருந்த உடைகளை வைத்தும், அவரது பேட்ஜை வைத்தும்தான் அவரை அடையாளம் கண்டுகொள்ள முடிந்தது.

இந்தக் கொலைக்கு காரணமாக வீரப்பன் தங்கை மாரியம்மாள், இரண்டு மாதங்களுக்கு முன்பு தற்கொலை செய்துகொண்டு இறந்துபோனதன் பின்னணியில், டி.எப்.ஓ. சீனிவாஸ் இருந்ததாகவும், அதற்குப் பழிவாங்கவே வீரப்பன் இந்தக் கொலையைச் செய்தார் என்றும், கர்நாடக போலீஸ் மாரியம்மாளைச் சித்ரவதை செய்ததன் காரணமாகவும், அடிக்கடி மிரட்டியதால், பயந்துபோன அவள் தற்கொலை செய்து கொண்டாள் என்றும், அதற்காகவே வீரப்பன் இந்தக் கொலையைச் செய்ததாகவும் தகவல்கள். 1986-ம் ஆண்டு தன்னைப் பிடித்த சீனிவாசைத் தீர்த்துக்கட்ட வீரப்பன் எடுத்த சபதம்தான் இந்தக் கொலை' என்பதாகவும் அந்தப்பகுதி மக்கள் கூறுகிறார்கள்..

இத்தனை நாள் அமைதியாக இருந்த வீரப்பன் இப்போது மீண்டும் விசுவரூபம் எடுத்திருப்பதற்கு, வீரப்பனின் பழைய அரசியல் நண்பர்களான கர்நாடக எக்ஸ். எம்.எல்.ஏ., ஒருவரும், தமிழக எக்ஸ். எம்.எல்.ஏ., ஒருவரும், பழையபடி வீரப்பன் தொழிலில் ஈடுபட பொருளாதார உதவிகளைச் செய்ய ஆரம்பித்து விட்டதும் ஒரு காரணமாகப் பேசப்பட்டது.. இதன் முதல் கட்டமாக சமீபத்தில் மாதேஸ்வரன்மலையில் கருங்கல் உடைத்து வியாபாரம் செய்துவரும் வியாபாரி ஒருவர் மூலம் ஐந்து லட்சம் ரூபாய் வீரப்பனுக்குக் கொடுக்கப்பட்டிருக்கிறது.

வீரப்பனுடன் இப்போது பத்துக்கும் மேற்பட்ட கூட்டாளிகளும், அவர்களுக்கு சமைத்துப் போடுவதற்கு தமிழ்நாட்டு போலீசிடம் தனது குழந்தையை விட்டுவிட்டு தப்பிப்போன அவனது மனைவி முத்துலட்சுமியும் இருக்கின்றனர். வீரப்பனுக்கு வேண்டிய உணவுப்பொருள்கள் மற்றும் ஆயுத உதவிகள் சேலம் மாவட்டத்தில் இருந்து தடையில்லாமல் சப்ளை

ஆகிக் கொண்டிருக்கிறது.

தன் வனத்துறையைச் சேர்ந்த ஒரு பெரிய அதிகாரி கொடூரமான முறையில் கொலை செய்யப்பட்டும் கர்நாடக போலீஸ் எந்தவித பரபரப்பும் இன்றியே செயல்படுகிறது. காரணம் கர்நாடக வனத்துறைக்கும் போலீசுக்கும் ஏற்பட்டுள்ள ஈகோ பிரச்சினைதான். போலீஸ் தரப்பில் நக்கீரன் விசாரித்தபோது "தானே பேர் வாங்கனும்னு பேராசை காரணமா தனியாப்போய் மாட்டி உயிரை விட்டுவிட்டார்... அந்த ஆபீசர். இப்ப என்ன செய்றது?" என்ற அலட்சியமான பதிலே கிடைத்தது.

வீரப்பன் மீண்டும் தீவிரமாகத் தொழிலில் இறங்கத் தொடங்கினால் உயிர்ப்பலி கொடுத்து இறந்தவரின் தலையை தனது குலதெய்வமான காளிக்குக் காணிக்கையாக்குவது வழக்கமாம். அதேபோல் இப்பொழுதும் சீனிவாஸின் தலையைத் துண்டித்து எடுத்துச் சென்றிருப்பதும் வீரப்பனின் அட்டகாசம் மீண்டும் தொடர்வதற்கான அறிகுறி என்று கோபிநத்தம் மக்கள் நடுக்கத்துடன் கூறினார்கள். வீரப்பனால் கொலை செய்யப்பட்ட எட்டாவது அதிகாரி சீனிவாஸ்.

துப்பாக்கிகளுக்கு இடையே நக்கீரன்!

1997. வீரப்பன்-அதிரடிப்படை சண்டை. வீரப்பனைப் பிடிப்பதற்காக ஜெயலலிதா, கர்நாடக வீரப்ப மொய்லி அரசு களால் அனுப்பப்பட்ட அதிரடிப் போலீசாராலும், வீரப்பனாலும் பாதிக்கப்பட்ட இரண்டு மாநில மலைக்கிராமங்களிலும் என்ன நடந்துகொண்டிருக்கிறது என்பதைப் பற்றிய நிஜமான செய்திகள் பெரும்பாலும் வெளியே வந்ததில்லை.

அதிரடிப்படை போலீசார் கொடுக்கும் பொய்த் தகவல்கள் மட்டுமே எப்போதாவது தலைகாட்டிக் கொண்டிருந்த காலம் அது. சந்தன வீரப்பனை அவனது தந்தக்காடுகளில் போய் துணிச்சலாகச் சந்தித்துப் பேட்டி கண்ட நக்கீரன், அதிரடிப் போலீசாரால் இந்திய நாட்டிலிருந்தே தனித் தீவுகளாக்கப்பட்ட மலைப்பகுதிகளில் உள்ள கிராமங்களுக்குள் நுழைந்து பாதிக்கப்பட்ட மக்களை சந்தித்து ஆறுதல் கூறியதுடன், அவர்களின் தற்கால அவல சூழல்களை வெளிக்கொண்டுவர விரும்பி பல முயற்சிகளை எடுத்து வந்தது என்பது அனைவரும் அறிந்ததே.

18.3.97 அன்று கர்நாடக மாநிலம் கொள்ளேகாலை அடைந்து, அங்கிருந்த நண்பர் ஒருவரின் உதவியோடு பேட்டிக்கான உபகரணங்களையும் துணைக்கு மூன்று நபர்களையும் ஏற்பாடு செய்துகொண்ட நக்கீரன், அங்கிருந்து ஹனூர் சென்று தமிழ்ச்சங்கப் பிரதிநிதிகள் சிலரைச் சந்தித்து பல்வேறு தகவல்களை புலனாய்வு செய்திகளாகப் பெற்றுக் கொண்டதுடன் அவற்றை ஆவணங்களாக இன்றுவரை பாதுகாத்து வருகிறது.

இந்த புத்தகத்தின் பல பகுதிகளில் அந்தத் தகவல்கள் புள்ளி விபரங்களாக வெளிப்படுத்தப்பட்டுள்ளது. அது மட்டுமின்றி அவற்றை தேசிய மனித உரிமைக் கழகத்தின் பார்வைக்கும் கொண்டு சென்ற நக்கீரன் மனித உரிமைகளுக்கான போராட்டத்தில் இறுதிவரை உறுதியாக நின்றதும் அனைவரும் அறிந்ததே.

அத்தகவல்களின் அடிப்படையில் நெல்லூர் கிராமத்துக்கு முதலில் செல்வது என முடிவு செய்த நக்கீரன், முன்னெச்சரிக்கையாக நெல்லூருக்கு ஒரு கிராமவாசியை அனுப்பி அங்கே அதிரடிப் போலீசின் நடமாட்டம் பற்றி ஒற்றறிந்து வரச் செய்தது.

நெல்லூர் செல்லும் எல்லா வாகனங்களும் நாலு ரோடு கேம்ப்பில் கடுமையாக சோதனை செய்யப்பட்ட சூழலில், துணிச்சலாக, கெட்டிக்காரத்தனமாக அதைக்கடந்து நெல்லூரை அடைந்தாலும், அங்கே அதிரடிப் போலீசின் இன்ஃபார்மர்கள் அலைந்து கொண்டிருப்பதாகவும், நெல்லூரிலிருந்து கூப்பிடு தூரத்தில் உள்ள அஞ்சிப்பாளையத்தில் ஒரு கேம்ப் இருப்பதாகவும் நமது ஒற்றர் ஒரு எச்சரிக்கைத் தகவல் கொண்டு வந்தார்.

'அதிரடிப்படையின் அரண்களைப் பற்றிய கவலை வேண்டாம். நெல்லூர் மக்கள் நக்கீரனுக்குப் பேட்டியளிப் பார்களா?' என்ற கேள்வியை நமது ஒற்றரிடம் கேட்டோம்.

"ஐந்து வருடத் தடைகளைத் தாண்டி நக்கீரன் உள்ளே வர முடியுமா? வந்து எங்கள் குறைகளைக் கேட்டுவிட்டு ஆபத்தில்லாமல் திரும்ப முடியுமா? பேட்டி கொடுத்தது தெரிந்தால் மலைப் போலீஸ் எங்களை உயிரோடு விட்டு வைக்குமா?" என்றெல்லாம் நெல்லூர் கிராமவாசிகள் தன்னைக் கேட்டுத் துளைத்ததாகச் சொன்னார் நமது ஒற்றர்.

சாவோடு போராடிக்கொண்டிருக்கும் மக்களைச் சந்திக்க மரணத்தின் விளிம்பைத் தாண்டி 19.3.97 காலை 10.30 மணிக்கு

நெல்லூர் என்ற வாழ்விழந்து நிற்கும் மலையடிக் கிராமத்தை அடைந்தது நக்கீரன்.

காய்ந்து கிடந்தது நெல்லூர். 200 ஏக்கர் விவசாய நிலங்களும் அதிரடிப் போலீசின் விவசாயம் செய்யக்கூடாது என்ற கட்டளையால் புதர் மண்டிக் கிடந்தன. போலீசாரால் தீ வைத்துக் கொளுத்தப்பட்ட 35 வீடுகள் குட்டிச்சுவர்களாக காட்சியளித்தன. ஓராயிரம் சோகங்களை சுமந்துகொண்டு ஒவ்வொருவரும் நடுக்கத்தோடு நடமாடிக்கொண்டிருந்தார்கள். நக்கீரனின் வீடியோ கேமரா அதை உள்வாங்கியது.

மூன்று மகன்களில் இருவரை அதிரடிப் போலீசாரின் துப்பாக்கிக் குண்டுகளுக்கு பலிகொடுத்திருந்த அம்மாசி என்ற மூதாட்டி, வழிந்தோடிய கண்ணீரைத் துடைத்துக் கொள்ளக்கூடத் திராணியில்லாமல் சொன்னார். "பாதிச் சாமத்துல மலைப் போலீசு வந்துச்சு. தூங்கிக் கொண்டிருந்த எம் மவன் கொளந்தையை தட்டி எழுப்பிக் கூட்டிப்போனாங்க. மலையில வச்சிருந்தாங்க. அப்புறம் அவனைச் சுட்டுக்கொன்னு...பொணத்தைக் கொண்டு வந்து என்வீட்டு வாசல்ல போட்டுட்டுப் போனாங்க.. ஏன் புடிச்சீங்க? ஏன் கொன்னீங்கன்னு கேக்க முடியுமா? கேட்டா, 'நீ வீரப்பனுக்கு சாப்பாடு குடுத்தியா'ன்னு கேட்டு அடிப்பாங்க. அப்புறம் ஒண்ணரை வருஷம் கழிச்சு என் இன்னொரு மவனையும் வீட்டுக்கு வந்து போலீஸ் இழுத்துகிட்டு போனாங்க. இன்ன வரைக்கும் திரும்பலை"

விறகுக்கட்டைத் தலையில் சுமந்து தரிசாய்க் கிடக்கும் வயல்வெளியிலிருந்து ஊருக்குத் திரும்பிக்கொண்டிருந்த கோவிந்தம்மா, "அவரும் நானும் எங்க நாலு கொழந்தைகளோட தமிழ்நாட்டுக்கு பஸ்ஸில் பொறப்பட்டோம். நடுவழியில மலைப் போலீசு மறிச்சு எம்புருஷனை இறக்கினாங்க. அப்ப அவரு கைல கொழந்தைய வச்சிருந்தாரு. பயந்துகினே புள்ளைகளைக் கூட்டிகிட்டு நானும் இறங்கினேன். அவரு கையில இருந்த புள்ளையைப் பறிச்சு ரோட்டோரம் வீசிப்புட்டு அவரை மட்டும் லாரியில ஏத்துனாங்க. நான் ஓடிப்போய்க் கெஞ்சினேன். அவரைக் கொண்டுபோற எடத்துக்கு என்னையும் கொண்டு போங்க. அவரைச் சுட்டுக் கொன்னா என்னையும் சுட்டுக் கொல்லுங்க. அவரு இல்லாம கொழந்தைகளோட எப்படிப் பிழைப்பேன்னு கெஞ்சிக்கிட்டே நானும் லாரியிலே ஏறினேன். என்னைப் பிடுச்சு தள்ளிப்புட்டு லாரியை ஓட்டிக்கினு போயிட்டாங்க. மூணு நாள் கழிச்சு எம் புருஷனை சுட்டுக்கொன்னு பொணத்தைக் கொண்டுவந்து என் வீட்டு வாசல்ல போட்டுட்டு போயிட்டாங்க.

இப்ப பட்டினியும் பசியுமா புள்ளைகளோட கூலி வேலைக்குப் போறேன்."

நெல்லூர் ஊராட்சி உறுப்பினராகத் தேர்ந்தெடுக்கப் பட்டிருக்கும் கோவிந்தம்மாள் மிகுந்த தெளிவோடும் உறுதியோடும் கூறினார். "என் கணவர் பொன்னுசாமி பத்து வருடத்துக்கு முன்பு பஞ்சாயத்து உறுப்பினராக இருந்தார். அஞ்சுவருசம் கழிச்சு மண்டல பஞ்சாயத்து உறுப்பினரானார். பொதுப் பிரச்னையென்றால் முன்னணியில் நிற்பார். எல்லா அதிகாரிகளும் நல்ல பழக்கம். 24.4.93 காலையில் தாசில்தாரும் சில போலீசாரும் வந்து, 'முக்கியமான ஒரு விசயம், போய் வரலாம் வாங்க' என்று கூட்டிக்கொண்டு போனார்கள். பொதுப் பிரச்னைக்குத்தானே என்று இவரும் போனார். நான்கு நாட்கள் வரை காத்திருந்த நான் கொள்ளேகால் சென்று விசாரித்தேன். என் கணவரை, தடா கைதியாக்கி மைசூர் சிறையில் அடைத்து விட்டார்கள் என்று பிறகுதான் தெரிந்தது.

அதிரடிப் போலீசாரின் காமவெறிக் கொடுமைகளை வெளியே சொல்ல முடியாமல் ஏராளமான பெண்கள் குமுறிக்கொண்டிருக்கும் வேளையில், மகளுக்கு ஏற்படுத்தப்பட்ட கொடுமைக்கு நியாயம் கேட்டு கலெக்டரும் அமைச்சரும் நெல்லூருக்கு வந்து தீரவேண்டிய கட்டாயம் மாணிக்கத்தால்தான் ஏற்பட்டது. ஐந்தாண்டுக்கும் மேலாக பூட்டி வைத்திருந்த குமுறல் மாணிக்கம் இதயத்தை உடைத்துக்கொண்டு வெளியே வந்தது. "நெல்லூர் அஞ்சிப்பாளையம் உட்பட ஏழெட்டுக் கிராமங்களில் இருந்த 140 ஆண்களைத் தேர்ந்தேடுத்து, இருபது இருபது பேர்களாக ஏழு டீம்களாக்கினார் இன்ஸ்பெக்டர் நாகராஜ். ஒவ்வொரு நாளைக்கும் ஒரு டீம் வீரப்பனைப் பிடிக்கச் செல்ல வேண்டும். அதிரடிப் போலீஸ் எங்களை முன்னேவிட்டு பின்னால் வருவாங்க. 12 மணி நேர டியூட்டி. கட்டாயம் போயே தீர வேண்டும். எங்களுக்கு உடம்பு சரியில்லையென்றால் பதிலுக்கு ஒரு ஆளை நாங்கள் ஏற்பாடுசெய்து அனுப்பவேண்டும். இல்லையென்றால் அடி,உதை. ஐந்து வருடமாக இதே தொல்லை.

அதிரடிப்படைப் போலீஸ் சம்பளம் வாங்கிக்கொண்டு ஜாலியாக இருப்பார்கள். நாங்கள் ஒரு பைசா இல்லாமல் சித்ரவதையை அனுபவிக்கிறோம். நாங்கள்தான் வீரப்பனைப் பிடிக்க வேண்டுமாம். 'ஒரு அதிரடிப் போலீஸ்காரனை வீரப்பன் சுட்டுக்கொன்றால் அதற்குப் பதிலாக கிராம மக்கள் ஐம்பது பேரைச் சுட்டுக்கொன்று கிணற்றில் வீசுவேன்' என்று ஆணையிட்டிருக்கிறார் இன்ஸ்பெக்டர்.

ஷிப்டுக்குச் செல்லும் இன்னொரு நபரான மணி சொன்னார், "கர்நாடக மாநில எல்லை கிராமங்களில் உள்ள ஒவ்வொரு குடும்பத்திலிருந்தும் குறைந்தது இரண்டு பேர்களையாவது வீரப்பன் பற்றிய விசாரணைக்கு என்ற பெயரில் அதிரடிப் போலீசார் அள்ளிக்கொண்டு போயிருக்கிறார்கள். ஆயிரக் கணக்கான பேரை மாதேஸ்வரன் மலைக்கு கொண்டுபோய் கரண்ட் ஷாக் கொடுப்பார்கள். அடித்து நொறுக்குவார்கள். தடா கைதியாக்கி மைசூர் சிறையில் அடைப்பார்கள் அல்லது சுட்டுக் கொன்றுவிடுவார்கள். நெல்லூர், அஞ்சிப்பாளையம், பெத்தன பாளையம், கூடலூர், செல்லிப்பாளையம், எர்ராம்பாடி, கொப்பம், காஞ்சனூர், ஊக்கியம், சோளவந்தன், சத்தியமங்கலம், ராமபுரம், உடையார்பாளையம், சாம்ராஜ்நகர் இப்படி எத்தனையோ ஊர்களை சத்திய நாசம் பண்ணிருச்சு அதிரடிப் போலீஸ். அங்கே எல்லாம் போலீசாரால் ஏகப்பட்ட பிரச்னைகள்.

நெல்லூர் கிராமத்தில் அரை நாள் இருந்தோம். முப்பதுக்கும் மேற்பட்டோர் கண்ணீரோடு நம்மிடம் குமுறினார்கள். கிராமத்தின் ஒவ்வொரு பகுதியையும் சுற்றிப்பார்த்தோம். ஏறத்தாழ, மூன்றுமணி நேரம் ஓடக்கூடிய வீடியோ கேசட்டில் இருந்து ஒருசில காட்சிகளையே மேலே சுட்டிக்காட்டி இருக்கிறது நக்கீரன்.

வீரப்பன் தேடுதல் வேட்டை என்ற பெயரில் அதிரடிப் போலீசார் செய்த கொடுமையால் மலைக்கிராமங்களில் ஒவ்வொரு வீட்டிலும் கொலை, கொள்ளை, கற்பழிப்பு, தீவைப்பு என்று ஏதாவது ஒன்றை நடத்திக் காட்டியிருக்கிறது போலீஸ் துறை.

வீடுகளில் தூங்கிக்கொண்டிருந்த அப்பாவி மக்களை தட்டி எழுப்பி இழுத்துச்சென்று சுட்டுக்கொன்றிருக்கிறது போலீஸ். வீரப்பன் ஆட்களை சுட்டுக் கொன்றோம் என்று மார்தட்டிக் கொள்ளவே இந்தப் படுகொலைகளைச் செய்திருக்கிறார்கள். இப்படிக் கொல்லப்பட்டவர்கள் ஐம்பத்தெட்டு அப்பாவிகள்.

கொலை, கொள்ளை, கற்பழிப்பை எதிர்த்துக் கேட்டதற்காக அடித்து உதைத்து, தடா கைதிகளாக்கப்பட்டு, மைசூர் சிறையில் வாடிக்கொண்டிருப்பவர்கள் 139 அப்பாவிகள். காணாமல் போனவர்களுக்கு கணக்கேயில்லை. சொந்த கிராமத்திலேயே வாழ்விழந்து கண்ணீரும் கம்பலையுமாகத் தவிக்கும் அவர்களிடம் விடைபெற்று, மிகுந்த எச்சரிக்கையோடு கேம்ப்புகளைத் தாண்டி ஹனூர் தமிழ்ச் சங்கத்தை அடைந்த நக்கீரன் டீமை அதிரடிப்படையின் கண்களுக்கு அகப்படாமல் திரும்பிய மகிழ்ச்சியோடு வரவேற்றார்கள் தமிழ்ச்சங்க நிர்வாகிகள்.

வீரப்பன் முடிவு! அன்றே எச்சரித்த நக்கீரன்!

வீரப்பன் உயிருடன் பிடிக்கப்பட்டாலும் பிணமாகத்தான் வெளியே கொண்டுவரப்படுவார்.

வீரப்பன் முதல்முறையாக கைது செய்யப்பட்டபோது போலீஸ் காவலில் இருந்து தப்பித்தார். அப்போது அதற்கு உதவியாக இருந்தது வீரப்பனுடன் தொழில்ரீதியாக உறவுகொண்ட அரசியல்வாதிகளின் எலும்புத் துண்டில் ஏமாந்துபோன போலீசார்தான்.

வீரப்பன் இரண்டாவது முறையாக 1986-ல் பிடிபட்டபோது, பெங்களூரில் அப்போது நடைபெற்ற சார்க் மாநாட்டுக்கு சமூக விரோதிகளால் ஆபத்து ஏற்படுமோ என்ற அச்சத்தில் போலீஸ் சோதனை நடத்தியபோது ஒரு மருந்துக் குடோனில் பிடிபட்டார். இம்முறை போட்டோ மட்டும் எடுத்து வைத்துக்கொண்டது போலீஸ். அப்போதும் தப்பித்தார்.

இருமுறையும் தப்பித்த தெம்பு அரசியல்வாதிகளின் பக்கபலம் இவற்றைத் துணையாக்கி வீரப்பன் விஸ்வரூப ஆட்டம் போடத் துவங்கிய போதுதான் அவருக்கு ஆகாத அதிகாரிகளின் கொலை எண்ணிக்கையும் கூடிக்கொண்டே வந்தது.

'இனியும் வீரப்பனை விட்டு வைக்கக் கூடாது' என்ற முடிவுக்கு வந்த ரகசிய போலீசார் வீரப்பனின் அனைத்துப் பின்னணி களையும் அலசினர். அதில் பல புள்ளிகள் சிக்கியுள்ள

தாகப் போலீஸ் வட்டாரம் ரகசியமாகத் தெரிவிக்கிறது

வீரப்பனின் இப்போதைய கூட்டாளிகளாக செங்கம்பாடி வீரப்பன், எல்லையன், கோவிந்தன், குழந்தை, நெருப்பூர் மாரியப்பன், குய்யினூர் சேகர், ஏமானூர் குருநாதன், முருகேசன் ஆகியோர் செயல்படுகின்றனர். குமார் என்ற புருடியான்தான் வீரப்பனுக்கு மிக நெருக்கமாக உள்ளான். இவனுக்கு வயது பத்துதான். நோட்டம் விடுவது மட்டுமே இவனது வேலை.

கொட்டாயூர் ஹோமியோபதி டாக்டர் முனுசாமி, ஒகனேக்கல் ராஜேந்திரன், களப்பம்பாடி கிராம அதிகாரி அம்சராஜ், லளிகம் கிராம அதிகாரி சக்கரவர்த்தி, கூத்தப்பாடி முனியப்பா ஆகியோரும்.., வி.ஐ.பி. லிஸ்ட்டில் கொள்ளேகால் எம்.எல்.ஏ. சித்தலிங்க கவுடா, ராஜூ கவுடா, கர்நாடக முன்னாள் காங்கிரஸ் முதல்வர் குண்டுராவ், பெண்ணாகரம் முன்னாள் எம்.எல்.ஏ. நஞ்சப்பன், போடூர் செல்வகணபதி ஆகியோர். மாதேஸ்வரன் மலைப்பகுதிக்கு அருகேயுள்ள ஆனூர், கொள்ளேகால் போன்ற இடங்களில் கருங்கல் வெட்டி எடுக்கும் முதலாளிகள் தரும் பணம் இரண்டு போலீசார் மூலம் வீரப்பனைச் சென்று அடைகிறது. கர்நாடக வனஇலாகா அமைச்சகமோ, 'வீரப்பனைப் பற்றிய தகவலை மட்டும் போலீசும் வனத்துறை இலாகாவும் தரட்டும். எப்படிப் பிடிப்பது என்பதை எங்கள் அமைச்சகம் முடிவு செய்யும்' என்று அறிக்கை விட்டிருக்கிறது.

'இது மிகப்பெரும் பின்னணி கொண்ட அறிக்கை' என்கின்றனர் விபரம் தெரிந்த சிலர். வீரப்பன் வரிசையாக அதிகாரிகளைக் கொல்வதால் அதிகாரிகள் மத்தியில் ஆக்ரோஷம் வந்துவிட்டது. அதிலும் சீனிவாஸ் கொலைக்குப் பிறகு அது வெறியாகவே மாறிவிட்டது. எப்படியும் பிடிக்க வேண்டும் என்ற முயற்சியில் பாதிக்கிணறு தாண்டியும்விட்டனர் அவர்கள்.

இதனால் வீரப்பனுக்கு உதவும் வி.ஐ.பி.க்கள் அரண்டுபோய் தங்களின் மேலிடத்தோடு தொடர்புகொள்ள அதன் விளைவே கர்நாடக அமைச்சக அறிவிப்பு. வி.ஐ.பி.க்களின் கனத்த சூட்கேஸ் அழுத்தத்தால் தமிழக -கர்நாடக அரசுகள் பெருந்தலைகளைக் காப்பாற்றும் முயற்சியில் ஈடுபட்டுள்ளது. எனவே, வீரப்பன் உயிருடன் பிடிபட்டாலும், பிணமாகத்தான் வெளியுலகத்துக்குக் கொண்டு வரப்படுவார் என்கிறார்கள் சில உயர் அதிகாரிகள்.

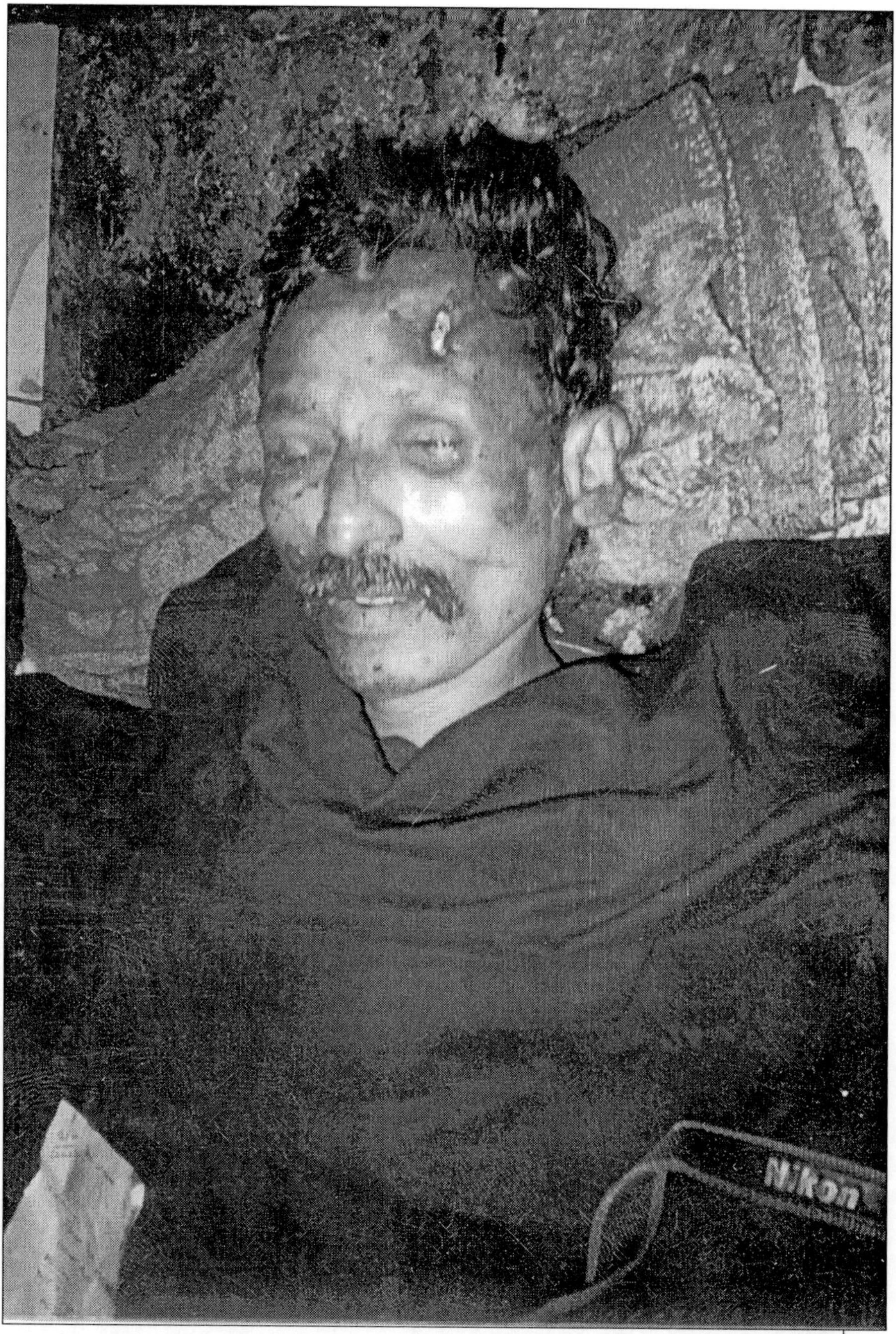
Nikon

அகதிகள் நிலை! நீதிபதி வி.ஆர்.கிருஷ்ணய்யர் முனைப்பு

கர்நாடகத்தில் இருந்து தமிழகம் வந்த அகதிகள் தமிழக அரசால் கண்டுகொள்ளப்படாத நிலை. தமிழ்ப் பெண்களைக் கற்பழித்து தமிழர் குடும்பங்களையும் நடுத்தெருவில் நிறுத்திய பெருமை கர்நாடக இ.காங்கிரஸ் முதல்வர் பங்காரப்பாவையே சேரும்.

ஆனால், 'பங்காரப்பாவுக்கு கொஞ்சமும் சளைத்தவர்கள் அல்ல நாங்கள்' என்று நிரூபிப்பது போல நடந்துகொண்டது தமிழகத்தின் ஜெயலலிதா தலைமையிலான அரசு. தமிழக அரசு உயர் அதிகாரிகளின் வீரப் பராக்கிரமத்தால் கர்நாடகத் தமிழ் அகதிகள் தமிழ்நாட்டின் ஒவ்வொரு மூலை, முடுக்குகளிலும் அனாதைகளாக அகதிகளாகத் திரிந்துகொண்டிருக்கிறார்கள்.

கர்நாடகத் தமிழ் அகதிகளைப் பற்றிய விசாரணையில் இறங்கியபோது மனவலி தரும் பல கொடுமையான தகவல்கள் நக்கீரனுக்குக் கிடைத்தன. கர்நாடக அரசின் கொடூரத் தாக்குதலில் உயிர் பிழைத்து தாயகம் வந்தவர்களின் எண்ணிக்கை சுமார் ஒரு லட்சத்து இருபத்தி ஐந்தாயிரம் பேர் ஆகும்.

கற்பழிக்கப்பட்ட பெண்கள், மனைவி குழந்தைகளைப் பறி கொடுத்தவர் கள், வீடுகளை நெருப்பின் பசிக்கு விட்டுவிட்டு வந்தவர்கள், கை கால் இழந்தவர்கள், வீட்டுப் பத்திரங்களையும், தாலி உட்பட அறுத்து திருடப்பட்டு, நகைகளையும் பண்டங்களையும் பறிகொடுத்தவர்கள் என்று எல்லா வகையிலும்

அனாதைகளாக்கப்பட்ட அந்த அபலைச் சகோதரர்கள் உயிரை மட்டும் நெஞ்சில் வைத்துக்கொண்டு தாய்த் தமிழகத்தில் வாழ்க்கைப் பிச்சை கேட்டு வந்தனர்.

ஆனால், 'கர்நாடகத்திலேயே செத்திருக்கலாமோ' என்று நொந்து புலம்பும்படி, தமிழ்நாட்டிலும் பலவித தாக்குதல்களை கர்நாடக அகதிகள் சந்திக்க நேர்ந்தது. அகதிகள் முகாம்களில் கர்நாடகத் தமிழர்களுக்கு இடம் உண்டு. 'அவர்களுக்கு மறுவாழ்வு அளிப்பது எங்களின் தலையாய கடமை' என்று சட்டமன்றத்திலே வாய் கிழியப் பேசிய ஜெயலலிதா அரசு, அகதிகளை விரட்டித் துரத்துவதையே முழுக் கடமையாக கொண்டது.

கன்னடர் தாக்குதலிலிருந்து தப்பிவந்தவர்கள் ஐம்பது முகாம்களில் தஞ்சமடைந்தனர். ஆனால், பத்து முகாம்களே போதுமானது என்று தமிழக அரசு முடிவெடுத்ததால், முப்பதுக்கும் மேற்பட்ட முகாம்கள் இழுத்து மூடப்பட்டு விட்டதே இதற்குக் காரணம்.

தேவலட்சுமி என்ற பெண் டாக்டரும் ஒரு அகதி. இவருக்குத் தமிழ்நாட்டில் உறவினரோ, நண்பர்களோ கிடையாது. வேறு வழியின்றி தாராபுரம் அகதிகள் முகாமுக்கு சென்ற தேவலட்சுமி 'இப்படியும் ஒரு வாழ்க்கை தேவைதானா?' என்று விரக்தியின் உச்சத்துக்கே போய்விட்டார். பசியும் பட்டினியுமாக கிடந்து வதைபட்டதுதான் காரணம்.

தாராபுரம் முகாமில் மாதம் ஒருமுறை ஒரு ஸ்பூன் தேங்காய் எண்ணெய் மட்டுமே வழங்கப்பட்டுள்ளது. 'நாள் ஒன்றுக்கு ஒரு மனிதருக்கு நானூறு கிராம் அரிசி தரவேண்டும்' என்று அறிவித்திருந்தும் சோறு கிடைக்காமல் பட்டினி கிடக்க வேண்டிய நிலை அகதிகளுக்கு. நூற்றுக்கும் மேற்பட்ட அகதிகள் இருந்த இந்த முகாம் தமிழகஅரசின் அபரிமிதமான கருணை மிக்க செயல்பாடுகளால் முப்பது அகதிகளைக் கொண்ட முகாமாகக் குறைந்தது. மற்றவர்கள் கதி என்ன ஆனது? என்றே தெரியவில்லை.

தமிழ்நாட்டின் மற்ற முகாம்களில் இருக்கும் அகதிகளும் பசி மற்றும் அதிகாரிகளின் மிரட்டலுக்குப் பயந்து கிராமங்களில் கிடைக்கும் கூலி வேலைகளைச் செய்து பிழைத்துவந்தனர். வேலூர்முகாமில் அகதிகளுக்கு இரண்டு செட் துணிமணிகள் கொடுத்ததாகக் கையெழுத்து வாங்கிக்கொண்டு ஒரு செட் துணி மட்டும் கொடுத்து, தன் நேர்மை உணர்ச்சிகளைக் காட்டியது வேலூர் தாசில்தார் அலுவலகம்.

சென்னை தண்டையார்பேட்டையில் உள்ள கண்ணப்பர்

திடலில் தங்கி இருக்கும் அகதிகளை தாசில்தார் அலுவலகத்தில் இருந்து சில அலுவலர்கள் அடிக்கடி வந்து, 'இடத்தைக் காலி பண்ணுங்க, இல்லைன்னா சாப்பாடு கூடப் போட மாட்டோம்' என்று மிரட்டவே, பயந்துபோன சில குடும்பங்கள் எங்கே போவது என்ற திசை தெரியாமலேயே இடத்தைக் காலி செய்துவிட்டார்கள்.

முறையாக அரிசி வழங்கப்படவில்லை. 'காய்கறிகள் வாங்கித் தரவேண்டும்' என்று அரசு அறிவிப்பை அதிகாரிகள் மறந்துவிட்டனர்.

தர்மன் என்ற அகதியை நக்கீரன் சந்தித்தபோது, "தமிழ்நாட்டுல எப்படியும் வாழலாம்கிற நம்பிக்கையில்தான் இங்க வந்தோம். நாங்க இங்க படுற அவஸ்தை எங்களுக்குத்தான் தெரியும். வாழவும் முடியாம சாகவும் முடியாம இருதலைக் கொள்ளி எறும்பு மாதிரி தவிச்சுக்கிட்டு இருக்கோம். சென்னை கலெக்டரோட பி.ஏ.வைப் பார்த்தால், எங்களுக்கு வேற வேலை பொழைப்பு இருக்கு, அடிக்கடி வந்து ஏன் தொந்தரவு செய்றீங்க? உங்களுக்கு எல்லாம் உதவி கெடைக்காதுன்னு சொல்லிட்டாரு" என்றார் பரிதாபமாக.

பல சிரமங்களை மீறி ஐ.ஏ.எஸ். அதிகாரி பாஸ்கர தாசை சந்தித்துள்ளனர் கண்ணப்பர் திடல் அகதிகள். ஆனால், அவரோ, "உங்களுக்கு என்னென்ன தேவை என கேட்டு ரிப்போர்ட் பண்ணச்சொல்லி எல்லா கலெக்டர்களுக்கும் ஆர்டர் போட்டுருக்கோம். அவங்ககிட்ட இருந்து எந்த ரிப்போர்ட்டுமே வராதப்ப, நாங்க என்ன செய்ய முடியும்?" என்று சொல்லி கையை விரித்துவிட்டார். மாவட்ட கலெக்டர்களோ, 'அகதிகளைப் பராமரிக்க நிதி இல்லை' என்று சொல்லி தாசில்தார்கள் மூலமாக அகதிகளை கர்நாடகத்துக்கே விரட்டும் முயற்சியில் ஈடுபட்டுள்ளனர்.

மனித உரிமைகளுக்கான மன்றம்

நீதிபதி வி.ஆர்.கிருஷ்ணய்யரைத் தலைவராகக் கொண்ட மனித உரிமைகளுக்கான மன்றம் கல்கத்தா மற்றும் பம்பாய் உயர்நீதிமன்ற நீதிபதிகள் ஆகியோருடன் இணைந்து ஆய்வு செய்து கன்னட தமிழ் அகதிகள் சம்பந்தப்பட்ட பிரச்னைகளைப் பற்றிய ஒரு விரிவான அறிக்கையை கர்நாடக முதல்வர் பங்காரப்பாவுக்கும், தமிழகமுதல்வர் ஜெயலலிதாவுக்கும்

நீதிபதி வி.ஆர்.கிருஷ்ணய்யர் அவர்கள்

அனுப்பியது. "அகதிகள் பாதுகாப்பு இல்லாததால் பயந்து போய் உள்ளார்கள். அவர்கள் திரும்பவும் கர்நாடகா போவதற்கான சூழ்நிலை ஏற்படவில்லை. அவர்கள் தமிழ்நாட்டில் வாழ முறையான ஏற்பாடுகளைச் செய்ய வேண்டும்'' என்று அந்த அறிக்கை மூலம் கேட்டுக் கொள்ளப்பட்டது.

கோபிச்செட்டிப்பாளையம், நீலகிரி முகாம்களில் உள்ள அகதிகள் போலீசாராலும் ரவுடிகளாலும் தாக்கப்பட்டுள்ளார்கள். கர்நாடக அகதிகளில் கட்டிடத் தொழிலாளர்களே பெருமளவில் இருப்பதால் அவர்களின் பிரச்னையை கட்டிடத் தொழிலாளர் சங்கம் கருணையோடு அணுகியது. அச் சங்கத்தின் மகளிர் அணி செயலாளர் கீதா, "அகதிகளை திருப்பி அனுப்பதான் அரசு முயற்சி பண்ணுதே தவிர அவங்களும் வாழணும், வாழ வைக்கணும் என்ற எண்ணம் அரசுக்கு இல்லை. முகாமுக்கு நான் போனப்ப பால் குடிக்க வழியில்லாத குழந்தைகளைப் பாத்து அழுகை வந்துடுச்சு. கர்ப்பிணிப் பெண்களுக்கு ஆரோக்கியமான சூழ்நிலை முகாம்ல கிடையாது. 1956 வரைக்கும் பெங்களூர் சென்னை மாகாணத்தின் ஒரு பகுதி. அதுபோல் கொள்ளேகால் தாலுகாவும் கோயம்புத்தூரோட இருந்துச்சு. அப்பவே தமிழர்கள்தான் அங்க ஜாஸ்தி இருந்தாங்க. இன்னைக்கு அவங்கள கர்நாடக அரசு அங்கே இருந்து விரட்டுறதும் தப்பு, இங்கிருந்து திரும்பப் போகச் சொல்லி தமிழக அரசு விரட்டுறதும் தப்பு என்றார். கர்நாடக அரசு தமிழர்களை நேரடியாகக் கொன்று குவித்ததற்கும், தமிழர்களை இங்கு அணு அணுவாகக் கொல்வதற்கும் வித்தியாசம் இல்லை என்றே தோன்றுகிறது."

எம்.கே.ஶ்ரீ.வஸ்தவாவின்
ஊடக சதி!
நக்கீரன் போர்!

To

கதிரவன்

நாள்;2.2.97

பொருள்: பத்திரிகை செய்திக்காக -எஸ்.ஐ.யை கொலை செய்வேன் என்று, வீரப்பன் அறிவித்ததாக வந்த செய்திக்கு மறுப்பு தெரிவிக்கும் வகையில்.

"லஞ்ச லாவண்யங்களில் ஈடுபட்டு வரும் ஹஸ்னூர் எஸ்.ஐ.யை கொலை செய்வேன் என்று நக்கீரன் ஆசிரியர் ராஜகோபால் அவர்கள் மூலம் தமிழக முதல்வரிடம் ஒப்படைக்கப்பட்ட ஆடியோ கேசட்டில் வீரப்பன் கூறியிருப்பதாக பத்திரிகைகளில் செய்திகள் வெளி வந்துள்ளன.

மேற்கண்ட இந்த செய்தியினை கார்நாடக சிறப்பு அதிரடிப்படைத் தலைவர் திரு.எம்.கே.ஶ்ரீ.வஸ்தவா மைசூரில் உள்ள யூ.என்.ஐ. செய்தி நிருவனத்திற்கும் வழங்கியிருப்பதாகக் கூறியிருக்கிறார்.

வீரப்பன் கொலை செய்யப்போவதாக அறிவித்திருந்த கெடு நேற்றோடு முடிந்துவிட்டதாகவும் திரு.எம்.கே.ஶ்ரீ.வஸ்தவா தவறான செய்திகளைப் பரப்பி வருகிறார். அவரால் பரப்பப்படும் வீரப்பன் சம்பந்தப்பட்ட இந்த செய்தி மூற்றிலும் தவறானது என்பதற்கு சில விஷயங்களை தெரிவிக்க வேண்டியிருக்கிறது.

NAKKHEERAN PUBLICATIONS

49, HARRINGTON ROAD,
CHETPUT, MADRAS - 600 030.
PHONE: 6413060, 6411274

R. RAJAGOPAL
Editor & Publisher

Date: 2.2.1997.

To,

MR. M.K.SRIVASTAVA,
Commander,
Karnataka Special Task Force,
Karnataka.

Sir,

Sub: Denial of the news piece appeared in Deccan Herold & Times of India dt 2-2-1997 Captioned "Veerappan Threatens to kill S.I."

The above said reported news piece is utterly false and twisted.

We wonder how in the cassette released by you to UNI there was a mention about the " Killing of SI within 10 days", when such a statement is not present in the original cassette sent by veerappan to us through post which in turn we have handed over to Mr. M.Karunanidhi on 26-12-1996.

We are raising our protest through a press - release and we are sending herewith the copy of the press release copy of the cassette and two english translation of the same for your record and reference.

Thanking you

Yours faithfully,

Encl.

1. Audio Cassette
2. Copy of the English Translation
3. Our press release

ஸ்ரீவத்சாவுக்கு நக்கீரன் எழுதிய கடிதம்

1996-ம்ஆண்டு மே மாதம் நக்கீரன் ஆசிரியர், நிருபர்கள் சிவா, சுப்புவுடன் வீரப்பனைக் காட்டில் சந்தித்து வீடியோ பேட்டி கண்டு வந்தார். அந்தப் பேட்டியில் 'வீரப்பன், ஆறு மாதங்களுக்கு எந்த வன்முறைச் செயல்களிலும் ஈடுபட மாட்டேன்' என்று நக்கீரன் ஆசிரியரிடம் சத்தியம் செய்து கொடுத்ததோடு, 'பத்து நிபந்தனைகளுடன், தான் சரணடைய விரும்புவதாகவும், தனக்கு அரசு பொதுமன்னிப்பு வழங்க வேண்டும்' என்றும் கேட்டுக் கொண்டார்.

அந்தப் பத்து நிபந்தனைகள் அடங்கிய வீடியோ கேசட்டினை ஆசிரியர் 6.6.96 அன்று தமிழக முதல்வரை சந்தித்துக் கொடுத்தார்.

ஆறு மாதங்கள் கடந்துவிட்ட நிலையில், தனது பொது மன்னிப்பு பற்றி விசாரிக்கும் வகையில் வீரப்பன் ஆசிரியருக்கு ஒரு ஆடியோ கேசட்டினை அனுப்பியிருந்தார்.

அதன் உண்மையான சாரம் பின்வருமாறு;

*'**தா**ன் நக்கீரன் ஆசிரியருக்கு செய்து கொடுத்த சத்தியத்தை இன்றுவரை காப்பாற்றி வருவதாகவும், இதற்கிடையில் போலீசாரின் தேடுதல் வேட்டையிலிருந்து தப்பி தப்பி மறைந்து வாழ்ந்து வருவதாகவும்' கூறியிருக்கிறார். மேலும் 'காலம் தாழ்த்தும் பட்சத்தில், ஏதாவது ஒரு சந்தர்ப்பத்தில் போலீசாரை நேருக்கு நேர் சந்திக்க நேரிட்டால், என்னைக் காத்துக் கொள்ள நான் தாக்க வேண்டியிருக்கும். எனவே எனக்கு பொது மன்னிப்பு வழங்கப் போகிறீர்களா? அல்லது என் வழியிலேயே நான் செல்ல வேண்டியதுதானா?' என்பதற்கு தமிழக முதல்வர் விரைவில் ஒரு முடிவை தெரிவிக்க வேண்டும் என்றும் கேட்டிருந்தார்.*

இந்த ஆடியோ கேசட்டில் எந்த ஒரு இடத்திலும் எஸ்.ஐ.யைக் கொல்லப்போவதாக குறிப்பிடவில்லை. எனவே, தாங்கள் தங்கள் செய்தித்தாளில் வெளியிட்ட செய்திக்கு எங்களது மறுப்பைத் தெரிவிக்கிறோம்.

இதன் ஒரிஜினல் ஆடியோ கேசட்டை தமிழக முதல்வரிடம் ஒப்படைத்திருக்கிறோம். (தங்களுக்கும் 27.12.96 அன்று ஆடியோ கேசட் கொடுக்கப்பட்டது.)

இப்படி இருக்க திரு.எம்.கே.ஸ்ரீ.வஸ்தவா வைத்திருப்பதாக கூறும் ஆடியோ கேசட் என்ன என்பதுதான் புரியாத புதிராக இருக்கிறது.

அவர் குறிப்பிட்டுள்ளதைப் போல எஸ்.ஐ.யை கொலை செய்வதாக மிரட்டும் ஆடியோ கேசட் எங்களுக்கு வரவில்லை.

26.12.96 அன்று தமிழகமுதல்வரிடம் கொடுக்கப்பட்ட கேசட் நகலையும் அதன் ஆங்கில மொழிபெயர்ப்பையும் திரு.எம்.கே.ஸ்ரீ.வஸ்தவாவிற்கு, அவரது பார்வைக்காகவும் ஆதாரத்திற்காகவும் அனுப்பி வைத்துள்ளோம்.

இந்த செய்தியை தாங்கள் வெளியிட வேண்டுகிறோம்."

நன்றியுடன்,

ஆசிரியர்
நக்கீரன்

பத்திரிகை தர்மயுத்தம். அம்னெஸ்டி இன்டர்நேசனல்

7.1.92

புதுடெல்லியில் உள்ள மனித உரிமைகள் அமைப்புக்கான தேசிய மையமும், ஜெனீவாவில் இடம் பெற்றுள்ள சித்திரவதைக்கு எதிரான உலக ஸ்தாபனமும் இணைந்து ஏற்பாடு செய்த சர்வதேச மனித உரிமை மாநாடு 1992 ஜனவரி 3 முதல் 8 வரை புதுடெல்லியில் நடைபெற்றது

சுப்ரீம் கோர்ட் முன்னாள் நீதிபதி வி.ஆர்.கிருஷ்ணய்யர், பி.என்.பகவதி, அட்வகேட் சார்குண்டே, உச்சநீதிமன்ற நீதிபதி ரஜ்ஜிந்தர் சச்சார், அட்வகேட் கோவிந்த் முக்கோட்டி, மத்திய பிரதேச அரசின் மாஜி ஜனதாதள கல்வி அமைச்சர் கலாம் அக்னிவேஸ், அட்வகேட் வெங்கட்ரமணி, ஸ்ரீலதா சுவாமிநாதன், பத்திரிகையாளர் ரவி நய்யார், ஜோஷ்பு வர்க்கீஸ் உள்ளிட்ட இந்திய வி.ஐ.பி.க்கள் கலந்துகொண்டனர்.

AMNESTY
INTERNATIONAL

சித்ரவதை

வழக்கறிஞரும்
போராளியுமான
ப.பா.மோகன்
அவர்கள்

பங்களாதேஷில் இருந்து ஃபாதர் டிமாண்ட் டெனிஸ் வெய்டு, ஜெர்மனியின் மார்க்ஸ் கேரின், ஜெனீவாவின் இர்க்ஸ் சாட்டோஸ், மிஸ்.காட்போ போன்ற வெளிநாட்டு பிரதிநிதிகளும் கலந்து கொண்டனர்.

பல விசயங்களை ஆய்வு செய்த மாநாட்டில் நக்கீரன் விவகாரம், தமிழகத்தில் ஜெயலலிதா தலைமையிலான அ.தி.மு.க. அரசு நக்கீரனுக்கு கொடுத்து வரும் தொல்லைகளைப் பற்றியும் விவாதித்தனர். தமிழகத்தில் இருந்து பிரதிநிதிகளாய் கலந்து கொண்டவர்களில் திலீபன் மன்றத் தலைவர் தோழர் தியாகுவும் ஒருவர்.

தமிழகத்தில் 'அடக்குமுறைச் சட்டங்களைக் கொண்டு மனித உரிமைகள் மீது தொடுக்கப்படும் தாக்குதல்' என்ற தலைப்பில் அறிக்கையளித்து தியாகு பேசும்போது, "தமிழகத்தில் பத்திரிகை சுதந்திரம் ஒடுக்கப்படுவதற்கு சான்றாக நக்கீரன் பத்திரிகைக்கு தமிழக அரசு கொடுத்துவரும் தொல்லைகளைக் குறிப்பிட்டார்.

தமிழகப் பிரதிநிதிகளில் ஒருவராகக் கலந்து கொள்ளவிருந்த செல்வி அஜிதா (மக்கள் உரிமைக் கழகம்) மாநாட்டுக்குப் போக இயலாமல் போனாலும் அவர் எழுதி அனுப்பிய கட்டுரை பிரதிநிதிகளிடையே விநியோகிக்கப்பட்டது. அதில் அவர் நக்கீரன் பத்திரிகைக்கு, தமிழகஅரசு கொடுத்துவந்த தொடர்ச்சியான தொல்லைகளைக் குறிப்பிட்டிருந்தார்.

இவைதவிர நக்கீரன் ஏட்டின் சார்பாக மாநாட்டுக்கு விரிவான அறிக்கை ஒன்று அனுப்பி வைக்கப்பட்டது. மாநாட்டு அமைப்புக் குழுவினரே அந்த அறிக்கையைப் பிரதி எடுத்து பிரதிநிதிகளிடையில் விநியோகித்தனர். ஆதாரத்துடன் கூடிய அறிக்கையைப் படித்த பிரதிநிதிகள் 'தமிழகத்தில் நடைபெறுவது நவீன ஹிட்லர் ஆட்சியா!' என ஆதங்கத்தோடு பேசிக் கொண்டது மட்டுமல்லாமல் தங்கள் அதிர்ச்சியையும் தெரிவித்தார்கள்.

7.1.92 அன்று ஒருமனதாக கீழ்க்கண்ட தீர்மானத்தை இயற்றினர்.

தமிழகத்தில் கருத்துரிமையும் பத்திரிகை சுதந்திரமும் பறிக்கப்படுவதைக் கண்டித்தும், நக்கீரன் மீது தமிழக அரசு தொடுத்துவரும் ஜனநாயக விரோத, சட்டவிரோத தாக்குதலை கைவிடக் கோரிய தீர்மானம் பலத்த கரகோஷங்களுக்கிடையே நிறைவேறியது. தீர்மான நகலும் தமிழக முதலமைச்சருக்கு அனுப்பி வைக்கப்பட்டது.

இந்திய நாட்டின் பேரறிஞர்களும் சட்ட வல்லுனர்களும்

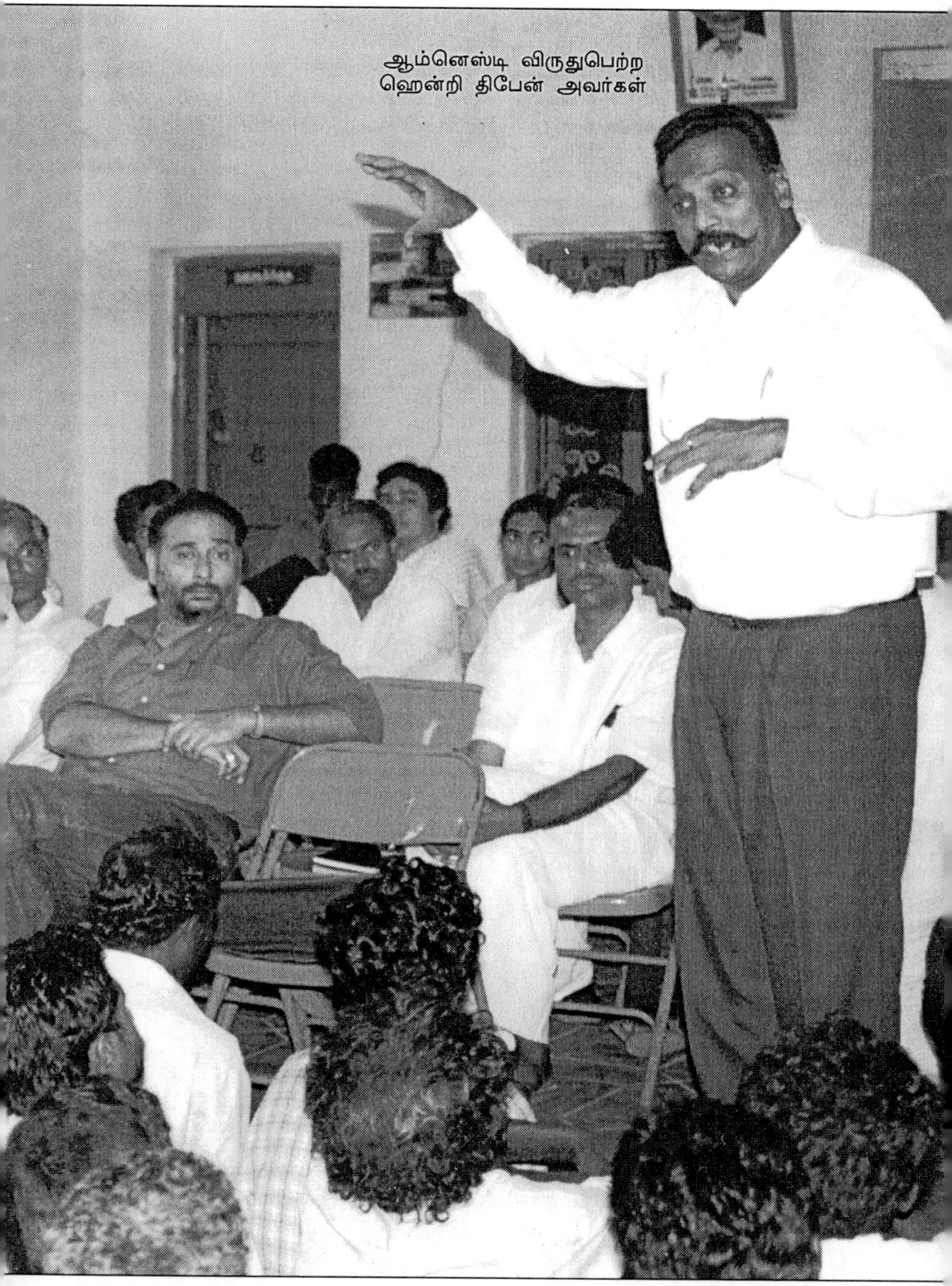

ஆம்னெஸ்டி விருதுபெற்ற
ஹென்றி திபேன் அவர்கள்

மனித உரிமைச் செயல்வீரர்களும் மட்டுமில்லாமல் வெளிநாட்டுப் பிரதிநிதிகளும் கலந்து கொண்ட சர்வதேச மனித உரிமை மாநாடு தெரிவித்துள்ள கண்டனம் அராஜக ஆட்சியாளர்களுக்கு விடுக்கப்பட்ட எச்சரிக்கை.

அம்னெஸ்டி இண்டர்நேசனல் - லண்டன்!

"நக்கீரன்தான் பெரிய எதிர்க்கட்சிகளை விட என்னை அதிகம் தாக்குகிறது" என அன்றைய தமிழக முதல்வர் ஜெயலலிதா அறிவித்தவுடன், ஆளும் அ.தி.மு.க. கட்சிக்காரர்கள் நக்கீரன் இதழ்களை ஊர் விடாமல் கொள்ளையடித்து எரித்தார்கள்.

கருத்துரிமை பாதுகாப்புக் கழகத்தின் சார்பாக (CITIZENS FORUM FOR THE DEFENCE OF FREEDOM OF EXPRESSION) 'தமிழகத்தில் கருத்துரிமை இன்று' என்ற தலைப்பில் சென்னை கிரஸண்ட் ஹாலில் 23.4.92 ஆம் தேதி ஒரு கூட்டம் நடத்தப்பட்டது.

'ஒவ்வொரு எழுத்தாளனும் இந்தியக் குடிமகன் என்ற அளவில் தனி மனித சுதந்திரம் பறிபோகிறது' என சட்டப் பிரிவு 21-இன் படி 'மாநில சட்டப் பேரவை முடிவை எதிர்த்து நீதிமன்றம் செல்லலாம்' -என உத்தரப்பிரதேச சட்டப்பேரவையை எதிர்த்து கேசவ் சிங் வழக்கில் நீதிமன்றம் தீர்ப்பு அளித்தது.

லண்டனில் நக்கீரன்

உலகின் எந்த மூலையிலோ இருக்கும் ஒரு தனி மனிதன் பாதிக்கப்பட்டால் கூட அதற்காகக் குரல் கொடுக்கும் மனித உரிமை இயக்கமாக லண்டனில் உள்ள 'அம்னெஸ்டி இண்டர் நேசனல்' என்ற சர்வதேச பொது மன்னிப்பு சபை விளங்கிவருகிறது.

ஜெயலலிதா அரசின் போலீசாரால் சித்திரவதை செய்யப் பட்ட அய்யா கணேசன் மரணத்துக்கு நீதி விசாரணை நடத்துமாறு அந்த அமைப்பு கேட்டுக் கொண்டது. 'அர்ஜெண்ட் ஆக்ஸன்' ஆங்கிலப் பிரதியின் நூற்றி அறுபத்தெட்டாவது வெளியீட்டில் 'அம்னெஸ்டி இண்டர்நேசனல்' கூறியது:

"தமிழ்நாடு போலீசாரால் கைது செய்யப்பட்ட நக்கீரன் அச்சிட்டாளர் கணேசன் போலீஸ் சித்திரவதை காரணமாக சந்தேகத்துக்குரிய முறையில் மரணம் அடைந்துள்ளார். ஜாமீனில் வெளியே வந்த கணேசன், நக்கீரன் பத்திரிகை அலுவலகத்திலேயே மயக்கம் அடைந்து விழுந்தார். இந்த விசயம் இந்திய

நாடாளுமன்றத்தில் விவாதிக்கப்பட்டும் எந்த நடவடிக்கையும் இல்லை. இது போன்ற சித்திரவதைகளை எங்கள் அமைப்பு INDIA: SECURE, RAPE and DEATHS IN CUSTODY' இந்தியா: பாதுகாப்பான, கற்பழிப்பு மற்றும் லாக்-அப் படுகொலைகள் என்று விரிவான நூலாகவே வெளியிட்டது.

போலீஸ் சித்திரவதையால் மரணம் அடைந்த நக்கீரன் பத்திரிகையின் அச்சிட்டாளர் கணேசனுடைய மரணத்துக்கு நீதி விசாரணை நடத்தி கணேசன் குடும்பத்துக்கு நிவாரணம் தருமாறு கண்டிப்பாய்க் கேட்டுக் கொள்கிறோம்" என்றும் அம்னெஸ்டி இன்டர்நேசனல் கேட்டுக் கொண்டது.

அமெரிக்காவின் நியூயார்க்கில் உள்ள பத்திரிகையாளர் பாதுகாப்புக் கமிட்டி, பிரதமர் நரசிம்மராவுக்கும் அன்றைய முதல்வர் ஜெயலலிதாவுக்கும் கணேசன் மரணம் குறித்த அனைத்து தகவல்களையும் அனுப்புமாறு வேண்டுகோள் விடுத்தது.

சி.பி.எஸ். செய்தி நிறுவன கௌரவத் தலைவர் வால்டெர்ரான் கிட், ''நக்கீரன் மீது சட்டரீதியான அணுகு முறையை மேற்கொள்வதற்குப் பதிலாக விசாரணை என்ற பெயரில் அரசு இப்படி நடந்து கொள்ளக்கூடாது" என்று கூறினார்.

இணை இயக்குனர் ஜோல் சாலமன், "தமிழ்நாடு முதல்வரை நக்கீரன் விமர்சித்து எழுதியதுதான் அரசின் போக்கிற்குக் காரணம்" என்று கருத்து தெரிவித்தார். மேலும், உலகெங்கிலும் இருபது லட்சம் உறுப்பினர்களைக் கொண்ட 'அம்னெஸ்டி இண்டர்நேசனல்', 'அர்ஜென்ட் ஆக்ஸனை'ப் படிக்கும் வாசகர்களிடம் இந்தியப் பிரதமர், தமிழக முதல்வர், தமிழ்நாடு டி.ஜி.பி. ஆகியோருக்கும் பிரஸ் கவுன்சில் ஆப் இந்தியாவுக்கும் தந்தி அல்லது பேக்ஸ் மூலமாக 'அய்யா கணேசன் மரணத்துக்கு நீதி விசாரணை நடத்துமாறு வேண்டுகோள் விடுக்க வேண்டும்' என்று கேட்டுக்கொண்டது.

'பத்திரிகை தடை மசோதா பற்றி சிந்திக்கவில்லை, எல்லாம் கற்பனையே' என்று விமான நிலையத்தில் தமிழக முதலமைச்சர் ஜெயலலிதா, பிரதமர் நரசிம்மாராவிடம் அறிவித்தார். ஆனால், மசோதா இல்லாமலேயே சட்டப்பேரவை ஒவ்வொரு பத்திரிகைகளாகப் பதம் பார்க்கத் தொடங்கியது.

தமிழக சட்டப்பேரவையில் மிருகத்தனமான பெரும்பான்மையை வைத்திருந்த ஆளும்கட்சி அ.தி.மு.க. அரசு, 'தினகரன்', 'முரசொலி', 'கோவை மாலை முரசு', 'இல்லஸ்ட்ரேட் வீக்லி', 'ஸ்டேட்ஸ்மேன்' என அரசைத் தட்டிக் கேட்கும் பத்திரிகைகளைக் குறிபார்த்து உரிமைப் பிரச்சினைகள் மூலம் பழிவாங்கியது.

பொதுவாக, 'கடமையைச் செய்! பிறகு உரிமையைக் கேள்! 'என்பதுதான்உலகம் எங்கும் உள்ள போராடும் தொழிலாளர் களையோ, மக்கள் பிரிவினரையோ வசப்படுத்த ஆட்சியில் இருப்பவர்கள் பாசத்தண்ணீர் ஊற்றும் தந்திர வழிமுறை. இதில் மத வழிபாட்டு முறைகளும் அடங்கும்.

"பத்திரிகைகள் மீதான உரிமைப் பிரச்னைகளை எழுப்பும் சட்டமன்ற உறுப்பினர்கள், அமைச்சர்கள், முதலமைச்சர் எல்லோரும் அவர்களது கடமையைச் செய்தார்களா?" என்ற ஒரு முக்கியமான கேள்வியை நக்கீரன் உட்பட பல பத்திரிகைகள் முன்வைத்தன.

'தமிழக கிராமப்புறங்களில் விவசாயத்துக்கு பாசன வசதி கிடைத்ததா? கூலி விவசாயிகளுக்கு வேலை கிடைத்ததா? அறுபது விழுக்காடு வறுமையின் எல்லைக்கோட்டில் இருக்கும் மக்களது வாழ்க்கைத்தரம் உயர்ந்ததா? கிராமங்களில் ரேஷன் கடைகள் பராமரிப்பு ஒழுங்காகிவிட்டதா? நகர்ப்புற தொழிலாளர்கள் ஊழியர்களின் பணி நிரந்தரம் செய்யப்பட்டதா? சாதிய ஒடுக்குமுறை நிறுத்தப்பட்டதா? விலைவாசி குறைந்ததா? காவல்துறை அட்டூழியம் நின்றதா? கட்சிக்காரர்களின் தர்பார் ஒழிந்ததா? ஊழல் குறைந்ததா?' என்று மக்கள் நலனுக்காகப் பத்திரிகைகள் எழுப்பும் மக்கள் நலம் சார்ந்த தேவைகள் மற்றும் பிரச்னைகளை அக்கறையோடு வெளிப்படுத்தும் பத்திரிகைகள் மீது பத்திரிகை தர்மங்கள் சார்ந்த எந்தக் கடமைகள் பற்றிய கவலைகளும் இல்லாமல் பத்திரிகைகளை காலில் போட்டு நசுக்கும் விதமாக ஆளும்தரப்பு உரிமைப் பிரச்சனைகள் எழுப்பியது.

தமிழக முதல்வர் ஜெயலலிதா மிகப் பிரபல ஏடுகளைக் கூட பெயர் சொல்லித் தாக்குகிறார். தனக்கு எதிராக எழுதுவதாக அடையாளம் காட்டுகிறார். பாராட்டி எழுத ஒன்றுமில்லை.

இந்தியாவின் பிரபல பத்திரிகையாளர், 'இல்லஸ்ட்ரேட் வீக்லி'யின் முன்னாள் ஆசிரியர் பிரிதீஷ் நந்தி அவர்களை தரம் குறைத்து சட்டப்பேரவையில் பேசினார் ஜெயலலிதா. 'இந்தியன் எக்ஸ்பிரஸ்' பத்திரிகையின் பிரபல தமிழ்நாட்டு எழுத்தாளர்கள் திருமதி. ரஷிதாபகத், திரு.பி.என்.கோபாலன் இருவரையும் சுட்டிக்காட்டி தன்னை சந்திக்க வந்த பத்திரிகையாளர் சங்க பிரதிநிதியிடம் ஆத்திரப்பட்டுள்ளார் ஜெயலலிதா.

அதிகாரத்தில் இருப்பவர்கள் பயன்படுத்தும் வார்த்தைகள் விபரீத வன்முறை விளைவுகளில் கொண்டுபோய் விடும். 'நாகாக்க' என வள்ளுவன் கூறியுள்ளான் தமிழக முதல்வரே!

மனித உரிமைக் கழகத்துக்கு நக்கீரன் கோபால் பொதுநல மனு!

மனித உரிமை கழகம், புது டெல்லி, முன்னிலைக்கு
13.1.97
ஆர்.ஆர்.கோபால்
ஆசிரியர்
நக்கீரன்,
சென்னை- 30

பொதுநல மனுதாரர்.

Vs

மத்திய அரசுக்கு வேண்டி...
தலைமைச் செயலாளர்,
மத்திய அரசு தலைமைச் செயலகம்,
புது டெல்லி.

தமிழக அரசுக்கு வேண்டி...
தலைமைச் செயலாளர்,
தலைமைச் செயலகம்,
சென்னை-109.

கர்நாடக அரசுக்கு வேண்டி...
தலைமைச் செயலாளர்,
விதான் சௌதா,
பெங்களூர். எதிர் மனுதாரர்

மனிதஉரிமை பாதுகாப்புச் சட்டம் 12,13 ஷரத்துகளின் கீழ் சமர்ப்பிக்கப்படும் பொதுநல மனு:

மனுதாரர் நக்கீரன் வார இதழின் ஆசிரியர் ஆவார். அவரும் அவரது நிருபர்களும் சந்தனக்கடத்தல் வீரப்பனை காட்டில் சந்தித்து பேட்டி எடுத்துள்ளனர். 'வீரப்பன் என்று ஒருவன் இல்லை. அப்படி ஒருவன் இருந்திருந்தாலும் போலீஸ் துப்பாக்கிக்கு இரையாகியிருப்பான்' என்று முன்னாள் முதல்வர் சட்டசபையில் அறிவித்ததை அடுத்து, அதன் உண்மையை அறிய துணிச்சலாக காட்டில் வீரப்பனை சந்தித்து அவரது புகைப்படங்களையும் பேட்டியையும் முதன்முறையாக நக்கீரன் வெளியிட்டது. பத்திரிகைகளுக்கும் டி.வி.களுக்கும் வெளியிடப் பட்ட பேட்டிகளில், ''வீரப்பன் சரணடைய விருப்பம்' தெரிவித்திருந்தார். அதற்காக பத்து நிபந்தனைகளையும் விதித்தார். அவரது நிபந்தனைகளையும் அவர் சரணடைய தயார் என்ற விபரத்தையும், நான் 2, 3 எதிர் மனுதாரர்களுக்கு சமர்ப்பித்தேன். இதுவரை எந்த நடவடிக்கைகளும் எடுக்கப்படவில்லை. எனவே, மேன்மை தங்கிய மனித உரிமைக் கழகம் இந்த விசயத்தில் தலையிட்டு ஆவண செய்யும்படி வேண்டிக்கொள்கிறேன். அது சம்பந்தமாக கீழ்க்குறிப்பிடும் விவரங்களை கழகத்தின் முன்பு சமர்ப்பிக்கிறேன்.

வீரப்பன் பரம்பரையாகவே வேட்டையாடும் குடும்பத்தில் பிறந்தவர். பின்பு மரங்களை வெட்டிக் கடத்துவதிலும் யானைகளைக் கொன்று தந்தத்தைக் கடத்துவதிலும் ஈடுபட்டார். போலீஸ் அவரைக் குற்றம் செய்யத் தூண்டியது என்று அவர் மீது ஏராளமான பொய் வழக்குகள் பதிவு செய்துள்ளது என்றும் குற்றம் சுமத்துகிறார். போலீஸை தனது எதிரியாகக் கருதுவதுடன் தனது உயிரைப் பாதுகாக்கத்தான் துப்பாக்கி ஏந்தியதாகக் கூறுகிறார்.

தமிழக அரசும், கர்நாடக அரசும் தனி போலீஸ் படை அமைத்து வீரப்பனைப் பிடிக்க முயற்சித்து மூன்று வருடம் முயன்றும், 150 கோடி ரூபாய் செலவு செய்தும் பயனில்லை. வீரப்பன் கும்பலுடன் மோதியதில் ஏராளமான போலீஸார் மரண

மடைந்தனர். தேசிய விளையாட்டு விருதுகள் வாங்கிய திறமைமிகு பல காவல்துறை அதிகாரிகள் இதுவரை இறந்துபோய் உள்ளார்கள். வீரப்பனால் 120 பேர் கொலை செய்யப் பட்டுள்ளார்கள்.

ஏராளமான கிராம மக்களை போலீசே கொன்றுவிட்டு, தன் மீது பழி போடுவதாக வீரப்பன் கூறுகிறார். வீரப்பனைப் பிடிப்பதில் தகுந்த உதவி செய்யாத நூற்றுக்கணக்கான கிராமப் பெண்களை போலீஸார் கற்பழித்துள்ளதாகவும், குழந்தைகள் மற்றும் பெரியவர்களை கொன்று குவிப்பதாகவும் வீரப்பன் குற்றம் சுமத்துகிறார்.

கடந்த மூன்றாண்டுகளாக காட்டுப்பகுதியில் வாழும் ஆயிரக்கணக்கான கிராம மக்கள் கொடுமைப்படுத்தப்பட்டு பீதியில் வாழ்கின்றனர். வீரப்பன் ஆட்களும் வீரப்பனைப் பிடிக்க வந்த போலீஸாரும் அவர்களை மாறி மாறி கொடுமைப் படுத்துகின்றனர். அவர்களுக்கு விடிவு காலம் வராதா என்று ஏங்குகின்றனர். வீரப்பன் ‘சரணடையத் தயார்’ என்று கூறி பத்து நிபந்தனைகளை விதித்துள்ளார். அவரது பேட்டியும் அதன் ஆங்கில மொழிபெயர்ப்பும் இத்துடன் சமர்ப்பிக்கிறேன்.

வீரப்பன் போலீசை நம்பவில்லை. சரணடைந்த அவரது தம்பி அர்ஜூனனையும் அவனது கூட்டாளிகள் இருவரையும் நீதிமன்றக் காவலில் இருக்கும்போதே போலீஸார் சயனைட் கொடுத்து கொன்றதாக புகார் கூறுகின்றார். அரசு அதிகாரிகள் அவரது சரணாகதி விசயத்தில் தலையிட வேண்டுமென விரும்புகிறார்.

நக்கீரன், வீரப்பனின் கொடிய செயல்களை நியாயப்படுத்த வில்லை. அவரது நிபந்தனைகளுக்கு வக்காலத்து வாங்கவுமில்லை. சட்டப்படி நடவடிக்கைகள் எடுக்கப்படுவது நல்லதுதான். ஆனால் போலீஸால் இதுவரை வீரப்பனைப் பிடிக்க முடியவில்லை. வீரப்பன் சரணடைந்து இந்தப்பிரச்சனை ஓய்ந்தால் காட்டுப்பகுதி கிராமமக்களின் அவஸ்தைகள் மாறிவிடும். சுதந்திரத்துக்கு முன்பு அனுபவித்த காட்டு தர்பாரை இப்போது அவர்கள் அனுபவிக் கிறார்கள். அதிலிருந்து அவர்களுக்கு விடுதலை ஏற்படும். சரணாகதி -விசயத்தில் விடுதலை பெறுவது அவர்கள்தான்.

சட்டமும், உரிய அதிகாரிகளும்- வீரப்பன் சரணாகதி மீதும் பொதுமன்னிப்பு மீதும் தகுந்த முடிவு எடுக்கட்டும். ஆனால், போலீஸ், வனத்துறை அதிகாரிகள், அப்பாவி கிராமமக்கள், அபலைப் பெண்கள் இவர்களது உயிர்களும், மானமும் அதி முக்கியமாகக் கருதுகிறேன். எனவேதான் இந்த மனு.

NAKKHEERAN
TAMIL BI-WEEKLY

R. Rajagoppal
Editor & Publisher

BEFORE THE HUMAN RIGHTS COMMISSION AT NEW DELHI
IN COMPLAINT NO.14458/96-97-NHRC

R.Rajagopal @ R.R.Gopal..applicant

Vs

State Govts of Karnataka Tamilnadu..............................Respondents

Petition to File additional Evidence

I, R.Rajagopal @ R.R.Gopal, Editor, Nakkheeran Publications having office at 49, Harrington Road, Chennai-30 do hereby submit as follows.

1. I have filed a petition /application on 14-1-97 against the human rights violations done against the poor Village People in forest area, in M.M.Hills due to the atrocious activities of Sandalwood Veerappan and the Special task forces of Karnataka and Tamilnadu.

2. In that application/petition which is pending before this Hon'ble Commission, I have filed several documents, photographs and other materials as evidence.

3. Recently I have come across several new and additional evidences relevent to the subject matter. I seek the Permission of this Hon'ble Commission to file the following documents, materials as evidence in the application/petition pending before this Hon'ble commission.

(a) Video Interview by village people being affected by S.T.F., Who is in search of Veerappan

(b) Video Interview by Veerappan to Human Rights Commission

(c) Copy of letter send by 32 TADA prisoners, (English translation of Tamil letters attached) who have been arrested in connection with 'Veerappan Issue' and jailed for more than 7 years without trial.

4. Unless I am permitted to file the abovesaid documents and materials, my cause in this respect shall not be effective and useful.

Hence, it is Humbly prayed that this Hon'ble commission may be pleased to permit me to file then above said documents and materials.

Dated at Chennai on this 6th day of March 1998.

RECEIVED
C.R UNIT
Dt. 9/3/98
National Human Rights Comm.

APPLICANT

ANNX:. ENGLISH TRANSLATION OF KOLATHUR, NELLORE, CHINNAMPATY - VILLAGE PEOPLE AND MYSORE TADA PRISONERS INTERVIEW

49, HARRINGTON ROAD, CHENNAI - 600 030.
PHONE : 6413060, 6411274 FAX : 91 - 044 - 5325454 PAGER : 9632 - 786025 GRAMS : NETRIKKAN

பழங்குடி வனமக்களை பாதுகாக்க... நக்கீரன் ஆசிரியர்
மனித உரிமை ஆணையத்திடம் செய்த வழக்குப் பதிவு

பழங்குடி மக்களிடம்
ஆசிரியர் ஆலோசனை

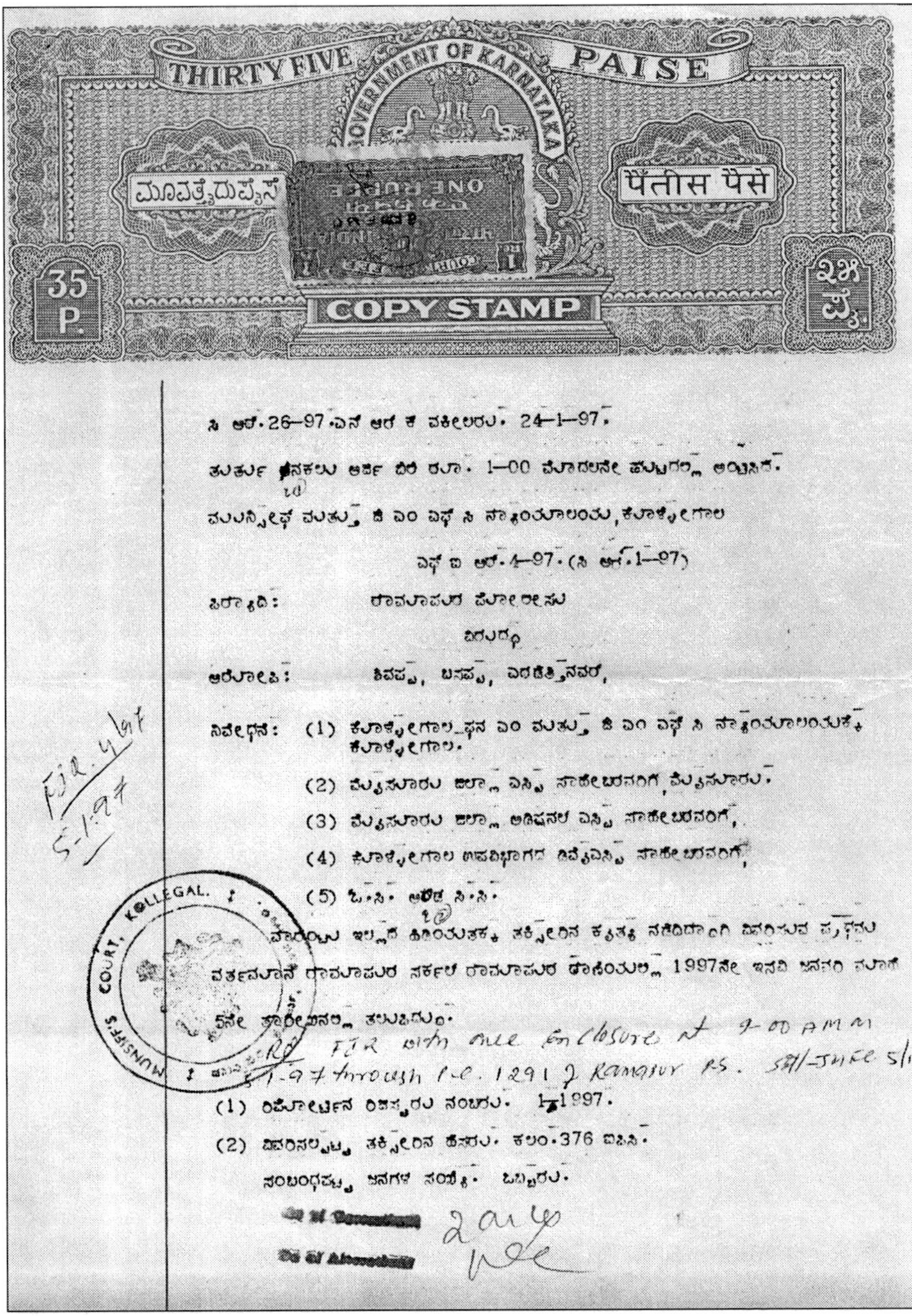

THIRTY FIVE PAISE
GOVERNMENT OF KARNATAKA
ಮೂವತ್ತೈದು ಪೈಸೆ
पैंतीस पैसे
35 P.
COPY STAMP
೩೫ ಪೈ.
ONE RUPEE

ಸಿ ಆರ್.26-97.ಎನ್ ಆರ್ ಕೆ ವಕೀಲರು. 24-1-97.

ತುರ್ತು ನಕಲು ಅರ್ಜಿ ದಿರ ರೂ. 1-00 ಮೊದಲನೇ ಹುಟ್ಟಗಲ್ಲ ಅಂಟಿಸಿದೆ.

ಮುನ್ಸೀಫ್ ಮತ್ತು ಜೆ ಎಂ ಎಫ್ ಸಿ ನ್ಯಾಯಾಲಯ, ಕೊಳ್ಳೇಗಾಲ

ಎಫ್ ಐ ಆರ್.4-97.(ಸಿ ಆರ್.1-97)

ಪಿರ್ಯಾದಿ: ರಾಮಾಪುರ ಪೋಲೀಸು

ವಿರುದ್ಧ

ಆರೋಪಿ: ಶಿವಪ್ಪ, ಬಸಪ್ಪ, ಎರಡೆತ್ತಿನವರ,

ನಿವೇದನೆ: (1) ಕೊಳ್ಳೇಗಾಲ_ಘನ ಎಂ ಮತ್ತು ಜೆ ಎಂ ಎಫ್ ಸಿ ನ್ಯಾಯಾಲಯಕ್ಕೆ ಕೊಳ್ಳೇಗಾಲ.

(2) ಮೈಸೂರು ಜಿಲ್ಲಾ ಎಸ್ಪಿ ಸಾಹೇಬರವರಿಗೆ, ಮೈಸೂರು.

(3) ಮೈಸೂರು ಜಿಲ್ಲಾ ಅಡಿಷನಲ ಎಸ್ಪಿ ಸಾಹೇಬರವರಿಗೆ,

(4) ಕೊಳ್ಳೇಗಾಲ ಉಪವಿಭಾಗದ ಡಿವೈಎಸ್ಪಿ ಸಾಹೇಬರವರಿಗೆ,

(5) ಓ.ಸಿ. ಅರೆಡ ಸಿ.ಸಿ.

ವಾರಂಟು ಇಲ್ಲದೆ ಹಿಡಿಯತಕ್ಕ ತಕ್ಸೀರಿನ ಕೃತ್ಯ ನಡೆದದ್ದಾಗಿ ವಿವರಿಸುವ ಪ್ರಥಮ ವರ್ತಮಾನ ರಾಮಾಪುರ ಸರ್ಕಲ್ ರಾಮಾಪುರ ಠಾಣೆಯಲ್ಲಿ 1997ನೇ ಇಸವಿ ಜನವರಿ ಮಾಹೆ 5ನೇ ತಾರೀಖಿನಲ್ಲಿ ತಲುಪಿದುದು.

Recd FIR with one enclosure at 9-00 AM on 5-1-97 through P.C. 1291 of Ramapur PS. Sd/- JMFC 5/1

(1) ರಿಪೋರ್ಟಿನ ರಿಜಿಸ್ಟರು ನಂಬರು. 1/1997.

(2) ವಿವರಿಸಲ್ಪಟ್ಟ ತಕ್ಸೀರಿನ ಹೆಸರು. ಕಲಂ.376 ಐಪಿಸಿ.

ಸಂಬಂಧಪಟ್ಟ ಜನಗಳ ಸಂಖ್ಯೆ. ಒಬ್ಬರು.

FIR 4/97 5-1-97

MUNSIFF'S COURT, KOLLEGAL.

கொல்லேகால் முனுசீப் கோர்ட்டில் எஃப்.ஐ.ஆர். தாக்கல்

பழங்குடி மக்கள் தலைவர் குணசேகரன்

இந்த சூழ்நிலையில் தகுந்த நடவடிக்கை எடுக்கும்படி மனித உரிமைக் கழகத்தை இறைஞ்சிக் கேட்டுக்கொள்கிறேன்."

தங்கள் உண்மையுள்ள
ஆர்.ஆர்.கோபால்

வீரப்பன் சரண்டர் கேசட் பரிவர்த்தனைகள்

7.25. 8.10.94. நக்கீரன் இதழில் வெளிவந்தது.

சந்தனக்கட்டை வீரப்பனுக்கும், போலீஸ் அதிகாரிகளுக்கும் இடையே துப்பாக்கிச் சண்டை நின்று, கேசட் மூலம் பேச்சுவார்த்தை நடைபெற்ற தருணம் அது. ஆகஸ்ட் முதல் வாரத்தில் தொடங்கி, இரண்டாம் வாரம் வரை நடந்த கேசட் பேச்சுவார்த்தை போலீஸாரால் முழுமையாக வெளியிடப்படவில்லை. உண்மையில் பேச்சுவார்த்தையில் என்னதான் நடந்தது என்பாதை அறிய, பேச்சுக்கள் அடங்கிய கேசட்டுகளைப் பெற தொடர்ந்து பல்வேறு வழிகளிலும் முயற்சித்து வந்தார் நமது இணையாசிரியர். தமிழக, கர்நாடக உயர் போலீஸ் அதிகாரிகள் பொறுப்பில் ரகசியமாக வைக்கப்பட்டிருந்த கேசட்டுகள் நக்கீரனின் தீவிரமான தேடலுக்குப் பின் கிடைத்தது. கேசட்டில் பதிவாகியிருப்பதை அப்படியே பிரசுரித்துள்ளோம்.

இக்கேசட்டுகள் மூலம் ஒரு உண்மையும் ஆங்கிலப் பத்திரிகையாளர்களுக்கு தெரிந்தது. வீரப்பன் நக்கீரனுக்குத்தான் பேட்டிகொடுத்தேன் என திரும்பத் திரும்ப சொல்லியுள்ளார்.

நக்கீரனுக்காக வீரப்பன சந்திச்சி படம் எடுக்கணும்னு ஏற்பாடு பண்ணி சிவசுப்பிரமணியத்த அனுப்பி வச்சோம். நம்ம ஏற்பாடுல போனவரு, போய் படம் எடுத்துட்டு வர்றாரு. நக்கீரனுக்காக மொத்தம் நாலு ரோல் படம் எடுத்துட்டு வந்தாரு. அதுல 2 ரோல நமக்கு குடுத்துட்டு, மீதி இருக்கிற 2 ரோல பணத்தாசையால 'இந்தியா டுடே' பத்திரிகைக்கு ஒரு பெரிய தொகைக்கு பேரம் பேசி வித்துட்டாரு. பேசுன பெரிய தொகை நெனைச்ச மாதிரி கைக்கு கெடைக்கலயா? இல்ல இவரு ஏமாந்துட்டாரரா? இல்ல... இடையில மீடியேட்டரா இருந்தவங்க ஏமாத்திட்டாங்களா... என்ன இழவோ தெரியாது.

தும்ப விட்டுட்டு வால புடிக்கிற கத மாதிரி, எல்லா விஷயமும் தெரிஞ்ச பெறகும்கூட நானே அவர மன்னிச்சி நக்கீரன்ல வேலைக்கு சேர்த்துக்கிட்டேன்.

'இந்தியா டுடே.' இந்தியா முழுக்க பல மாநிலங்கள்லயும், அந்தந்த மாநில மொழிகள்லயும், ஆங்கிலத்திலும் வெளிவர்ற பத்திரிகை. அதானல அவங்க அந்த நேரத்துல வெளியிட்ட இதழ்ல "நாங்கதான் முதன் முதலா வீரப்பனை சந்திச்சோம், ('வி ஆர்த பர்ஸ்ட்')னு டிக்ளேர் பண்ணுனாங்க. பெரிய பத்திரிகையா இருந்ததால அது எல்லாரையும் திரும்பிப் பார்க்க வச்சிடுச்சி.

'இந்தியா டுடே' செய்தி வெளியிடுறதுக்கு முன்னாடியே நாம 3 நக்கீரன் இதழ்கள்ல வீரப்பன் பேட்டி, படங்கள் எல்லாம் விரிவாக வெளியிட்டு ரிலீஸ் பண்ணிட்டோம்.

அதனாலதான் 'இந்தியா டுடே'க்கு எதிரா, 'நாங்கதான் முதல்ல வீரப்பன் செய்திய வெளியிட்டோம்'னு ஆதாரபூர்வமா எல்லா டாகுமெண்ட்ஸ்களோடயும் கோர்ட்டுக்கு போய்

ஜெயிச்சோம்.

காவல்துறை அதிகாரி சஞ்சய் அரோராவுக்கு, தான் சரண்டாகிறதப் பத்தி வீரப்பன் பேசி அனுப்பியிருந்த ஒரு வீடியோ கேசட்ல... பல இடங்கள்ல 'நான் நக்கீரனுக்குத்தான் முதல் முதல்ல பேட்டி குடுத்தேன்'னு வீரப்பன் அடிச்சு சொல்றதா இருக்கும். இந்த புத்தகத்த முழுமையா படிச்சா அது உங்களுக்கு தெரிய வரும்... அதைத்தான் நாங்களும் இதுல சொல்லி யிருக்கோம்.

'இந்தியா டுடே' இப்போதாவது தனது தவறைத் திருத்திக் கொண்டால் பத்திரிகை தர்மம் காக்கப்படும். வாசகர்களே! பொறுமையாகப் படித்தால், அப்பட்டமாக பல உண்மைகளை அறிந்து கொள்ளலாம்.

-ஆசிரியர்
நக்கீரன் கோபால்

மலைவாழ்மக்கள் தன்னால் கொடூரமாகப் பாதிக்கப்படுவது கண்டு மனம் கொதித்த வீரப்பன் சரண்டர் முடிவு எடுத்தபின், இந்தியாவின் மற்ற மாநிலங்களில் சில காலகட்டங்களில் நடந்த சரண்டர் சம்பந்தமான விசயங்களை துல்லியமாக ஆராய்ந்து அதை டெல்லி அரசியலோடு சம்பந்தப்படுத்தி ஆணித்தரமான வாதங்களுடன் கர்நாடக தமிழக காவல்துறை உயரதிகாரி களுக்கும், அரசியல் தலைமை ஆளுமைகளுக்கும் வேண்டுகோள் அல்லது சுய விளக்கம் கொடுத்து, அதேசமயத்தில் தனது ஆளுமையை விட்டுக்கொடுக்காமல் நடத்திய சரண்டர் பேச்சு வார்த்தைகள் கேசட் வடிவில். இந்தப் பகுதியை வாசித்து உணரும் வாசகர்கள் வீரப்பனை ஒரு காட்டுவாசியாகவோ, யானைகளைக் கொன்றவராகவோ, சந்தனமரக் கடத்தல்காரராகவோ நம்மால் நம்ப இயலாத அளவுக்கு

அவரது சிந்தனை பலம் மற்றும் வெளிஉலகம் சார்ந்த விசயங்களில் அவரது நுண்ணிய அறிவும் வெளிப்படுகிறது. நக்கீரனின் கடுமையான பல முயற்சிகளுக்கும் தேடல்களுக்கும் பின் கிடைத்த அந்த கேசட்டுகளின் ஒலி வடிவம் கீழே வரிகளாக: உச்சரிப்புகள் அப்படியே மொழி உருவாக்கத்தில் உள்ளதால் சில இலக்கணப் பிழைகள் இருக்கும். ஆனால் உண்மைகளின் உரை வீச்சுக்கள் அவை.

வீரப்பன் ஜூலை 29. 1994 அன்று போலீஸிடம் சரணடைவதாக செல்வராஜ் என்பவரிடம் சொல்லியனுப்புகிறார். செல்வராஜ் அதிரடிப்படையின் அன்றைய எஸ்.பி.யான சஞ்சய் அரோராவிடம் வீரப்பனின் விருப்பத்தைத் தெரிவித்தார். அகஸ்ட் 2-ஆம் தேதி பதிலுக்கு சஞ்சய் அரோரா தன் நிலையை கேசட்டில் பதிவு செய்து வீரப்பனிடம் அனுப்புகிறார்.

வட மாநிலத்தைச் சேர்ந்த சஞ்சய் அரோரா திக்கித்திணறி பேசிய தமிழ்:

“**எ**ன் பெயர் சஞ்சய் அரோரா. நான் எஸ்.பி.யாக தமிழ்நாடு அதிரடிப்படையில் பணிபுரிகிறேன். உங்க நண்பர் செல்வராஜ் நீங்க சரணடைய விரும்புவதாக என்னிடம் சொன்னார். இதற்கு உயரதிகாரிகளின் உதவி தேவைப்படுதுனு சொன்னார். அதனால உங்ககிட்ட இந்த டேப் மூலமா பேசுறேன். நாங்கள் உங்களைச் சுட்டுக் கொன்றுவிடுவோம் என்று நீங்கள் சந்தேகப்படுவதாக கூறினார். அப்படி நீங்கள் சந்தேகப்படத் தேவையில்லை. நான் கடவுள் மேல் சத்தியமாகச் சொல்கிறேன். நான் பொய் சொல்ல மாட்டேன். உங்களை சுடமாட்டோம். போலீஸ்ல எல்லாரும் கெட்டவங்க இல்லே.

தமிழ்நாடு போலீஸில் நிறைய நல்லவங்க இருகாங்க. சரண்டர் பண்ணும்போது கடைசியில் போலீசில்தான் நம்பிக்கை ஆகணும். போலீஸ் உங்களை உயிரோடு கோர்ட்டில் ஆஜர்படுத்தும். இனிமேல் நமக்குள் சண்டை நடந்தால் ஒண்ணு என் போலீஸ் சாகணும். இல்லேன்னா நீங்க சாகணும். ஆனா,

தமிழ்நாடு அதிரடிப்படை எஸ்.பி. சஞ்சய் அரோரா

நீங்க சரண்டர் ஆவது பற்றி யோசிக்கிறீர்கள். ரொம்ப நல்லது. அதுதான் உங்களுக்கும் நல்லது. எங்களுக்கும் நல்லது. இதனால் உங்களைத் தேடும் வேலையை கடந்த நான்கு நாட்களாக நாங்க செய்யலை. ஆனா, நான் திரும்ப ஒருதரம் சொல்கிறேன். நீங்க SURRENDER ஆகாவிட்டால் தமிழ்நாடு அதிரடிப்படை உங்களைத் தேடி காட்டுக்குள் வரும். கண்டுபிடிப்போம். இந்த டேப்புல நான் ஒரு லெட்டர் எழுதி அனுப்பியிருக்கேன். அதில் நான் விபரமாக எழுதியிருக்கேன். நீங்க எனக்கும் அதிரடிப்படைக்கும் பெர்சனல் எதிரி இல்லை. அதனால் அதிரடிப்படைக்கு உங்களைக் கொல்லணும்னு அவசியமில்லை. விருப்பமும் இல்லை. ஆனால், எங்கள் கடமை நல்ல முறையில் -நீதிப்பிரகாரம் செய்யணும். நீங்க என் லட்டர் படித்துவிட்டுப் பாருங்க. நான் இது சம்பந்தமா ஏ.டி.ஜி.பி. திரு.வால்டர் தேவாரம்கிட்ட பேசிவிட்டேன். இதெல்லாம் நான் அவர் சார்பாக, கடவுள் மேல் சத்தியமாகச் சொல்கிறேன். நீங்க சரண்டரானால் நான் உங்களை உயிரோட கோர்ட்டில் ஆஜர் செய்கிறேன். அதன்பிறகு நீங்க, கோர்ட், உங்க வக்கில் இவர்களுக்குதான் வேலை. நீங்க என்னை நம்பலாம். என் ஊர் ராஜஸ்தான் மாநிலத்தில் இருக்கு. நான் 2000 மைல்

தூரத்திலிருந்து வந்து, இங்கே தமிழ்நாட்டு மக்களுக்காக வேலை செய்கிறேன். அவ்வளவு தூரத்திலிருந்து வந்து உங்களுக்கு நம்பிக்கைத் துரோகம் செய்ய வேண்டிய அவசியம் இல்லை. நீங்கள் தைரியமாக தமிழ்நாடு அதிரடிப்படைகிட்ட சரண்டர் ஆகலாம். மீதியெல்லாம் விவரமா லெட்டர்ல எழுதியிருக்கேன். நல்லா படிச்சுப் பாருங்க. செல்வராஜ் மூலமா பதில் சொல்லியனுப்புங்க. நீங்க என்கிட்டே பேசணும்னாலும், இல்லே உங்களுடைய ஒரு ஆளை அனுப்பி என்கிட்ட பேசணும்னாலும் தயாரா இருக்கேன்.

கடிதத்தையும், கேசட் மூலம் செய்தியையும் அறிந்த வீரப்பன், ஆகஸ்ட் 2-ஆம் நாளே தங்கள் நிலையை கேசட்டில் பதிவு செய்து எஸ்.பி.சஞ்சய் அரோராவிடம் செல்வராஜ் மூலமே அனுப்புகிறார். அந்த கேசட்டில் உள்ளவைகள்:

பேசுவது எம்.அர்ச்சுனன்,

எஸ்.பி.ஐயா அவர்களுக்கு!

''அதாவது, நான் மைசூர் ஜெயில்லேர்ந்து வந்து ஒரு மாசமாகி வந்து, நான் என் மாமன் வீட்டில் தங்கியிருந்தேன். என் தங்கச்சிக்கு நாலு குழந்தைகள். மூணு பையன், ஒரு பொண்ணு, எல்லாம் சின்னப் பசங்க. அந்த மாதிரி குழந்தைகளை, என் மச்சினனை என்னோடு மைசூர் ஜெயில்ல போட்டு சித்ரவதை பண்ணது மட்டுமில்லாம, என் தங்கச்சியை கோபிநத்தத்துல ஒரு பொண்ணுன்னு கூட பார்க்காம, பண்ணாத சித்ரவதை பண்ண காரணத்தால அவள் பாலிடின் குடித்து செத்தாள். அப்படி செத்திருக்கும்போது வழிதங்கலா என் மாமன் வீட்டில் போய் நல்லா மனுஷனா வாழணும்னுதான், ஒரு கொலை கேஸில் சிக்கியிருந்த நான் - ஆன்டிசிபேட்ரி பெயில் எடுத்து தங்கியிருந்தேன். நல்ல மனுஷனா வாழணும்னு

நினைக்கும் போதுதான் எங்கண்ணன் என்னைக் கூப்பிட்டு, தங்கச்சியை (மாரியம்மாள்) அந்த DFO (சீனிவாஸ்) இப்படி கற்பழிச்சுக் கொன்னுட்டான். குழந்தைகளும் அனாதையா திரியுது. அவன் குடும்பமும் இப்படி அனாதையா அலையணும். அவனை நான் கொல்லணும். இந்த DFOவை நான்தான் கொல்லணும்னுதான் என்னைச் சேர்த்தான். அப்போது கூட அண்ணன் சொன்னாரு. நூற்றுகணக்கான பேரைக் கொல்ல கண்ணி வெடி இருக்கு. அதை புதைச்சுடுவோம்னாரு. நான் வேணாம்னுதான் சொன்னேன். நமக்கு நாடு பிடிக்கிறதோ, நூற்றுக்கணக்கான பேரை கொல்றதோ ஆசையில்லை. இவன் ஒருத்தனைக் கொன்னா போதும் னு சொல்லி கூட்டிட்டு வந்து கொன்னு போட்டோம். அந்த மாதிரி எந்த ஆஃபீஸரையும் செய்தது இல்ல. உங்க யாரையும் கொல்றது விருப்பமில்ல. இன்னமும் அப்படி உங்கள் யாரையோ, மற்ற போலீஸ்காரர்களையோ தமிழ்நாட்டில் யாரையாவது கொலை செய்யணும்னு நெனைச்ச, இன்னமும் ஒரு வருஷத்துல, மாதத்துல, இன்னும் பத்தே நாளில், கண்ணி வெடி வெச்சி எந்த விதத்துல வேணா பத்து, இருபது, முப்பது பேர்னு சுடலாம். ஆனா எங்களுக்குத் தேவையில்ல. நாங்க ஆஜராக தயாரா இருக்கோம். நம்பிக்கை வச்சு வரலாம். நாங்க உங்களை நம்புற மாதிரி, நீங்களும் நம்பி வரலாம். நீங்க யாரும் எங்களுக்கு எந்த துரோகமும் செய்யல. அதனால நீங்க தைரியமா வரலாம். சட்டம்ங்கிறது எல்லாரையும் தண்டிக்கும். உன்னையும் விடாது. என்னையும் விடாது. தப்பு செய்தா யாரையும் விடாது. சட்டப்படி நீங்க நடவடிக்கை எடுக்க, நீங்களே சொன்னபடி 2000 மைல்லேர்ந்து வந்திருக்கீங்க. நீங்க எங்களுக்குப் பகையில்ல. எங்க ஜனங்களுக்கும் பகையில்ல. இதுதான்

வீரப்பன் தம்பி
அர்ச்சுனன்

நான் சொல்ல விரும்பினது, சொல்லிட்டேன்."

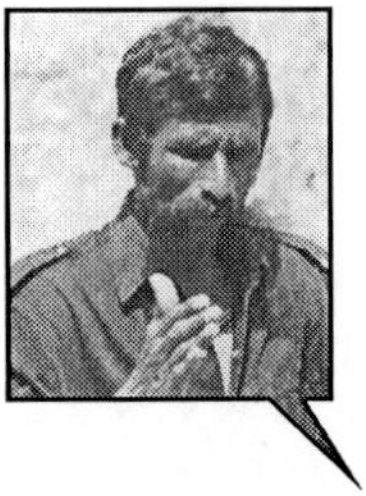

வீரப்பன் பேச்சைத் தொடர்கிறார்;

"அதாவது -அப்படி ஒரு அதிகாரியை கூப்பிட்டு சுட்டனுப்பினா, எனக்குத்தான் கெட்ட பேர் சீனிவாசனைக் கூட கூப்பிட்டு சுட்டிருக்கக்கூடாது... நேரா போய்த்தான் சுட்டிருக் கணும். தம்பிதான் தடுத்துட்டான். சீனிவாசன் கூட்டத்திலேயே சுத்திக்கிட்டிருந்தான். அவனை வெடி வச்சுக் கொல்லணும்னுதான் கண்ணி வெடியெல்லாம் வாங்கிட்டு வந்தேன். தம்பிதான் வேணாம். இப்படி செஞ்சா நூற்றுக்கணக்கான பேரு சாவாங்கன்னு சொல்லி தடுத்தான். நானே அவனைக் கூட்டிட்டு வர்ரேன். செத்துப்போனவ (மாரியம்மாள்) உனக்கு மட்டும் தங்கச்சி இல்லே, எனக்கும்தான் தங்கச்சின்னு சொல்லி, அர்ச்சுனனே போய் கூட்டிட்டு வந்தான். சீனிவாசனை (டி.எப்.ஓ.) கொன்னுப் போட்டேன். தீர்ந்து போச்சு வேலை. அது ஒண்ணுதானே தவிர, வேற இல்ல. ஆனா உலகிலே இவ்வளவு பெரிய பேரை வாங்கி, உன்னை கூப்பிட்டு வந்து சுட்டுப்புட்டு நான் ஒரு கோழையா போறதைவிட, நான் சாகறதே மேல். அதாவது, ஒரு நல்ல அபிப்பிராயம். நானும் நாட்டுக்கு வரணும். மக்கள் மத்தியில் நானும் அறிவிச்சி நிக்கணும்கறதுக்குத்தான் ஆசைப்படறேனே தவிர, வேறே ஒண்ணும் கிடையாது. அதனால நீங்க நம்பி வரலாம். எங்களைக் கூப்பிட்டா நாங்க வரமாட்டோம். எங்களுக்குப் பயம். பல கொலைகளை செஞ்சிருக்கீங்க. அட்டகாசம் பண்றீங்கன்னு எங்களுக்குப் பயம். போலீஸ்னா இந்த நாடே பயப்படுது. நான் மட்டுமில்லே. தைரியமா வாங்க. எங்கிட்ட பேசுங்க. அதுக்கு மேற்பட்டு

இன்னும் என் மனசுலே எத்தனையோ இருக்குது. நான் உங்ககிட்ட தனியா கலந்து பூரா கம்ப்ளீட்டா சொல்றேன். அப்ப நீங்க புரிஞ்சுக்குவீங்க." 'மேற்கொண்டு ஒரு விஷயம் இருக்குது. (பேசலாமா? அதை' என வீரப்பன் கேட்க, 'பேசுங்க பேசுங்க' என இரண்டு ஆண் குரல்கள் சொல்கின்றன. வீரப்பன் தொடர்ந்து பேசுகின்றார்) தொண்டையைக் கனைத்தபடி,

"ஐயா, சஞ்சய் அரோரா எஸ்.பி. அவர்களுக்கு நான் வீரப்பன் பேசறது, அதாவது மனப்பூர்வமா நீ என்னை நம்பி வரலாம். நான் வந்து உன்கிட்டே தனியா பேசலாம்னு எனக்கு ஒரு ஆசை இருக்குது. அதை கொஞ்சம் சொல்றேன் கேட்டுக்குங்க. இந்தக் கேசட்டை டேப் ரிக்கார்டுலே போட்டுக் கேட்டுட்டு. -அதை அப்படியே அபேஸ் பண்ணிடுங்க. அதை வெளியில் யாரும் கேட்கக் கூடாது. அது முக்கியமான விஷயம். அதாவது என்னுடைய உள்ளத்திலே என்ன இருக்குதுன்னா, இப்ப உங்க மாதிரி -நீங்களோ, அல்லது உங்களுக்குத் தகுந்த பெரிய ஆஃபீஸரோ கூட்டிட்டு வந்து என்கிட்டே வந்து நேரா பேசுங்க. அதாவது, என் மேல கேஸ் இல்லாமல், உனக்கு மன்னிப்பு கொடுத்திட்டேன். அப்படின்னு சொல்லி நீங்க எனக்கு உதவி செய்யறதுக்கு ஒரு வழி இருக்கு. இது நடக்கும்னு மனசுல தோணுது. அதாவது, என்ன அப்படின்னா, இருபத்தஞ்சு கோடி ரூபாய் நான் பணம் குடுத்தறேன்...என்கிட்டே பணம் இல்லேன்னு நீங்க நினைக்காதீங்க. இருக்குது. கடவுள் கொடுத்தது இருக்கு. அந்தப்பணத்தை யார் யாருக்கு, எவ்வளவு அமௌண்ட் கொடுக்க முடியுமோ கொடுங்க. நம்ம பிரதமர் இருக்காரு. அவருக்கு கொடுத்தா, அவர் பார்த்து மனசு வெச்சா, சரி வீரப்பனுக்கு மன்னிப்பு குடுங்கப்பா. இரண்டு ஸ்டேட் போலீஸை வெச்சி தேடினோம். கிடைக்கல. எதுக்காக ஒருமனுஷனுக்கு

இப்படி உட்டுக்கிட்டு, நல்லால்லே, நம்ப அரசாங்கத்துக்கு ரொம்ப கேவலம். அதனால இப்ப நாங்க மன்னிப்பு கொடுத்துட்டோம் வீரப்பனுக்கு -அப்படின்னார்னா, அதை யாரும் கேக்க முடியாது. ஒரு எதிர்க் கட்சிக்காரன்கூட கேக்க முடியாது. அதனால உங்களுக்கும் சில வழிகள் இருக்கு. இந்த மாதிரி நம்பளுக்கு சில வழிகள். என்னைக்கு கிடைக்கும்னுதான் இதுவரை எந்த ஆபீசர் கிட்டயும் சந்திச்சுப் பேசாமல் அறிக்கை கொடுக்காமல் நானும் கம்முன்னு இருந்தேன். எனக்கு நீங்களும் கோரிக்கை கொடுத்தீங்க. அதுக்கேத்த மாதிரி நம்பளை நம்ப வேணும்னு சொல்லி நக்கீரன் புக்குலே கொடுத்திருந்தேன்.

பூலான் தேவிக்கு கிடைச்ச சான்ஸ் நமக்கு கிடைக்கணும்னு. அதே மாதிரி கிடைச்சது. ஆனா அவகிட்டே பணம் இருந்திச்சோ இல்லையோ அதை அவள் பயன்படுத்தலை. நான் இதை பயன்படுத்தறேன். எது? பணத்தைக் கொடுத்து -இப்ப இருக்குறது யாரு... மேலிடத்தில... நரசிம்மராவ் இருக்கிறாரு. அவருக்குக் கூட ஒரு அஞ்சு கோடி ரூபாய் கொடுங்க. உள்துறை அமைச்சர் இருக்கறாரு. அவருக்கு ஒரு அஞ்சு கோடி ரூபாய் குடுங்க... வந்து பைலட் இருக்குறாரு, ராஜேஷ் பைலட், அவருக்கு ஒரு அஞ்சு கோடி குடுங்க. மேற்கொண்டு இருக்கறதை நீங்க... பார்த்து எப்படி, வேணா எடுத்துக்குங்க. மேலும் தொடர்ந்து என்கிட்டே பேசினால் இன்னும் மேல ஜாஸ்தி ஆகும்னாலும் சரி. நான் செய்யறேன். அதைப்பத்தி கவலைப்பட வேண்டாம். இது வந்து, இதுக்காகத்தான் நான் நேரா பேசணும்னு சொன்னது. பணத்தை எப்படி உங்ககிட்ட நான் ஒப்படைக்கிறது, எந்த இடத்துல ஒப்படைக்கிறது அப்படிங்கிறது நாம நேரடியா பேசிக்கலாம். அதனால் தயவு செய்து, சக்தி சத்தியமா சொல்றேன். நீ என்னை நம்பி வாங்க. என்ன... என்ன, நான்

அப்படி வந்து உன்னைக் கூப்பிட்டு சுட்டுப்புட்டு, நான் இரண்டாயிரம் வருஷம் வாழப் போறதில்லே. இந்தமாதிரி எனக்கு ஒரு சான்ஸ் கிடைக்கணும்னு ஆசைப்பட்டேன். ஆனா, நானா உன்னை சுட்டா எனக்கு இந்த சான்ஸூம் நழுவிப் போயிடும். எனக்கு அதுக்குமேல என்ன எலும்பா கிடைக்கப் போவுது? ஒன்னும் கெடைக்காது. இப்படியே காட்டுல அலைஞ்சிட்டே இருந்தேன்னா ஒரு நாளைக்கி டபார்னு ஒரு போலீஸ்காரன் சுட்டுருவான். நாம ஆயிரம் போலீஸ்காரனை சுட்டாலும் ஒரு போலீஸ்காரன் நம்மளை சுட்டேதான் தீருவான். அது நடக்க வேண்டிய விஷயம். அது உலகத்துலே நடக்க வேண்டிய விஷயம். நாம இப்படியே இருக்க முடியுங்களா? இருக்கறதிலே என்ன பிரயோசனம்தான் இருக்கு? அது எனக்கும் நல்லாவே தெரியும். என்ன! அதனால இப்படி ஒரு உதவிகள் நீங்க செய்வீங்க அப்படின்னு நம்பிக்கை இருக்குது எனக்கு.

ஆனா இதை நேரடியா வெச்சி பேசலாம்னு எனக்கு ஒரு பெரிய ஆசையா இருக்குது. அதுக்குத்தான் உங்களை வரவழைக்கிறேன். ஆனா, உங்களுக்கு துரோகம் செய்யனும்ங்கிற எண்ணம் எள்ளளவு கூட கிடையாது. மனப்பூர்வமா நீங்க நம்பி வரலாம். நீங்க எனக்கு என்ன பாவம் செஞ்சிருக்கீங்க? என்ன துரோகம் செஞ்சிருக்கீங்க? நான் உன்னைக் கூப்பிட்டு சுடுறதுக்கு. சொல்லு பாக்கலாம்! ஆனா DFOவைக் கூப்பிட்டு சுட்டதாலே உங்களுக்கு பயம் இருக்கலாம். அது யாருக்குமே உண்டு. கூப்பிட்டு படார்னு சுட்டுப்புட்டேன்னா என்ன பண்றதுன்னு நினைக்கி றீங்க. உங்களை சுட்டுப்புட்டேன்னா நான் சாகறதே மேல். இந்த சான்ஸ் எனக்கு நழுவிப்போயிடும். என்னா, கவர்ன்மெண்டுல போலீஸூக்குப் பஞ்சமா? மிலிட்டிரிக்குப் பஞ்சமா? நம்பள சுடுறதுக்கு போடுறா லட்சம் பேருனு சொல்லி

போட்ருவாங்க என்ன. எல்லாமே எனக்குத் தெரியும். நான் அப்படி செய்ய மாட்டேன். அப்படி செய்யுறதால பிரயோஜனமும் எதுவும் கிடை யாது. நீ அப்படி எனக்கு ஒரு காரியமும் பண்ணலை. என்ன, என்னை காப்பாத்துனயின்னா எனக்கு கூடபொறந்த ஒரு அண்ணனா, அல்லது ஒரு தம்பியா, நான் நினைச்சிக்குவேன். இது நிஜம்.

அப்படி உங்களால முடியலை, உங்களுக்குப் பயமா இருக்குது, நீங்க வந்து பேச முடியலை... அப்படின்னா கர்நாடகா ஸ்டேட்ல சர்க்கிள் இன்ஸ்பெக்டர், இப்ப அவர் டி.எஸ்.பி. ஆனாலும் ஆகியிருக்கலாம். சோமசேகர ரெட்டி. அவர் சர்க்கிள் இன்ஸ்பெக்டரா இருந்த அத்தியூர். அவரு பாவம் நல்லவரு. எவ்வளவோ பேருக்கு உதவி செஞ்சிக்கிட்டு வராரு. அவருக்கும் நம்பளுக்கு நல்லமாதிரி இருந்தது. என்னமோ நம்ம சூழ்நிலை இப்படி ஆகிப் போச்சு. இப்படி வந்துட்டோம்ங்க. இப்பக்கூட அந்த மனுஷன் கிட்டே சொன்னீங்கன்னா காத்து, காத்தா பறந்து வருவாரு. நம்பளை பாக்க வந்து நேரா பார்ப்பாரு. இவங்கள்லாம் பயந்துக்கறாங்க. அவர் நேரா வருவாரு.

உங்களுக்கு வர பயமா இருந்தா, நேரா அந்த ஒரு மனுஷன்கிட்டே கூப்பிட்டு, நீயே தனியா வேற யாருகிட்டேயும் சொல்லாதப்பா, அப்படின்னு செல்வராஜ் கூடவே அவரை அனுப்பு. இல்லே உங்களுக்கு நம்பிக்கை வந்துச்சுன்னா, ஒரேநாள் உசிரை விட்டுவெச்சி என்கிட்டே வா. 2000 வருஷம் பொழைச்சாலும் ஒரு நாளைக்கு நாம செத்துதான் போயிடுறோம். கவலைப்பட்டுக்காத. இப்படியே இருக்கப் போறதில்லே. அந்த தைரியத்தை மனசுல வெச்சி, காடு வழியேறி மளமளன்னு வா. என்கிட்டே பேசு. (வீரப்பன் சொடக்குப் போடுவது போல் இந்த இடத்தில் கேட்கிறது) அப்பதான் நான் ஒரு நல்லவனா துரோகியான்னு நீயே

புரிஞ்சுக்குவே. அவ்வளவுதான் என்னால சொல்லமுடியும். அப்படி உங்களுக்குப் பயமா இருந்தா, கர்நாடகா டி.எஸ்.பி. சோமசேகர் ரெட்டியை அனுப்புங்க. அவர் வந்து என்கிட்டே பேசட்டும் வணக்கம்"

வீரப்பன் பேச்சு முடிகிறது.

சோமசேகர ரெட்டி ஹூப்ளியில் அப்போது அசிஸ்டெண்ட் போலீஸ் கமிஷனராக வேலை செய்தார். உடனடியாக பன்னாரி முகாமிற்கு வரவழைக்கப்பட்டார். ஆகஸ்ட் ஆறாம் தேதி வீரப்பனுக்கு தன் நிலையை கேசட் மூலம் சொல்லியனுப்புகிறார் சோமசேகர ரெட்டி. அவரின் கன்னடம் கலந்த ஆடியோ கேசட்டின் தமிழ் பேச்சு:

"இப்ப நான் பேசறது சோமசேகர ரெட்டி. 1986-லே கொல்லேகால்லே சர்க்கிள் இன்ஸ்பெக்டரா இருந்தேன். அப்புறம் நான் பெங்களூர் போயிட்டேன். இப்ப நான் டி.எஸ்.பி. நேத்து ஒரு கேசட்டிலே நீ என்ன பேசியிருக்கேன்னு நான் கேட்டேன். அதுல என்ன இருக்குன்னா, சோமசேகரரெட்டி வந்தார்னா ஒரு மீடியேட்டராக வேலை செய்வார். நமக்கு நல்லதா வரும்னு சொல்லி கேட்டு இருக்கீங்க. அதனால இந்த தமிழ்நாடு பெரிய போலீஸ் ஆபீஸர்ஸ், நம்ப கர்நாடகா பெரிய போலீஸ் ஆபீஸர்ஸ் எங்களை இங்க கூட்டினு வந்தாங்க. இப்ப நான் இங்கே இருக்கிறேன். நான் உங்களை கேட்டுக்கிறேன். நான் 1986 லே கொல்லேகால்லே இருந்தவரை ஒண்ணும் கொலை ஆகலே. சண்டை ஆகலே. வீரப்பன் யாரு? இதுவரைக்கும் நான் அவரைப் பார்க்கலே. அவர் கூட பேசக்கூட இல்லே. அது உங்களுக்குக் கூட தெரியும். நான் அப்புறம் பெங்களூருக்குப் போயிட்டு பிறகு மாதேஸ்வரா மலைக்கு டூட்டி வர்ற டைம்லே நான் அங்கே மைசூர்

சப்-ஜெயிலுக்கு வந்தது உண்மைதான். அப்போ அர்ச்சுனன் அங்கே இருந்தாரு. பூசே மாத்தையா பெரியண்ணா இருந்தாரு. பூசேமாதையா எனக்கு நல்லா தெரியும். ஏன்னா 1984-லே அவர் மேலே நான் கேஸ் போட்டிருக்கேன். 1986-லே மூணு யானைக் கொம்பு பத்தி தமிழ்நாட்டிலே தகவல் கொடுத்து, அப்போ நான் தமிழ்நாட்டிலே சீல் பண்ணியிருக்கேன். அதுதான்- அதுக்கு மேலே எனக்கு வேற தெரியாது. அன்னைக்கு அர்ச்சுனனை சப்-ஜெயில்லே பாத்துப் பேசினது. பூசேமாதையா என்ன சொன்னார்னா, "சார் எனக்கு ஜாமீன்லே விட்டா, நான் போயி எங்க தம்பியை கூப்பிட்டு வர்ரேன், சரண்டர் செய்யறேன்"னுட்டு அன்னைக்கே சொன்னார். ஆனா இதுவரை அப்படி ஆகலை. ஏன்னா அவர் ஜெயில்லே இருக்கார்னு நான் கேள்விப்பட்டேன்.

இப்போ எதுக்கு நான் வரணும்னு என் பேரை சொல்லி கேட்கறீங்க? அவ்வளவு தூரம் என் மேல் நம்பிக்கை இருந்தா நான் ஒரு குறிப்பிட்ட இடத்தை -உங்ககிட்டே இன்பார்மர் கிட்டே நான் சொல்லியனுப்பறேன். நம்கிட்டே டைரக்டாக அர்ச்சுனன் என்கிட்டே வரட்டும். அவர் என்கிட்டே என்ன சொல்லணுமோ, அவருக்கு என்ன உதவி வேணுமோ அதுக்கு ஒரு வழியா ரோடு காமிக்கிறேன். இதுவரை நான் கர்நாடகாவுலே டி.ஜி. சார்கிட்டே, அடிஷனல் டி.ஜி.பி. பேசிட்டு வந்தேன். இங்கே பன்னாரியிலே எஸ்.பி.சார்கிட்டே அடிஷனல் டி.ஜி.பி.கிட்டே எல்லார்கிட்டேயும் பேசிருக்கேன். எல்லாரும் என்ன சொல்றாங்கன்னா, நம்ம பக்கமானாலும், அந்த பக்கமானாலும் ஒண்ணும் ரத்தக்களறி ஏற்படக் கூடாது, இது கிளியராக செட்டில் ஆகணும்னு நம் உயர் அதிகாரிகள் சொல்றாங்க. அதனால நீ சரண்டர் ஆகு.

நல்லதுக்குத்தான். ஏன்னா இன்னைக்கு இல்லே, நாளைக்கு இன்னும் மூணு மாசத்துலே, ஒரு வருஷமானாலும் உன்னை போலீஸ்காரங்க பிடிக்காம விடப் விடறதில்லே.

இப்போ ஒரு உதாரணத்துக்கு கேட்டா அந்த ஹர்ஷத் மேத்தா எவ்வளவு கோடி ரூபாயெல்லாம் திருடி தேசத்துக்கே துரோகம் பண்ணிட்டாரு. என்ன ஆகிட்டாரு? வெளியே வரலையா? பூலான்தேவி ஆயிரமாயிரம் கொலை பண்ணினாங்க. வெளியே வரலையா? இப்ப கலியாணம் பண்ணிக்கிட்டு சம்சாரம் பண்ணலையா? அப்படித்தான். உங்கமேலே தமிழ்நாடு, கர்நாடகா எவ்வளவு கேஸ் போட்டிருக்கோ அது எல்லாம் கோர்ட்டுக்குப் போகணும்னு ஒண்ணும் நிபந்தனை இல்லை. அதுல எவ்வளவு கேஸ் டிராப் பண்றாங்களோ, அவ்வளவு கேஸ் டிராப் ஆவுது. இம்பார்ட்டெண்ட் கேஸ்தான் கோர்ட்டுக்கு அனுப்புறது. நான் நினைக்கிறேன், உங்க ஆள் செல்வராஜ் கூட எங்ககிட்டே சொல்றார். உங்ககிட்டே நிறைய பணம் இருக்குதுன்னு. நீ வந்து சரண்டர் ஆயிட்டேன்னா, இம்மிடியட்டா கேஸ் கோர்ட்டுக்கு அனுப்புறோம். கொஞ்சநாள் நீ ஜெயில்லே இருக்க வேண்டியது. அது பொது அது. அப்புறம் உன்கிட்டே நிறைய பணம் இருக்குது. பெரிய வக்கீலு, ராம்ஜெத்மலானி, பாஸ்வான் எவ்வளவு, எவ்வளவு பெரிய அனுமந்தராயப்பா இப்படி பெரிய அட்வகேட்டெல்லாம் இருக்காங்க. ஏன் நீ பணம் செலவு பண்ணி வெளியே வரக்கூடாது? இப்போ நீ வெளியே வந்தா கூட இப்ப நீ கர்நாடகா ஆளு. தமிழ்நாடு ஆளுகிட்டே என்ன கெட்ட அபிப்பிராயம் அவங்க மனசிலே வந்திருக்குதோ, அது நீ வெளியே வந்து ஜெயிலுக்குப் போயிட்டேன்னா, மக்களே இந்த மாதிரி திருடன்லே சேர்ந்த ஒருவன், மனசு பூர்த்தியாகி, ஒண்ணும் கொலை பண்ணலைன்னு உங்களை ஆண்டவனைப்

பாத்தா மாதிரி பார்ப்பாங்க. உனக்கு எவ்வளவு பிரெஸ்டிஜ் வருது. எவ்வளவு டிக்னிட்டி வருது. மரியாதை வருது. நாளைக்கு நீ எலெக்சன்ல நின்னாக்கூட மெஜாரிட்டிலே கெர்து பார்தீரா.(வெற்றி பெறுவாய்)அந்த மாதிரி இருக்கும். டைம்லே என் அட்வைஸ் உனக்கு இவ்வளவுதான். கிளியராக சரண்டர் ஆகணும். சரண்டர் ஆனா உங்களை அடிக்க மாட்டோம். கைவிலங்கு போட மாடோம். ஒண்ணும் தொந்தரவு செய்யறதில்லே. துப்பறதில்லே. ஒண்ணுமில்லே. யாருக்கும் தெரியாமக் கூட நம்ம கர்நாடகா போலீஸ் அய்யாகிட்ட இல்லே, நம்ம பன்னாரி அய்யாகிட்டே சரண்டர் பண்ணி உடனே கோர்ட்டுலே உன்னை ஒப்படைக்கிறோம். அப்புறம் கோர்ட் கஸ்டடியிலே நீங்க இருக்கீங்க. இதுல போலீஸ் பவர் உங்க மேல சாதிக்கணும்னு ஒண்ணும் இல்ல. கிளியரா சரண்டர் ஆகுங்க. இது ஒண்ணு.

இப்போ செல்வராஜ் வந்த சமயத்திலே அய்யா சோமசேகர ரெட்டிதான் கரெக்டா ஆனவர்னு நீ சொன்னதா சொல்லியிருக்கார். இப்போ, இதுக்கு முன்னாடி, DFO சீனிவாசனை கொலை பண்ணியிருக்கீங்க. பிறகு ஹரி கிருஷ்ணா சாரை கொன்னிருக்கீங்க. நிறைய போலீஸ் ஆபீஸர்கள் கர்நாடகா, தமிழ்நாடு சைடுல செத்துக் கிட்டிருக்காங்க. இப்போ இவர்கள் குடும்பங்கள் என்ன ஆயிட்டிருக்குன்னு எனக்கு மட்டும்தான் தெரியும். இப்படியிருக்கிறப்போ, நான் உங்ககிட்டே வந்தா, எனக்கு என் உயிருக்கு ஆபத்திருக்கும்னுதான் என் நம்பிக்கை. நான் உயிரோட வாபஸ் வருவேன்கிறதுக்கு எனக்கு என்ன நம்பிக்கை இருக்கு? ஏன்னா அப்படி கொன்னுருக்கீங்க. அதனாலதான் எனக்கு நம்பிக்கை இல்ல. நான் டைரக்டா வரமாட்டேன். என்னை பெத்த அம்மாவும் ஒண்ணுதான், உங்களைப் பெத்த அம்மாவும் ஒண்ணுதான். வீரப்பனுக்கு

மாரியம்மன் மீது ரொம்ப நம்பிக்கை இருக்குன்னு எனக்கு தெரியுது. இப்போ நம்மையெல்லாம் பெத்த அம்மா மாரியம்மன் மேல நான் ஆணையிட்டு சொல்றேன். உங்களுக்கு ஒரு தவறும் நடக்காது. நீ CLEAR ஆக வந்து சரண்டராகு. அப்படியும் நானே அங்கே வரணும்னு நீ கேட்டா, நான் எப்படி வர்றது சொல்லு. நீங்க ரெண்டு பேரும் எங்கே இருக்கீங்கன்னு இப்பகூட எனக்கு தெரியாது. அதென்ன 100 கிலோமீட்டர் ஆகுமா? 200 கிலோமீட்டர் ஆகுமா எனக்கு ஒண்ணும் தெரியாது.

எந்த கேரண்டில நான் அங்கே வர முடியும்? எனக்கு உயிர் மேல ஆசை இருக்குது. ஏன்? எங்களுக்கு பொண்டாட்டி இருக்குது. குழந்தை இருக்குது. அதை நான் பார்க்கணும். இப்போ, உங்க பொண்டாட்டி, உங்க குழந்தைக்கு நீங்க எப்படி ஆசைப்படுறீங்களோ, அதே ஆசை எனக்கும் கூட என் குடும்பத்து மேலே இருக்குது. நான் ஒருவனே வருவதற்கு நான் ஒத்துக்க மாட்டேன். அதனால் நீ ஒண்ணும் கவலைப்படாதே. அர்ச்சுனன் நீ தனியா வா, இல்லே, எப்பிடி செய்யிறதுன்னு நீயே யோசிச்சு இங்கே நான் என்ன டேப்ல பேசுறேனோ, இதே டேப்பிலே முறைப்படி நீ பேசிட்டு இந்த டேப்பை செல்வராஜ் கிட்டே அனுப்பு. பின்னே நான் உன்கிட்டே சொல்றது என்னன்னா, வீரப்பனை கேட்டுப்பாரு, இதுவரை, நீ சோமசேகர ரெட்டியை பார்த்திருக்கிறாயா, பேசியிருக்கிறாயான்னு அந்த ஒரே ஒரு வார்த்தையை சொல்லச் சொல்லு. ஏன்னா, அவன் மாரியம்மன் பக்தன். அவன் கரெக்டா உண்மையைச் சொல்வான்.

உங்களுக்கு நான் இன்னொரு உதவி வேண்டுமானால் செய்கிறேன். இப்ப நான் பெங்களூர்ல இருக்கிறதால, அங்கே இருக்கிற அனுமந்தராயப்பா, புட்டு பத்தி இன்னும் நிறைய நல்ல நல்ல அட்வகேட்ஸ் இருக்காங்க. உங்ககிட்ட பணம் இருக்குது. நான் அந்த

அட்வகேட்ஸ்-ஐ நானே வந்து உங்ககிட்டே விடுகிறேன். அவங்ககிட்டே நீ என்ன பணம் கொடுக்கணுமோ அதை கொடுத்து என்ன பேசணுமோ பேசிக்கொள். அவர் என்ன கேஸ் எடுத்தாலும், அதில் அவர் கேட்டால் ஜாமீனில் விடவில்லை என்ற பேச்சே இல்லை. அவ்வளவு பெர்பெக்ட் அட்வகேட்ஸ். ஜாமீன் மேல் வெளில வரலாம். அப்புறம் பணம் இருக்கு. கோர்ட்டில் சாதிச்சுக்கங்க. நூறு கேஸ் கோர்ட்டுலே போட்டா ரெண்டு கேஸ் கூட கன்வெக்ஸன் ஆவதில்லை. மீதி 98 கேஸ் விடுதலைலதான் முடியுது. இது தெரிஞ்ச கதைதான். நீ இப்படியே டைம்-ஐ வேஸ்ட் பண்ணி, வேஸ்ட் பண்ணி, அங்கே சாப்பிடுறதுக்கு நிம்மதியில்லே. படுக்க முடியாமல் மனோ வேதனையோட எதுக்கு அங்கே இருக்கீங்க? இப்போ என் மீது ஒரு ரெஸ்பெக்ட் கொடுத்து, உதவி செய்யணும்னு சொல்லி அனுப்பிச்சிருக்கீங்களோ, அதேமாதிரி நான் ஒரு பெரிய அண்ணாத்தேன்னு நீங்க நெனச்சிக்குங்கோ.

நம்ம கர்நாடகா டி.ஜி.இருக்காரு. அவர்கூட தமிழ்நாடு காரர்தானே. அப்புறம் டி.ஐ.ஜி. சங்கர் பித்ரி இருக்காரு. அவர் இதுவரை ஏதாவது கொலை நடந்திருக்கிறதா? இல்லை. இப்போ நீ இருக்கிற இடம் எல்லாருக்கும் தெரியும். ஆனா கர்நாடகா போலீஸூம், தமிழ்நாடு போலீஸூம் ரெண்டு போலீஸ் ஆபீஸர்களும் சேர்ந்து ரவுண்ட்-அப் பண்றது வேண்டாம். அவுரு தப்பு பர்சாதபம் பண்ணியிருக்காரு. அவரே சரண்டர் ஆகட்டும். சும்மா சும்மா நாம போயிட்டு, இவரு மேல கோவி எடுக்கிறது வேணாம்னு சொல்லிட்டு பெரிய ஆபீஸர்கள் எல்லாம் சேர்ந்து இந்த முடிவுக்கு வந்திருக்காங்க.

அதனால உங்களுக்கு நம்ம சின்ஸியர் அட்வைஸ் என்னன்னா, நாளைக்கு அமாவாசை இருக்கு.

நாளன்னைக்கும் அமாவாசை இருக்குது. அமாவாசையிலே எதுவும் நல்ல வேலை செய்யக்கூடாதுன்னு நம்ம இந்து தர்ம சாஸ்திரப்படி சொல்லுது. நான் ஒரே ஒரு வார்த்தை சொல்றேன். எங்களைப் பெற்ற அம்மா ஆணை. அந்த மாரியம்மன் ஆணை. நானாவது, கர்நாடகா போலீஸாவது, தமிழ்நாடு போலீஸாவது உன் மேலே துவேஷம் தீர்த்துக் கொள்கிற எண்ணம் யாருக்கும் இல்லை. இது உண்மை. சத்தியம். அதனால நீ எப்போ சரண்டர் ஆகிறே என்பதை சொல்லியனுப்பு. இந்த டேப்லே டேப் பண்ணி எங்ககிட்டே வாபஸ் அனுப்பு. அந்த டேப் நான் கேட்டுக்கொண்டு அப்புறம், எந்த நாள், எந்த இடத்துக்கு, நீ தனியாக வந்து நானும், சஞ்சய் அய்யாவும் உன்கிட்டே பேசுறோம்.

உன்கிட்டே ஒண்ணும் வெப்பன்ஸ் இருக்கக்கூடாது. எங்ககிட்டேயும் ஒண்ணும் வெப்பன்ஸ் இருக்காது. உங்களுக்கும் ஒண்ணும் அவமானம் வேண்டாம். எங்களுக்கும் அவமானம் வேண்டாம். மூணு பேரும் உக்காந்து பேசி அப்புறம் இதுக்கு என்ன பண்ணலாம், எப்ப சரண்டர் ஆவது, எப்படி சரண்டர் ஆவது? அப்படின்னு ஒரு முடிவுக்கு வந்து, அப்புறம் எல்லாத்துக்கும் ஒரு நல்ல முடிவு காணலாம். சரண்டர் பண்றதுக்கும் சரண்டர் ஆவதற்கும் நல்ல நேரம் இருக்கணும். இரண்டு நாள் அமாவாசை. நானே சொல்றேன். வேண்டாம் அது. எப்ப நீ எங்ககிட்டே காண்டாக்ட் பண்றே. நீ எப்ப வர்றே? இதை நீ சொல்லி அனுப்பிட்டா நல்லது. இது உங்களுக்கும் நல்லது. எல்லோருக்கும் நல்லது. தமிழ்நாட்டிலே, கர்நாடகாவிலே எவ்வளவு ஆட்கள் இருக்காங்க? எவ்வளவு ஜனம் இருக்குது? அவர்களெல்லாம் கூட உங்க மேல, இது நல்ல வேலை. அவர் நல்லவரா ஆயிட்டாரு, அவர் சரியா

ஆயிட்டாரு அப்படின்னு சொல்லுவாங்க. இப்ப உங்களுக்கும் தெரியும். தமிழ்நாட்டுலே நெறைய எம்.எல்.ஏ. இருக்காங்க. மினிஸ்டர்ஸ் இருக்காங்க. எல்லோருக்கும் ஒரு கிரிமினல் கேஸ் ரெடியா இருக்கிறதுதான். இப்ப அவங்க எல்லாம் என்ன ஆயிட்டிருக்காங்க? ஏன் நீ கூட மேலே வரக் கூடாது?

வீரப்பனுக்கு நான் சொல்றது இதுதான். உங்க தம்பியை அனுப்பு. அர்ச்சுனனை அனுப்பு. நான் அவனுக்கு சொல்லி அனுப்பறேன். எப்படி எப்படி செய்யணும்னு சொல்லி யனுப்பறேன். தைரியமாக என்கிட்டே நம்பிக்கை இருந்தா நமக்கு உதவி செய்றதுக்கு ஒரு பெரிய அண்ணா இருக்கான்னுட்டு உனக்கு நம்பிக்கை இருந்தா அவனை என்கிட்டே அனுப்பு. நான் உனக்கு என்னசெய்யணும், எப்படி உதவி செய்யணும்னுட்டு சொல்லி யனுப்புகிறேன். அந்த மாதிரி செய். செல்வம்கிட்டே என் போட்டோ கூட அனுப்பறேன். அந்த போட்டோவையே நீ, இவரே ஒரு பெரிய அண்ணாத்தேன்னு பாவிச்சுக்கிட்டு, நீ அப்படி செய். அர்ச்சுனனை இங்கே வரச் சொல்லுங்கோ. நான் அவனுக்கு எல்லா கரெக்டா எப்படி போகணும். எப்படி சால்வ் ஆகணும், யாருக்கும் எந்த கிராந்தி இருக்கக்கூடாது. கொலை இருக்க கூடாது. சண்டை இருக்கக் கூடாது. நான் அப்படி பண்ணி கொடுக்கிறேன். சீக்கிராம் நாளன்னைக்கி செல்வம்கிட்டே, இந்த வார்த்தை கரெக்டாக டேப்லேயே டேப் பண்ணி அனுப்புங்க. ரொம்ப நன்றி, வணக்கம்!"

இதே டேப்பில் தனது பேச்சை தொடர்கிறார் எஸ்.பி.சஞ்சய் அரோரா:

"நான் தமிழ்நாடு அதிரடிப்படையின் எஸ்.பி.சஞ்சய் அரோரா பேசறேன். நான் நீங்கள் பேசினதை கேட்டேன். என் மேலே

உனக்கு கொஞ்சம் நம்பிக்கை வந்திருக்கு. சந்தோஷம். ஆனால் நீ எனக்கு பணம் கொடுத்து என்னை வாங்கலாம்னு நினைக்கிறே. அது மனசுக்கு ரொம்ப கஷ்டமா இருக்கு. எனக்கு உங்க ஒரு பைசா கூட வேணாம். பணத்தை வெச்சி என்ன வாங்க முடியும்? இந்த காட்டை வாங்க முடியுமா? தாய் பாசத்தை வாங்க முடியுமா? நல்ல நண்பனை வாங்க முடியுமா? நம்பிக்கையை வாங்க முடியுமா? சொல்லு. உன் டேப்ல என்னை அண்ணா-தம்பி மாதிரி நினைக்கிறேன்னு சொன்னே. ஆனா பணத்தால அண்ணன்-தம்பிய வாங்க முடியுமா? அர்ச்சுனன் பேசும்போது என்ன சொன்னார்? நீதி முறையில் நடக்கணும்னு சொன்னார். நான் நீதி நல்லா படிச்சிருக்கேன். நம்நாட்டில் சட்டப்படி பிரதமரோ, உள்நாட்டு அமைச்சரோ, யாரானாலும் யாருக்கும் 100% மன்னிப்பு தர முடியாது. நூறு கோடி கொடுத்தாலும் இது நடக்காது. பூலான் தேவியைப் பாரு, மான்சிங்கைப் பாரு, யாருக்கும் 100% மன்னிப்பு கிடைக்கலை. கோர்ட்டுக்குப் போய் கேஸ் நடத்தி ஜாமீன்ல வெளியே வந்திருக்காங்க. எனக்கு பொய் சொல்லணும்னு அவசியமில்லை. நீ கேட்ட மாதிரி சோமசேகர ரெட்டியை கூப்பிட்டு வந்திருக்கேன். என்கிட்டே பன்னாரில இருக்காரு. அவர்கிட்டே கேளு. 100% மன்னிப்பு கிடைக்குமா, எஸ்.பி. பொய் சொல்றாரா அப்படின்னு கேளு.

சோமசேகர ரெட்டி, செல்வராஜ் கிட்டே பேசினார். அவர் என்ன சொன்னார், என்ன நினைக்கிறார்னு செல்வராஜ்கிட்ட கேளு. நீ சொன்னத நான் செய்துவிட்டேன். இனிமேல் என் மேல் நம்பிக்கை வையுங்க. நான் திரும்பவும் சொல்றேன். நம்பிக்கை காசு கொடுத்து வாங்க முடியாது. காசு வாங்கும் ஆள் மோசமான வனாகத்தான் இருப்பான். மோசமான ஆளை நம்பலாமா? நான் உண்மையா பேசறேன். என்னை நீ

நம்பலாம். நான் சொல்றதை செய்வேன். ஒன்றை சொல்லிவிட்டு வேறொன்று செய்ய மாட்டேன். என் பேச்சுக்கு மரியாதை கொடுத்து தமிழக போலீஸ், கர்நாடகா போலீஸ், மிலிட்டரி யாருமே பத்து நாட்களா காட்டுக்குள் வராமல் இருக்கிறார்கள். எந்தப் போலீஸாவது பத்து நாட்கள் லேஸி யாக இருக்க முடியுமா? சொல்லு. நானும் கர்நாடகா போலீஸ், மிலிட்டரியும் அரசாங்கத்துக்கு பதில் சொல்லியே ஆகணும். அதிகநாள் பதில் சொல்லாமல் இருக்க முடியுமா? இப்போ பத்தாம் தேதிக்குள் நீ ஒரு முடிவுக்கு வரான். உனக்கு நல்லதுக்கு ஆகணும்னா நீதான் முடிவு செய்யணும். அதை பத்தாம் தேதிக்குள் சொல்லணும். அதுவரை எந்தப் போலீஸ், மிலிட்டரியும் உன்னைத் தேடிக் காட்டுக்குள் வராது. அதுக்கு நான் கேரண்டி. போன ஒரு வாரமா நீ பார்த்திருக்கலாம். கண்டிப்பா பார்த்திருப்பே. எந்த போலீஸ் படையும் காட்டுக்குள் வரலை. காரணம், என் பேச்சுக்கு மரியாதை கொடுத்ததால.

பத்தாம் தேதிக்குள் உன் முடிவு வரலைன்னா எங்க வேலையை நாங்க செய்தே ஆகணும். அதுக்கு மேலே நாங்க வேஸ்ட்பண்ண முடியாது. அப்புறம் நீ என்னை குறை சொல்லக் கூடாது. பத்தாம் தேதிக்குள் நல்லா யோசிச்சுப் பாருங்க. நீ நல்ல முடிவை எடுப்பேன்னு எனக்கு நம்பிக்கை இருக்கு. நான் அதுவரை வெயிட் பண்றேன். திரும்பவும் சத்தியமா சொல்றேன். என்னுடைய ஏ.டி.ஜி.பி. திரு.வால்டர் தேவாரம் சார்பாக சத்தியமா சொல்றேன். நான் உன்னைத் தொடமாட்டேன். கொல்லமாட்டேன். ஆனா கோர்ட்டில் ஆஜர் செய்வேன். உன்னோட பிரதர் இந்த டேப்பில் பேசினார். நல்ல அண்ணனா திருந்தி வாழணும்நு சொல்றேன். உனக்கு கடவுள்பக்தி அதிகமா இருக்கு. அது எனக்கு தெரியும். மகாபாரதம், ராமாயணம் புஸ்தகம் படிக்கிறீங்க. எனக்குத்

தெரியும். ஆண்டவனுக்கு நல்ல பக்தி என்ன? நம்ம தர்மத்தை நாம நல்லா செய்யணும்.இல்லையா? இதுக்கு மேல நல்ல பக்தி இருக்கா? ஒரு ஆம்பளைக்கு என்னென்ன கடமை இருக்கு? ஒரு நல்ல மகனா, நல்ல தகப்பனா, நல்ல புருஷனா, நல்ல சகோதரனா, நல்ல மனுஷனா இருக்கணும். இதெல்லாம் காட்டில் செய்ய முடியுமா? காட்லே இதுவரை என்ன பண்ணீங்க? சாப்பிடுவீங்க, எட்டு பேருக்குள்ள பேசுவீங்க. தூங்குவீங்க. நிம்மதி இல்லைன்னா ஓடுவீங்க. வேறென்ன செய்ய முடியும் சொல்லுங்க? இந்த ஜென்மத்தால பிரயோசனம் இருக்குதா? உங்க பின்னாடி வர்றவங்க தலைநிமிர்ந்து வீரப்பன், அர்ச்சுனனை இங்க பாத்தோம்னு சொல்ல முடியுமா? உங்க குழந்தைக்கு நல்ல படிப்பு கொடுக்கணும். அது வேண்டாமா? இதை செய்யணும். தனக்கு கஷ்டம் வந்தாலும் மற்றவங்களுக்கு உதவி செய்வதுதான் ஆம்பளைக்கு அழகு. அதுதான் பக்தி. இதை நீங்க செய்ய வேண்டாமா? நீங்க கடவுள் பக்தி இருக்கிற ஆளு. ஆகையால இதையெல்லாம் நான் சொல்றேன்.

நீங்க ஜெயில்லே இருந்தே கூட இதைச் செய்யலாம். விடுதலை ஆகிவந்து ஊர்ல மத்தவங்க மாதிரி உங்க குடுமபத்தோட வாழலாம். குழந்தைகளைப் படிக்க வைக்கலாம். காட்டில் ஓடி ஆடி என்ன பண்ணப்போறே? என்ன பண்ண முடியும்? நீ பணம் பத்திப் பேசறியே... பணத்தை ஒரு நாளைக்கி அஞ்சு தடவை சாப்பிட முடியுமா? ஒரே நேரத்தில் இரண்டு சட்டை போட முடியுமா? அந்தப் பணத்தை வச்சு வக்கீலுக்குக் குடு. கோர்ட்லே வாதாடு. என் மேலே நம்பிக்கை வச்சிருக்கே. அது போதும். எங்க பாஷையில சொல்லணும்னா, காலையிலே காணாமல் போனவன், சாயங்காலம் வந்தால் அவன் காணமல் போகலை. அது மாதிரி நீ தெரியாத வயசுல காட்டுக்குள் போனே. இப்போ நீ திரும்பி வந்தா

உன் குடும்பத்துக்கும் உனக்கும் நல்லா இருக்கும் இல்லையா? நல்லா யோசிச்சுப்பாரு. இதுக்கு மேல நான் உனக்கு ஒண்ணும் சொல்லத் தேவையில்லைன்னு நினைக்கிறேன். நீ நல்ல முடிவை எடுக்க ஆண்டவனுக்கு பிரார்த்தனை பண்றேன்."

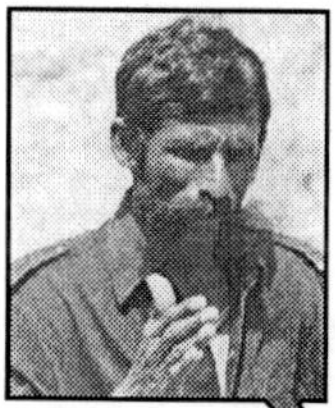

வீரப்பன் 94 ஆகஸ்ட் 6-ஆம் தேதி சோமசேகர், சஞ்சய் அரோராவுக்கு கேசட் மூலம் அளித்த பதில்:

"**நான்** வந்து வீரப்பன் பேசறேன், ஐயா சோமசேகர ரெட்டிக்கு நான் வீரப்பன் பேசறேன். நீங்க என்னை எப்பவும் பாத்ததில்ல. ஆனா எங்க குடும்பத்திலேர்ந்து எத்தனையோ விசயங்களை எங்கண்ணன் பேசியிருக்கான். சலுகை பண்ணுனீங்க. நீங்கதாங்க குடும்பத்துக்கு ஏகப்பட்ட சலுகை பண்ணுனீங்க. நீங்க அப்பப்போ என்ன உதவி செஞ்சிருக்கீங்களோ, அது அப்பப்ப என் காதுக்கு வரும். நான் அந்தநேரம் குடும்பத்தோட கலந்துக்கிட்டிருந்தேன். இப்பதான் இல்ல. கட் டாகிடுச்சு. அதனால நான் வந்து உங்ககிட்ட பழகலை. பேசலை. என் முகத்தை நீங்க பார்க்கலைன்னாலும், எங்கண்ணன் உங்ககிட்டே பழகினான், பேசினான். அவனேதான் நான். வீரப்பனையே மாதையான்னு வைச்சுக்கய்யா. அப்பலேர்ந்து உங்கமேல எனக்கு ஏகப்பட்ட ஆசை. ஒரு கொலை கேஸ்ல எங்க குடும்பமே பாழாகியிருக்கும். அந்த நேரத்துல எங்களை, எங்க குடும்பத்தை காப்பாத்தி, நிலைநிறுத்தின மவராசன் நீதான். அது எனக்கு நல்லாவே தெரியும். அது மட்டுமில்ல. எங்களைக் கொல்ல வர்ற எதிரியைக் கூட நீ எங்களுக்காக எவ்வளவோ சிபாரிசு செய்து உதவி செய்தாய்.

அதனால இப்ப இதெல்லாம் இந்த வீரப்பன் சொல்லி

யிருக்கானே. நம்பளுக்கு ஆபத்தாகிப் போகுமேன்னு பெரிய ஆபீஸர் கண்டுகிட்டான்னு நீ நினைப்பே. இப்ப இந்த மனுஷன் செல்வராஜ்கிட்ட இதை யார் கிட்டேயும் போட்டுக் காட்டாதே, அவர்கிட்டே மட்டும் போட்டு காட்டுன்னு. அவர் மட்டும் கேட்கட்டும். அப்புறம் அந்த கேசட்டை உடைச்சு வீசிப்பிடுங்க. யாருக்கும் இது தெரியக்கூடாது. அவருக்கு ஆபத்து வந்தா... எனக்கு என்னமோ ஆயிகிட்டுப் போகுது. ஆனது ஆகிடுச்சு. ஆனா அவரு (சோமசேகர ரெட்டி) நல்லா பொழைக்கணும். அவங்க குடும்பம் நல்லா வாழணும். எங்க குடும்பம் மாதிரி அவங்க குடும்பமும் அழிஞ்சி போயிடக்கூடாதுன்னு அப்படின்னு சொல்லி அந்த ராமரு, லஷ்மணரு, சீதா பிராட்டி, அனுமார், நான் ராமாயணம் படிச்சுக்கிட்டிருந்தேன். நான் எப்பவுமே படிப்பேன். என்கிட்டே இருக்கு. அந்த ராமாயணத்து மேலே சத்தியத்தை வாங்கிட்டுத்தான் அவர்கிட்டே (செல்வராஜ்) அந்த விஷயத்தைச் சொல்லி உன்கிட்டே மட்டும் கேசட்டை போட்டுக் காட்டச் சொல்லிருக்கேன். தயவு செய்து சொல்றேன். என்ன பெத்த தாய் மேல ஆணையா, அப்பா மேல அணையா சொல்றேன். நீங்க மனப்பூர்வமாக வருவீங்க. எங்கண்ணன் மூஞ்சியை பார்க்கிற மாதிரி பேசலாம்னு ஆசைப்படறேன். வரலை. ஆனா, நீயே வரலைன்னா, இந்த உலகத்திலே வேற யாரும் எங்களை நம்பி வர்றதுக்கு தயாரில்லை. அது எங்களுக்கு தெரிஞ்ச சமாச்சாரம். என்னமோ அதே மாதிரி நாங்களும் சில ஆபீஸர்களை நம்பி அங்கே வர்றதுக்கு எங்களுக்கும் பயம். நிறைய பேத்த அவுங்க சுட்டிருக்காங்க. அதே மாதிரி படார்னு எடுத்தெறிஞ்சுப் போட்டாங்கன்னா- எங்களுக்குப் பின்னாடி யாரு இருக்கா?

எங்களுக்கு யாரும் கிடையாது. மேல கடவுள்தான் இருக்காரு. அவர் அவருடைய உள்ளங்கையில்

வச்சித்தான் என்னை காப்பாத்திட்டிருக்காரு. ஆனா, உங்களுக்கு -நீங்க செத்தாக்கூட உங்களுக்குப் பின்னாடி பல கோடி படை இருக்கு. அரசாங்கமிருக்கு. உங்க குடும்பத்தைப் பாதுகாக்கும். நான் அப்படியே உங்களை சுட்டுக் கொன்னாலும் கூட, என்னை மறுபடியும் திருப்பி விடாது. பலலட்சம் பேரைப்போட்டு தேடுவாங்க. அது எனக்கு தெரியும். அது உங்களுக்கும் தெரியும். நீங்க அப்படி இருந்தும் கூட தைரியமா நீங்க வரமாட்டேங்கறீங்க. எனக்கு யார் இருக்காங்க? யாரை நம்பி வரட்டும் உங்ககிட்டே? சொல்லுங்க பார்க்கலாம்? உன்கிட்டே வருவேன். ஆனா, நீதான் சொல்றேன்னு எனக்கு எப்படி தெரியும்? யாரோ வந்து சொல்றாங்க. உன்கிட்டே என் உயிரையே கொடுப்பேன். என் குடும்பத்தை நீ காப்பாத்துனே. அதுதெரியும். ஆனா, நீதான் கூப்பிடறேன்னு எனக்கு எப்படி தெரியும்? உன்கிட்டே யாரு கூட இருக்காங்கன்னு எப்படி எனக்குத் தெரியும்? சொல்லு. செல்வராஜ் வந்து சொல்றாப்பல, நான் எப்படி நம்ப முடியும்? அதனால, உன்னை மனப்பூர்வமா ஒரு பெரிய மலையா நான் நம்பி யிருந்தேன், நீ வருவே. எங்க கிட்டே பேசுவ. உட்கார்ந்து எவ்வளவோ பேச வேண்டியது நிறைய இருக்குது. ஆசையா பேசலாம். கொட்டிக்கலந்து பேசினாத்தானே எல்லாமே விவரிக்க முடியும். அதுக்கு மேல பணத்தால ஆகுதா, அதை பணத்தால முடிக்கலாம். எப்படி நாம்ப சரண்டர் ஆவது? அப்படின்னு சொல்லி நீ சொல்வே, எங்களுக்குத் தெரிஞ்சதை நாங்களும் சொல்வோம். சொல்லி, நாம எல்லோரும் பேசலாம். மனப்பூர்வமா சொல்றேன். உண்மையையெல்லாம் நான் சொல்லிப்புட்டேன்னா, நான் இருந்து எதுக்கய்யா பிரயோஜனம்? சொல்லு! நீ உன் மனசாட்சிக்கு நேர்மையா தெரியும். உஎஞ-வை நான் சுட்டேன்.

இல்லைன்னு சொல்லலை. அது வந்து, அந்த உளரு படுபாவியாலதான் நான் இந்த மாதிரி வெறியாகி, நான் காட்டுக்கு வந்தேன்.

அதாவது, உன்னை மாத்தினார்களே எங்களுக்கு சிபாரிசு நீ பண்ணினபோது, மாத்தினது அந்த DFOதான் அப்போ இருந்த DSP அவன் பேரென்ன (யாரோ சொல்கிறார்கள்) ஆங். பூஜேரி டி.எஸ்.பி. அந்த டி.எஸ்.பி. கூட நல்ல மனுஷன்தான். அந்த மனுஷனுக்கே சொல்லிக் கொடுத்து இவன் (சோமசேகர ரெட்டி) இப்படியெல்லாம் ரிப்போர்ட் பண்றான். இவனை மாத்துங்கன்னு சொல்லி உன்னை மாத்துனதே அந்த DFOதான். அன்னைக்கு அதோட விட்டுட்டுப் போகலை. எங்களை ஆள் வைத்துப் பிடித்து என்னை கொண்டுகிட்டுப் போயி சித்ரவதை பண்ணி, நான் தப்பிச்சு வரணும்னு அவன் மேல நான் குறி வெச்சுக்கிட்டு இருந்தேன். என்னைக்கிருந்தாலும் உன்னை சுடாம விட மாட்டேன்டா DFO பையா, அதுக்குத்தாண்டா தப்பிச்சுப் போறேன்னு சொல்லித்தான் தப்பிச்சு வந்தேன். சிலகாலம்தான் காட்டுல வனவாசம் பண்ணுனேன். அப்புறம் அவனே DFO (சீனிவாஸ்) திரும்பி வந்தான். அந்த ஆண்டவனே அவனைக் கொண்டு வந்து எங்கிட்ட ஒப்படைச்சாரு. நான் சுட்டேன். சரிதானா? அத கல்லுலவெட்றேன்னு சொல்லி வெட்டினேன். கல்லுல குறை இருந்தாலும் நெஞ்சிலே குறை வச்சுக்கிட்டு பேசக்கூடாது. என்னுடைய எதிரிகளை எத்தனையோ வகையில வரவைச்சு நான் சுட்டிருப்பேன். ஆனா நீ எனக்கு எதிரியில்லே. சத்தியமா சொல்றேன். என் தாய் தகப்பன் மேல ஆணையா சொல்றேன். நான் கும்புடுற கடவுள் மேல ஆணையா சொல்றேன். நீ எனக்கு எதிரி கிடையாது. சொல்லப்போனா எங்க பெரியண்ணன் இன்னும் சில வேளைகளில் உனக்கு சில சலுகைகளோ, ஒரு நல்லது கெட்டதுகளில் செய்து கொடுத்திருக்கான்.

அதெல்லாம் நான் சொல்ல மாட்டேன். அதை சொல்றது நல்லாயில்லே. ஆனா அதெல்லாம் எனக்குத் தெரியும். என்னை தெரியாம ஒரு வார்த்தை என்கிட்டே கேக்காம உனக்கு அதையெல்லாம் எங்கண்ணன் செய்யமாட்டாங்க. அதெல்லாம் அப்படி நடந்துருக்குது. இது என் மனசாட்சிக்கு நேர்மையா தெரியும்.

நீயும் சிலதை சொல்லலை. டேப் ரிக்கார்டரில் சொல்லி பதிவு பண்ணி அனுப்பினதில் பல விஷயத்தை நீயும் சொல்லல. சொல்லக் கூடாது அதை. அது நமக்குள்ள விஷயங்கள். அத்தனையையும் நல்லது கெட்டது செஞ்சிருக்கீங்க. அதுவெல்லாம் இப்ப வேண்டாம் விட்டுடு. நீ என் மூஞ்சியைப் பாக்கலைன்னாலும் எங்கிட்ட பேசலைன்னாலும் அந்த மாதையனேதான் நானும். இந்த வீரப்பனே அந்த மாதையனும். அந்த வீரப்பனேதான் அந்த அர்ச்சுனன். நாங்க மும்மூர்த்திகள். ஒண்ணா பொறந்தவங்க. ஆனா, மற்ற அண்ணன் தம்பிய மாதிரி ஆளுக்கொண்ணு பேசறவங்க கிடையாது. நான் சொன்னா அவன்தான். அவன் சொன்னா நான்தான். இப்படித்தான் நாங்க இருந்தவங்க. எங்க குடும்பமும் அப்படித்தான். அதே மாதிரிதான் காட்டுக்கு வந்தேன். நாட்லே யிருந்த என் தம்பி, என் தங்கச்சியை கொன்னுபுட்டாங்கங்கிற ஒரே காரணத்துக்காக வந்துட்டான் எங்களோட. அந்த DFOவை கொலை செய்துட்டு, செத்தா போயிடப் போறோம்னு வந்துட்டான் என்னோட. அடுத்தவன்னா இப்படி வரமாட்டான். போடா, அவன் கிடந்து போறான்னு விட்டுடுவான்.. அந்த மாதிரி நாங்க இல்ல. ஆனா,அந்த மாதையன் எவ்வளவு பழக்கமோ, இந்த வீரப்பனும் அவ்வளவு பழக்கம் மாதிரி நினைச்சுக்கங்க. வீரப்பனுக்கு மாதையன் மூஞ்சியே. மாதையன் உடலே. அவருடைய உருவமே. அவருடைய உள்ளமென்னு

வெச்சுக்க.. என்கிட்டே எப்பவும் வந்து பாத்திருக்க மாட்டே. பேசியிருக்க மாட்டே. என்கிட்டே வந்து பேசு. அப்பத்தான் நீ புரிஞ்சுக்குவே அதாவது ராமருக்கு அனுமார் உதவி செஞ்ச மாதிரி. எப்படி நான் காட்டுல இருக்கேன். இன்னைக்கு நான் தமிழ்நாடு, கர்நாடகாவில் உள்ள இவ்வளவு போலீஸ் படை -அது மட்டுமில்லாம மிலிட்டரி, இவ்வளவும் போட்டு நான் உயிரோட இருக்கேன்னா, என்னுடைய சாமர்த்தியம் கிடையவே கிடையாது. அவருடைய அருள். அந்த கடவுளுடைய அருள். அவருடைய உள்ளங்கையில் என்னை வச்சிருக்கார்.

இன்னமும் சொல்றேன். இந்த உலகமே திரண்டு வந்தாலும் என்னை பிடிக்க முடியாதப்பா. அப்பப்ப எங்கிட்டே பேசிக் கிட்டிருக்காரு அந்த பகவான். அப்பப்போ அந்த கடவுளோட அருள் எங்கிட்டே பேசுது. அதனால என்னை நீங்க பிடிக்க மாட்டீங்க. என் உள்ளத்துல கள்ளம் கபடமில்லை. என்னுடைய எதிரிகள் -அவங்க ஆயிரம் தப்பு செஞ்சிருப்பாங்க. அதே மாதிரி எதிரிகளுக்குத்தான் நான் தண்டனை குடுத்திருப்பேனே தவிர, நான் அப்பாவிகள் யாரையும் தண்டிச்சதில்லே. நான் வாரி வழங்கிட்டுத்தான் போவேனே தவிர, வேறில்லை. நான் சம்பாதிப்பதையெல்லாம் ரொக்க ரொக்கமா அப்படியே வாரிவழங்குவேன். கர்ண மகாராஜாவாட்டம். நீ அதை பத்தி கவலைப்பட்டுக்காதே. நான் அப்பேற்பட்ட உள்ளம் படச்சவன். அதனால்தான் இந்த பூமியில் இந்த கடவுள் என்னை வெச்சிருக் குது. இல்லேன்னா, நீங்க என்னை சுட வேண்டிய தில்லை. என் தலை மேல் ஆகாச இடி இறங்கி என்னை அழிச்சுப்புடும். நான் இவ்வளவு நாள் காட்லே இருக்கேனே. இந்த காட்ல இருக்கற மிருகம் என்னை தின்னுபுடும் என்ன? அந்த மாதிரி இருக்குது. யாரும் வேண்டாம். யாரும் என்னை

நம்பி வரவேண்டாம். நீ மட்டும் (சோமசேகர ரெட்டி) நம்பி வா. நீயே நம்பி வந்து ஆறுதலை கொடுக்கலைன்னா இந்த உலகத்துல எங்களை நம்பி எவனுமே வர மாட்டான். இது தெரிஞ்ச விஷயம்.

நீ வரலைன்னா, வீரப்பா உன் மேல பயமா இருக்குதுப்பா வேண்டாம் நான் வரலை, எனக்கு குடும்பம் இருக்குதுன்னு சொல்லிட்டியா, சரி, என்னமோ நீ இருந்துக்க. எனக்குன்னு ஒரு வேளை எப்ப வருதோ, அந்த அரசாங்கம் மன்னிப்புனு எப்ப கூப்பிடுமா அன்னிக்கு நான் வர்றேன். இல்லைன்னா காட்லயேயிருக்கறேன். என்னமோ அது கடவுள் விட்ட வழி ஆயிட்டு போகுது. அவ்வளவுதான். நான் இன்னமும் என்ன பேச முடியும். நான் இன்னமும் என்ன பேச வேண்டியிருக்குது. என்ன சொல்ல வேண்டியிருக்குது? ஒண்ணுமில்லே. ஆனா உங்களை வெச்சி பேசலாம். ஆனா இன்னும் நம்ப உள்ளத்துல என்ன இருக்குதோ அதை கலந்து பேசலாம் அப்படின்னு ஒரு ஆவல் இருந்தது. அதுக்கு நீங்களே, உங்க முகத்தைக் கொடுத்து பேசவே உங்களாலே வர முடியலை. நான் என்ன செய்யப் போறேன்? செய்ய முடியாது. ஆனா, பாரப்பா சொல்றேன்...(யாரோ பக்கத்தில் உம் கொட்டுகிறார்கள். செல்வராஜ் குரல் போல் தெரிகிறது) தயவுசெய்து எங்க குடும்பம் அழிஞ்ச மாதிரி அழிஞ்சிடக் கூடாது. இந்த கேசட்ட அவர்கிட்ட மட்டும்தானப்பா கொடுக்கணும். புரியுதா? (இங்கே வேறு குரல்.செல்வராஜ் குரல் போல் தெரிகிறது. பேசுகிறது.)

சரிங்க புரியுது. அதனாலதான் அந்த கேசட்ட எடுத்து பாக்கெட்ல கொண்டுட்டுப் போறேன். கேட்டா அதை எடுத்துட்டுப் போயிட்டாரு, வீரப்பன் கொண்டு போயிட்டாருன்னு சொல்றேன். மீண்டும் வீரப்பன் குரல் செல்வராஜிடம், அவருகிட்ட ஒரே ஒரு கேசட் மட்டும்

தரணும். அவர் கேட்டு ஒழிச்சிடட்டும். தயவு செய்து கேக்கறேன். கும்பிட்டு கேக்கறேன். தயவு செய்து வேற யாருகிட்டயும் காட்டிடாதே. அனா, இப்படி ஆள் உதவி செய்துதான் வீரப்பன் இந்த அளவுக்கு ஆனான்னு இப்பவே சொல்றாங்க. இப்பவே பாரஸ்ட்காரன் உதவி செஞ்சான். போலீஸ்காரன் உதவி செஞ்சான், அதனால இந்த வீரப்பன் இந்த அளவுக்கு ஆனான்னு அடுத்த அதிகாரிகள் பேசறாங்க. வேண்டாம்... சனியன் நாங்க கேட்டாலும் கேட்டுப் போறோம். -தயவு செய்து அதாவது இருக்கிறவங்க கேட்டுடக் கூடாது. வேண்டாம். அவர்மட்டும் இதை போட்டுக்கேட்டா நமக்கு ஒரு மனசாந்தியாவது கிடைக்கும். சரிதானா? (டேப்பை ஆஃப் பண்ணு என்கிறது ஒரு குரல். மீண்டும் டேப் ஆன் செய்யப்படுகிறது. இப்போது வீரப்பன் குரல் மீண்டும்)

ஐயா, அதாவது இன்னொன்னு பேசவேண்டி இருந்துச்சி. மறந்துடுச்சி. அதை ஞாபகம் பண்ணி இப்ப பேசறேங்க. மன்னிச்சிக்குங்க. அதாவது அர்ச்சுனன் ஜெயில்ல இருந்தப்போ எங்க அண்ணனும் சப்-ஜெயில்லே இருந்தப்போ அவங்களை போய் சந்தித்து நான் வீரப்பனை சந்தித்து, நேரா பேசணும், வீரப்பன் எங்கிருக்கான்னு சொல்லி -ஒரு பையனை போட்டு அனுப்பினா கூட நான் போய் வீரப்பனை நேரா சந்திச்சுப் பேசறேன்னு நீங்க கேட்டீங்களே, அன்னைக்குத்தானே என்னிடம் மூணு சப்-இன்ஸ்பெக்டர் ஒரு போலீஸ்காரன் இன்னும் எத்தனையோ பேர் அடி வாங்கிட்டு போயிட்டாங்க. நிறைய பேரை சுட்டிருந்தேன். அன்னைக்கெல்லாம் உங்களுக்கு அந்த நம்பிக்கை இருந்ததே இன்னைக்கு அந்த நம்பிக்கை ஏன் போச்சு? ஏன் என்னை நம்பலை நீங்க? அன்னைக்கும்தானே நான் கொலை செய்திருந்தேன். ஆயிரம் இருந்தாலும் செய்யறவனைத்தான் செய்வேனே தவிர, செய்யாதவங்க

யாரையும் செய்ய மாட்டாங்கப்பா...! நானும் மனுஷன்.? என்னமோ என் விதிபயன் இப்படி ஆகிடிச்சி. நான் இப்படி வந்துட்டேன். என் சூழ்நிலை -என் தலைவிதி இப்படியாகிப் போச்சி. ஆனா உன் மாதிரி நண்பரையெல்லாம் நாங்க கூப்பிட்டு நாங்க சுட்டு பல கஷ்டத்துல மாட்டிக்கிட்டு நான் போறதுல என்ன லாபம்? அப்படி நான் போனா, கடவுள் என்னை இத்தனை நாள் வெச்சிருக்காது. கொன்னுப்புடும். அதுக்குன்னு அக்குறும்பு பண்ணி, அநியாயம் பண்ணி, பாவம் பண்ணவனைத்தான் நான் சுட்டிருப்பேனே தவிர, ஆனா -உங்க மாதிரி ஒரு நண்பனையும்... உயிருக்கு உயிர் குடுக்கக் கூடிய நண்பனையும்... ஒரு காலத்துல என் குடும்பமே பாழாகியிருக்கும். அதை காப்பாத்துனே பார்? அதை மட்டும், நான் படுக்கப் போகையிலே கூட நினைக்கிறேன்.

நீ ஒரு அதிகாரியா இருந்தாலும் -நீ நினைக்கலாம், வீரப்பன் அதிகாரியா இருக்கறவங்களையெல்லாம் சுடறான். அது அவனுக்கு (வீரப்பனுக்கு) ஒரு பைத்தியமாட்டம் இருக்குன்னு நீ நினைக்கலாம். இல்லைப்பா? அது அப்படி இல்ல. அந்த மாதிரி கிடையாது. ஆனா எனக்குன்னு எதிரியைதான் இதுவரை நான் சுட்டிருக்கேன். எனக்குன்னு இருக்கிற நண்பனுக்கு என் உயிரையே கொடுத்து காப்பாத்தியிருக்கேன். சரிதானா? இன்னைக்கு என்கிட்டே இது உலகத்துல பலவிதம் -உலகத்துல பலவிதமா இருக்குது. என்கிட்டே உயிருக்குயிரா சாப்பிட்டுக்கிட்டு இருந்தவனே கூட எனக்கு எதிரியாயிட்டான். என்கிட்டே அண்டாதவன் -வீரப்பன் யாருன்னு பார்க்காதவன் கூட எனக்காக உயிரையே கொடுக்கிறான். இப்படியும் இருக்குது. ஏன் அப்படின்னா உலகத்துல இந்த மாதிரி பலவிதமா இருக்கான். பழகிட்டமே அப்படின்னு எனக்காக உயிரைக்

குடுத்தவன் நிறைய பேரு இருக்கான். நிறைய பேரை -கர்நாடகாவுல மிலிட்டரி கூட சுட்டாங்க. அவங்கள்லாம் நிறைய பேரு எனக்காக உயிரைக் கொடுத்தவங்கன்னு நான் வச்சுக்கிடுறேன். எனக்காக எவ்வளவோ உதவி செஞ்சாங்க. அவங்களை சுட்டாங்க.

சரி ஊர்ல சில பழி (பழிக்குப்பழி) இருக்குது. அந்த பழிகாரன் என்ன பண்றான், இதுதான் சமயம்னு சொல்லி அவன் வீரப்பனுக்கு உதவி செய்தான் அப்படின்னு சும்மாவே சொல்லிப் புடுறான். அதை போலீஸ்காரங்க என்ன பண்றாங்க -மிலிட்டரிக்காரங்க பிடிச்சு சுட்டுப் புடுறாங்க. பாவம் அப்படி; யாருன்னே எனக்கு தெரியாதவங்களை, நிறைய பேரை சுட்டிருக்காங்க. ஆனா போலீஸாருக்கு சர்ட்டிபிகேட் கொடுக்கிறாங்க. இப்படி அந்த போலீஸ்காரங்க மட்டும் என்னத்தக் கண்டாங்க. அவங்களும் ஒரு வெறியில ஆபிசர்களை வீரப்பன் சுட்டுப்புட்டான்னு சொல்லி ஒரு வெறியிலே, நாயாட்டம் புகுந்து அடிச்சு தள்றாங்க. இது யாரை போய் என்னத்தை சொல்ல முடியும் சொல்லுங்க. (சிரிப்பு) சொல்ல முடியாது ஆறு என்ன கல்லு முள்ளை பாத்து விலகியா ஓடுது? அது வர்ற வேகத்துல எல்லாத்தையும் அடிச்சிக்கிட்டுதான் வரும். அதை நானும் தவறுன்னு சொல்லலை. அவங்களும் தவறுன்னு சொல்லமுடியாது. அதுநடந்தது நடந்துபோச்சி. இது விதி வசம். விதிப்பயன். அதை விடுங்க போகட்டும். ஆனா, அப்படியெல்லாம் நீங்க வந்து (என்னப் பார்க்க) கேட்டீர்களே -இன்னைக்கு என்னை நம்பி ஏன் வருவதற்கு உங்களுக்கு பயம்? ஏன்னா என் மூஞ்சியப் பார்க்கலையா? அதனால வீரப்பன்னா எப்படிடா இருப்பான், ஒரு மோசமான ஆள். பைத்தியகாரனாட்டமிருக்கு. கண்டதும் டகார் னு சுட்டுப்புடுவான்னு நினைக்கிறீங்களா? நான் அப்படி சுடமாட்டேன். நான் அப்படி சுடற அயோக்கியனா,

அந்த மாதிரி ஒரு மனுஷனா இருந்தா இவ்வளவு நாள் உயிரோடவே இருக்க மாட்டேன். கடவுள் வெச்சிருக்காருப்பா என்னை? கடவுள் காப்பாத்தி வெச்சிருக்கார்.

அதாச்சா, அது மட்டுமில்லை வீரப்பன்கிட்ட போய் நாம பேசிபுட்டு வீரப்பன் சரண்டர் ஆகலைன்னு சொன்னா, நம்ம பேச்சு ஒத்து வராம சரண்டர் ஆகலைன்னு சொன்னா, நம்ம மேலதிகாரிகள் என்ன சொல்வாங்க, நீ என்னைய்யா...போயி வீரப்பன்கிட்ட பேசுனே, நீ! பழைய சிநேகிதகாரன்னு உன்னய கூப்பிட்டான் வீரப்பன். சரண்டர் ஆகாததால உன்கிட்டதான் இருக்கு விஷயம்னு சொல்லி, நம்பளுக்கு ஏதாவது ஆபத்து வந்துரும்னு பயந்துக்கறியா? இல்லை பயப்படாதே. நான் மனப்பூர்வமா சரண்டர் ஆக வந்திருக்கேன். எப்ப சரண்டர் ஆகணும்னு என் மனசிலே திட்டம் வெளிப்பட்டுச்சு தெரியுமா? அதாவது கர்நாடகா ஸ்டேட்டுலேயும், தமிழ்நாட்டுலேயும், இரண்டு பிரசிடண்டுகளும் (POLICE CHIEF) சேர்ந்து பேச்சு வார்த்தை நடத்தி வீரப்பன் நேரடியா வந்து சரண்டர் ஆகிட்டான்னா, எந்தவிதமான உயிருக்கும் ஆபத்து கிடையாது. ஆனா குற்றம் குற்றம்தான்னு சொன்னாங்க பாரு, அன்னைக்கே முடிவு பண்ணேன். ஏன்னா நான் அதைத்தான் கேட்டது.

நக்கீரன் -நக்கீரன் புக் கம்பெனிக்காரங்களை கூப்பிட்டு நான் பேட்டி குடுத்தது அதுதான். எனக்கு நிபந்தனை குடுன்னு கேட்டது அதுதான். நீங்க அன்னைக்கே கூட மிலிட்டரி போலீஸ் படையை விட்டு இந்த செலவு பண்ணாம, இத்தனை ஜனங்களை சுட்டுக் கொல்லாம, இவ்வளவு பாழும் பண்ணாம அன்னைக்கே, நீ வாடா வீரப்பா, சரண்டர் ஆவுன்னா பத்து வருஷமல்ல, பதினாலு வருஷம்னாலும் நான் வர்றதுக்கு மகா

சந்தோஷத்தோட இருந்தேன். அதைதான் நக்கீரன் புக் மூலமா நான் கேட்டேன். இலங்கை பிரபாகரன் மாதிரி நான் எனக்கு தனி நாடு குடுன்னு கேட்கலை. இதைதான் நான் கேட்டேன். இப்ப என்ன ஆயி போச்சு? மிலிட்டரி படை போட்டீங்க (இடைமறித்து செல்வராஜ் குரல் அவங்க போடலை, கவர்ன்மெண்டுதானே போட்டது) அதான் கவர்ன்மெண்ட்தான் போட்டுச்சி. கவர்ன்மெண்டைதான் நான் கேட்டுக்கறேன். இவங்களை கேட்டுக்கலை. இப்ப இவங்களே, இவங்களும் சொல்லுவாங்க. இந்த கேசட்டை சில பேருக்கு போட்டு காட்டுவாங்க. சொல்வாங்க. ஆனா, இதுல தகாதது கொஞ்சம் பேசியிருக்கிறேன். அதை கொஞ்சம் அபேஸ் பண்ணிட்டு. (செல்வராஜ் குரல்- :பண்ணிடறேன்னே என்கிறது)

இப்ப வந்து இப்படியெல்லாம் இருக்குது. அதாவது, வீரிசத்துக்கு வேட்டையாடி புதருக்கு புத்தான் சேதமே தவிர - வேற ஒண்ணுமில்ல. சில பாவங்களைத்தான் இந்த கவர்ன்மெண்ட் சம்பாதிச்சுக்கிடுச்சு. ஒண்ணுமறியா அப்பாவிகளையும் சுட்டாங்க. அடிச்சாங்க. கொன்னாங்க. பாழ் பண்ணாங்க, வீரப்பனுக்கு உதவி செய்தவர்களையும்தான் கொன்னாங்க. அதுலயும் அவங்க பாவத்தைத்தான் சம்பாதிச்சுக்கிட்டு போனாங்க. அவங்க அதுலயும் தர்மத்தை சம்பாதித்துக் கொண்டு போகலை. அப்படியும் அந்த வீரப்பன் இன்னமும் உயிரோடதான் பேசிக்கிட்டிருக்கேன். அந்த வீரப்பனை அழிக்க முடியாது. ஏன்னா அந்த கடவுளோட பக்தன் வீரப்பன். இரண்டு வேளையும் ஆண்டவனுக்கு பூசை பண்ணாம சாப்பிட மாட்டேன். எனக்கு ரொம்ப ஆண்டவன் மேல பக்தி. ஆயிரம் குண்டுகள் வெடிச்சாலும் ஒரு குண்டு கூட என்கிட்டே வராது. நான் சுட்டா மட்டும் அவங்க சாவாங்க. அவங்க குண்டு என் மேல மோதவே

மோதாது. அதுல எத்தனை யுக்திகள் இருக்கு. இதெல்லாம் கொஞ்சம் உனக்கு மட்டும் உடைச்சி காட்டுறேன். வேற யாருகிட்டேயும் சொல்லிடாதீங்க. பூரா அழிச்சுடுங்க. இதை யாரும் காதுல கேட்கக் கூடாது. உங்கள உள்ளத்துல மட்டும் இதெல்லாம் இருக்கட்டும்.

தயவு செஞ்சு உங்களை கும்பிட்டு கேட்டுக்கறேன். மனப்பூர்வமா உங்களுக்கு நம்பிக்கை இருந்தா சந்தோஷமா நீங்க வந்து எங்கிட்டே உக்காந்து பேசுங்க. உன்னை கூப்பிட்டு சுடணும்கிறது என்னோட ஆசையே இல்ல. நான் சுடணும்னா நான் உக்காந்து பாத்துக்கிட்டுதான் இருக்கேன். நிறைய மிலிட்டரிக்காரங்க போறாங்க. பச்சை கேப் போட்டுகிட்டு, போலீஸார் போறாங்க. விதவிதமா சட்டை போட்டுக்கிட்டு புள்ளி புள்ளியாவும் போறாங்க. நான் சுடறதுன்னா சுட்டுப்புடுவேன். (சிரிப்பு) ஜீப் ஒண்ணொன்னா வருது. ரவுண்டு ஜீப் வருது. என்கிட்டேயும் மிஷின் கன் இருக்குது. ரைபிள் இருக்குது. நான் சுட்டு கொன்னுபுடுவேன். இவங்களை சுட்டுக் கொன்னுப்புட்டு அவங்க கிட்ட இருக்கறதையும் எடுத்துக்கிடுவேன். திருப்பி சுடுவேன். என்ன? எனக்கு சுடணும்கிற ஆசை இல்லைப்பா. எனக்கு வேண்டாம் அது. எனக்கு வேண்டவே வேணாம் அது. என்னமோ என் தலைவிதி. இதுவரை தெரிஞ்சோ தெரியாமலோ செஞ்சேங்க. அவங்களும் (போலீஸ்) செஞ்சாங்க. நானும் செஞ்சேன். எல்லாம் நடந்து போச்சி. உட்டுட்டு போகட்டும். இதுக்கு மேல்பட்டு எப்ப இரண்டு ஸ்டேட்ஸும் நீ வந்துடு. உனக்கு மன்னிப்பு கொடுக்கிறோம், உனக்கு உயிருக்கு ஆபத்தில்லைன்னு சொன்னாங்களோ, அன்னைக்கிருந்தே நான் சுடறது கிடையாது. நாயைக் கூட சுடறது கிடையாது. ஆனா எனக்கு உயிருக்கு ஆபத்துன்னு என்கிட்டே வந்தா,

அதுவும் என் மேல் சுட்டா ஆதுவும் நிறைய தடவை பாப்பேன். அப்புறம்தான் எனக்கு கோபம் வந்தா திருப்பி சுட்டுப்புடுவேன். என்ன! அதுவரைக்கும் நான் சுடுறதே கிடையாது. நான் ஒதுங்கி ஒதுங்கியேதான் போயிட்டிருப்பேன். சரிதானா?

நான் நின்னுக்கிட்டிருந்தேன்னா அவங்க பார்த்தாக்கூட அவங்க என்ன நினைச்சுக்கிட்டு போவாங்க தெரியுமா? என்னடா மாடு நின்னுக்கிட்டு இருக்குது. மாடு மேஞ்சிக்கிட்டிருக்குதுனு தான் நினைப்பாங்களே தவிர, நான் வீரப்பனாக அவங்க கண்ணுக்கு தெரிய மாட்டேன். அதை மட்டும் நீங்க உங்க சிந்தை யோட வச்சிக்குங்க. வெளியிலே எங்கேயும் உடைச்சிட கிடைச்சிடப் போறீங்க. இந்த கேசட்டை அப்படியே நெருப்புல போட்டு கொளுத்திப்புடுங்க. உங்களை நம்பி இந்த விஷயத்தை சொல்றேன். வேற யாருகிட்டேயும் இதுவரை சொல்லலை. தயவு செய்து பாருங்க, இங்க அதாவது நான் அனுப்புகிறேனே செல்வராஜ் கூட நீங்களாகவே வாங்க, இல்லைன்னா வீரப்பன் எவ்வளவுதான் சொன்னாலும் எனக்கு பயமாவே இருக்கு, நான் போறேன்னு போய் வீரப்பன்கிட்டே சொல்லிடுங்கன்னு செல்வராஜ்கிட்டே சொல்லிட்டுப் போயிடுங்க. இல்லேண்ணா, நீங்க மளமளன்னு வாங்க. உக்காந்து பேசலாம். இரண்டுல ஒண்ணு முடிவு பண்ணுங்க. என்னமோ கடவுள் விட்ட வழி. எங்கள நம்பி வேற யாரும் வர மாட்டாங்க. எப்ப எங்கள நம்பி நீங்களே வர மாட்டீங்கன்னு சொல்லிபுட்டீங்களோ, பின்ன யாரு எங்கள நம்பி வரப் போறா? நான் பேசறதுக்கு? யாரும் என்னை நம்பி வர மாட்டாங்க. சரிதானா? வணக்கம். ரொம்ப வணக்கம்.

இதுவரை சோமசேகர ரெட்டிக்கு பதில் சொன்ன வீரப்பன், எஸ்.பி.சஞ்சய் அரோராவிற்கு தனது பதிலை

தொடர்கிறான்:

ஐயா சஞ்சய் அரோரா எஸ்.பி. அவர்களுக்கும், ஐயா அசோக்குமார் டி.எஸ்.பி. அவர்களுக்கும் வீரப்பன் நான் பேசறேன். அதாவது இப்ப வந்துட்டு பயந்துட்டு வரமாட்டேன்னு போயிட்டாரே சோமசேகர ரெட்டி -அவரு வந்து, வருவார்னு நான் மனப்பூர்வமா இருந்தேன், வரலை. இனி நான் என்ன சொல்றது. இப்ப நீங்க வந்திருந்தாக்கூட இப்பவே நான் வந்து சரண்டர் ஆகப் போறதில்லை. எனக்கு ஒரு 60 நாள் வாய்தா நீங்க குடுத்தாகணும். ஏன் அப்படின்னா என்னுடைய பொருள்கள் எல்லாம் கூட ஒவ்வொண்ணும் காட்டுக்குள்ளேதான் இருக்குது. பூமிக்கடியில். அது உங்களுக்கும் தெரியும். சிலர் வந்து உங்க கிட்டேயும் சொல்லியிருப்பாங்க. என்கிட்டே பல கோடி ரூபாய் இருக்குது. அதை எடுத்து ஒரு இடத்துல எனக்குன்னு முக்கியமான வங்ககிட்ட அதை ஹேண்டில் பண்ணிட்டு வரணும். அப்படியும் வந்தா என்னை கோர்ட்டிலே கொண்டு போய் விடுவீங்க. நான் கேஸ் போட்டாகணும். எனக்கு 14 வருஷமாவதுதான் கிடைக்கும். லைப்தான் கிடைக்கும். நான் செஞ்ச குற்றத்துக்கு நான் ஏத்துதான் ஆகணும். ஆக ஒரு பத்து பதினாறு வருஷமாவது உள்ள இருக்க வேண்டிவரும்.

அன்னைக்கு அந்த காசு பணம் காட்ல இருந்துச்சின்னா நான் 10, 14 வருஷம் கழிச்சி வந்து எடுக்க முடியுமா? வந்ததும் காட்டுக்கு வர முடியுமா? (இங்கே டேப் கொஞ்சதூரம் அழிக்கப் பட்டிருக்கிறது.) நான் வந்து எடுக்க முடியாது. எனக்கு அந்தக் காசு இருந்தாதான் உதவி. எனக்கு தேவைப்பட்ட பொருளை வாங்கி சாப்பிடறதுக்கோ, எனக்கு செலவுகளுக்கோ, ஒரு வக்கீலுக்கு கொடுக்கவோ அதை ஒரு மனுஷன்ட குடுத்துட்டுப் போனாத்தான் அது உதவும். என்னடா

வீரப்பன்! இப்படி பேசறானே. இந்த காசு போய் எடுக்கறான்னு நீ நினைக்கலாம். அதை தூக்குப் பையிலே போட்டு வைக்கலே. சூட்கேஸ்ல போட்டு வைக்கலே. ஏன்னா அது ஜாஸ்தி பொருள். கம்மி கிடையாது. பல கோடி ரூபாய் வெச்சிருக்கேன். அதை எடுத்து நான் ஒரு மனுஷன்கிட்ட கொடுக்கமாட்டேன். அதை 10, 15 மனுஷங்ககிட்டே பிரிச்சு கொடுப்பேன். ஏன்னா இந்த காலத்துலே எல்லோருமே நல்லவங்களாவா இருக்காங்க? சிலர் ஏமாத்தியும் புடுவாங்க. ஜெயில்ல போன பிறகு வெளில வந்து கேக்கவா முடியும்? என்னமோ ஒரு நம்பிக்கையில்தான் கொடுத்து வைக்கி றேன். பலர் கிட்ட குடுத்து வச்சா சிலர் சாப்பிட்டாலும் சிலர் தருவாங்க பாருங்க. அதை விட்டா எனக்கு வேற வழியில்ல. நான் பேங்கிலேயா போட்டுட்டு போகமுடியும்? ஒரு மனுஷங்ககிட்டே குடுத்து வெச்சேதான் ஆகணும். வேறவழியில்லே. எனக்கு தேவைப் பட்டப்போ இந்த வக்கீலுக்கு இவ்வளவு குடுப்பா, எனக்கு இவ்வளவு பணம் செலவுக்கு கொண்டுட்டு வா? அப்படின்னு சொல்லி கேக்கலாம். எங்கேர்ந்தாலும் காசேதான் கடவுளப்பா, அந்த கடவுளுக்கும் இது தெரியுமப்பா. அப்படின்னு சொல்லி (சிரிப்பு) பாட்டே பாடியிருக்கிறான். அதுதான் நிஜம்

அதாவது அன்னைக்கு நீங்க (சஞ்சய்) டேப்லே சொல்லி யிருந்தீங்க. வீரப்பா நீ, என்னை காசு கொடுத்து விலைக்கு வாங்க பார்க்கிறேன்னு சொல்லியிருந்தீங்க. இந்த காசேதான் உலகத்துக்கு கடவுள். அது உங்களுக்கும் தெரியும். ஏன் அப்படின்னா ஒரு ஏழைக் குடும்பத்திலே ஒரு பையனை போலீஸ் ஆபீஸர் வேலைக்கு எடுத்துக்கிட்டா கூட அந்த பையன் 25,000 ரூபாய்னாலும் (லஞ்சமா) கொடுக்காம அந்தப் பையனை அரசாங்கம் வேலைக்கு எடுத்துக்கிடறதில்ல. அவனை டேப் லே

உயரம் எவ்வளவு. மார்பு சுற்றளவு எவ்வளவுன்னு அளவு எடுத்துக் கிட்டிருக்கையிலே அந்த ஆபீசரு சொல்வான். தம்பி அதெல்லாம் என்னத்துக்கு, ஒரு 25000 ரூபாய் ஆபீசருக்கு பார்த்து ரெடி பண்ணிக்குடு. அதெல்லாம் எடுத்துக்கறோம். அளவு பத்தி என்ன இருக்குன்னுதான் சொல்வாங்க (சிரிக்கிறார்) இது தெரிஞ்ச சமாச்சாரம். இதுல சீஃப் மினிஸ்டர் வரைக்கும் ஒரு பங்கு போகுது. காசில்லாம இந்த உலகத்துல ஒண்ணுமே ஆகப் போறதில்லே. ஆனா உங்களுக்கு (சஞ்சய்) இப்ப காசு தேவைப் படாது. நீங்களே நாலு குழந்தை குட்டி பெத்த பிறகு உங்களுக்கு அப்ப தேவைப்படும். எல்லோருக்குமே காசு தேவைதான். ஆனா, உங்களுக்கு நான் காசு தர்றேன். எனக்கு உதவி செய்ங்கன்னு நான் கேக்கவே இல்லை. காசு இருந்தாதான் நீங்க ஒருத்தர்ட்ட போய் பேச முடியும். யாரு காசு இல்லாம ஒத்துக்கப் போறாங்க. நீ சொல்றபடி ஒத்துக்கிட்டா இந்த உலகம் எவ்வளவோ முன்னேறியிருக்கும் இல்லையா? காசு இருந்தாதானே ஆகுது வேலை. இதெல்லாம் இருக்கட்டும். அதனாலதான் நான் உங்களுக்குன்னு பேச்சு கொடுக்கலை. ஆனா பட்டுன்னு நீங்க அப்படி சொல்லிப்புட்டீங்க. எனக்கும் ரொம்ப வருத்தமா போச்சி. சரி பேசாம இருந்துக்கிட்டேன். இப்ப நான் உங்களுக்கு பதில் பேசி அனுப்பறேன். எனக்கு நீங்களே (சஞ்சய்) வந்து நேரா உக்காந்து பேசியிருந்தாலும் ஏதோ சில உதவிகள் செய்யுங்க. நான் ஜெயிலுக்கு போறது உறுதி. யார்கிட்டே சரண்டர் ஆனாலுமே!

அது நிஜம் -நிஜம்தான். பிரதமர் பார்த்து மனசுல வெச்சா அது நடக்கும். ஏதோ ஒரு மன்னிப்பு கூட கொடுக்கலாம். அது மாதிரி எதுவும் ஆகுமா, அதுவும் பணத்தால ஆகுமா அப்படின்னு சொல்லித்தான் உங்களைக் கேட்டேன். அது அப்படி ஆகாதப்பான்னு

சொல்லியிருக்கலாம். நீங்க எடுத்ததும் அப்படி சொல்லிபுட்டீங்க. சரி. அதெல்லாம் போனதெல்லாம் போகட்டும்.ஆனா உங்ககிட்ட நான் என்ன உதவியை நேரடியாக பேசணும். கேட்கணும்னா, இப்ப பூலான் தேவி கூட சரண்டர் ஆனா, அவ துப்பாக்கியை எடுத்துகிட்டு வந்து டேப் ரிகார்டர்ல பேச்சுவார்த்தை நடத்தினதும் அவ வந்து சரண்டர் ஆகிப் போயிடலை. அவளும் மினிஸ்டர் மூலமா பேச்சுவார்த்தை நடத்தி, ஒரு டி.ஐ.ஜி. கூப்பிட்டு காட்டுக்குள்ளேயே பேச்சுவார்த்தை நடத்தி அவள் வந்து ஜனாதிபதிகிட்ட வந்து டெல்லியிலே வந்து சரண்டர் ஆனா. 37 பேர் ஆனாங்க....கிட்நாப் கேஸ்ல அவ பேர்ல 405. என்ன,

இது எனக்கு அப்பவே தெரியும். அதெல்லாம் புக்லே போட்டிருந்தான். நான் படிச்சிப் பாத்தேன் அன்னைக்கு. இப்ப பத்து வருஷத்துக்கு மேலே ஆயிடுச்சி. அப்பா நான் பாத்தேன். அந்த மாதிரி நாங்களும் உங்ககிட்டேயே சரண்டர் ஆகிறோம். எனக்கு அதைப் பத்திக் கவலையில்லை. யார்கிட்டே ஆனா என்ன? சரண்டர்னு வந்தபிறகு ஜனாதிபதி கிட்டதான் ஆகணும்கிறது எனக்குத் தேவையில்லே. எப்படி எனக்குன்னு ஒரு சலுகை வாங்கி தரணும். உன்னால முடியுமா? என்ன சலுகை? பூலான் தேவி என்ன சலுகை கேட்டா? நான் சரண்டர் ஆனா, ஒரு சீப் மினிஸ்டர் ஆனா அவனுக்கு பர்ஸ்ட் கிளாஸ் ஜெயில் தர்றீங்க. அதையேதான், எனக்கும் கொடுக்கணும். நானும் ஒண்ணும் அவ்வளவு சுலபமான ஆள்னு நினைச்சிப்புடாதீங்க. நானும் ஒரு நாளைக்கி வெளில வந்தோம்னா, ஒரு மந்திரியாவே வருவோம். இது நிச்சயம்.அந்த அளவுக்கு ஒண்ணும் வலுவில்லாம நாங்க இன்னைக்கு காட்ல இல்லை. நீங்க நினைக்கிற மாதிரி, நீங்க எப்படி வேணா நினைக்கலாம். அந்த அளவுக்கு வலுவில்லாம நான் இல்ல. இன்னும் ஆயிரம் பேரை

சுட்டுக் கொல்லுங்க. அதை பத்தி கவலை இல்ல. ஆனா அன்னைக்கும் ஒரு பக்கம் நான் இருந்துகிட்டுதான் இருப்பேன். நானும் ஒரு மக்கள் தலைவனா ஆகியே தீருவேன். ஒரு காலத்தில் என் உயிர் போறதுக்குள்ள நான் ஒரு மக்கள் தலைவனா ஆகியே தீருவேன். அதனால எனக்கும் அப்படி ஒரு ஜெயில்தான் வேணும்! எப்படி! பர்ஸ்ட் கிளாஸ் ஜெயில்தான் வேணும். ஒரு மினிஸ்டரை அரெஸ்ட் பண்ணினா அவங்களை பர்ஸ்ட் கிளாஸ் ஜெயில்ல எவ்வளவு மரியாதையா வெச்சிருப் பீங்களோ அவ்வளவு மரியாதையாதான் என்னையும் வெச்சிருக் கணும். அவ (பூலான் தேவி) வேற என்ன கேட்டா தெரியுமா. அதாவது என்னுடைய காதலனோட நான் இருந்து பழக்கப் பட்டவ. காட்டுக்குள்ள... அதே மாதிரி நாங்க ஜெயிலுக்குள்ளே குடும்பமே நடத்தணும். இரண்டு பேரும் ஒரே அறையில்தான் இருக்கணும்னு கேட்டா. அதையும் கொடுத்தாங்க. இதெல்லாம், ஒரு மந்திரி மூலமா நடந்தது. அவங்க போய் பேச்சுவார்த்தை நடத்தி எல்லாமே நடந்தது.

இதெதுவுமில்லாம, சர்வசாதாரணமா, என்னை எடுத்துட்டு வாப்பா, வீரப்பா எடுத்துட்டு வான்னு கூப்பிட்டா - நான் எப்படி வருவேன்? சொல்லு. இதெல்லாம் உங்களை கேக்கலாம். இதெல்லாம் ஒரு போலீஸ் அதிகாரி உக்காந்து பேசினாதானே முடியும். நீ என்கிட்டே பணம் வாங்கணும்னு நான் சொல்ல வரலை. பணத்தால முடியும். ஆகும்னா, பணத்தை வாங்கிகிட்டு போய் செய்ங்க. குணத்தால் ஆகுதுன்னாலும் குணத்தால செஞ்சி குடுத்துட்டு போங்க. உங்களுக்கும் நல்லது. எனக்கும் நல்லது. இந்த ஊரை புடிச்ச சனியனும் விடும். இது மேங்காட்டுக்கு புடிச்சது. மரத்தை ஆட்டறாப்படி ஆட்டுது. சிக்கினவங்களையெல்லாம் பிடிச்சு நீங்க உதைக்க எங்களைக் காட்டிக் கொடுத்திட்டான்னு நாங்க

வெட்டி போட்டுட்டுப் போக, உங்களுக்கு கோபம் வந்து நீ சுட்டுப் போட்டுட்டு அடிச்சுப் போட்டுட்டுப் போக இப்படி யெல்லாம் நம்ப ரெண்டு பேருக்கும் நடுவில் பாவம் பொது ஜனம் மாட்டிக் கிட்டாங்க. இதெல்லாம் ஆச்சா. இப்படியெல்லாம் இருக்குது.

அதனால இது ஒரு நல்ல காரியம் ஆகட்டும் அப்படின்னுதான் நாம என்னிக்கிருந்தாலும் ஒரு நாளைக்கி சரண்டர் ஆகியேதான் தீரணும். என் மாதிரி செஞ்சவங்க எல்லாம மான்சிங்க்லேர்ந்து இன்னும் அவனுக்கு முன்னாடி கூட ரெண்டு, மூணு பேரை சொல்றாங்க. மான்சிங் பின்னாடி பூலான்தேவி எல்லாரும் ஜெயிலுக்கு போயிட்டோம். உள்ள இருந்துட்டுதான் இன்னைக்கு வெளியிலே வந்திருக்காங்க. பூலான்தேவி அரசியலுக்கு வந்திருக்காங்க. எம்.பி. சீட் குடுத்திருக்காங்க நம்பி. பொதுமக்கள் இன்னும் ஓட்டு போடலை. அதே மாதிரி நானும் ஒரு காலத்துக்கு வருவேன். அது நிச்சயம். அந்த மாதிரி நீங்க யாரோ -உங்களுக்குள்ளவங்களை -எனக்குள்ளவங்களை கூப்பிட்டுப் பேசுவேன். எம்.பி.கூப்பிட்டா வருவாங்க. ஆனா இப்ப வரமாட்டாங்க. இப்ப எப்படி வர மாட்டாங்கன்னா என்னை பார்க்க வந்தா போலீஸ்காரர் என்ன நினைப்பான்- எனக்கும் அவங்களுக்கும் (எம்.பி.) குடுக்கல் வாங்கல் இருக்குதுன்னு சொல்லி அந்த எம்.பி.யைப் பிடிச்சு உள்ளே போடுவான். இல்லேன்னா என்கிட்டே பேசிக்கிட்டிருக்கையிலே சுடுவான். இப்ப உன்கிட்டே நான் பேச்சுவார்த்தை நடத்தறேன்னா, நீ போலீஸ நிறுத்திக் கிட்டே. நாம பேச்சுவார்த்தை நடத்தறோம். ஆனா அவங்க (எம்.பி.க்கள்) கிட்டே பேசினா நீ நிறுத்தப் போறியா, அவங்க வண்டி ரோட்ல வருமா? அவங்க யாராவது வருவாங்களா, நானே கூட எதுக்கும் துணிஞ்சி உயிருக்கு துணிஞ்சி வருவேன். அவங்கள்லாம் அப்படி வருவாங்களா? வர முடியுமா?

எப்பப்பா எனக்கு இந்த வேலை வேணாம்னு சொல்லி ஓடிப் புடுவாங்க. அப்படியிருக்குது. நீங்களாகப் பாத்து இதற்கு முயற்சி பண்ணினா கண்டிப்பா இது சுமுகமா வேலை முடியும். நீங்க பயந்துகிட்டு அங்கே இருந்துகொள்ள- நாங்களும் பயந்துகிட்டு இங்கே இருந்து கொள்ள -இது நடக்காது. ஏன் அப்படின்னா- நான்தான் கூப்பிட்டு சுட்டுபுட்டேன்னு நீங்க நினைக்கிறீங்க. ஆனா உங்க அதிகாரிகளே கூட இப்படி கூப்பிட்டு சுட்டிருக்கிறார்கள். அது மட்டுமில்லாம பெரிய மனுஷங்க முகாந்தரமா-நாலு பசங்களைக் கொண்டுபோய் சரண்டர் பண்ணினோம். சாதாரண விஷயத்தில் -நாலு பேரையும் கொண்டு போய் சுட்டு தள்ளிப்புட்டாங்க. யார் உங்களை நம்புவாங்க.

அதாவது -அப்படி யாரை போலீஸ் சுட்டாங்கன்னு நான் சொல்றேன் கேளு. நல்லூர்ல நாலு பசங்க. ஆடு மேயச்சிகிட்டு இருந்தாங்க. நான் புகுந்து அந்த வழியா போனேன். என்னமோ வறுமையான குடும்பத்தில பொறந்ததுங்க அவங்க. களியைத்தான் (உணவு) -ஆறிக்கை களியைத்தான் பார்த்திருப்பாங்க. வேற ஒண்ணையும் பாத்திருக்க மாட்டாங்க. நல்ல சோறு நோம்பன்னைக்குத்தான் பாப்பாங்க. பாவம். கோமணம்தான் கட்டுவாங்க. வேற ஒண்ணும் தெரியாது பாவம். என்னை பாத்துட்டு, நானும் வர்றேன்னாங்க. எல்லாரும் எங்க சாதிக்காரப் பசங்க. சொந்தக்காரப் பசங்கதான். பல வகையில். அப்புறம் என் கூட வர்ரேன்னுச்சிங்க. வேண்டாப்பா, நீ வேற என்னத்துக்கு. நீ ஆட்டை மேய்ங்கன்னு சொன்னேன். அப்புறம் சாப்பாட்டை போட்டேன். தின்னிச்சிங்க. ருசி கண்டுகிட்டாங்க. அப்புறம் அவங்க நிக்கிறாங்களா? புகுந்து வந்தாங்க. அப்புறம் அவங்க அப்பன், அம்மாளுக்கு தகவல் போய் அவங்க துழவிகிட்டு, தடவிகிட்டு, அடடே சாமி இதுக்குள்ளே நாலுநாள்

ஆயிப் போச்சி. என் கூட நாலுநாள் இருந்துட்டாங்க. அப்பா அம்மா வந்து இங்கிருக்க வேணாம்னு சொல்லி காலல, கையில புடிச்சு அவங்களைக் கூட்டிட்டு போயிட்டாங்க. சரி, மறுபடியும் அவங்க போய் ஆடு மாடு மேய்ச்சிக்கிட்டிருக்கான். அதுக்குள்ள என்ன ஆகிப்போச்சு. உள்ள எவனோ ஒருத்தன், தகவல் கிடைச்சு இதை போலீச்காரன்கிட்ட போய் சொல்லிட்டான். கர்நாடகா போலீஸ் கிட்ட சொல்லிட்டான். சொன்ன உடனயே ஷகில்அஹமது இன்ஸ்பெக்டர், நான் சுட்டுக்கொன்ன எஸ்.பி. ஹரிகிருஷ்ணா இவங்க உடனேயே அந்த பசங்களை புடிக்கணும்னு தேடுனாங்க.

என்ன பண்றதுன்னே தெரியாத அந்த தாய் தகப்பன்கள் அந்த ஊர்ல பெரிய மனுஷர்கிட்ட போய் அப்பா... அப்பா எங்க பசங்க ஒண்ணும் பெரிய தவறு செய்யலை. போனது வாஸ்தவம்தான். நாங்க சண்டைபோட்டு கூட்டிட்டு வந்துட்டோம்ங்க சாமி, நாங்களே கொண்டு போயி சரண்டர் பண்ணிடறோம்ங்க. போலீஸ் அவங்களை அடிச்சிபுடப் போறாங்க. ஏதாவது செய்துடப் போறாங்க. நீங்க கொஞ்சம் சொல்லுங்கன்னு சொன்னதும், அந்த ஊர்ல உள்ள பெரிய மனுஷன், நானாச்சி, கொண்டா ஒரு பத்து ரூபா பணமும்னு சொல்லி பத்தாயிரம் ரூபாய் வாங்கிட்டு போய் ஒரு சர்க்கிள் இன்ஸ்பெக்டர்கிட்டே, யாரு அவன் பேரென்ன... (யாருக்கும் பேர் தெரியவில்லை) அந்த பாவி பத்தாயிரம் ரூபாய் பணத்தை வாங்கிக்கிட்டு, நான் காப்பாத்தி குடுக்கறேன்னு சொல்லி- கொண்டுட்டுப் போய் சுட்டு கொன்னேபுட்டானுவய்யா அவனுக. எங்க கொண்டு போயி சுட்டானுங்கன்னு தெரியல.

அவன் போடறான் பேப்பர்லயும், ரேடியோ நியூஸ்லயும். எரகிங்கிற பாரஸ்ட்லே வீரப்பன் கோஷ்டி தங்கி இருந்தது. நான் இங்கிருந்து போனேன். எப்படி

இங்கேர்ந்து போனேன்? அவங்க எங்களை பார்த்து சுட்டாங்க. நாங்க பதுங்கியிருந்து சுட்டோம். அந்த இடத்துல நாலு பேரு குளோஸ்., அப்படின்னு சொல்லி பேப்பர்ல போடுறான். யாரப்பா. நான் இங்கே இருக்கேன். அங்க எந்த வீரப்பன்டாப்பா எரகியிலே இருக்கான்னு நான் பாத்தேன். அப்புறம்தான் இந்த வெவரமெல்லாம் சொன்னாங்க. அடப் பாவிகளா. இவனுங்க (POLICE)ளுக்கு கிடைச்சது இந்த ஆட்டுக்காரன், மாட்டுக்காரன்தானா- அடப்பாவிகளே? முதுகிலே போட்ட ஓட்டை நெஞ்சிலே போய் கை,கிய்யெல்லாம் புடுங்கிகிட்டு போயிடிச்சு. (போலீஸ் சுட்டதில்) அதை அப்படியே மூணு நாள் போட்டு வெச்சி பொணமெல்லாம் புழுத்துப் போச்சி. அப்படிப்பட்ட நிலையில அந்த பொணங்களை காலை ஒருத்தன், கையை ஒருத்தன் புடிச்சிகிட்டு வந்து கொண்டு வந்து -இந்தாங்கடி தேவடியான்னு -மகன் பொணத்தை அம்மா முன்னாடி வீசிபுட்டு போனாங்க. ஆனா, கர்நாடகாவிலேர்ந்து வர்றவன் வாயிலே வர்றது- வளரது எல்லாம் தேவடியா மவளுங்களுக்குதான். வேற அவங்களுக்கு பழக்கமே இல்லையாட்டமிருக்கு... கூப்பிட்டு. அந்த மாதிரி தூக்கி போட்டுட்டு போயிட்டாங்க. அப்புறம்தான் பார்த்துட்டு அந்த ஊர்லயும் சில பேர் மனுஷங்க, வந்து என் கூட சேர்ந்தாங்க இந்த போலீஸை சுடணும்னு சொல்லி. எல்லாரும் சேந்து சுட்டோம். எஸ்.பி. ஹரிகிருஷ்ணாவை சுட்டோம். அவனையும் வாப்பா, நீ நிரபராதியா வா, கூப்பிட்டு உன்னை சுடறேன், அப்படின்னு சொல்லி கொல்லலை. ஆனா ஆனைக் கொம்பு இருக்குது (தந்தம்) அப்படின்னு சொல்லி அர்ச்சுனன் ஆனைக்கொம்பு கொண்டு வந்து இருக்கான்னு சொல்லி ஒரு லம்பாடிப் பையனை அனுப்பினோம். லம்பாடிப் பையனுக்கு ஒரு பத்தாயிரம் ரூபாய் பணம் கொடுத்தேன். அவன்

போனான். போய் நான் கூப்புட்டு வர்றேன்னு கிளம்பி போனான். போய் சொன்னான் அவனும்.

போலீஸ்காரனும் அர்ச்சுனன் சும்மா இருக்கமாட்டான். ஆயுதத்தோட ரெடியாத்தான் இருப்பான்னு அவங்களும் (POLICE) தெரிஞ்சேதான் வந்தாங்க. அவங்களும் இளிச்சவாயங்களா, வெறும் கையோட வரலை. ஆயுதங்களோடதான் வந்தாங்க. முன்னாடி எஸ்.பி., ஷகீல் அஹமது, மொத்தம் ஐந்து டிக்கெட். (நபர்கள்) அதுல ஏ.கே.47, 2 துப்பாக்கி, 303 ரக துப்பாக்கி எல்லாமே எடுத்துட்டு வந்தாங்க. பின்னாடியும் எஸ்.எல்.ஆர்.கன், ரைபிள், பூரா போலீஸ்காரங்களும் தடிப்பசங்க. பூரா நல்லா பயிற்சி எடுத்தவங்க. தார்பாய் போட்டு லாரி மேல போர்த்திவிட்டு அதுல உள்ள எல்லாம் கவுந்து கிவுந்து படுத்து, எல்லாம் ஐட்டியோடதான் வந்தாங்க. கரெக்டா நாங்களும் ரெடியாத்தான் இருந்தோம். அவங்களும் வந்தாங்க. கார்லே -காரை அடிச்சோம். (சுட்டோம் அல்லது வெடி வைத்து தகர்த்தோம்) கார்ல இருந்தவனெல்லாம் குளோஸ். கார்ல இருந்தவன்ல ரெண்டு பேர் மட்டும் உயிருக்கு போராடறாங்க. பின்னாடியே லாரி வந்துடுச்சி. அதிலிருந்தவங்க 42 பேர். அவங்களும் பதிலுக்கு எங்களை அடிச்சாங்க.

மூணு மணி நேரம் சண்டை. ஐயாயிரம் ஈடு சுட்டாங்க. சும்மா. கொஞ்சம் ஈடு கிடையாது. (ஈடு என்பது தோட்டாக்களை குறிப்பதாகத் தெரிகிறது) அந்த இடத்தை வளைச்சு பூரா கட்டு கட்டிபிட்டேன். சும்மா ஒரு குண்டு என் மேலே மோதிப் பாக்காது. (கட்டு கட்டியதாக வீரப்பன் சொல்வது மந்திரத்தால் கட்டியதாகப் பொருள்) நான் சாதாரண ஒரு சொட்டையான கூண்டில் இருந்துதான் சண்டை போட்டேன். அவங்க அந்த இடத்துல POLICE *30*

பேருக்கு மேல காலியாகியிருப்பாங்க. ஆனா அவங்க நாலு பேர்தான்னு சொன்னாங்க. எங்க மேல சின்ன ஒரு குண்டு கூட கிடையாது என்ன. இத்தனை, எத்தனை இடத்துல போர் நடந்திருக்கலாம். என் மேலே படாது. நான் அந்த இடத்துல கட்டு கட்டி புட்டா போர் நடக்காது. நீ குண்டையே விசிறிப் போடு. எங்கிட்டேயே வந்து வெடிக்கட்டும். நான் மறுபடி அதுலேர்ந்து உயிரோட எந்திரிச்சு வர்றேன். இது சத்தியம். கட்டறியா பந்தயம்? ஆனா இது எல்லாம் என்னாத்துக்கு பேச கூடாது. வேண்டாம் -இருக்கட்டும் -இப்படியாச்சா.

(ஊர் பெயரை சொல்கிறார் புரியவில்லை) ஊர்லே கூடத்தான் என்னை வந்து குறி வெச்சீங்க. எம்மாத்தம் படையெடுத்து குறி வெச்சீங்க! உங்களை நான் பாத்துக்கிட்டே தான் போனேன் என்ன! உங்க கண்ணுக்கு நான் தெரிய மாட்டனப்பா? (சிரிக்கிறார். ஏளனமான குரலில்) நீங்க என்னை என்ன பண்ண முடியும்? அது ஒண்ணும் ஆகாது. நான் உங்களை யெல்லாம் பாத்துக்கிட்டேதான் போனேன். அந்த பொதுமக்கள் வந்தாங்க. அவங்கள்ள 40 பேரைக் கூப்பிட்டு சண்டை போட்டேன். ஏண்டா இவனுகளோட (போலீஸ்) திரியரீங்கன்னு கேட்டேன். அவங்க ஐயையோ... அண்ணா எங்களை புடிச்சி அடிக்கிறாங்க, கொல்றாங்க-நான் என்ன பண்ணட்டும் னு சொன்னாங்க. சரி உளவு சொல்ல தெரியாதுன்னு சொல்லிட்டுப் போகாம, அவங்களோடவெல்லாம் ஏன் திரியிரீங்கன்னு சண்டை போட்டு -போங்கடான்னு சொல்லி சொன்னேன். இந்த ஆள்களுக்கெல்லாம் ஒருத்தனை மேஸ்திரியாக போட்டிருந்தாங்க. அவன் பேரு கூட நல்ல பேரு. அவனை பாத்து நீயெல்லாம் பண்றதுண்டா இந்த வேலை. உன்னாலதான் இந்த ஜனங்களுக்கும் கஷ்டம். உனக்கென்னடா ஜோலி ன்னு அவனை கூட ரெண்டு

மூணு அடிகள் வெச்சுட்டேங்க. வெச்சி முடிச்சுட்டு போயிட்டேன். வந்தேன். உங்களை கடந்துதான் வந்துக்கிட்டிருக்கேன். நீங்க எங்கெங்கே இருக்கீங்க சொல்லட்டுமா. சிலகுல அத்தால அந்த பாறையாண்ட இருக்கீங்க. பாறைக்கு அந்தாண்டை பதினெட்டு பேர் -நெருப்பூருக்கு போற வழி -பதினெட்டு பேர் -அதுக்கு பின்னாடி ஏழெட்டு பேர், அதுக்கு பின்னாடி பொதுஜனம் கலந்து இல்லையா? அதுக்கு தாண்டி நீங்க டேரா அடிச்சிகிட்ட தில்லையா. ரோட்டோரம் வடக்கு பக்கம் அந்தக் கள்ளாங்குத் தோரம் அந்த ரோட்டு மேல -என்ன அப்புறம் மூணு வண்டி நீ கொண்டு வந்து இறக்கலையா -எல்லாம் பாத்துக்கிட்டுதான் இருக்குறேன். இதெல்லாம் பாத்துக்கிட்டேதான் தடத்துல போனேன்.

ஐயா, நான் உங்க கண்ணுக்கு தெரியமாட்டேன். என்ன நீ? வடக்குலேர்ந்து ஒரு தடவை கருங்கொல் செலவு சொல்லி ஆத்தாண்ட, அந்த பாறையாண்ட கிழக்கு பக்கமா கிளவு சொல்லி யாத்துக்கு வரலையா? இரண்டு பேர் -மத்த பத்து பேர் மேலேர்ந்து கிளவு சொல்லி ஆத்து ஓரம் ஒதுக்குபக்கமா அந்த காலையில ரோட்டுல பதினெட்டு பேரு வந்திட்டுருக்கையில, ரெண்டு பேர் ரோட்ல பள்ளத்துல கீழேயிருந்து வரலையா? எல்லாமே நானும், அதுலதான்யா வந்துகிட்டிருந்தேன். நின்னு பாக்க மாட்டீங் கையா.(சிரிப்பு) வீண் வேலையெல்லாம் என்னத்துக்கு. அதாவது நானாக வந்து சரண்டர் ஆனாத்தான் உண்டு. என்னால் பாவம் மக்களுக்கு கொடுமை வேண்டாம். என்கிட்டே இருக்கிற வித்தையை பயன்படுத்தி நான் தப்பிச்சிக்கிட்டா பிரயோஜனமில்ல. இந்த மக்கள் படற வதை என்னத்துக்கு பாவம். அடிக்கடி திட்டறது உங்களுக்கும் கஷ்டம். தொளவு தொளவுன்னு தொள வனும். இதெல்லாம் பிரச்னை பாரு.நான் வர்றேன். நான் வந்து சரண்டர் ஆகிறேன். நீங்க வந்து பேசறதுக்கும்

பயந்துக்கிறீங்க. நான் என்ன செய்யப் போகிறேன். இப்படியெல்லாம் இருக்குது. இப்படியெல்லாம் நடத்தியிருக்காங்க. உங்க அதிகாரிகளும், உங்க அதிகாரிகள் மட்டும் கூப்பிட்டு சுடாம விட்டுட்டாங்களா? இப்படி சரி வேண்டாம். நீங்களே நிறைய பேத்தை கூப்பிட்டு பிடிச்சிருக்கீங்க. நீ இதுவரை போர் நடத்தி ஒவ்வொரு இடத்திலும் சுட்டது எங்கே தெரியுமா?

கருப்பராயர் கூர் சந்து-அந்த இடத்துல தங்கிகிட்டிருக் கையிலே ஒரு மூணு பசங்களை நீங்க அங்கே சுட்டிருக்கீங்க. நாங்களும் யாரும் அங்கில்லை. சுட்டுட்டீங்க. என்ன! அதே மாதிரி நாங்க இல்லாத நேரத்தில போயி ரெண்டு -மூணு பொட்ட புள்ளைகளை பிடிச்சிருக்கீங்க. அதே நேரத்துல தங்கையா என்கிற மாரியப்பனை-ஆலம்பாடியில சுட்டுருக்கீங்க. இவ்வளவுதான் நீங்க சுட்டது. மோதல்ல சுட்டதும் அவுங்களெல்லாம் நீங்க சுட வேண்டிய ஆட்கள்தான். ஏன் சுட்டாகணும்னா -நீங்க அவங்களை கையில் பிடிக்க முடியாது,. அவன் கையில துப்பாக்கியோட இருக்கான். நீ எப்படி புடிக்க போவீங்க. போனா சுடுவான்னு பயம். சுட்டதை பத்தி கவலை இல்லை. அதாவது, இப்ப அவன் கையிலேயும் துப்பாக்கி. யார் வேணும்னாலும் சுடலாம். சுட்டதைப் பத்தி நான் தப்பா சொல்லலை. சுடுன்னு அரசாங்கமே சொல்றப்ப நீ சுட்டே ஆகணும். அது போகட்டும். ஆனா, நாங்களும் எங்க உயிருக்கு ஆபத்துன்னா நாங்களும் சுட்டேதான் ஆகணும். நாங்க மட்டும் என்ன பண்ணப் போறோம். அந்த மாதிரி ஆயிப் போயிடுச்சு. அது ஒண்ணு போகட்டும். அதுக்கு மற்ற ஆட்களை -மீதியெல்லாம் -ஊரு -காடு -பஸ்லே -தடத்துல எல்லாம் புடிச்சீங்களே யாரை நீங்க உயிரோட வெச்சிருக்கீங்க? பூரா பேரையும் கண்ணை கட்டிதானே சுட்டுபுட்டு மோதல்ல சுட்டேன், மோதல்ல சுட்டேன்னு

பத்திரிகையிலே போட்டீங்க. என்ன இது உலகறிய தெரியும். இதை சொன்னாலும் நீங்க சட்டம் பேசறீங்களாடான்னு அப்படின்னு சொல்ற அதிகாரிகள் அடிக்கிறீர்கள். நாங்க என்னதான் பண்ண முடியும். எப்படியும் மேலும் கோபம் வந்தா துப்பாக்கிய தூக்கி நாங்களும் டுமீல்னு சுடறதா இருக்குது.

அதுதான் இருக்கு குறுக்கே. வேற என்ன இருக்குது. அந்த மாதிரி சுட்டுகிட்டே போனா நியாயம் முடியாது. இது நியாயம் முடியப் போறதில்லே. அதனால சுட்டது போகட்டும். பண்ணினது போகட்டும். அதாவது கல்லை வெட்டினாலும் சொல்லி வெட்டணும். மோருக்கே மோற மொந்தைய மறைக்கக் கூடாது. அதான் நான் எதையுமே சொல்லி பேசறது. என்னைக்கும் நான் மறைச்சுபேசறதே இல்லை. அதனால உங்களை நம்பி வரச்சொல்லி, இந்த பசங்களைக் கூட போங்கடான்னு சொன்னேன். அட என்னாலும் ஆகட்டும். ஒரு ஆள் போங்க. அட இத்தனை பேருதான் செத்தாங்க. நம்ம கூட்டத்துல ஆளுக இத்தனை பேருதான் செத்துப் போச்சே. போயிட்டு வாங்கடான்னேன். எவனும் போகமாட்டேங்கிறான். அட இத்தனை பேரை சுட்டுபுட்டான். எங்களையும் தண்ணி காட்டி டுமீல்னு சுட்டுப் புடுவான்யா., நீ உயிர் குடுப்பியான்னு என்னையே கேக்குறான். என்ன ஒரு நாளைக்கு வந்து என் குடும்பத்துக்கு பணம் கொடுப்பே.அந்த பணத்தை செத்துப்போனபிறகு யாரு பாக்கிறா அப்படின்னு சொல்றான். உயிர் போனா வர்றதில்லே.

இத்தனை பேரை புடிச்சீங்களே அப்படி நீங்க புடிக்கிற வங்கள கேஸ் போட்டு உள்ளே வச்சிருந்தீங்கன்னா, இன்னைக்கு நாய் குட்டி மாதிரி நானே கூட வருவேன். சரண்டர் ஆவேன், எந்த பயமும் இருக்காது. ஆனா, இப்ப எனக்கு பயமாயிருக்கு துய்யா!

சுட்டுப்புடுறீங்க, பயமிருக்குது. யாருய்யா வருவாங்க? கிரகத்துல எல்லாம் இப்படியெல்லாம் இருக்குது. அதே மாதிரி நானும் கூப்பிட்டு டி.எப்.ஒ.வை சுட்டுப்புட்டேன்னு உங்களுக் கெல்லாம் பயம். ஹரிகிருஷ்ணன் எஸ்.பி.யை சுட்டுட்டேன்னு சொன்னீங்க. அவன் ஒண்ணும் சுடச் சொல்லி இளிச்சவாயனா வரலை. சரியானபடிக்கு படையோட ஆயுதங்களோட வந்தான். போர் நடத்தினான். அவனை விடு. விட்டுத்தள்ளு. போகட்டும். நான், அதாவது நிராயுதபாணியா கூப்பிட்டு சுட்டது அந்த டி.எப்.ஒ.வைத்தான். ஆனா, நீங்க எத்தனை பேரை நிராயுத பாணிகளா கூப்பிட்டுப் போய் சுட்டீங்க. எப்படி உங்களை நம்பி நான் வர முடியும்? சொல்லு பார்க்கலாம். ஒரு அரசியல்வாதிகூட தலையிட்டு. ஒரு வார்த்தை உத்தரவாதம் தராம நான் எப்படிப்பா வரட்டும்? எனக்கு பயமா இருக்குதில்லே? சொல்லு பாக்கலாம்? இப்படியெல்லாம் இருக்குது.

நான் உன் கையிலே சரண்டர் ஆகிறேன். இது நிச்சயம். ஆனா குறுக்கே நீயே டிரிப் எடுத்துச் செய். நீ எந்த அரசியல்வாதியை கூட்டிட்டு வர்றே, யாரை கூட்டிட்டு வந்து பேச்சுவார்த்தை நடத்தறியோ, எப்படி நடத்தறியோ எனக்கு. காட்டுக்குள்ளே வந்து பேசு. அந்த பூலான் தேவி கூட சாதாரணமா வந்து சரண்டர் ஆயிடலை. வான்னு கூப்பிட்டதும் திபுதிபுன்னு ஓடிப் போயிடலை. அவ வந்து அதாவது டெல்லியிலே சரண்டர் ஆனா. பல கோடி மக்கள் பார்வைக்கு முன்னிலையில் சரண்டர் ஆனா. ஜனாதிபதி முன்பு ஆயுதம் கொடுத்து சரண்டர் ஆனா. என்ன! நான் அப்படியில்லை. எனக்கு அந்த ஆசை தேவையில்லை. நான் இந்த தமிழ்நாட்டிலேயே சரண்டர் ஆகிறேன். நீ ஈரோட்டு மாவட்டத்துக்கு வரச்சொனாலும் வர்றேன். சேலம் மாவட்டத்துக்கு வரச் சொன்னாலும் வர்றேன். எல்லா

ஏற்பாடுகளும் பண்ணிபுட்டு நீங்களே சொல்லிபுடுங்க. வீரப்பன் பலான அன்னைக்கு சரண்டர் ஆகிறான் அப்படின்னு சொல்லி ஒரு அறிக்கையும் கொடுத்துடுங்க. நீ ஜீப் எடுத்துட்டு வா. இதே செல்வராஜுக்கு ஆள் அனுப்பி சொல்லி விடுகிறேன். நீ அப்ப- இத்தனாம் தேதிக்கு ரெடியா இருக்க சொல்லு வீரப்பனைன்னு. சொல்லிப்புட்டு, நீ பேப்பர்ல -ரேடியோவிலே நியூசெல்லாம் கொடுத்து, நீயே ஜீப்பை எடுத்துக்கிட்டு வா. உன் ஜீப்புலயே ஏறுகிறேன். நீ ஜீப்புல எத்தனை பேரை வேணும்னாலும் கொண்டு வா. எனக்கு அதைப்பத்தி கவலையில்லை. உன்னுடனே நான் ஜீப்பில் ஏறிக்கிறேன். மளமளன்னு கொண்டுகிட்டு போய் வீரப்பன் இத்தனை மணிக்கு சரண்டர் ஆகிறான்னு மைக்லயும் சொல்லி டுங்க. நான் எந்த இடத்துலயே- எந்த ஆபீசர்கிட்டே சரண்டர் ஆகச் சொன்னாலும் சரி, நம்ம பெரியவர் இருக்காரே தேவாரம் அவர்கிட்டே சரண்டர் அகச் சொன்னாலும் சரி. நான் ஆகிறேன். அதை பத்தி கவலையில்லை. ஆகறேன். எனக்கென்ன மொத்ததுல நான் குற்றவாளி குற்றவாளிதான். அந்த ஜனாதிபதிகிட்ட மட்டும் சரண்டர் ஆனா என்னை பெரிய புத்தன்னு சொல்லிப்புடு வாங்களா? யாருகிட்ட சரண்டர் ஆனாலும் வீரப்பன் கோர்ட்ல சரண்டர் ஆயிட்டான்னுதான் சொல்லுவாங்க. என் கையில அப்ப மைக்கை கொடுங்க. நாலு நாலு வார்த்தை பேசறேன். ஏன்னா, இன்னும் இருக்கிற மக்களுக்கும் அது கொஞ்சம் புத்தி சொல்றேன்.

ஐயா, நானு அரசாங்கத்தை எதிர்த்து எவ்வளவுதான் பண்ணினாலும் என்னால முடியலை. போலீஸ் கொடுத்த தொந்தரவால இந்த தமிழ்நாடு போலீஸ்கிட்ட நானே ஜெயிக்க முடியாம பாருங்க... இன்னைக்கு நானே சரண்டர் ஆயிட்டேன். இன்னும் இருக்கிறவங்க யாருமே இந்த தப்புக்கு போயிடாதீங்க. எவ்வளவு தப்புகள்

அதிகாரிகள் செய்தாக் கூட அதுக்கு அரசாங்கமிருக்குது. அரசாங்கத்துலயே மன்றாடி கேட்டுக்கங்க. இன்னைக்கு -இந்த அதிகாரிகள் தப்பு செய்தால் மேல சி.பி.ஐ.இருக்குது. இப்படியெல்லாம் மேலும், மேலும் அதிகாரி களை போட்டிருக்காங்க. இன்னைக்கு பாரு, கற்பழிச்சுப்புட்டான் போலீஸ்காரன். அரசாங்கம் அவனை மட்டும் சும்மா விட்டு புடிச்சா? என்ன! மேலும் மேலும் பாப்பாங்க. சி.பி.ஐ.போட்டு அவனை அரெஸ்ட் பண்ணுவாங்க. உள்ளே தள்ளுவாங்க. இன்னைக்கு கர்நாடகாவுல கூட ஒரு டி.ஐ.ஜி. -எஸ்.பி.சோமசேகர் -அந்தாளு பேரும் சோமசேகர். அந்தாளு சாதாரணமா ஒரு பொதுஜனத்தை அடிச்சி கொன்னுப்புட்டான். அதே ஆபீசர் அதே மனுஷன் ஜெயில்ல அர்ச்சுனன்கிட்டயும் எங்க அண்ணன்கிட்டயும் வந்து, நீ போய் வீரப்பனை கொண்டாந்து சரண்டர் பண்ணிப் புடுவீங்களா உங்களை விட்டா அப்படின்னு உக்காந்து பேசினாராம். யார்கிட்ட அர்ச்சுனன் கிட்டயும் அண்ணன் கிட்டயும். அப்ப சரிங்கன்னு இவங்க சொன்னாங் களாம். அப்பா அந்த ஜெயிலுக்கு வந்த எஸ்.பி.சொன்னாராம். இவங்களை மட்டும் எப்படி நம்பி விட முடியும்? இவன் ஒரு வீரப்பனாக வர மாட்டான்னு எப்படி தெரியும்? அப்படின்னு சொன்னாராம். அதே மனுஷன் எட்டாவது நாள் எல்லாம் ஒரு கொலையை செய்துட்டு -அந்த மனுஷனை சி.பி.ஐ.போட்டு பிடிச்சுருக்காங்க. அவனுடைய வீட்ல போய் செக் பண்ணுனா 24 துப்பாக்கிகள் -அதாவது லைசன்ஸ் இல்லாதது, பூரா ரைபிள் -மிஷின் கன் பிடிபட்டது. அப்ப கேட்டாங்களாம். ஏய்யா...நீ சந்தனக்கட்டை வீரப்பனா? இல்லை இலங்கை பிரபாகரனா உனக் கெதுக்குய்யா இத்தனை துப்பாக்கிகன்னு கேட்டாங்களாம். அரசாங்கம் விட்டுடுச்சான்னு கேக்குறேன். அது மாதிரி தப்பு

செய்தவன் தண்டனை அனுபவிக்கிறான்யா-நான் செய்தேன், நான் அனுபவிச்சுட்டுப் போறேன். அதை பத்தி எனக்கு கவலையில்லை.

என்ன! நானுன்னு வந்து இவ்வளவு பெரிய பேரெடுத்து ஒரு சரண்டர் ஆகிக்கொள்ள -ஒரு நாலு கோடி மக்கள் மத்தியிலாவது சரண்டர் ஆக வேண்டாமா? வேணாமா? சொல். அப்படியே நீங்க என்னை கொண்டுகிட்டேபோய், அப்படியே சுட்டுபுட்டாலும் -நாளைக்கு இன்னொருத்தன் என் மாதிரி வந்தான்னா -ஒரு காலத்திற்கும் சரண்டர் ஆக மாட்டான். இந்த உலகம் இருக்கிற வரைக்கும் இப்படி ஒவ்வொருத்தரும் மாறிகிட்டேதான் வருவான். இப்ப பூலான் தேவி -அதுக்கு முன்னாடி மான்சிங் -இப்ப அவங்களை வச்சிதான் நான் வர்றேன், ஒரு நம்பிக்கையில.

அவங்களை சுட்டிருந்தா -நான் இப்ப வருவேனா? அட இந்த அரசாங்கம் கூப்பிட்டுட்டு சுட்டுபுடிச்சுன்னு சொல்லி நான் வர மாட்டேன். அதனால இப்ப வந்து -இருக்கிறவங்க பேச்சு புரண்டுக்கலாம். அரசாங்கம் பேச்சு புரளாது. புரண்டா அவங்க வந்து பரம்பரையாக மக்களை வச்சி காப்பாத்தணும். சொன்னா, சொன்னதுதான். ஒரு அக்ரிமெண்ட் பண்ணிக் குடுத்துட்டு அதுலேர்ந்து பிரள முடியுமா? பிரள முடியாது! அந்த மாதிரி இருக்குது. ஆனா நீங்க வந்து பேசறதுக்கு பயந்துக்கறீங்க. ஒண்ணு நீங்க வந்து என்கிட்டே பேசணும். இல்ல, நான் வந்து உங்ககிட்ட பேசணும். அப்பத்தான் இது பைசல் முடியும்.சரிதானா? நாங்க யாராவது வரலாம்னு சொன்னாலும் இந்த பசங்களை யாராவது போயிட்டு வாடான்னு சொன்னா எவனும் வர மாட்டேங்கிறான். இங்கேயே கூட செத்துப் போயிடறேன் தூக்குப் போட்டுக்கிட்டு., இல்லேன்னா நீ கூட எடுத்து போட்டுடப்பா, நாங்க போக மாட்டோம்கிறாங்க. நான்

25 வருஷமா காட்டுலதான் இருக்கிறேன். பொறந்து சின்ன வயசுலேர்ந்து காடுதான். இருந்தாலும் 25 வருஷமா அதிகாரிகள் கிட்ட விரோதம் பண்ணிக்கிட்டே இருக்கேன். அரசாங்க விரோதத்திலும் காட்டுக்குள் இப்படி ஜீவனம் பண்ணிகிட்டிருக்கேன். ஒரு பத்து வருஷம் ஜெயில்ல இருந்தேன்னா எனக்கும் ரெஸ்ட் எடுத்த மாதிரி இருக்கும். ஏன்னா, அப்புறம் நானும் நாட்டுக்கு வந்துடறேன். என்கிட்டே சம்பாதிச்சு வெச்ச சொத்து இருக்குது. நான் வெச்சி பொழைக்கிறேன். அதுக்கு மேல அரசியலுக்கு வர்றேன்.என்ன! அதுக்கு மேல மக்கள் உதவி செய்றாங்க. நானும் நல்லது செய்துட்டு போறேன் நாட்டுக்கு. இவ்வளவுதான் வேற ஒன்னும் கிடையாது. இந்த பெரியவரை கூப்பிட்டதுக்கு, இவரு (சோமசேகர ரெட்டி) உட்டுக்கிட்டு ஒரே ஓட்டமா ஓடிட்டாரு. இந்த மனுஷனே வர மாட்டான்னா வேற எந்த மனுஷனும் வர மாட்டான். இனி ஒருத்தனும் வர மாட்டான். இப்படியெல்லாம் இருக்குதுப்பா! வேற என்ன சொல்றது! உங்கள வந்து நான் அதிகாரிகளை குறை கூறலை.

(இத்துடன் வீரப்பன் குரல் முடிகிறது. அடுத்து அர்ச்சுனன் குரல் பேசுகிறது.)

"இப்ப நேரடியா அவர் இருந்தார்னா அடிச்சி ஏதாவது சொல்லுவார். இல்லப்பா, இப்படியில்ல இப்படி போகலாம். ஒரு நாளில் முடியலைன்னா கூட மூணு நாள் ஒக்கார்ந்து கூட பேசலாம். நம்ப மண்டையில ஏறாததை அவர் எடுத்து சொல்வார். இப்படியில்ல இப்படி போகலாம்னு இல்லையா?

செல்வராஜ் குரல்: சரி., இன்னைக்கு என்ன கிழமை, இன்னைக்கு தேதி எவ்வளவு?

அர்ச்சுனன்: இன்னைக்கு தேதி எட்டு.

செல்வராஜ்: ஒன்பது, பத்து அவங்க சொன்ன டைம் ரெண்டு நாள். நாளைக்கு காலையில டி.எஸ்.பி.யோ இல்ல, எஸ்.பி.யோ இரண்டு பேர்ல ஒருத்தரை நான் கூட்டிட்டு வர்றேன். ஏன்னா, அவங்க வர்றதுக்கு உண்மையாலுமே ரெடி.

வீரப்பன் அசதியாக: எங்கப்பா...

செல்வராஜ் இடைமறித்து: சத்தியமா நாளைக்கு வருவாங்க.

மீண்டும் வீரப்பன்: இப்படிதான் சொல்றே. எங்கே வர்றாங்க.

செல்வராஜ்: இல்லை...இல்லை. இப்ப உங்க ஆளுங்களை அனுப்பறேன்னு நீங்க என் முன்னாலேயே சொல்லி இப்ப நானும் பாத்துட்டேன். நானும் கூப்பிட்டு பாத்துட்டேன். வர மாட்டேங்கிறாங்க. (இதன்பிறகு நிறைய குரல்கள். குயில் சத்தம்) இடைவிடாமல். குழப்பமான பேச்சு. சரியாக புரியவில்லை.

ஆகஸ்ட் 9-ஆம் தேதி வீரப்பனுக்கு எஸ்.பி.சஞ்சய் அரோரா அனுப்பிய பதில் கேசட்!

''**நா**ன் இன்ஸ்பெக்டர் அசோக்குமார் பேசறேன். திரு.எஸ்.பி. அவர்கள் சொன்னதின் பேரில் நான் கூறுகிறேன். நீங்கள் குறிப்பிட்டபடி நீங்கள் கேட்டுக்கொண்டபடி எஸ்.பி. அவர்களும், நானும் இன்னும் மூன்று அதிகாரிகளுடன் உங்கள் அனைவரையும் சந்திப்பதற்காக செட்டியார் கொம்பு வரைக்கும் வந்தோம். நாங்கள் மேற்கொண்டு அங்கு வரத் தயாராகத்தான் இருந்தோம். ஆனால் நீங்கள் யாரும் எங்களை சந்திக்க பிரியப் படுவதாக தெரியவில்லை என்றது செல்வராஜ் மூலம் அறிந்தோம். அதனால நாங்கள் இங்கேயே நிற்கிறோம். இந்த கேசட்டை இப்போது அனுப்பி வைக்கிறோம். நீங்கள் சொன்னதுபோல, நீங்கள் கேட்டுக்கொண்டது போல் உங்களுடைய நம்பிக்கைக்கு சாதகமாக நாங்கள் இதுவரை அனைத்து வேலைகளும் செய்து வந்துள்ளோம். கடந்த 12 நாட்களாக உங்களுடைய சரண்டர் ஆகும் எண்ணம் நிறைவேறும் பொருட்டு நாங்கள் காட்டுக்குள்ளேயே இறங்கி எந்த வேலையும் செய்யாமல் அனைவரும் வெளியேவே இருந்தோம். இதுநாள்வரை நீங்கள் சரியான பதில் கொடுக்கவில்லை. நீங்கள் யாராவது வந்து எங்களிடம் பேசியிருக்கலாம். அட்லீஸ்ட் செட்டியார் கொம்பு வரைக்குமாவது வந்து பேசியிருக்கலாம். அதுகூட செய்யவில்லை. அதற்கு மாறாக நீங்கள் எங்களை வேறு விதமாக சந்திக்க தயாராக இருப்பது போல் தெரிகிறது. உங்களுடைய நம்பிக்கைக்கு பாத்திரமாக நாங்கள் நடந்து கொண்டது போல் நீங்கள் நடந்து கொள்ளவே இல்லை. நீங்கள் யாராவது, ஒரு வகையிலாவது எங்கள் மீதுள்ள நம்பிக்கையை நீங்கள் நிறைவேற்றிக் காட்டி இருக்கலாம். யாராவது ஒருவர் வந்து பேசியிருந்திருக்கலாம். அதை நீங்கள் செய்யவில்லை. இப்போது நாங்கள் மேற்கொண்டு சிறிது தூரம் வந்து பாதையிலேயே எங்களுடைய ஒரே வண்டியிலேயே

வரத்தயாராக இருக்கிறோம். எந்த இடம் வேண்டுமானாலும் நாங்கள் வரத் தயாராக இருக்கிறோம்.

உங்களில் யாராவது ஒருவர் நீங்களோ, அல்லது வேறு யாரையாவது அனுப்பியாவது எங்களிடம் பேசி உங்களுக்கு எங்கள் மீதுள்ள நம்பிக்கையை நீங்கள் வளர்த்துக் கொள்ளலாம். நீங்கள் எதிர்பார்ப்பது போல் நாங்கள் யாருமே காட்டுக்குள் வர முடியாது. யாரவது ஒருவர் நீங்கள்தான் ரோட்டிற்கு வர வேண்டும். வார்த்தை மாறாமல் நாங்கள் எடுத்துக் கொண்ட இந்த வேலையை நாங்கள் கொடுத்த வாக்குறுதி தவறாமல் இருந்து காப்பாற்றுவோம் என்று இன்றும் இப்போதும் உறுதியாக கூறுகிறோம். அதையும் மீறி நீங்கள் யாரும் வரவில்லையெனில், நாளை மாலை வரைதான் உங்களுக்கு இந்த வாய்ப்பு. அதற்கு மேல் போனால் நாங்கள் எங்களுடைய வேலையை செய்ய ஆரம்பித்து விடுவோம். இதற்கு மேல் நீங்கள் எப்போதாவது சரண்டர் ஆகும் எண்ணம் உங்களுக்கு இருப்பின் சொல்லி அனுப்பலாம். எஸ்.பி.யாகிய நான் தயாராக இருக்கிறேன். ஆதுவரையில் நாங்கள் தொடர்ந்து உங்களை தேடும் பணியில் ஈடுபட்டுக் கொண்டுதான் இருப்போம். அதை நிறுத்தவே மாட்டோம். நீங்கள் திரும்பவும் சரண்டர் ஆக விரும்பினால் மட்டுமே அதுபற்றி யோசிக்க முடியும். ஆனால் அப்போதும் கூட நீங்கள் உங்களுக்கு எங்கள் மீதுள்ள நம்பிக்கையை வெளிப்படையாகக் காட்ட வேண்டும். இதேபோல், திரும்பவும் டாக் செய்தால் அது நன்றாக இருக்காது. தற்போது எங்களுடன் உங்களுடைய தர்மபுரி டாக்டர் நண்பர் வையாபுரி உள்ளார். அவர் உங்களை சந்திக்க ஆவலாகவே உள்ளார். உங்களோடு பேசி இதற்கு ஒரு சுமுகமான முடிவு ஏற்படுத்த வேண்டும் என்று அவர் மிகவும் விரும்புகிறார். எங்களுடைய அழைப்பின் பேரில் அவர் வந்தார். நீங்கள் விரும்பினால் அவரை உள்ளே அனுப்பத் தயாராக இருக் கிறோம்.அப்படி இல்லையென்றால் நீங்கள் விரும்பினால் எங்க ளோடேயே அவரை கூட்டி வரவும் தயாராக இருக்கிறோம். இதற்கு மேல் நாங்கள் உங்கள் இஷ்டம் போல் வளைந்து கொடுத்து காட்டுக்குள் வந்து உங்களிடம் பேச முடியாது. இதற்குமேல் முடிவு செய்ய வேண்டியது உங்களுடைய கடமை. நாங்கள் எதுவும் சொல்வதற்கு இல்லை. நல்லவிதமாக முடிவெடுத்து நல்லவிதமாக சரண்டர் ஆகி, நீங்கள் விரும்பியது போல் மக்கள் தலைவனாக வரவோ, எதை செய்ய வேண்டுமோ அதை செய்ய முற்படுங்கள். நீங்கள் நல்லபடியாக செய்வீர்கள் என்று நாங்கள் நம்புகிறோம்."

வீரப்பன் DEMANDS தமிழ் மற்றும் ஆங்கிலத்தில்

"எனக்கு முழு மன்னிப்பு வழங்கப்பட வேண்டும். அதை இந்திய ஜனாதிபதி வழங்க வேண்டும்.

நான் சரணடையும் போது எனக்கு முழு பாதுகாப்பு தேவை. நிகழ்ச்சியில் பத்திரிகையாளர்கள் கலந்து கொள்ள அனுமதிக்கப் பட வேண்டும்.

பாதிக்கப்பட்ட அனைத்து மக்களுக்கும் அரசு போதுமான இழப்பீடுகள் வழங்க வேண்டும். (அரசாங்க நடவடிக்கைகளால்) மற்றும் இழப்பீட்டுத் தொகை ஒரு லட்சத்துக்கும் அதிகமாக இருக்க வேண்டும்.

எனது குடும்பத்தின் பாதுகாப்புக்காக ஆயுதங்களை வைத்திருக்க எனக்கு உரிமம் வழங்கப்பட வேண்டும். உரிமம் அகில இந்திய உரிமமாக இருக்க வேண்டும்.

எனது தற்போதைய கூட்டாளிகள் சரணடைந்தவுடன் அவர்கள் ஒவ்வொருவருக்கும் ஒரு நல்ல வாழ்க்கை வாழ ரூ.5?,??,??? வழங்கப்பட வேண்டும்.

என்மீது எந்த வழக்குகளும் இருக்கக் கூடாது. அதேபோல் என் சார்பில் வழக்கு தொடுத்தவர்கள் மீது எந்த வழக்குகளும் இருக்கக் கூடாது. அவர்களுக்கும் மொத்த மன்னிப்பு வழங்கப்பட வேண்டும்.

எனக்கு மொத்த மன்னிப்பு வழங்குவதற்கான பேச்சுவார்த்தை இறுதி செய்யப்படும் வரை காவல்துறையினர் காடுகளுக்குள் வரக் கூடாது. அந்தக் காலகட்டத்தில் போலீசைத் தாக்க மாட்டேன் என்று நான் உங்களுக்கு உறுதியளிக்கிறேன்.

நான் இப்போது வணங்கிக்கொண்டிருக்கும் தந்தங்களை

NAKKHEERAN PUBLICATIONS

49, HARRINGTON ROAD,
CHETPUT, MADRAS - 600 030.
PHONE : 6413060, 6411274

Ref :

Date :

VEERAPPAN'S DEMANDS

1. I should be given total amnesty. And that should be given by the president of India.
2. I need full protection during my surrender. Journalists should be allowed to be present on the occasion.
3. Government should give adequate compensation to all my people who were affected (by the government actions.) And the compensation amount should be more than a lakh.
4. I should be given licence to keep arms for the safety of my family. The licence should be an all India licence.
5. Each one of my present associates should be given Rs.50,00,000 on their surrender to enable them to lead a decent life.
6. There should not be any cases against me. Similarly there should not be any cases against those who filed cases on behalf of me. They should also be given total amnesty.
7. Police should not come into the forests till the negotiation process for granting total amnesty to me is finalised. I am also promising you that I will not attack the police during that period.
8. I should be allowed to keep all the tusks, which I am worshipping now. My associates should be allowed to retain all the ornaments (made of ivory) presently they are wearing with themselves even after their surrender.
9. I will surrender only in the presence of general public. The Government should publish the date and time of my surrender in the press.
10. At the time of my surrender, I should be given a copy of the government order granting me total amnesty.

NAKKHEERAN • RAJINII RASIGAN • INIYA UTHAIYYAM

வைத்துக் கொள்ள அனுமதிக்க வேண்டும். என் கூட்டாளிகள் சரணடைந்த பிறகும் தங்களோடு அணிந்திருக்கும் அனைத்து ஆபரணங்களையும் தந்தத்தால் செய்யப்பட்டவை வைத்திருக்க அனுமதிக்கப்பட வேண்டும்.

பொதுமக்கள் முன்னிலையில் மட்டுமே நான் சரணடைவேன். நான் சரணடைந்த தேதி மற்றும் நேரத்தை அரசு பத்திரிகைகளில் வெளியிட வேண்டும்.

நான் சரணடைந்த நேரத்தில், எனக்கு மொத்த மன்னிப்பு வழங்கிய அரசு உத்தரவின் நகலை எனக்கு வழங்க வேண்டும்.

VEERAPPANS DEMANDS

I should be given total amnesty. And that should be given by the president of India.

I need full protection during my surrender. Journalists should be allowed to be present on the occasion.

Government should give adequate compensation to all my people who were affected (by the government actions.) And the compensation amount should be more than a lakh.

I should be given licence to keep arms for the safety of my family.The licence should be an all India licence.

Each one of my present associates should be given Rs.50,00,000 on their surrender to enable them to lead a decent life.

There should not be any cases against me. Similarly there should not be any cases against those who filed cases on behalf of me. They should also be given total amnesty.

Police should not come into the forests till the negotiation process for granting total amnesty to me is finalised. I am also promising you that I will not attack the police during that period.

I should be allowed to keep al the tusks, which I am worshipping now. My associates should be allowed to retain all the ornaments (made of ivory) presently they are wearing with themselves even after their surrender.

I will surrender only in the presence of general public. The Government should publish the date and time of my surrender in the press.

At the time of my surrender,I should be given a copy of the government order granting me total amnesty.

குற்றம் புரிவதும் ஒரு வியாதி! -மகாத்மா காந்தி

25.5.96

அன்பிற்குரிய இனிய நண்பர்களே!

வணக்கம்.

இம்மடல் தங்களின் உடனடி கவனத்தையும் செயல்பாட்டையும் வேண்டி வரையப்படுகிறது. எனவே தங்களது பல்வேறு பணிகளுக்கிடையில் சில மணித்துளிகளை இம்மடலுக்காக ஒதுக்குவீர்கள் என்ற நம்பிக்கையுண்டு.

சந்தனக்கடத்தல் வீரப்பனை தேடுகின்றோம் என்ற சாக்கில் தமிழக அதிரடிப்படையும், கர்நாடக அதிரடிப்படையும் சத்திய மங்கலம் மற்றும் அதன் தொடர்ச்சியாய் உள்ள காடுகளில் அத்துமீறிச் செயல்படுவதை பத்திரிகை வாயிலாய் அறிந்திருப் பீர்கள். விசாரணைக்கு என்று அழைத்துச் செல்லப்பட்ட ஏராளமான இளைஞர்கள் தமிழ்நாடு அதிரடிப்படையின் மேட்டூர் முகாமிலிருந்து காணாமல் போய்விட்டதாக மக்கள் மத்தியில் அபிப்பிராயம் நிலவுகிறது. பெண்களையும் குழந்தை களையும் மின்சார அதிர்ச்சிக்கு உட்படுத்துவது, லாடம் கட்டுவது, நிர்வாணமாக்கி சித்திரவதை செய்வது போன்ற காட்டுமிராண்டித் தனமான செயல்கள் மேட்டூர் முகாமிலும், கர்நாடக

அதிரடிப்படை முகாமிலும் அரங்கேறி வருவதாக அறிய முடிகிறது. வாச்சாத்தியில் அதிரடிப்படையால் பாலியல் பலாத்காரம் செய்யப்பட்ட ஆதிவாசிப் பெண்களின் கண்ணீர்க் கதைகள் சட்டம், ஒழுங்கு காக்க முற்பட்டுள்ள காவல்துறையின் குணாதிசயத்தை கட்டியங்கூறுகிறது. மக்கள் தினம்தினம் அச்சத்தால் செத்துப்பிழைத்துக் கொண்டிருக்கிறார்கள். 10, 12 வயது சிறுவர்கள் கூட ஜாமீனில் வரமுடியாமல் சிறைகளில் வாடி வருகின்றார்கள். மலைவாழ் மக்களின் ஜீவாதாரம் பாதிக்கப் பட்டுள்ளது.

மறுபுறம், குற்றச் செயல்களைத் தடுத்து நிறுத்த, சட்டம் ஒழுங்கைப் பாதுகாக்க காவல்துறையில் சேர்ந்த காவலர்கள் கண்ணி வெடிகளில் சிக்கி, எதிரும் புதிருமான போர்க்களத்தில் தங்களை மாய்த்துக் கொண்டிருக்கிறார்கள். கடந்த ஐந்து ஆண்டுகளில் தமிழ்நாடு மற்றும் கர்நாடகா அதிரடிப்படையின் காவலர்கள் ஏராளமானோர் உயிரிழந்துள்ளனர். வருடாவருடம் கோடிக்கணக்கான வரிப்பணம் வீரப்பனைத் தேடும் படலத்தில் செலவழிக்கப் படுகிறது. சுதந்திர நாட்டில், சத்தியமங்கலம் மற்றும் அதைச் சுற்றியுள்ள காடுகள் அறிவிக்கப்படாத அவசரநிலைப் பிரகடன சூழலை அனுபவித்து வருகின்றன. கொரில்லா போர்க்களமாய் அப்பகுதி மாறியுள்ளது.

மனித உரிமையின்பால், மலைவாழ் மக்கள் நலனின்பால் அக்கறை கொண்டுள்ள நமது சிந்தனை எல்லாம் வாழ்வது யாராக இருந்தாலும் வீழ்வது மக்களாக இருக்கக்கூடாது என்பதே. வீரப்பன் என்ற தனி மனிதருக்காக அப்பாவி மக்களும், காவல் துறையினரும் கொல்லப்படுவதும், சித்திரவதைகளுக்கு உள்ளாக்கப்படுவதும் வன்மையாகக் கண்டிக்கத்தக்கது. மீண்டும் மீண்டும் உயிர்ப்பலிகள் நேராமல் தடுக்க, வீரப்பனை சரணடையச் செய்வதே இக்காலத்தின் தேவையாகும். வீரப்பன் மற்றும் அவனது கூட்டாளிகள் சரணடையத் தயார் என்று சமீபத்தில் நக்கீரன் பேட்டியில் இசைவு தெரிவித்துள்ளார்கள். கடந்த காலங்களில் சம்பல் பள்ளத்தாக்கு கொள்ளையர்கள் அமரர் ஜெயப்பிரகாஷ் நாராயண் முன்பும், பூலான்தேவி அர்ஜூன்சிங் முன்பும் சரணடைந்ததும், அவர்களுக்கு பொதுமன்னிப்பு வழங்கப் பட்டதும் நாம் அறிந்ததே.

ஒவ்வொரு மகானுக்கும் கடந்த காலம் உண்டு
ஒவ்வொரு பாவிக்கும் எதிர்காலம் உண்டு

என்பது காலந்தொட்டு சொல்லப்பட்டு வரும் சத்திய வாக்கு. மிகச் சிறந்த இலக்கியத்தைப் படைத்த வால்மீகியின் கடந்த

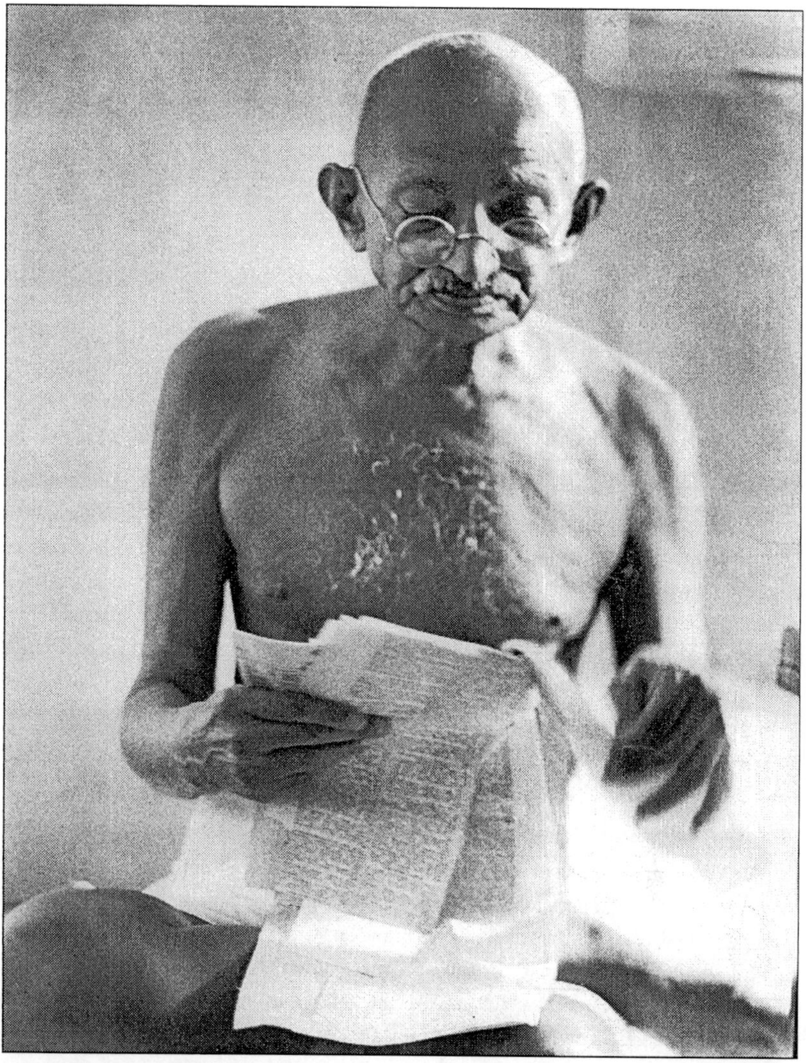

காலத்தை ஆராய்ந்தால் வால்மீகி கொள்ளைக்காரனாகவும், கொலைகாரனாகவும் இருந்து பின்னர் திருந்தியது தெரிய வரும்.

சந்தனக் கடத்தல் வீரப்பன் சந்தனக் கட்டைகளை திருடியது, காவலர்களைக் கொலை செய்தது குற்றமே. இதில் யாருக்கும் கருத்து வேறுபாடு கிடையாது. சட்டத்தின் முன் வீரப்பன் குற்றவாளியே. நீதிமன்றத்தால் தண்டிக்கப்பட வேண்டியவனே. இதிலும் யாருக்கும் அபிப்ராய பேதமில்லை. நீதிமன்றத்தின்

SOCIETY FOR COMMUNITY ORGANISATION TRUST
Justice Bhagwati Bhavan, Lake View Road, K.K. Nagar, Madurai-625 020.
Ph: 650962, 650922

MOST URGENT

Dear Friends,

29-5-96

Greetings.

This letter is being written to draw your immediate attention seeking urgent action. Therefore, it is being sent with the hope that you will spare of few moments amidst your most onorous duties to pay some attention to this letter.

You are no doubt aware through reports appearing in the newspapers that Tamil Nadu task force and the Karnataka task force are indulging in excesses in Sathyamangalam and the forest range in that area under the pretext of searching for sandal wood smuggler Veerappan. There is a common belief among the people that a number of youths taken by the Tamil Nadu task force are missing from the Mettur camp. It is learned that most barbaric forms of violence are inflicted at the Mettur Camp and the Karnataka task force against women and children subjecting them to electric shocks, nailing their feet, torturing them in the nude and so on. The tearful tale of Adhivasi women of Vachathi who were subject to sexual violence by the task force, speaks volumes about the characteristics of the police force charged with the responsibility of maintaining law and order. Even children of ten and twelve are languishing in jails without being able to obtain bail. The whole life of these people remain affected.

On the other hand those men who join the police force to prevent crimes and to preserve law and order, get caught in a cross fire and become victims of landmines. During the past five years a large number of members of the Tamil Nadu and Karnataka task forces have lost their lives. Crores of Rupeess of tax payers money is being spent every year in the name of searching for Veerappan. In this independent country an undeclared emergency is being enforced in Sathyamangalam and the forest range in its periphery. This area has become a guerilla war front.

The thinking of all of us committed to human rights and tribal welfare should be that whoever lives people should not fall. The killing of innocent persons and policemen as well as the torturing

and order, get caught in a cross fire and become victims of landmines. During the past five years a large number of members of the Tamil Nadu and Karnataka task forces have lost their lives. Crores of Rupeess of tax payers money is being spent every year in the name of searching for Veerappan.

There is no denying of fact that the smuggling of sandalwood and killing of watchers by sandalwood Veerappan were crimes. There is no two opinions about it. Veerappan is a criminal in the eyes of law and that he should be punished. Nobody differs in this opinion. It does not mean that since he has to be sentenced by the court he should be hounded by the police and produce before the court. It would suffice if a conducive climate is created for his surrender.

In case Veerappan surrenders the cases against him would come up for trial and he may be awarded the death penalty as maximum punishment for the crime of murders. Neither the Tamil Nadu Government nor the administration would be able to interfere during the process of the trial. However at the end of the trial when he is sentenced the Government could recommend to the Governor and the President of the Republic to show mercy to the condemned man. If the chief Ministers of Tamil Nadu and Karnataka promise that in case Veerappan surrenders he would not be subjected to torture and after sentencing they would recommend general amnesty or reduce his sentence, then it would pave the way for Veerappan to surrender and for the tribes in the hills to live without fear in a state of freedom.

Therefore dear friends, we are appealing to you to write letters to the governments of Tamil Nadu and Karnataka to create a conducive atmosphere to enable Veerappan to surrender. We would like to quote what the father of the Nation the great Mahatma Gandhi wrote in the "Young India" on 10-9-1931. On that occasion he said,

> "Like all other diseases, committing crime is also an ailment; a malady born out of the present social system. Therefore all crimes including murders should be considered as a disease and the perpetrator would be given treatment".

The purpose of this letter is not to hold a brief for criminals. Human Rights should be recognized, tribals who have lost their liberty should have it restored and Tamil Nadu should become a heaven of peace. This letter is being written to appeal to the new government which has assumed the mantle of office inheriting an empty exchequer that it should spend the tax payers money judiciously and in the best interest of the people. The new Tamilnadu government is seriously contemplating the possibility of creating a situation to enable Veerappan to surrender. In these context, if the voluntary organisation and people's movements urge the Tamil Nadu government to create a situation for Veerappan to surrender, it would definitely have a positive impact in the government have thinking. Therefore let us act urgently with the determination so that **who ever lives the fall should not be that of the people or their liberty.**

With fraternity,

Yours in sincerity and service.

A. MAHABOOB BATCHA	V.R. LAKSHMI NARAYAN	Dr. V. JEEVANANTHAM
SOCO Trust	Former Director General of Police	Tamil Nadu Green Movement

சோக்கோ அறக்கட்டளை அறிக்கை

முன்னால் தண்டிக்கப்பட வேண்டியவன் என்ற காரணத்தால், அவனைக் காவல்துறையினர் தேடிப்பிடித்துதான் நீதிமன்றத்தில் ஆஜர்படுத்த வேண்டும் என்பதில்லை. அவனாக சரணடையும் சூழலை ஏற்படுத்தினால் போதுமானது.

வீரப்பனாகச் சரணடையும் பட்சத்தில், அவன் மீதுள்ள வழக்குகள் விசாரணைக்கு வரும். கொலைக் குற்றங்களுக்காக அதிகபட்ச தண்டனையாக மரண தண்டனைகூட கொடுக்கப் படலாம். தமிழக அரசோ, நிர்வாகத் துறையோ வழக்கு நடைமுறையில் உள்ளபோது நீதித்துறையில் தலையிட முடியாது. ஆனால், தீர்ப்புகள் வெளியானபின்பு அரசு, ஆளுனர், மற்றும் குடியரசு தலைவருக்கு கருணை காட்டுமாறு பரிந்துரைக்கலாம்.

வீரப்பன் சரணடையும் பட்சத்தில், அவர் சித்திர வதைகளுக்கு உட்படுத்தப்படமாட்டார். தீர்ப்புக்குப்பிறகு பொது மன்னிப்புக்கோ, தண்டனைக் குறைப்பிற்கோ அரசு பரிந்துரைக்கும் என்ற உறுதிமொழியை தமிழக முதல்வரும், கர்நாடக முதல்வரும் வழங்குவார்களேயானால் வீரப்பன் சரணடையவும், மலைவாழ் மக்கள் அச்சமின்றி சுதந்திரமாய் வாழவும் வழி வகுக்கும்.

எனவே, இனிய நண்பர்களே, தமிழக அரசையும், கர்நாடக அரசையும் வீரப்பன் சரணடைய சாதகமான சூழலை ஏற்படுத்த கடிதங்கள் எழுதுமாறு அன்புடன் வேண்டுகிறோம். நமது தேசப்பிதா அண்ணல் மகாத்மாகாந்தி அவர்கள் 1?.9.1931 அன்றைய யங் இந்தியா பத்திரிக்கையில்,

மற்ற எல்லா வியாதிகளைப் போல் குற்றம் புரிவதும் ஒரு வியாதி, இப்பிணி இன்றைய சமூக அமைப்பால் பிறந்தது. எனவே எல்லா குற்றங்களையும், கொலைக் குற்றத்தையும் நோயாகவே கருதி, குற்றவாளிகளுக்கு சிகிச்சை தரப்பட வேண்டும். என்று குறிப்பிட்டுள்ளதை நினைவில் கொள்வோம். இம்மடலின் நோக்கம் குற்றவாளிகளுக்கு வக்காலத்து வாங்குவதல்ல. மனித உரிமை மதிக்கப்படவேண்டும். மலைவாழ் மக்கள் தொலைத்து நிற்கும் சுதந்திரம் மீண்டும் கிடைக்கப்பெற வேண்டும். தமிழகம் அமைதிப் பூங்காவாய் மாற வேண்டும். அரசு கஜானா காலியான நிலையில் பொறுப்பேற்றிருக்கும் புதிய கலைஞர் கருணாநிதி அரசு மக்கள் வரிப்பணத்தை வீணாக்காமல் ஆக்கப்பூர்வமான காரியங் களுக்கு செலவு செய்ய வேண்டும் என்ற நோக்கத்தாலே எழுதப் பட்டுள்ளது. புதிதாகப் பொறுப்பேற்றுள்ள தமிழக அரசு வீரப்பன் சரணடைய செய்யும் சூழலை தீவிரமாக பரிசீலித்து

வருகிறது. இந்நிலையில் தொண்டு நிறுவனங்களும், மக்கள் அமைப்புகளும் வீரப்பன் சரணடைய ஏற்ற சூழலை ஏற்படுத்த தமிழக அரசை வேண்டினால் அது நிச்சயம் தமிழக அரசின் சிந்தனையோட்டத்தை வலுப்படுத்த உதவும்.

வாழ்வது யாராக இருந்தாலும் வீழ்வது மக்களாக, மக்களின் சுதந்திரமாக இருக்கக்கூடாது என்ற அடிப்படையில் விரைந்து செயல்படுவோம்.

அன்புடன்,
தங்கள் நட்பில் மகிழும்
அ. மகபூப் பாட்சா சோக்கோ அறக்கட்டளை.
V.R.லட்சுமிநாராயணன் முன்னாள் காவல்துறை தலைவர்(DGP)
Dr.V.ஜீவானந்தம். தமிழக பசுமை இயக்கம்.

தேசிய மனித உரிமைகள் ஆணைய அறிக்கை!

இரண்டாம் உலகயுத்தத்தின் முடிவில் மனித உரிமைகள் குறித்த கருத்தரங்கம் வலுப்பெற்றது. உலக யுத்தத்தின்போது கடுமையான அடக்குமுறைகளையும் மனித உரிமை மீறல்களையும் அனுபவித்த மக்கள், மனித உரிமை பாதுகாக்கப்பட வேண்டு மென்று உறுதி பூண்டார்கள்.

மேற்கத்திய நாடுகளைப் பொறுத்தவரை அரசியல் மற்றும் சிவில் உரிமைகள் பற்றியே அதிக கவலை கொண்டிருந்தன, கொண்டிருக்கின்றன. மேற்கத்திய நாடுகள் பொருளாதார ரீதியிலும் பிற அடிப்படைத் தேவைகளிலும் தன்னிறைவு பெற்றிருந்ததால் அவர்கள் அரசியல் மற்றும் சிவில் உரிமைகள் பால் அதிகம் ஈர்க்கப்பட்டிருந்தார்கள். ஆனால், இந்தியா போன்ற மூன்றாம் உலக வளரும் நாடுகள் மனித உரிமைகள் என்பதைப் பொருட்படுத்தும்போது அரசியல் மற்றும் சிவில் உரிமைகளோடு பொருளாதார, சமூக மற்றும் கலாச்சார உரிமைகளையும் இணைத்தே பொருள் கொள்கிறார்கள். அரசியல் மற்றும் சிவில் உரிமைகள் அரசின் எதேச்சாதிகார அதிகார துஷ்பிரயோகங் களுக்கு எதிரானதென்றால், பொருளாதார சமூக மற்றும் கலாச்சார உரிமைகள் முதலில் குறிப்பிட்ட அரசியல் மற்றும் சிவில் உரிமைகளைப் பாதுகாக்க தேவையான சூழ்நிலையை,

सर्वे
भवन्तु सुखिनः

National Human Rights Commission (NHRC)

வாய்ப்பு வசதிகளை ஏற்படுத்தித் தருமாறு அரசை வேண்டுவ தாகும்.

1968-ஆண்டு டெஹ்ரான் மாநகரில் கூடிய ஐக்கிய நாடுகள் சபையின் சர்வதேச மனித உரிமை மாநாடு தனது பிரகடனத்தில், மனித உரிமையும், அடிப்படை உரிமையும் பிரிக்கப்பட முடியாதது. சமூக பொருளாதார கலாச்சார உரிமைகள் ஒருவர் அனுபவிக்காமல் அரசியல் மற்றும் சிவில் உரிமைகளை அடைய முடியாது என்று வலியுறுத்தி உள்ளது.

இந்திய அரசு அரசியல் மற்றும் சிவில் உரிமைகளுக்கான அனைத்துலக பிரகடனத்திலும், பொருளாதார சமூக மற்றும் கலாச்சார உரிமைகளுக்கான ஐக்கிய நாடுகள் சபை பிரகடனத் திலும் கையெழுத்திட்டு உள்ளது. மனித உரிமைகள் தொடர்பான ஆவணங்களில் இந்தியா கையெழுத்திட்டு பல பத்தாண்டுகள் ஆனாலும், 1993-ம் ஆண்டு அக்டோபர் 12-ம் தேதிதான் தேசிய மனித உரிமை ஆணையத்தை, இந்திய உச்ச நீதிமன்ற முன்னாள் தலைமை நீதிபதி ரங்கநாத் மிஸ்ரா தலைமையில் தோற்றுவித்தது.

ஆணையம் நிறுவப்பட வேண்டும் என்பதற்கான பரிந்துரை, 1993-ம் ஆண்டு மே மாதம் 14-ம் தேதி மக்களவையில் சமர்ப்பிக்கப்பட்டது. ஆனால் திட்டமிடப்பட்ட ஆணையத்தின், அதிகாரங்கள் செயல்பாட்டு முறைகள் ஆகியவை பற்றி பல்வேறு குறைபாடுகள் சுட்டிக்காட்டப்பட்டன. 1993-ம் ஆண்டு நவம்பர்

26-ம் தேதி பாராளுமன்றத்தில் சமர்ப்பிக்கப்பட்ட முதல் மசோதாவில் சுட்டிக்காட்டப்பட்ட குறைபாடுகளின் அடிப்படையிலேயே தயாரிக்கப்பட்டவையாகும். இந்த அடிப்படையில் மாறிவரும் சமுதாய யதார்த்தங்கள், மற்றும் குற்றவியல் வன்முறை ஆகிய துறைகளில் ஏற்படும் மாற்றங்களையும் கருத்தில் கொண்டு, சட்டங்களும் நடைமுறைகளும் நிர்வாகத்தில் அதிக திறமையையும், மறைவின்மையையும் ஏற்படுத்தும் வகையில் இந்த சட்டம் தயாரிக்கப்பட வேண்டியுள்ளது என்றும் அந்த அறிக்கை கூறியது. 1994 -ம் ஆண்டு ஜனவரி 8-ம் தேதி நாட்டின் ஜனாதிபதி இந்த மசோதாவுக்கு அங்கீகாரம் அளித்தார்.

ஆணையம்:

அ. உச்ச நீதிமன்றத்தின் தலைமை நீதிபதியாக இருந்த ஒருவர் தலைவராக அல்லது தலைவியாக இருப்பார்.

ஆ. உச்ச நீதிமன்றத்தின் நீதிபதியாக இருந்த ஒருவர் அங்கத்தவர்.

இ. உயர் நீதிமன்ற தலைமை நீதிபதியாக இருந்த அல்லது இருக்கும் ஒருவர் உறுப்பினராக மற்றும் அரசியல் அனுபவம் அல்லது அது பற்றிய விவரம் அறிந்த அத்துடன் மனித உரிமைகள் பற்றியும் தெரிந்து கொண்டிருக்கும் இரு உறுப்பினர்கள்.

பிரிவு 12 (a) (i) (ii) ஆகிய பிரிவுகள் குறிப்பிடும் மனித உரிமைகள் மீறல் பற்றிய விசாரணை சம்பந்தமான அலுவல்களைத் தவிர மற்ற எல்லா பொறுப்புகளையும் நிறைவேற்றும்

தேசிய சிறுபான்மையினர் ஆணையம்

தாழ்த்தப்பட்ட மற்றும் மலைவாழ் மக்களுக்கான தேசிய ஆணையம்,பெண்களுக்கான தேசிய ஆணையம், ஆகியவற்றின் தலைவர்கள், தலைவிகள் இந்தசட்டம் குறிப்பிடும் வேறு பல அலுவல்களை நிறைவேற்றுவதற்காக மனித உரிமைகள் ஆணையத்தின் உறுப்பினர்களாகக் கருதப்படுவார்கள்.

இந்த சட்டத்தின் பிரிவு 4-ன் அடிப்படையில் பிரதமர் மக்களவையின் தலைவர் அல்லது தலைவி, உள்துறை அமைச்சர் மற்றும் மக்களவை ராஜ்யசபா ஆகியவற்றின் எதிர்க்கட்சித் தலைவர்களையும் ராஜ்யசபா உப தலைவரையும் உறுப்பினர் களாகக் கொண்ட ஒருகுழுவின் பரிந்துரையின் பேரில் ஜனாதிபதி ஆணையத்தின் தலைவரையும் ஏனைய உறுப்பினர்களையும் நியமனம் செய்வார்.

பணிகள்:

ஆணையம் தானாகவோ அல்லது பாதிக்கப்பட்ட ஒருவர் சமர்ப்பிக்கும் மனுவின் அடிப்படையிலோ அல்லது அவர் சார்பாக வேறு யாரும் கொடுக்கும் புகாரின் அடிப்படையிலோ பின்வரும் அம்சங்களை விசாரிக்க முடியும். மனித உரிமைகள் மீறல். அல்லது அதை செய்வதற்கு மற்றவர்களால் தூண்டப்படுதல். இத்தகைய உரிமை மீறலை அக்கறையின்மையால் ஒரு அரசு ஊழியர் தடுக்கத் தவறியது.

எந்த ஒரு நீதிமன்றத்தின் முன்பும் இருக்கும் மனித உரிமைகள் மீறல் வழக்கில் அந்த நீதி மன்றத்தின் அங்கீகாரத்தைப் பெற்று தலையிடுதல்.

மக்களைத் தடுத்து வைப்பதற்கும் அல்லது அவர்களுக்கு சிகிச்சை அளிக்கவும் அல்லது அவர்களை திருத்தவும், மாநில அரசுகளால் அமைக்கப்பட்டிருக்கும் சிறைச்சாலை அல்லது மாநில அரசின் அதிகார வரம்புக்கு உட்பட்டிருக்கும் வேறு இடங்களையும் மாநில அரசுக்கு அறிவித்த பின், அங்கு சென்று அங்கு இருப்பவர்களின் வாழ்க்கை நிலையை ஆராய்ந்து அறிக்கை சமர்ப்பித்தல்.

அரசியல் அமைப்பு சாசனமும் அல்லது மனித உரிமைகள் பாதுகாப்புக்காக வரையப்பட்டிருக்கும் பாதுகாப்பு முறைகளை யும் ஆராய்ந்து அவற்றை சீரிய முறையில் செயல்படுத்த புதிய திட்டங்களைப் பரிந்துரை செய்தல்.

மனித உரிமைகள் அனுபவிக்கப்படுவதற்கு தடையாக இருக்கும் பயங்கரவாதம் போன்ற அம்சங்களை ஆராய்ந்து அதை மாற்றுவதற்கு தக்க பரிந்துரைகள் செய்தல்.

மனித உரிமைகள் பற்றிய உடன்படிக்கைகள் அனைத்துலக ஆவணங்கள் ஆகியவற்றை ஆய்வு செய்து அவற்றை சிறந்த முறையில் செயல்படுத்த பரிந்துரை செய்தல்.

மனித உரிமைகள் துறையில் ஆய்வுகளை மேற்கொண்டு அவற்றை மேம்படுத்துதல்.சமுதாயத்தின் பல்வேறு அங்கங்களைச் சேர்ந்தவர்களிடையே மனித உரிமைகள் கல்வியைப் பரப்பி, அந்த உரிமைகளைப் பாதுகாத்துக் கொள்ளவும், மேம்படுத்தவும், இருக்கும் வழிமுறைகளைப் பற்றிய விழிப்புணர்ச்சியை ஏற்படுத்தி வெகுஜன சாதனங்கள், கருத்தரங்குகள், பிரசுரங்கள் மற்றும் வசதிக்கேற்ப ஏனைய வழிகளைக் கையாளுதல். அரசு சார்பற்ற தொண்டு நிறுவனங்களையும், மனித உரிமைகளுக்காகப் பாடுபடும் மற்ற நிறுவனங்களின் செயல்பாடுகளையும் ஊக்குவித்தல்.

பொதுவான அணுகுமுறை

ஆணையத்தின் மீது சுமத்தப்பட்டிருக்கும் பரந்துபட்ட

அதிகாரங்களையும் அசாதாரணமாக அதன் பொறுப்பில் விடப்பட்டிருக்கும் பெருமளவிலான பணிகளையும் நிறைவேற்ற வேண்டியதன் அடிப்படையில் ஆணையம் நடந்துகொள்ள வேண்டும். நடந்துகொள்வது மட்டுமின்றி, நடந்து கொள்வதாக மற்றவர்கள் அறியும் வகையிலும் எந்தவித மறைவும் ஒளிவுமின்றி கட்டுப்பாடின்றி செயல்பட வேண்டும் என்பது முக்கியமாகும். இந்த இரண்டு பொதுக் கருத்துகளின் அடிப்படையில் எழுப்பப்பட்டிருக்கும் இந்தத் தூண்களின் மீது ஆணையத்தின் செயல்பாடுகள் அமைந்து, நாடு அதன் மீது வைத்திருக்கும் நம்பிக்கையை நிறைவேற்றி மேம்படுத்த வேண்டும். ஆகவே, இந்த இரண்டு அம்சங்களும் ஆழ்ந்த கவனத்துடன் மதிக்கப்பட்டு வளர்க்கப்பட வேண்டும். நாட்டிலே மனித உரிமைகள் கலாச்சாரத்தை மேம்படுத்தும் வகையில் ஆணையத்தின் வெளிப்படையான நடவடிக்கைகளை ஊக்குவிப்பதற்கு ஆணையம் அரசு சார்பற்ற தொண்டு நிறுவனங்கள் அல்லது மனித உரிமைகள் செயல்வீரர்கள், வெகுஜன சாதனங்கள் ஆகியவற்றையே அதன் நோக்கங்களை வெளிப்படுத்த நம்பி இருக்கிறது.எல்லா மனித உரிமைகள் அம்சமும் மிக முக்கியம் என்றாலும், பிரிக்கப்பட முடியாத ஒன்று என்றாலும், ஆணையம் தானாகவே முக்கியத்துவம் கொடுக்கப்பட வேண்டிய ஒரு சில அம்சங்களும் உண்டு.

ஆணையம் தானாகவோ அல்லது புகார்களின் அடிப்படையிலோ காவல்நிலைய மரணங்கள், கற்பழிப்புகள் மற்றும் காவல் நிலையங்களில் இருந்து காணாமல் போதல், கொடுமைகள், மனிதாபிமானமற்ற அல்லது தன்மானம் இழக்கச் செய்யும் தண்டனைகள், துன்புறுத்தல், பாலியல் பலாத்காரம், பெண்கள், குழந்தைகள், ஊனமுற்றோர் ஆகியோருக்கு எதிரான கொடுமைகள் ஆகியவற்றின் மீது விசாரணை மேற்கொண்டது. இந்த பாதுகாப்பற்ற தாழ்த்தப்பட்டவர்கள் மலைவாழ்மக்கள் மீது நடத்தப்படும் வன்முறைச் சம்பவங்கள் பல சந்தர்ப்பங்களில் மறைக்கப்பட்டுவிடுகின்றன.

புகார்கள் மீதான விசாரணைகள்

ஆணையத்தின் ஆழ்ந்த கவனத்தை கவலைக்குரிய விதத்தில் கவர்ந்த மற்றுமொரு அம்சம் தன்னிச்சையாக பயங்கரவாத தடுப்புச் சட்டத்தின் TADA, தடா கீழ் பெரும் எண்ணிக்கை யிலானவர்கள் கைது செய்யப்பட்டு தடுப்புக்காவலில் வைக்கப்பட்டிருப்பது பற்றிய புகார்கள் ஆகும்.

இரு மாநில
முதல்வர்கள்
நடுவில்
ஆசிரியர்

நடைமுறையில் அமலில் இருக்கும் சட்டங்களின் விதிகளுக்கு அப்பாற்பட்டு அரசு அவசியமெனக் கருதும் பொழுது மனித உரிமைகள் மீறலால் ஏற்படும் குற்றச்சாட்டுகளை விசாரிக்கும் பொருட்டு தேவையான காவல்துறை அதிகாரிகளைக் கொண்ட ஒன்று அல்லது பல புலனாய்வுக் குழுக்களை நியமிக்க முடியும்.

மேற்கண்ட சட்டங்கள் அனைத்துமே இந்திய அரசியல் சட்டம் மக்களுக்கு வழங்கியுள்ள அல்லது பல்வேறு அமைப்பு களால், குறிப்பிட்ட சில இடதுசாரி முற்போக்கான அரசியல் கட்சிகளால், அமைப்புகளால், தமிழ்நாட்டில் தி இந்து, இந்தியன் எக்ஸ்பிரஸ், நக்கீரன், பிரன்ட்லைன், தீக்கதிர், ஜனசக்தி, முரசொலி, விடுதலை போன்ற பத்திரிகைகளின் தொடர் சட்டப்போராட்டங் களால், முற்போக்கு எழுத்தாளர் சங்கம் கலை இலக்கியப் பெரு மன்றம் மற்றும் கி.வீரமணி, சின்னக் குத்தூசியார், இரா.ஜவஹர், தணிகைச் செல்வன், மயிலை பாலு, பிரளயன் போன்ற பல பத்திரிகையாளர்களின் ஆக்கப்பூர்வமான புரட்சிகர நடவடிக்கைகளால் நீதித்துறை சார்ந்த வி.கிருஷ்ணய்யர், திருமிகு பானுமதி, நீதியரசர் சந்துரு, மூத்த வழக்கறிஞர் பா.பா.மோகன், ஹென்றி திபேன் போன்ற எளியவர்களை நேசித்த முற்போக்கு சக்திகளால் தனிமனித சுதந்திரத்திற்காக

பல்லாண்டுகளாக பல்வேறு வகைப் பட்ட மக்களும் இணைந்து போராடிப் பெறப்பட்ட உரிமைகள். ஆனால், சில விசயங்களைத் தவிர மற்றவைகள் எதிலும் குறிப்பிட்டுச் சொல்லும்படி எதுவும் நடைமுறைப்படுத்தப் படவில்லை. வனம் சார்ந்த வாழ்வியலை மேற்கொண்டு ஒரு கட்டுக்கோப்பான வாழ்க்கை வாழ்ந்து கொண்டிருந்த வனமக்கள் மீது வனத்துறையும் அதிரடிப்படையும் தடா சட்டங்களும் காவல்துறையும் கூட்டுச்சேர்ந்து நடத்திய ஒர்க் ஷாப் மனிதஉரிமை மீறல்கள் சித்ரவதைகள் அனைத்தையும் தாங்கி வெந்து தணிந்த காடாகவே வீரப்பன் வாழ்ந்து மறைந்த அந்த வனப்பகுதி பொசுக்கப்பட்டது. மிக...மிகத்! தாமதமான நீதியே கிடைத்தது. ஆனால், அனுபவித்த சித்ரவதைகள்?

சட்டத்துக்காக மக்களா, மக்களுக்காக சட்டமா என்ற கேள்வி எழும் சூழல்களில் மக்கள் நலனுக்காகவே சட்டம் என்பதே நக்கீரனின் ஆணித்தரமான தீர்ப்பு. ‘நெற்றிக்கண் திறப்பினும் குற்றம் குற்றமே’

வாழ்வது யாராக இருந்தாலும்
வீழ்வது மக்களாக, மக்களின் சுதந்திரமாக
உரிமைகளாக இருக்கக்கூடாது.

அன்புடன்,
நக்கீரன் கோபால்

குறிப்புகளுக்காக...